शिरडीचे श्री साईबाबा यांचे जीवनचरित्र

शिरडीस आलेल्या एका माणसाची, एका फकिराची ही मनोवेधक कहाणी आहे. याला मुलांनी खोड्या काढून सतावलं, गावकऱ्यांनी याची हेटाळणी केली आणि याने पुढे त्रिकालाबाधित महात्मा होऊन साऱ्या आध्यात्मिक जगतावर अधिराज्य गाजवलं. या भूतलावर चालणारा तो साक्षात परमात्मा झाला. हे पुस्तक प्रत्येक साईभक्ताला आपल्या संग्रही ठेवावे, अरोच वाटेल. बाबांनी केलेल्या उपदेशाचे हे बायबलच म्हणायला हवे. देशातील कोट्यवधी लोकांच्या घरांमधील देवघरे ज्या महात्म्याच्या तसबिरींनी सुशोभित झाली आहेत, त्या महात्म्याचे हे पुण्यस्मरण आहे.

या पुस्तकाचे लेखक श्री. रंगास्वामी पार्थसारथी हे नामवंत पत्रकार असून त्यांनी अनेक वर्षे 'हिंदू' या सुप्रसिद्ध वृत्तपत्राचे सहसंपादक म्हणून काम पाहिले. याच वृत्तपत्रासाठी त्यांनी एकंदर ३२ वर्षे काम केले. इ.स. १९७८ साली या वृत्तपत्राचा शताब्दी सोहळा साजरा करण्यात आला. या महोत्सवाच्या निमित्ताने Hundred Years of the Hindu या शीर्षकाखाली त्यांनी लिहिलेले ऐतिहासिक पुस्तकही प्रसिद्ध झाले. त्याचप्रमाणे आणखी एका पुस्तकामध्ये त्यांनी एका वृत्तनिवेदकाची संस्मरणे लिहिली असून त्यामध्ये वृत्तसंपादक म्हणून स्वत:च्या १२ वर्षांच्या कारकीर्दींचा आढावा घेतला आहे. पत्रकारिता या विषयावर त्यांनी आणखी तीन पुस्तके लिहिली आहेत, ती अशी :- 1)Basic Journalism 2) Journalism in India Je 3) Here is the News. शेवटच्या पुस्तकात त्यांनी प्रसारमाध्यमासाठी जी वृत्तनिवेदने केली, त्यांच्याविषयी लिहिले आहे. साईबाबांचे नि:स्सीम भक्त व श्री. नरसिंहस्वामीजींचे शिष्य श्री. राधाकृष्णस्वामीजी हे लेखकांचे गुरू होते. लेखकाने त्यांचे चरित्र इ.स. १९८१ मध्ये लिहिले असून त्याचे नाव आहे, Apostle of love, Saint Saipadananda. पत्रकारितेच्या क्षेत्रातील भरीव स्वरूपाच्या सर्वश्रेष्ठ कामगिरीबद्दल लेखक श्री. पार्थसारथी यांना एन. रघुनाथ अय्यर स्मरणार्थ पारितोषिक प्राप्त आहे.

देव जो भूवरी चालिला

शिरडीचे श्री साईबाबा यांचे जीवनचरित्र

मूळ लेखक
रंगास्वामी पार्थसारथी

अनुवाद
लीना सोहोनी

मेहता पब्लिशिंग हाऊस

℗ +91 020-24476924 / 24460313

Email : info@mehtapublishinghouse.com
         production@mehtapublishinghouse.com
         sales@mehtapublishinghouse.com

Website : www.mehtapublishinghouse.com

◆ *या पुस्तकातील लेखकाची मते, घटना, वर्णने ही त्या लेखकाची असून त्याच्याशी प्रकाशक सहमत असतीलच असे नाही.*

GOD WHO WALKED ON EARTH

by RANGASWAMI PARTHASARATHY

© Rangaswami Parthasarathy Originally Published and Licensed by Sterling Publishers Private Limited, New Delhi

Translated in Marathi Language by Leena Sohoni

देव जो भूवरी चालिला / अनुवादित जीवनचरित्र

अनुवाद   : लीना सोहोनी
                 तेजोनिधी प्लॉट नं. ५, स्नेहनगर,
                 बिबवेवाडी कोंढवा रोड, बिबवेवाडी, पुणे - ४११०३७.
                 ℗ ०२०-२४२७४६६७० / Email : leena.nsohoni@gmail.com

मराठी अनुवादाचे व प्रकाशनाचे हक्क मेहता पब्लिशिंग हाऊस, पुणे – ३०.

प्रकाशक   : सुनील अनिल मेहता, मेहता पब्लिशिंग हाऊस,
                 १९४१, सदाशिव पेठ, माडीवाले कॉलनी, पुणे – ४११०३०.

मुखपृष्ठ   : सिद्धार्थ पारसनीस

प्रकाशनकाल : सप्टेंबर, १९९८ / जानेवारी, २००० / डिसेंबर, २००२ /
                 डिसेंबर, २००७ / पुनर्मुद्रण : मार्च, २०१२

ISBN 81-7766-359-3

मनोगत

शिरडीचे श्री साईबाबा यांच्याविषयी मला माझे गुरू श्री राधाकृष्णस्वामीजी यांच्याकडून समजलं. माझे हे गुरू त्यांच्या स्वत:च्या गुरूंच्या म्हणजे श्री नरसिंहस्वामीजींच्या माध्यमातून साईबाबांची ओळख करून देण्यात नरसिंहस्वामीजींचा सिंहाचा वाटा आहे. नवल असं, की या साईबाबांना साक्षात परमेश्वर मानून शेकडो, हजारो लोक महाराष्ट्रात त्यांची भक्ती करीत होते. परंतु महाराष्ट्रातील शिरडी या लहानशा अज्ञात ठिकाणी वास्तव्य करणाऱ्या या महात्म्याविषयी महाराष्ट्राबाहेर मात्र कोणासही, काहीही माहीत नव्हतं. समाजातील बुद्धिमंत, वरिष्ठ अधिकारी आणि विद्वान पंडित त्यांच्या भोवती गोळा होत आणि त्यांच्या पायावर लोटांगण घालून त्यांना ईश्वराचा अवतार मानत. परंतु बाबा मात्र जन्मभर साऱ्या जगापासून दूर शिरडीत राहिले. त्याकाळी महाराष्ट्राला बॉम्बे प्रेसिडेन्सी नाव होते. या बॉम्बे प्रेसिडेन्सीच्या बाहेरील कोणासही बाबांविषयी माहिती नव्हती. महाराष्ट्रातसुद्धा या मुसलमान फकिराचं नाव जनसामान्यांपर्यंत जाऊन पोचले ते पोवाडे आणि कीर्तनाच्या माध्यमातून. बाबांविषयी जी काही माहिती उपलब्ध होती तीसुद्धा फारच त्रोटक स्वरूपाची होती. व शिवाय ती मराठीत होती. त्यातील बरीचशी माहिती म्हणजे तर वस्तुस्थिती आणि कल्पना यांचे मिश्रण होते. मात्र हे हेमाडपंतांनी लिहिलेलं 'साई सत् चरित्' हा बाबांच्या जीवनकालखंडाचा अधिकृत स्रोत आहे. बाबांचे खरेखुरे चरित्रकार म्हणजे नरसिंहस्वामीजी. घरादाराचा आणि सुख-समृद्धीचा त्याग करून ते एका गुरूच्या शोधात बाहेर पडले आणि बाबांनी समाधी घेतल्यानंतर तब्बल १२ वर्षांनी त्यांना आपले गुरू म्हणजेच बाबा गवसले. ते बाबांना शरण गेले. बाबांची ध्येये, त्यांची शिकवण यांचा प्रसार करण्याचं कार्य त्यांनी हाती घेतलं. व त्या कार्यात ते इतके प्रमाणाबाहेर यशस्वी झाले आहेत की परिणामस्वरूपी आज देशाच्या विविध भागांत मिळून हजारो साईमंदिरे बांधली गेली आहेत. लक्षावधी घरांमध्ये बाबांच्या प्रतिमेचं

पूजन होताना दिसतं. नरसिंहस्वामीजींनी या साईप्रचाराच्या कार्यासाठी आपल्याभोवती असंख्य ध्येयवादी शिष्यांचा ताफाच गोळा केला. त्यांच्यापैकी नरसिंहस्वामीजींचे पट्टशिष्य म्हणजे श्री राधाकृष्णस्वामीजी.

या पुस्तकासाठी मी नरसिंहस्वामीजींचे लेखन व 'साई सत् चरित्' या दोन्ही पुस्तकांचा आधार घेतला आहे. नरसिंहस्वामींनी व्यक्त केलेली अगणित भावनोत्कट आविष्करणे वगळता बाबांविषयी फारसे अधिकृत व वस्तुनिष्ठ साहित्य आज उपलब्ध नाही. या संदर्भात अजून पुष्कळ संशोधनाची गरज आहे. व या गरजेविषयीच मी माझ्या या पुस्तकामध्ये भर देणार आहे. या संशोधनाचं महत्त्व पटवून देण्यात मी अंशत: जरी यशस्वी झालो तरी ते माझं भाग्यच म्हणायला हवं. माझे बंधू आणि बाबांचे नि:स्सीम भक्त श्री. श्रीचंद राजपाल यांच्या प्रेरणेशिवाय हे पुस्तक माझ्या हातून लिहून झालेच नसते. मी त्यांचा ऋणी आहे. ऑल इंडिया समाजाचे अध्यक्ष श्री. केशवराव यांनी माझे हे हस्तलिखित वाचून त्याविषयी अनेक मौलिक सूचना दिल्या, त्याबद्दल मी त्यांचा आभारी आहे. माझी पत्नी श्री राधाकृष्णस्वामीजींची आणि बाबांची भक्त आहे. तिनेच श्री राधाकृष्णस्वामीजींशी माझा परिचय करून दिला. बाबांचं चरित्र लिहिण्याची ही अवघड कामगिरी करण्यासाठी लागणारी प्रचंड शक्ती व आत्मविश्वास तिच्याच प्रेरणेने मला मिळाला. तिच्याबद्दल मला कृतज्ञता वाटते. श्री. वेंकटकृष्ण यांनी माझ्या हस्तलिखिताच्या टंकलेखनाचे काम पार पाडले व इतरही अनेक प्रकारे मला मदत केली. त्याचप्रमाणे रमा राममोहन, लक्ष्मी, सुचित्रा माधवन्, राधा तिरुमलाई आणि उषा या सर्वांनी हे हस्तलिखित तयार करण्यास मला मोलाचे साहाय्य केले आहे. या सर्वांचाच मी शतश: ऋणी आहे.

रंगास्वामी पार्थसारथी

सहा

प्रस्तावना

काही स्त्रिया व पुरुष आम्हा सर्वसामान्य मर्त्य प्राण्यांप्रमाणेच या भूतलावर चालतात. पण खरं तर ते इथले नसतातच. हालअपेष्टांत, दु:ख-दारिद्र्यात जीवन कंठणाऱ्या मानवजातीच्या उद्धारासाठी, केवळ काही मर्यादित काळ वास्तव्य करण्यासाठीच जणू काही ते इथे आलेले असतात. मानवप्राण्याची दु:खे दूर करून त्याचे सांत्वन करणे, त्याला मन:शांती प्राप्त करून देणे आणि त्याला तो चिरंतन आनंदाचा प्रकाशमयी मार्ग दाखवणे हे त्यांचे जीवनातील कार्य असते. शिरडीचा महात्मा, आपल्या हजारो भक्तांचे लाडके साईबाबा हेसुद्धा अशाच संतमहात्म्यांच्या मालिकेत बसणारे एक अनमोल रत्न होते.

जी माणसं खरी देवाची असतात, ती स्वत:विषयी फारसं काही बोलत नाहीत. ते जे काही बोलतात, ते फक्त ईश्वराविषयी, त्यांच्यापर्यंत पोचणाऱ्या मार्गाविषयी. त्यांचं जीवन वरकरणी तसं सर्वसामान्यांसारखंच असतं. इतिहासकारांना, चित्रकारांना त्यांच्या जीवनाविषयी फार काही वेगळं सांगता येईल असं नाही परंतु त्यांचं आंतरिक जीवन मात्र इतकं उत्कट, इतकं पवित्र, इतकं महान असतं की त्यातून एक नवाच इतिहास जन्म घेऊ शकतो. खरं तर अशा थोर महात्म्याचं जीवन म्हणजेच एक खराखुरा इतिहास असतो. हा इतका चालताबोलता, जिवंत इतिहास असतो, की एखाद्या देशाच्या किंवा समाजाच्या भावी पिढ्यान् पिढ्यांचं भवितव्य तो घडवत असतो.

श्री साईबाबांच्या पूर्वायुष्याविषयी फारच थोडी माहिती आपल्याला उपलब्ध आहे. परंतु त्यांच्या काही निकटवर्ती शिष्यांनी आणि चाहत्यांनी बरीच महत्त्वपूर्ण व मौलिक माहिती फार बारकाईने संशोधन करून तपशीलवार गोळा केली आहे. बाबांच्या भक्तांच्या व आध्यात्मिक मार्गावर वाटचाल करू इच्छिणाऱ्या भाविकांच्या दृष्टीने ही ऐतिहासिक माहिती फार महत्त्वाची आहे. श्री. रंगास्वामी पार्थसारथी यांच्या

लेखणीतून उतरलेलं श्री. साईबाबांचं चरित्र God who walked on Earth (देव जो भूवरी चालिला), हे असंच एक चरित्र आहे किंबहुना यापूर्वी जी काही बाबांची चरित्रे लिहिली गेली त्या सर्वांपिक्षा हे श्रेष्ठ दर्जांचं आहे. लेखकाची सरळ, साधी परंतु मनाची पकड घेणारी शैली वाचकाला बाबांच्या समवेत एका आगळ्यावेगळ्या ऐतिहासिक यात्रेला घेऊन जाते.

साईबाबा जीवनाच्या अखेरच्या घटकेपर्यंत एका दरिद्री भिक्षेकऱ्याचं जिणं जगले; एखाद्या खऱ्याखुऱ्या संन्यासी तपस्व्याचं जीवन जगले. ऐश्वर्य, बडेजाव व थाटमाट जन्मभर त्यांचा पाठपुरावा करत त्यांच्या मागे धावत सुटले, पण ते बाबांना कधीच गाठू शकले नाहीत.

बाबांची महती ही त्यांनी वेळोवेळी घडवून आणलेल्या लोकविलक्षण, अतिमानवी चमत्कारांमध्ये नाही. दु:खात पिचत पडलेल्या, संकटात सापडलेल्या मानवजातीच्या सहायतेला ते नेहमी धावून जात. आयुष्यातील दु:ख-दुर्दैवांना धीरानं सामोरं जाण्यासाठी मानवजातीला ते चेतना देत व ईश्वरापर्यंत पोहोचण्याचा मार्ग दाखवत. या सर्वांमध्ये त्यांचा मोठेपणा सामावलेला आहे.

मुसलमानांशी असलेले त्यांचे जिव्हाळ्याचे संबंधच हिंदु-मुसलमानांमध्ये सलोख्याचे वातावरण निर्माण करण्यास कारणीभूत ठरले. या दोन्ही धर्मांच्या लोकांचे बाबांनी धर्माच्या सत्य स्वरूपाविषयी प्रबोधन घडवून आणले. जीवनाविषयी तसेच ईश्वराविषयी खरीखुरी जाणीव बाबांनी या लोकांना करून दिली.

बाबांनी जी काही शिकवण दिली त्यात नवीन असे काहीच नाही. पण त्यांनी ज्या पद्धतीने ही शिकवण दिली, ज्या व्यक्तीला व ज्या विशिष्ट संदर्भात द्यायची त्याचा खास बारकाईने विचार करून दिली, त्याचमुळे ती शिकवण इतकी प्रभावी ठरली.

आज शिरडीचे साईबाबा तुम्हा आम्हा सर्वांना माहीत आहेत, परंतु त्यांच्या जीवनाविषयी, कार्याविषयी व शिकवणीविषयी मात्र फारसे कोणास ज्ञान नाही आणि म्हणूनच आपल्यासारख्या मर्त्य प्राण्यांना अमरत्वाकडे, चिरंतन तत्त्वाकडे घेऊन जाणारे एक पाऊल उचलण्याच्या दृष्टीने हे पुस्तक निश्चित महत्त्वाचे ठरणार आहे.

स्वामी हर्षनंद

अध्यक्ष

रामकृष्ण मठ, बेंगळुरु

अनुक्रम

श्रद्धा आणि सबूरी हे जीवनातील यशाचे दोन उत्तम मंत्र.

दहा

१.

साईबाबांच्या शोधात

जन्मतःच माणूस नेहमी भीती बरोबर घेऊन येतो. ही भीती असते अज्ञाताची, उद्याच्या भविष्याची, आपल्या सभोवार पसरलेल्या काळ्याकुट्ट पाशवी शक्तींची. आणि म्हणूनच माणसाला हे जग शत्रुवत वाटतं. दुःखे, व्यथा आणि वेदनांनी ओतप्रोत भरलेलं भासतं. त्याला या जगापासून संरक्षण हवं असतं, आसरा हवा असतो, सुरक्षितता हवी असते. आणि या सर्वांचा तो सतत शोध घेत असतो. तो संसाराच्या सागरात गटांगळ्या खातो, त्यातून सुटण्याची अविरत धडपड करत राहतो, तसंच असहायपणे त्या प्रतिकूल परिस्थितींच्या लाटांशी झगडत जगतो. रोगराई आणि मृत्यूशी सामना करत जगतो. निसर्गाच्या त्या अतृप्त शक्तींना तृप्त आणि शांत करण्यासाठी तो जिवावर उदारसुद्धा होतो. पंचमहाभूतांना तो देव मानतो, त्यांची पूजा करतो. एका अनाकलनीय महाशक्तीपुढे दीनवाणेपणाने हात जोडून तो तिची प्रार्थना करतो, याचना करतो. रोगराई, गरिबी आणि अज्ञानाच्या गर्तेतून आपली सुटका व्हावी यासाठी त्या जगन्नियंत्याकडे, क्षमाशील, दयावन्त, कनवाळू, सर्वशक्तिमान अशा त्या चराचरात भरून राहिलेल्या ईश्वराकडे सांत्वनाच्या अपेक्षेने बघत राहतो. त्याची करुणा भाकतो. दुःख आणि दुर्दैवाने ग्रासलेल्या त्या बिचाऱ्या मानवाच्या हाकेला क्वचित कधीतरी देव 'ओ' सुद्धा देतो. पण बहुतेक वेळेला त्याला नुसती दीर्घ प्रतीक्षा करत बसणंच नशिबी येतं. आणि तरीसुद्धा मानव श्रद्धा आणि आशा मनात जोपासत जगतो. मानवाची ही जी चिरंतन अशी श्रद्धा आणि दुर्दम्य भक्ती आहे, तीच एक अदृश्य, अगाध व अज्ञात शक्ती बनते. ही शक्ती न्याय्य असते, निष्पक्षपाती असते, आणि अखेर हीच त्याच्या संकटकाली त्याच्या मदतीला धावून येते. माणसावर ओढवलेली अरिष्टे टळतात आणि त्याचं यातनामय जिणं पुष्कळ प्रमाणात सुकर व्हावे यासाठी या पृथ्वीतलावर भगवंताचे

प्रेषित, ईश्वराचे दूत वेळोवेळी अवतार घेत आले आहेत. त्यांनी संभ्रमावस्थेत पडलेल्या मनुष्यप्राण्याला धर्म आणि उपचारांच्या माध्यमातून जागं केलं आहे, त्याचे डोळे उघडून त्याला अध्यात्माचा मार्ग दाखवलेला आहे. आणि या महात्म्यांच्या मदतीमुळेच जीवनाची ही अडथळ्यांची शर्यत पार करून पैलतीरावर पोचणे माणसाला शक्य झाले आहे.

या सर्व थोर महात्म्यांच्या, प्रेषितांच्या मालिकेत १९व्या शतकाच्या अखेरीस अवतरलेल्या आणखी एका महात्म्याची भर पडली. खरं तर त्याने कोणत्याही नव्या धर्माची स्थापना केली नाही. इतकंच काय पण त्याला प्रेषित म्हणावं अशी काही पदवी, असे काही मानपत्रही त्याच्याजवळ नव्हतं. त्याची वेषभूषा एखाद्या अवलिया फकिराची. आणि राहणं तर भटक्या जमातीच्या लोकांसारखं. स्वाभाविकच सुरुवातीच्या काळात लोकांनी त्याचं नाव 'वेडा फकीर' ठेवलं असलं तर त्यात नवल ते काय! हा बुवा दिसायचा तर फकिरासारखा, पण तो वेडा खचितच नव्हता. तो एक साक्षात्कारी जीव होता. याचे जन्मदाते कोण, पूर्वज कोण, याची जातपात काय, धर्म कुठला याविषयी कोणालाच काही माहीत नव्हते. आणि तो स्वतःही काही रहस्यभेद करेना. स्वतःचं नावही सांगेना. त्याच्या भक्तांनी त्याला जे नाव बहाल केलं, त्या नावानंच तो जन्मभर वावरला. या महात्म्याचं सामर्थ्य, त्याच्या अंगची शक्ती अचाट होती. पण त्या शक्तीचं प्रदर्शन करायला तो कधीही उत्सुक नसायचा. पण एक दिवस घटनाच अशी घडली, की फकिराला त्या शक्तींना कामाला लावणं भागच पडलं. फकिराने एका मोडकळीला आलेल्या, भग्न मशिदीत तळ ठोकला होता. रात्रीची वेळ झाली की अंधार पडायचा. पणत्यांमध्ये घालायला तेल कुठून आणणार? मग फकीर एकदा आजूबाजूच्या वाण्यांकडे तेल मागायला गेला. वाण्यांनी त्याला हाकलून दिलं. वर चेष्टामस्करी केली. आणि हाच तो क्षण..... त्या फकिराच्या आयुष्याला एक वेगळीच कलाटणी देणारा क्षण. या क्षणी जे घडलं त्यामुळे शिरडीच्या भोळ्याभाबड्या जनतेच्या नजरेत हा वेडा फकीर अचानक चालता बोलता देव बनला.. शिरडी- महाराष्ट्रातील नाशिकजवळचं एक लहानसं, अप्रसिद्ध गाव. या गावातल्या भोळ्याभाबड्या जनतेनं आता या फकिराला देवाचं स्थान दिलं. घराघरांतील देव्हाऱ्यांमधून इष्ट देवतेबरोबर त्याचीही पूजा होऊ लागली. ती माणसं देवघरात देवासमोर बसून, नाहीतर देवळात देवाला हात जोडून जेव्हा जेव्हा देवाची प्रार्थना करत, तेव्हा त्या प्रार्थनेला उत्तर मिळेपर्यंत त्यांना प्रदीर्घ प्रतीक्षा करावी लागत असे. पण आता, या फकिराच्या रूपानं त्यांच्या त्या प्रार्थनेचं उत्तर मिळालं होतं. हा देवमाणूस त्यांच्या हाकेला ताबडतोब ओ देत होता, त्यांचे प्रश्न सोडवत होता. त्याचं त्यांना फक्त एवढंच सांगणं होतं- "घाबरू नका. मी तुमची काळजी घेईन.'' त्या मोबदल्यात

तो त्यांच्याकडून दोनच गोष्टींची अपेक्षा करत होता- निष्ठा आणि सबुरी. आणि या दोन गोष्टी त्याला लोकांनी उदंड दिल्या. त्याला अनेक बुद्धिमंत, विद्वान पंडित, सरकारी अधिकारी, उच्चपदस्थ शरण गेले. अगदी संपूर्णतया शरण. पण त्यांच्यापैकी कोणालाही त्या गोष्टीचा पश्चात्ताप नाही झाला. उलट त्यांनी मनात ज्या काही इच्छा, आशाआकांक्षा बाळगल्या होत्या त्यांची पूर्तीच झाली. अशाच या विद्वान बुद्धिमान भक्तांपैकी एकानं म्हटलं आहे. "त्यांनी माझ्या मनातील ईश्वराची संकल्पना समूर्त साकार केली आहे."

मग सर्वजण प्रेमाने या फकिराला साईबाबा (महान संत) म्हणू लागले. आजही जगात सर्वत्र या नावाचा उच्चार अत्यंत आदरपूर्वक करण्यात येतो. हे जरी खरं असलं तरी १९१८ साली साईबाबांचं महानिर्वाण झालं. त्यानंतरही कित्येक वर्ष एक महाराष्ट्र सोडला तर बाहेरचं कोणीही बाबांना विशेष ओळखत नव्हतं. शेवटी एका तामिळ संन्याशानं त्यांच्या जीवनकार्याविषयी सखोल अभ्यास केला, जणू त्यांचा नव्यानं शोधच लावला. बाबांचं जीवन, त्यांचं कार्य, त्यांचा संदेश, त्यांची शिकवण यांचं पुन:कथन केलं. साऱ्या भारतभर याचा प्रसार केला. पण विशेषत्वाने दक्षिण भारतात केला. साईबाबांचं पाऊल शिरडीच्या भूमीला कधी लागलं हे नक्की कोणालाही ठाऊक नाही. पण ही गोष्ट १९ व्या शतकाच्या उत्तरार्धात घडली असावी असा अंदाज आहे. त्यांचे त्यावेळी नक्की वय काय, ही गोष्टही अज्ञातच आहे. केवळ ते शिरडीला येऊन स्थायिक झाले एवढीच गोष्ट सिद्ध झालेली आहे. त्यावेळी शिरडी हे लहानसं खेडेगाव होतं. मूठभर मातीच्या झोपड्यांव्यतिरिक्त तिथे काहीही नव्हतं. मग उच्च दर्जाच्या नागरी सुविधांची तर गोष्टच अलाहिदा. एकदा शिरडीत मुक्कामाला आल्यावर मात्र बाबांनी ती कधीही सोडली नाही. ते जवळपासच्या खेड्यांना मधून कधीतरी भेटी द्यायचे. पण असे अपवादात्मक प्रसंग वगळता आयुष्याच्या अखेरच्या क्षणापर्यंत बाबा शिरडीत राहिले.

बाबांच्या जीवनावर अनेक पुस्तके आहेत. ती सर्वच मराठी भाषेत आहेत. महाराष्ट्राबाहेर बाबांचं नाव आणि कीर्ती नेण्याचा प्रयत्न कुणीही केलेला दिसत नाही. नाही म्हणायला पोवाडे गाणाऱ्या शाहिरांनी आणि कीर्तनकारांनी बाबांचा महिमा जगाला वर्णन करून सांगितला. आणि यामुळेच शेकडो, हजारो भक्तगणांचा ओघ शिरडीच्या दिशेने सुरू झाला. म्हणूनच या पुस्तकाच्या माध्यमातून बाबांच्या ठायी असलेल्या देवत्वाचे संशयातीत पुरावे सादर करण्याचा प्रयत्न केला आहे. बाबांचे भक्त बाबांना ईश्वराचा भूतलावरचा प्रेषित मानतात. इतकंच नव्हे तर ते खुद्द परमात्म्याचा अवतारच आहेत असे वाटावे असे अनुभव त्यांच्या भक्तांना आले आहेत. या अशा विविध अनुभवांचा बाबांच्या भक्तांनी, निकटवर्तियांनी, बाबांचा कृपाप्रसाद प्राप्त झालेल्या लोकांनी वेळोवेळी उल्लेख केला आहे. हा एक

मोठा खजिनाच आहे म्हणा ना. या अनुभवांच्या द्वारे जगाला एका महात्म्याची कथा समजते. पण हा देवाने पृथ्वीवर पाठवलेला माणूस मात्र अत्यंत साधा होता. याने स्वत: अत्यंत गरिबीत जीवन कंठलं. पण असं असून सुद्धा त्याला धनाची ददात कधीही पडली नाही. राजमहालात राहणं शक्य असूनही ते नाकारून तो जन्मभर भग्न मशिदीत राहिला. देवाधिष्ठित सर्व सद्गुण या महात्म्याच्या ठायी समूर्त साकार झाले होते.

नरसिंहस्वामीजींनी या सर्व उपलब्ध माहितीचे संशोधन केले आणि त्या महितीचा वापर करून साईबाबांच्या महानिर्वाणानंतर त्यांचं समग्र चरित्र लिहिलं. हे नीटनेटकं आणि व्यवस्थित तर आहेच पण विश्वासार्हसुद्धा आहे. खुद्द नरसिंहस्वामींच्या जीवनाची कथासुद्धा अशीच सर्वसंगपरित्यागाची, त्यागाची आणि सत्याच्या शोधाची कहाणी आहे. त्यांच्या आयुष्यातील साहसपूर्ण, रोमांचकारी दिवसांची कहाणी आहे. या काळात ते एका गुरूचा शोध घेत होते. आपल्या बंडखोर आणि दुखावलेल्या जिवाला जो शांती प्राप्त करून देईल अशा गुरूच्या शोधात भ्रमंती करत ते शिरडीला आले. महिनो न् महिने, वर्षानुवर्ष ते ज्या गोष्टीचा शोध घेत होते, तो शोध अखेर बाबांच्या समाधीपाशी संपला. नरसिंहस्वामींना ज्याची आस लगली होती ते त्यांना गवसलं. आपल्या संपूर्ण देहात एक नवं चैतन्य त्यांना जाणवलं. बाबांचं अस्तित्व जाणवलं. स्वामींचं संपूर्ण व्यक्तिमत्त्व त्या जाणिवेनं आमूलाग्र बदलून टाकलं. साईबाबांच्या नि:स्सीम भक्ताच्या जन्माचा हा क्षण होता. नरसिंहस्वामी साईबाबांच्या समाधीनंतरच्या काळातील त्यांच्या भक्तांपैकी महत्त्वाचे भक्त झाले.

संन्यासपूर्व जीवनात नरसिंहस्वामींना बी.व्ही.नरसिंह अय्यर या नावाने ओळखलं जाई. तामिळनाडूमधील सेलम येथे राहात असलेले नरसिंह अय्यर एक प्रथितयश वकील व मुरलेले राजकारणी होते. तो ब्रिटिश राजवटीचा काळ होता. तामिळनाडूस तेव्हा मद्रास प्रेसिडेन्सी म्हणून संबोधण्यात येई. स्वतंत्र भारतातील तामिळनाडू राज्यापेक्षा या मद्रास प्रेसिडेन्सीची व्याप्ती बरीच मोठी होती. नरसिंह अय्यर स्वत: कट्टर राष्ट्रवादी होते. इंडियन नॅशनल काँग्रसचे ते सक्रिय सभासद होते. मद्रास लेजिस्लेटिव्ह कौन्सिलचेही ते सदस्य होते. मात्र या कौन्सिलच्या पुढे जे काही विशेष चर्चेसाठी येत त्या विषयांचा ऊहापोह करणे, त्यावर चर्चा करणे, या पलीकडे फारशी काही सत्ता त्यांना नसे. या अशा चर्चांच्या अध्यक्षस्थानी इंग्रज गव्हर्नर असे. सदस्यांच्या हक्कांच्या संदर्भात या इंग्रजाची व नरसिंह अय्यर यांची शाब्दिक चकमक ही नित्याची बाब होती. अशाच एका चर्चेच्या वेळी नरसिंहस्वामी तामिळ भाषेत बोलू लागताच गव्हर्नरने त्यांना अडवले. कारण त्या काळी सदस्यांना फक्त इंग्रजीतच बोलण्याची परवानगी होती. पण नरसिंह अय्यरांनी त्याला ठामपणे

सांगितले : ''तामिळ ही माझी मातृभाषा आहे व त्या भाषेत बोलण्याचा मला पूर्ण हक्क आहे.'' व ते तसेच तामिळमध्ये बोलत राहिले. शेवटी अध्यक्षांनी त्यांना जबरदस्तीनं बाहेर काढलं. नरसिंह अय्यर यांनी आपली कागदपत्रे गोळा केली आणि शांतपणे बाहेरचा रस्ता धरला. त्यांचं ते वागणं लोकांना अत्यंत धाडसी आणि अविवेकी वाटलं. याचं कारण असं की त्याकाळी अजून महात्मा गांधींचा स्वातंत्र्य चळवळीचे नेते म्हणून उदय झालेला नव्हता. तेव्हाचे सर्व राष्ट्रवादी अत्यंत आज्ञाधारक असून झुंज देण्याच्या वृत्तीचा त्यांच्यात अभाव होता.

नरसिंह अय्यर यांचा जन्म २१ ऑगस्ट १८७४ रोजी कोईमतूर जिल्ह्यातील भवानी येथे एका कर्मठ ब्राह्मण कुटुंबात झाला. त्यांचे वडील वेंकटगिरी अय्यर हेही वकीलच होते. नरसिंहाच्या बालपणीच त्यांचे वडील सेलमला स्थायिक होऊन त्यांनी आपल्या वकिली व्यवसायाचा जम तेथे बसवला. नरसिंह अय्यर मद्रास ख्रिश्चन कॉलेजातून पदवीधर झाले. कालांतराने त्यांनी मद्रास विधी महाविद्यालयातून B.L. (बॅचलर ऑफ लॉ) ही पदवी प्राप्त केली. १८९५ साली त्यांनी वकिली व्यवसायाची सुरुवात केली. लवकरच ते Leader of the bar सुद्धा झाले. १९२५ सालापर्यंत त्यांनी हे पद कायम ठेवलं परंतु आध्यात्मिक ज्ञान प्राप्त करण्याची जी अंतर्मनाची भूक होती त्यासाठी त्यांनी आपला व्यवसाय सोडला. राजकारणाच्या क्षेत्रात महाराष्ट्रातील लोकमान्य टिळकांविषयी त्यांना आत्यंतिक आदर होता. लोक टिळकांना जहालमतवादी विचारसरणीचे मानत असत. १९१४ मध्ये त्यांची मद्रास लेजिस्लेटिव्ह कौन्सिलवर निवड झाली. ते १९२० सालापर्यंत त्याचे सदस्य होते. त्यांनी ॲनी बेझंट यांच्या होमरुल चळवळीत सुद्धा भाग घेतला.

१९२० साली नरसिंह अय्यर यांच्या कुटुंबियांवर दु:खाची कुऱ्हाड कोसळली. त्यांच्या दोन मुलांचा अपघाती मृत्यू झाला. नरसिंह अय्यर यांना हा दारुण धक्का पचवणे जड गेले. त्यामुळेच त्यांनी आपल्या वकिली व्यवसायाचा त्याग केला, तसेच राजकारणातूनही निवृत्ती पत्करली. तरीही मन दु:खी होतं, अस्थिर होतं. मन:शांती मिळत नव्हती. १९२५ साली तर त्यांनी हायकोर्टकडे आपली वकिलीची सनद सुद्धा परत केली. लेजिस्लेटिव्ह कौन्सिलचा राजीनामा दिला. आपली सर्व मालमत्ता दान करून टाकली. आणि सेलममधील लक्ष्मीनारायण मंदिराच्या पुनर्बांधणीच्या कामी स्वत:ला वाहून घेतले. पण अजूनही आध्यात्मिक गुरूचा त्यांचा शोध चालूच होता. त्यासाठी काही काळाने त्यांनी घरादाराचा त्याग केला. याच शोधाच्या काळात ते तिरुवन्नमलाईजवळील रमण महर्षींकडे आकृष्ट झाले. त्यांच्या आश्रमात ते १९२८ ते ३० अशी तीन वर्षे राहिले. त्यांनी एकांतवास पत्करून हिंदुधर्माचा सखोल अभ्यास सुरू केला आणि रमण महर्षींच्या जीवनावर एक पुस्तकही लिहिले. परंतु तीन वर्षांनंतर एक गोष्ट त्यांना मनोमन समजून चुकली. सेलम

सोडून येण्यापूर्वी ज्या भक्तिमार्गावर त्यांची चांगली प्रगती होऊ लागली होती, तो मार्ग आता सुटला होता. १९३०-३१ च्या दरम्यान त्यांनी मंदिरे आणि तीर्थक्षेत्रे यांना भेटी देण्यास सुरुवात केली. अशातच ते पंढरपूर आणि नाशिकला गेले. नाशिकला त्यांची मेहेरबाबांशी गाठ पडली. हे उपासनीबाबांचे शिष्य. मेहेरबाबांच्या आदेशावरून ते साकोरी येथे उपासनीबाबांना भेटायला गेले. साकोरी गाव शिरडीपासून अगदी जवळ होतं. उपासनीबाबांनी नरसिंह अय्यरांना या भक्तिमार्गालाच चिकटून राहण्याचा उपदेश केला. जप, भजन, कीर्तन इत्यादी माध्यमांतून आपल्या ज्ञानाचा विकास करावा आणि सर्वसंग परित्याग करून गरिबीत व वैराग्यात जीवन कंठावे या उपासनीबाबांच्या उपदेशानुसार नरसिंह अय्यर साधना करू लागले. आणि अचानक त्यांच्या लक्षात आले : उपासनीबाबांची शिकवण आणि जीवनपद्धती व नरसिंहस्वामींची स्वत:ची जीवनपद्धतीविषयीची मनातील कल्पना यात फार तफावत होती. दोन्ही परस्पर विरोधीच होत्या. म्हणून १९३३ मध्ये ते उपासनीबाबांना सोडून जे निघाले ते पुनश्च कधीच परत न येण्यासाठी. पण उपासनीबाबा इकडे आपल्या शिष्यांजवळ म्हणाले : ''मद्रासचा तो स्वामी जाईल कुठे? मी त्याला माझ्याकडे खेचून घेईन.'' आणि अगदी तसेच घडले.

नरसिंहस्वामीजी यात्रेला गेले. त्यांनी अनेक तीर्थक्षेत्रे पालथी घातली. त्यात द्वारकेचाही समावेश होता. अशीच यात्रा करता करता ते कर्नाटकातील हुबळीला येऊन पोचले. तेथे सिद्धरुद्ध मठात त्यांची एका साधकाशी गाठ पडली. त्यालासुद्धा कुठल्यातरी एका ठिकाणी स्थायिक होऊन धर्मोपासनेत ऊर्वरित आयुष्य जगण्याची इच्छा होती. नरसिंहस्वामीजींनी त्याला मदत करण्याचं आश्वासन दिलं. पण जाण्यायोग्य ठिकाण साकोरी हेच वाटलं. यामुळे ते स्वामीजी त्याला तेथेच घेऊन गेले. तेथे गेल्यावर परत उपासनीबाबांना भेटण्याची स्वामींची अजिबात इच्छा नव्हती. पण परिस्थितीपुढे त्यांना मान तुकवावीच लागली. नरसिंहस्वामी पुढील काही काळ साईबाबांच्या व उपासनीबाबांच्या उपदेशाचा व शिकवणुकीचा अभ्यास करत साकोरीतच राहिले. साकोरीपासून शिरडी अवघ्या तीन मैलांवर होती. चालण्याचं अंतर. साकोरीमध्ये नरसिंहस्वामींनी साईबाबांचा अभ्यास सुरू ठेवला. थोड्याच दिवसांत त्यांना कळून चुकलं : उपासनीबाबांच्या माध्यमातून साईबाबाच त्यांना खेचून घेत होते. अभ्यासाची समाप्ती झाली. साईबाबांची एकलक्षी भक्ती सुरू झाली. या दोन्हींचा एकत्रित परिणाम होऊन ते साईबाबांना पूर्णतया शरण आले. नरसिंहस्वामी म्हणतात: त्या क्षणापर्यंत शरण यायचं, अहंभावना मनातून काढून टाकायची. म्हणजे नक्की काय करायचं, कशाचा त्याग करायचा हे त्यांना समजलेलं नव्हतं. ते नुसते शेकडो स्थळांना व्यर्थ भेटी देत होते. शेकडो साधु-संतांचं दर्शन घेत होते आणि त्यापैकी कोणालाच त्यांचा अहंभाव दूर करता

आलेला नव्हता. कोणत्याही साधू अथवा संतास ते शरण जाऊ शकले नव्हते. पण साईबाबांवर मात्र त्यांचा दृढविश्वास बसला. बाबा हयात असताना त्यांचा जो प्रभाव होता तोच त्यांच्या महानिर्वाणानंतरही असल्याची त्यांना प्रतीती आली. बाबा हे नक्की परमेश्वराचे अवतार आहेत आणि म्हणूनच आपण त्यांची पूजा करायला हवी अस त्यांच्या मनानं घेतलं. बाबांच्या रूपाने साक्षात त्रिमूर्तींच समूर्त साकार झाल्याची जाणीव त्यांना झाली. व त्यातून त्यांनी साई भक्तीच्या प्रचाराचं कार्य हाती घेतलं.

नरसिंहस्वामीजींच्या म्हणण्याप्रमाणे १९२१ साली त्यांच्यावर जो दारुण आघात झाला, जवळ जवळ तेवढ्याच तीव्रतेचा आणखी एक आघात त्यांच्यावर १९५३ मध्ये झाला. या आघाताने त्यांच्या जीवनाला वेगळं वळण लागलं. साईबाबांच्या शिकवणीचं मर्म आता त्यांना कळून चुकलं. ती शिकवण अशी होती : ''जो कुणी मला शरण येईल, त्याला मी सर्व काही देतो.'' यामुळेच नरसिंहस्वामीजी म्हणतात: ''साईबाबांचा जो भक्त त्यांच्याकडे गाढ विश्वासाने, खात्रीपूर्वक आणि पूर्ण भरवसा ठेवून बघतो, त्याच्याकडेच बाबा बघतात.'' आपल्यावर ही जी दुसऱ्यांदा आपत्ती कोसळली ती आपल्या व्यक्तिमत्त्वाला एक नवीनच वळण लावायला कारणीभूत ठरली असं नरसिंहस्वामींना वाटलं. साईबाबांचं चरित्र लिहायचं अशी शपथ फार वर्षांपूर्वी एकदा त्यांनी घेतली होती. पण या ना त्या कारणाने ते त्यांच्या हातून घडलं नव्हतं. ते आता अशा रीतीनं पुरं व्हायचं होतं. नरसिंहस्वामीजी म्हणतात: ''१९३१ साली पहिल्यांदा मी साईबाबांविषयी ऐकलं. त्यांचं चित्र पाहिलं आणि एकदा शिरडी आणि साकोरीला नक्की जायचंच, असं मनोमन ठरवलं.'' आपल्या स्वतःच्या आध्यात्मिक विकासासाठी जाऊन राहण्यायोग्य एखाद्या संस्थेच्या ते शोधात होते. आपल्या स्वतःच्या मानसिक स्थितीला आणि मनोविकासाच्या पातळीला अनुकूल होईल असं तेथील वातावरण असावं अशी त्यांची धारणा होती. या दृष्टीनं ते शोध घेत हिंडत होते. मोठीमोठी तीर्थक्षेत्रे, पवित्र नद्या, साधुसंतांचे आश्रम. अशात त्यांनी पंढरपूरला भेट दिली. तसेच नाशिक, वृंदावन, काशी, गया, प्रयाग, साकोरी आणि हुबळीलाही भेट दिली. पण त्यांना ज्याची आस होती ते मात्र कुठेच गवसलं नाही. ''यातील कोणत्याच ठिकाणी मला मनःशांती मिळाली नाही, उलट ती माझ्यापासून दूरच पळत होती. कारण मला जी परिस्थिती व जे वातावरण अपेक्षित होतं ते तिथे नव्हतंच.'' या प्रवासाच्या दरम्यान नरसिंहस्वामीजींची एन्.पी. अवस्थी यांच्याशी गाठ पडली. ते न्यायाधीश असून पुण्यास राहात असत. त्यांनी स्वामींची ओळख आपल्या वडिलांशी- म्हणजे श्री. पुरुषोत्तम अवस्थी यांच्याशी करून दिली. ते साईबाबांचे निःस्सीम भक्त होते. साहजिकच त्यांनी साईबाबांच्या सुमारे साठ सत्तर

भक्तांशी नरसिंहस्वामीजींचा परिचय करून दिला. हे सर्व भक्त साईबाबांच्या प्रत्यक्ष सहवासाचा लाभ घेतलेले होते. पण ते सगळेच्या सगळे मराठी भाषिक होते. आणि नरसिंहस्वामीजींना तर मराठीचा गंध नव्हता. मग अवस्थी त्यांचं बोलणं स्वामीजींना इंग्रजीत समजावून सांगत.

नरसिंहस्वामीजी म्हणतात : या माहितीचा उपयोग कसा करायचा याविषयी माझ्या ठाम कल्पना होत्या. प्रथम माहिती जमा करायची. त्याची चाचणी घ्यायची. त्यातून योग्य तेवढीच वेचून बाजूला काढायची. त्यातील अंगभूत ताकदीच्या आधारे त्याची मांडणी करायची. ताकद याचा अर्थ त्या माहितीची मूलभूत विश्वासार्हता आणि सत्यता. मग याचा वापर करून साईबाबांचं एक सर्वंकष चरित्र लिहायचं. त्याचा फायदा जगातील नाही तरी संपूर्ण भारतभर पसरलेल्या बाबांच्या उत्सुक भक्तांना झाला पाहिजे.'' नरसिंहस्वामीजी म्हणतात : ''नेमका याच वेळी एक चमत्कार घडला.'' सर्व भक्तगणांकडून निवेदने गोळा केल्यावर स्वामीजींनी ती व्यवस्थित टाईप करून ठेवली होती. व त्या टाईप केलेल्या कागदांचा गठ्ठा त्यांनी आपले मित्र श्री. जी.बी. दातार यांच्याकडे ठेवण्यासाठी दिला होता. नंतर काही दिवसांनी तो गठ्ठा ताब्यात घ्यावा म्हणून स्वामी पुण्यात दातार यांच्या घरी पोचले. तिथे समजले, की तो गठ्ठाच पूर्णपणे गहाळ झाला आहे. दुर्दैवाने या निवेदनांची आणखी एकही प्रत स्वामीजींकडे नव्हती. हे गहाळ होणं फार महागात पडणारं होतं. पण स्वामीजींची बाबांवर पूर्ण श्रद्धा होती. त्यामुळे त्यांनी मनोमन बाबांचा धावा केला आणि दुसऱ्या दिवशी परत एकदा ते दातारांकडे गेले. दातारांनी स्वामींचे ते कागद ज्या टेबलावर ठेवले होते, तेथे त्या कागदांचा परत एकदा नीट शोध घेतला. आणि आश्चर्य असं, की तो गठ्ठा सापडला. दातारांच्या कायदेविषयक कागदपत्रांमध्ये तो गठ्ठा मिसळून गेला होता.

नरसिंहस्वामी म्हणतात: ''बाबांचे भक्त म्हणवून घेणाऱ्या भोंदू व्यक्तींची असत्य निवेदने आणि त्यांनी कथन केलेले कपोलकल्पित अनुभव यांपासून सावध राहण्याचा इशारा मला अनेकांनी अनेक वेळा दिला होता. मुळात मी महाराष्ट्रात नवखा. येथील लोकांच्या भाषेशी, त्यांच्या रीतीभातींशी माझा परिचय नाही. तेव्हा माझ्या हाती आलेल्या या माहितीची सत्यासत्यता मी कशी काय पडताळून पाहणार हाही प्रश्न होताच. पण माझ्याकडे या प्रश्नाला उत्तर होते. ते असे की, साईबाबाच मला यातून मार्ग दाखवतील. बाबांच्या या चरित्रामध्ये अफवांचा, कपोलकल्पित कथांचा समावेश होऊन त्या चरित्राचं पावित्र्य भंग पावणार नाही अशी काळजी तेच घेतील आणि खरोखर तसं घडलं. काय खरं मानायचं, ग्राह्य मानायचं, काय नाही या संदर्भात दोन वेळा माझ्याच अंतर्मनाने मला कौल दिला व त्यानुसार काही लोकांची निवेदने मी पूर्णतया नाकारली तर काहींची अंशत: .

मला आणि माझ्या मित्रांना एव्हाना एका गोष्टीची खात्रीच पटली होती. मी प्रकाशित करत असलेल्या या चरित्रावर बाबांचा वरदहस्त होता. तेच टप्प्याटप्प्याने माझ्या मार्गातील एकेक अडथळा दूर करत होते.''

साईबाबांनी आपल्या जीवनकालात भक्तांना काय काय उपदेश केला होता याविषयीची प्रचंड माहिती नरसिंहस्वामीजींना मिळाली. जे लोक बाबांच्या प्रत्यक्ष सहवासात आले होते, त्यांच्याशी बोलले होते, त्या लोकांच्या अनुभवांविषयीची माहिती सुद्धा स्वामीजींना मिळाली. १९१८ साली साईबाबांनी समाधी घेतली. त्यानंतरच्या काळातही बाबांच्या आशीर्वादाचे, त्यांच्या महिम्याचे व सामर्थ्याचे अनुभव त्यांच्या भक्तांनी घेतले होते. तेही स्वामींकडे जमा झाले. या भक्तांनी साईबाबांना आपला खरा परमेश्वर किंवा इष्टदेवता मानले होते. दुर्दैवाची गोष्ट अशी की १९१८ सालापूर्वी बाबांच्या सहवासाचा प्रत्यक्ष काम घेतलेल्या व्यक्तींनी आपले बाबांविषयीचे अनुभव लिखितस्वरूपात नोंदवून ठेवण्याचे कष्ट घेतलेले दिसत नाहीत. बाबांची विचारधारा आणि त्यांचा स्वभाव कोणालाही ज्ञात नव्हता. बाबांच्या सहवासात त्यांच्या सुरुवातीच्या काळापासून अखेरच्या क्षणापर्यंत राहिलेली एकही व्यक्ती नव्हती. बोसवेल यांनी जॉनसन यांच्या बाबतीत जे केलं तसं बाबांच्या बाबतीत कोणीच केलं नाही. (म्हणजे बाबांनी उच्चारलेला प्रत्येक शब्द व त्यांनी केलेली प्रत्येक कृती याची नोंद ठेवणं) नरसिंहस्वामीजींनी दिलेल्या माहितीनुसार बाबांच्या आयुष्याच्या उत्तरार्धात घडलेल्या घटनांची जरा तपशीलवार नोंद आढळते. १९१८ साली बाबांचं महानिर्वाण झालं. त्यानंतरही त्यांच्या लीलांचा अनुभव त्यांच्या असंख्य भक्तांना येतच होता. अशा अनेक अनुभवांची नोंद आढळते. परंतु तरीसुद्धा नरसिंहस्वामीजींच्या आधी मात्र साईबाबांचं समग्र आणि विश्वासार्ह चरित्र लिहिण्याचा प्रयत्न कोणी केल्याचं आढळत नाही.

बाबांच्या अनेक अनुयायांनी व प्रचारकांनी बाबांविषयीसुद्धा लिहिलं आहे आणि बाबांचे जे अनुभव त्यांना स्वत:ला आले, त्या अनुभवांविषयी लिहिलं आहे. अशा लिहिणाऱ्या व्यक्तींपैकी एक म्हणजे दाभोळकर ऊर्फ हेमाडपंत. त्यांनी 'साई सत्‌चरित्र' हा ग्रंथ लिहिला. त्याचप्रमाणे जी.एच. खापर्डे यांनी लिहिलेल्या रोजनिशीतही बाबांविषयीची उपयुक्त माहिती आढळते. दासगणूमहाराजांनी बाबांची स्तुती करणारी जी काव्ये लिहिली, भजने रचली, त्यातून बाबांची नामकीर्ती सर्वदूर पसरली आहे. बाबांचे शिष्य म्हाळसापती यांचा मुलगा मार्तंड याने आपले वडील आणि बाबा यांच्यातील निकट स्नेह व भक्तिभावनेविषयीही लिहिलं आहे.

दाभोळकरांना जेव्हा बाबांचं चरित्र लिहावंसं वाटलं तेव्हा त्यांनी बाबांपाशी याचं सूतोवाच केलं. बाबांनी त्यांना तशी परवानगी दिली, इतकंच नव्हे तर हे कार्य कसं पार पाडायचं याविषयी सुद्धा अत्यंत मोलाचा सल्ला दिला. बाबांच्या मते

कोणत्याही चरित्रकाराने मनात अहंकार धरून कधी लेखन करू नये. वादग्रस्त लेखन करणयाचा हेतूही मनात बाळगू नये. बाबा म्हणत: ''कोणत्याही बाजूचा पुरस्कार करण्याचा उद्देश त्या लेखनात नसावा. भांडखोरपणे वादविवाद करण्याची वृत्तीही नसावी. चरित्रकाराने स्वत:ला माझ्या चिंतनात सखोल बुडवावे आणि 'स्व' तसेच 'अहं' या दोन्हीचा त्याग करून मगच लिहावे. त्यानंतर जे चरित्र लिहिलं जाईल ते जणू मी स्वत:च लिहिल्यासारखं असेल.'' बाबा त्यांना असंही म्हणाले : ''साई सत् चरित्र लिहिण्याच्या बाबतीत मी तुमच्याशी पूर्णपणे सहमत आहे. तुम्ही तुमचं कर्तव्य करा. अजिबात भीती बाळगू नका. चित्त स्थिर करा आणि माझ्या शब्दावर विश्वास ठेवा. माझ्या लीलांचे एकाग्रचित्ताने व नि:स्सीम भक्तीने श्रवण केले तर आपल्या देहरूपी अस्तित्वाची जाणीव हळूहळूलोप पावेल. भक्तिरसाच्या आणि प्रेमाच्या लाटांना भरती येईल. माझ्या लीलांच्या सागरात जो स्वत:ला झोकून देईल, त्याला ज्ञानाची मौक्तिके प्राप्त होतील.''

यानंतर अत्यानंदाच्या अवस्थेत जाऊन बाबा म्हणाले: ''जर एखाद्या माणसाने अत्यंत प्रेमभरे माझे नामस्मरण केले तर मी त्याच्या सर्व इच्छा पूर्ण करीन. त्याची भक्ती वृद्धिंगत करीन. त्याने जर माझ्या जीवनाची आणि कार्याची गाथा गाईली तर त्याच्या समोर, पाठीशी आणि चहूबाजूंना त्याला माझं अस्तित्व जाणवेल. जे भक्त माझ्या हृदयाच्या, मनाच्या आणि आत्म्याच्या अगदी समीप असतील ते माझ्या कथा ऐकून अगदीच आनंदित होतील. माझ्यावर विश्वास ठेवा. जर कोणी माझ्या लीलांचं गायन केलं तर मी त्याला अपार आनंदाचा ठेवा आणि चिरस्थायी समाधान बहाल करीन. माझं खास गुणवैशिष्ट्य असं की जी व्यक्ती मला पूर्णतया शरण येते, माझी निष्ठेनं भक्ती करते, माझं स्मरण करते आणि सतत माझं ध्यान करते, त्या व्यक्तीला मी मुक्ती देतो. जे सतत माझंच नामस्मरण करत असतात, त्यांचं ऐहिक गोष्टींकडे लक्ष असेलच कसं? जे माझी पूजा करतात, माझ्या लीलांचा आणि माझ्या जीवनाचा विचार करत सतत माझं स्मरण करत राहतात त्यांचंही तसंच आहे. मी माझ्या भक्तांची मृत्यूच्या जबड्यातून सुटका करेन. माझ्या लीलांचं श्रवण केल्यावर सर्व व्याधींपासून मुक्तता मिळेल. म्हणून माझ्या लीला आदरपूर्वक ऐका. त्यांच्याबद्दल विचार करा, त्यांचं ध्यान करा. त्या आत्मसात करा. हाच खरा सुखाचा आणि समाधानाचा मार्ग आहे. त्यामुळे भक्तांच्या मनातील अहंकार आणि दुराभिमान लोप पावेल. श्रोत्यांना मन:शांती मिळेल. त्यांची जर मनापासून आणि अविचल श्रद्धा असेल तर त्यांचं मन त्या जगन्नियंत्याच्या अस्तित्वाच्या जाणिवेशी तादाम्य पावेल 'साई'- अशा माझ्या नुसत्या नामोच्चाराने बोलण्यातून घडलेली पापे लयाला जातील.

कोणत्याही गुरूच्या अंगी असणारं सामर्थ्य व गुरूचं कार्य याचं निरीक्षण त्या

गुरूच्या भक्तांइतकं चांगलं दुसरं कोणीच करत नसतं, असा नरसिंहस्वामींचा विश्वास होता. ते म्हणत, ''भक्तांना साधारणपणे अतिशयोक्तीची आवड असते. वरवर जे चमत्कार भासतात, त्याची सत्यासत्यता कोणी पडताळून पाहू लागले तरी त्या बाबतीत भक्तांचा हळवेपणा आड येण्याची शक्यता असते. त्यांच्या जवळ बरेचदा शास्त्रीय दृष्टिकोनाचा अभाव असतो. त्यामुळे अशा भक्तांनी गुरूंविषयी कथन केलेल्या हकिगती अविश्वासार्ह असण्याचा धोका असू शकतो.'' याच कारणास्तव जमा झालेल्या निवेदनांची नरसिंहस्वामीजींनी अत्यंत काळजीपूर्वक छाननी केली. त्यातून जे काही सत्य, जो काही पुरावा बाहेर आला त्याची नीट मांडणी केली व चौकशी अंती ज्या गोष्टी संपूर्णपणे सत्य वाटल्या, संशयातीत अथवा वादातीत वाटल्या तेवढ्याच मांडल्या. ही सगळी माहिती गोळा करून त्यावर संस्करण करण्यासाठी त्यांनी किती अपंरपार कष्ट घेतले असतील याची नुसती कल्पनाच केलेली बरी. सरतेशेवटी ज्या गोष्टी शास्त्रीय आणि वस्तुनिष्ठ म्हणून लोकांना स्वीकार करण्याजोग्या वाटतील अशा गोष्टींवर आधारित कथन तयार करण्याची त्यांची शक्ती खरोखरच थक्क करणारी होती. नरसिंहस्वामींचे चरित्र लिहिणारा चरित्रकार म्हणतो: इतका प्रचंड संयम, पाठपुरावा करण्याची क्षमता आणि श्रद्धा यांच्या पाठबळावर हाती घेतलेलं हे महान कार्य सुफळ संपूर्ण करून दाखवण्यासाठी खरोखर दैवी कृपादृष्टी असण्याचीच गरज होती. स्वामीजींच्या या चरित्रकारांचं नाव होतं साईपदानंद राधाकृष्ण. ते म्हणतात, १९३६ सालापसून अखंड, अविरत व सूक्ष्मदृष्टीने नरसिंहस्वामीजींनी साईबाबांचा शोध घेण्याचं कार्य केलं आणि हा शोध त्यांनी घेतला तो केवळ आमच्यासाठी. साईबाबा हे जगाचा त्राता आहेत. त्यांचं आपल्या सर्वांच्या तनमनात, अंत:करणात अस्तित्व आहे व त्या अस्तित्वामुळेच आपलं संकटापासून रक्षण होतं व आपली भीती लयाला जाते.''

हे खरंच आहे. राधाकृष्णस्वामीजींच्या मते, बाबांची भक्ती केल्यामुळे भक्ताला जे काही ऐहिक, लौकिक लाभ प्राप्त होतात त्यांच्यावर फार जोर दिला गेला आहे व त्यामुळेच साईभक्तीचा प्रसार वाढीस लागलेला आहे, ही गोष्ट अगदी खरी आहे पण ही गोष्ट तर नित्याचीच आहे. ईश्वर पहिल्याप्रथम आपल्या भक्तांवर प्रसन्न होऊन त्यांच्यावर ऐहिक सुखांचा वर्षाव करून त्यांना स्वत:कडे आकर्षित करून घेतो. आणि मग हळूच, नकळत त्यांना आध्यात्मिक मार्गाला लावतो आणि त्यायोगे त्यांची नैतिक व आध्यात्मिक प्रगती घडवून आणतो. ईश्वर जर आपला आश्रयदाता झाला नसता, जगात सर्वत्र आढळणाऱ्या अनीतिमान दुष्ट गोष्टींच्या महापुरापासून आपली सुटका करणारा आपला आश्रयदाता झाला नसता, तर या जगात आपण ईश्वराची पर्वाच केली नसती.

नरसिंहस्वामीजींनी बाबांच्या चरित्रात म्हटलं आहे : ''१९१८ साली जेव्हा

बाबांनी प्रत्यक्ष समाधी घेतली, त्या काळात त्यांना कुणीच खरं समजू शकलं नाही. शिवाय त्यांचं खरंखुरं जीवनचरित्र लिहिण्यासारखी काहीच माहिती तेव्हा उपलब्धही नव्हती. त्यानंतर १९३६ सालापर्यंत सुद्धा बाबांच्या चरणापाशी मन:शांती मिळवण्यासाठी येणाऱ्या लोकांची संख्या बरीच कमी होती. खरं तर या साई चळवळीने खराखुरा वेग घेतला तो चाळीस ते पन्नास सालच्या दरम्यान. या काळात ती केवळ संपूर्ण भारतातच पसरली, इतकंच नव्हे तर ती भारताच्या सीमारेषा ओलांडून पार जाऊन पोहोचली. साई चळवळीचा उदय आणि प्रसार हा संपूर्णपणे नरसिंहस्वामीजींनी घेतलेल्या पुढाकारामुळे, एकनिष्ठेने आणि ध्येयासक्तीने केलेल्या प्रयत्नांमुळेच झाला.

नरसिंहस्वामीजी त्याकाळी मद्रासमधून संडे टाइम्ससाठी एक लेखमाला लिहीत असत. या मालेमध्ये प्रथमच त्यांनी साईभक्तांच्या अनुभवांविषयी लिहिले. या इंग्रजी वृत्तपत्रातून असे एकंदर चाळीस लेख प्रसिद्ध झाले. मग त्यानंतर स्वत:च एक वस्तुनिष्ठ आणि विश्वासार्ह साईचरित्र स्वत:च्या मातृभाषेत, म्हणजेच तामिळमध्ये, लिहिण्याची कल्पना त्यांच्या मनात रुजली. ते म्हणतात, माझ्या Introduction to Sai Baba या पुस्तकात मी बाबांच्या स्वरूपाबद्दल, स्वभावाबद्दल, सामर्थ्याबद्दल व जीवनक्रमाबद्दलचं एक सुस्पष्ट चित्र रेखाटण्याचा यथाशक्ती प्रयत्न केला आहे, असं मला वाटतं.'' या पुस्तकाची प्रथमावृत्ती १९३८ साली निघाली आणि अवघ्या ११ महिन्यांच्या कालावधीत त्याची तिसरी आवृत्तीपण बाहेर पडली. पुढे याच पुस्तकाचा तामिळ, मल्याळम्, तेलुगू आणि कन्नड भाषांमध्ये अनुवाद झाला. काही थोड्याच कालावधीत दक्षिणेकडील अक्षरश: हजारो लोक साईबाबांचे भक्त बनले. देशाच्या सर्व भागातून लोकांनी स्वामींना पत्रे लिहिली आणि आपापले अनुभव कथन केले. हे अनुभव पुढे पुस्तकरूपाने प्रसिद्ध झाले. त्याचे नाव ''Devotees' Experiences.''

यानंतर नरसिंहस्वामीजींनी साईबाबांचं बहुव्याप्त व समग्र चरित्र इंग्रजी भाषेत लिहिण्यास सुरूवात केली. ते चार खंडांमध्ये प्रसिद्ध झालं. त्यापैकी अंतिम दोन खंड स्वामीजींच्या मृत्यूनंतर प्रसिद्ध झाले. याविषयी लिहिताना ते म्हणतात : ''सुमारे १२ वर्ष साईचरित्र इंग्रजीतून लिहावं असं मनात होतं. पण काहीना काही अडचण उभी राहात होती व ते काम हाती घेतलं जात नव्हतं. घडत नव्हतं.'' पण १९५३ सालात त्यांना एक गंभीर स्वरूपाचा अपघात झाला. हाड मोडल्यामुळे ६० दिवस अंथरुणाला खिळून राहण्याची वेळ आली. त्यातच त्यांना अतिसाराचा तीव्र त्रास सुरू झाला. १९५४ सालाच्या मध्यापर्यंत हे सत्र सुरूच होतं. आणि त्यानंतर त्यांच्याच शब्दात सांगायचं तर : ''आपला जीव खरोखर कसा काय वाचला याचं खुद् लेखकालाच आश्चर्य वाटून राहिलं आहे. शारीरिक व मानसिक शक्तीचे काही थोडेफार अवशेष या देहात शिल्लक उरलेले आहेत. त्यावरून एक

गोष्ट तर स्पष्टच आहे, की जी काही शक्ती आणि जे काही आयुष्य शिल्लक उरलंय ते आता साईबाबांनाच अर्पण करायचं आहे. आधीच्या आयुष्यातील काही दशके जशी त्यांना अर्पण केली आहेत तसंच--- या प्रचंड मोठ्या ग्रंथाचा सर्व विषय लेखकाच्या स्मरणात आधीच होता. त्यामुळे आता अगदी मोजक्या प्रयत्नांनी तो तसाच्या तसा शब्दबद्ध करणे अगदी सोपे गेले. लेखकाने जेव्हा स्मरण करण्यास सुरुवात केली तेव्हा त्याच्या अंगी उठून बसून काहीही लिहिण्याचे त्राण नव्हते. पण नवल असे की बाबांनी लेखकाला एक लघुलेखक पुरवला.''

नरसिंस्वामीजींच्या सांगण्याप्रमाणे १९५४ सालापासून त्यांची प्रकृती दोलायमान असल्यामुळे वैद्यकीय मदतीविना त्यांनी हाती घेतलेलं हे काम पुरं होणं जवळ जवळ अशक्यच होतं. पण बाबांनी एका उच्चपदस्थ, ज्ञानसंपन्न व अनुभवसंपन्न वैद्यकीय अधिकाऱ्याची या कामी नेमणूक केली. तो डॉक्टरही स्वामीजींचं चरित्रलेखनाचं काम चालू असताना त्यांची अगदी विनामूल्य सेवाशुश्रूषा करता होता.

१९५३ मध्ये हॉस्पिटलात भरती होण्याआधी काही काळ नरसिंहस्वामीजी साईभक्तीचा प्रचार करण्यासाठी देशाच्या उत्तर भागात झंजावाती दौरे काढण्यात मग्न होते. त्याच काळात ते मद्रासमध्ये साई समाजाची स्थापना आणि साईसुधा नामक नियतकालिकाच्या प्रकाशानाचे काम इ. गोष्टी करत होते. तत्पूर्वी, म्हणजे त्यांना साईबाबांचा शोध लागण्यापूर्वी एकदा ते नाशिकला श्री नारायणमहाराजांकडे गेले व त्यांना म्हणाले : ''मी एक हिऱ्यांचा व्यापारी आहे. मला एक निखालस हिरा हवा आहे. तो मला कुठे मिळेल?'' त्यावर नारायणमहाराज म्हणाले : ''तुम्हाला तसा हिरा लवकरच मिळेल. त्यासाठी पश्चिमेकडे जा.'' उपासनीबाबांच्या भेटीनंतर ते जेव्हा शिरडीला पोहोचले, तेव्हा तेथे बाबांच्या समाधीशी ते नतमस्तक झाले. त्याक्षणी आपल्या अंगात काहीतरी दैवी संचार झाला असल्याची त्यांना भावना झाली व त्यांना दृष्टांतही झाला. त्यांनी तत्क्षणीच मनोमन एक निर्णय घेऊन टाकला; आपण साई प्रचार करायचा. त्यासाठी देशभर सर्वत्र भ्रमंती करायची. पण त्यासाठी लागणारी साधने त्यांच्याजवळ नव्हती. पैशासाठी कोणाकडे जायचं? आणि अक्षरश: एक चमत्कार घडला. एक दक्षिणी व्यापारी त्यांच्याकडे आला आणि त्याने त्यांच्या हातात ११,५००/- रुपये ठेवले, साईप्रचाराप्रीत्यर्थ वापरण्यासाठी म्हणून. बाबांच्या या कृतीमुळे तर नरसिंहस्वामीजींची खात्रीच पटली, की आपल्या हातून साईप्रचार व्हावा अशीच बाबांची इच्छा आहे.

ते वर्ष होतं १९३४-३५ स्वामींनी हे पैसे बाबांच्या प्रचारकार्यासाठी खर्च करण्याच्या हेतूने साई संस्थानाकडे सुपूर्द केले. परंतु साई संस्थानाने ते त्यांना परत पाठवले. यानंतर काही काळ स्वामींच्या विरोधात काही लोकांनी मोहिम उघडली व त्यांच्या हेतूविषयी शंका काढण्यात आली. त्यांच्यावर दोषारोप केले गेले. पण

काही काळानंतर त्यांच्यामध्ये समझोता होऊन ते आरोप मागे सुद्धा घेण्यात आले. साई समाधी मंदिराच्या दालनामध्ये आज ज्या सर्व साईभक्तांची चित्रे टांगलेली आहेत त्यात स्वामींचेही चित्र झळकते आहे.

साईप्रचाराचे हे कार्य नरसिंहस्वामीजींनी एकट्याच्या शिरावर घेऊन सुरू केले. त्यांनी देशाच्या विविध भागात सुमारे ६०० ते ७०० व्याख्याने दिली. परिपत्रके प्रसिद्ध केली. बाबांचं जीवन, त्यांची शिकवण याविषयी पुस्तके प्रसिद्ध केली. त्यांना एक आठवण झाली. त्यांनी एकदा शिरडीला बाबांच्या समाधीपाशी बसून प्रार्थना केली होती. त्यावेळी त्यांनी हाती घेतलेल्या कार्याबद्दल बाबांचा कौल मागितला होता. आपल्या मस्तकावर आता जर एक पक्षी येऊन बसला तर त्याचा अर्थ बाबांनी आपल्या कामाच्या बाजूने कौल दिला असे त्यांनी मनात धरले होते. आणि काय आश्चर्य! खरोखरच एक पक्षी त्यांच्या मस्तकावर येऊन बसला. त्यांच्या आनंदाला पारावार राहिला नाही. १९३५ साली त्यांनी संडे टाइम्समध्ये लिहिण्यास सुरुवात केली. १९४० मध्ये 'साईसुधा' नियतकालिक सुरू केलं. १९४१ साली त्यांनी 'ऑल इंडिया साई समाजा' ची स्थापना केली. मात्र याची अधिकृत नोंदणी १९५६ साली त्यांच्या मृत्यूपूर्वी अगदी थोडे दिवस आधी झाली. १९ ऑक्टोबर १९५६ रोजी नरसिंहस्वामीजींचं निधन झालं, त्यावेळी त्यांचं वय ८२ वर्षं होतं. त्यांनी जे कार्य हाती घेतलेलं होतं त्याला यश प्राप्त झालं होतं. ज्या साईचळवळीची मुहूर्त मेढ त्यांनी रोवली ती आज संपूर्ण देशभर पसरली आहे. हजारोंच्या संख्येने लोक विविध गावांमध्ये, शहरांमध्ये व खेडोपाडी ठिकठिकाणी उभारलेल्या देवालयांमध्ये आणि साईमंदिरांमध्ये प्रार्थनेसाठी जाताना दिसतात.

नरसिंहस्वामीजींबद्दल लिहिताना के. आर. आर. शास्त्री हे सुप्रसिद्ध शिक्षणतज्ज्ञ म्हणतात, ''त्यांचा चेहरा मोहरा व एकूण अवतार जुन्या वेदकालीन ऋषींसारखाच होता. केवळ झोपेचा अगदी थोडा वेळ वगळता दिवसाचं अथवा रात्रीचं एक मिनिटसुद्धा ते वाया घालवत नसत. बाबांविषयी बोलणे अशा गोष्टींमध्ये ते वेळ घालवत. रेल्वे प्रवासातसुद्धा ते लेखन करत. साईबाबांचं महाराष्ट्रातील जीवन, त्यांची शिकवण, त्यांचा उपदेश यासंबंधीची माहिती गोळा करण्यासाठी त्यांनी अथक, अविश्रांत परिश्रम केले. एवढे परिश्रम आजवरच्या इतिहासात कोणीच केलेले नसतील.'

नरसिंहस्वामींचे मुख्य शिष्य म्हणजे राधाकृष्णस्वामीजी त्यांना स्वामींनी साईपदानंद असं नाव दिलं होतं. त्यांनी लिहिलं आहे : ''नरसिंहस्वामीजींच्या अंगची प्रेरणाशक्ती, त्यांचा दुर्दम्य उत्साह आणि अतुलनीय निष्ठा, त्यांची समर्पणाची भावना यामुळेच त्यांनी साईबाबांचा शोध घेतला आणि या संत्रस्त जगाला बाबांच्या रूपाने एक त्राता मिळवून दिला. माझा असा दृढविश्वास आहे, की अनेक साधकांनी आणि आध्यात्मिक क्षेत्रात प्रगती करू इच्छिणाऱ्या भक्तांनी जर संतांच्या आणि द्रष्ट्या

महात्म्यांच्या कार्याचा अभ्यास केला तर त्यांचा फायदाच होणार आहे. तत्त्वज्ञानाच्या रुक्ष विचारप्रणालीचा अभ्यास करणे, त्यात पांडित्य मिळवणे यांनी हा फायदा होणार नाही. कारण साधकाच्या रोजच्या आयुष्यात तसेच त्याच्या परमार्थाच्या मार्गात या विषयी काहीच सांगितलेले नसते.''

एकदा राधाकृष्णस्वामींनी प्रश्न विचारला, ''रमणमहर्षींना लोक चालती बोलती कल्पकथा मानत असत. आणि या अशा महात्म्याच्या सहवासाचा लाभ नरसिंहस्वामीजींना झाला होता तरीसुद्धा ते साईबाबांकडे आकृष्ट कसे काय झाले? खरं तर त्यावेळी साईबाबा हयातसुद्धा नव्हते. शिवाय त्यांची शिकवण देण्याची पद्धती सुद्धा रमणमहर्षींहून सर्वस्वी भिन्न स्वरूपाची होती.'' नरसिंहस्वामीजी साईप्रचाराच्या कामासाठी उदगमंडलमला जाऊन पोचले. त्यावेळी आपल्या मनातील हा प्रश्न राधाकृष्ण स्वामींनी नरसिंहस्वामीजींना सरळ सरळ विचारला त्यावर नरसिंहस्वामीजींनी सर्वच परिस्थिती आणि कारणं त्यांना स्पष्ट करून सांगितली. परिस्थितीच अशी आली की एक अखेरचा आरारा शोधता शोधता नरसिंहस्वामींची पानलं साईचरणांशी वळली. त्यांचं मन स्थिर झालं. त्यांच्या मनातील संदेहाचं वादळ शमलं.

राधाकृष्णस्वामीजींना त्यांचे वडील राधाकृष्ण म्हणत. ते तामिळनाडूमधील कारूर या गावचे होते. आयुष्याच्या सुरुवातीलाच त्यांनी परमार्थाच्या दिशेने वाटचाल सुरू केली होती, त्यामुळे ते ठळकपणे लोकांच्या नजरेत भरले. औपचारिक शिक्षणात त्यांना काहीही गम्य नव्हतं. परंतु त्यांना हिंदू धर्मग्रंथांविषयी मात्र अपार प्रेम होतं. खासकरून गीता, उपनिषदे आणि वेद यांच्याविषयी. अगदी लहान वयातच संस्कृत आणि इंग्रजीवर त्यांचं प्रभुत्व होतं. एवढंच नव्हे तर वयाच्या १३-१४ व्या वर्षापासूनच ते उपनिषदांवर समीक्षाही लिहीत असत. मात्र हे लेखन त्यांनी स्वतःपुरतंच मर्यादित ठेवलं होतं. दुसऱ्यांनी पाहावं यासाठी ते नव्हतं. त्यांच्या बंधूंनी आपल्या घरी काही जुनी कागदपत्रे जपून ठेवली होती. राधाकृष्णस्वामींच्या चरित्रकाराने ते पाहिले. या कागदांमध्ये राधाकृष्णस्वामींनी अप्रतिम, उत्कृष्ट व निर्दोष इंग्रजी भाषेत उपनिषदांचे व गीतेचे सार सांगितले होते. असा हा ज्ञानानं आणि बुद्धिसामर्थ्यानं ओसंडू पाहणारा तरुण, म्हणजेच राधाकृष्णस्वामी उदगमंडल येथे नरसिंहस्वामीजींना भेटले. साईबाबांविषयी त्यांची भक्तिभावना आणि साईप्रचाराची तळमळ पाहून नरसिंहस्वामीजी स्तिमित झाले. त्यांनी राधाकृष्णस्वामींना मद्रासला बोलावले. ऑल इंडिया साई समाजामध्ये या दोघा गुरुशिष्यांचे अतूट नाते निर्माण झाले. कर्नाटकात जाऊन साईप्रचार करण्याच्या हेतूने नरसिंहस्वामीजींनी त्यांना बंगलोरला पाठवले. राधाकृष्णस्वामी बंगलोरला स्थायिक झाले व त्यांनी तेथे साई स्पिरिच्युअल सेंटरची स्थापना केली. ही संस्था साईभक्तीच्या प्रचारकार्यात अत्यंत मोलाची कामगिरी बजावत आहे.

राधाकृष्णस्वामी म्हणतात : नरसिंहस्वामीजींच्या रूपाने जणू बाबाच माझ्यावर प्रेमाचा आणि मायेचा वर्षाव करत होते. बाबांनी माझ्यासाठी परमार्थाचा मार्ग सुलभ केला. बाबा माझ्यासाठी सारे काही आहेत, आई, वडील, नातलग, मित्र, आध्यमिक ज्ञान, धन आणि सर्व काही. मला समत्वाचा साक्षात्कार व्हावा म्हणून बाबांनी मला अनेक संधी दिल्या. स्वतःवर कोणताही परिणाम घडू न देता सुख आणि दुःख सहजपणे भोगण्यासाठी अंगी जे सामर्थ्य लागते, ते तर बाबांनीच मला दिले. परमार्थाच्या मार्गवर वाटचाल करणाऱ्या माझ्या या लीन अस्तित्वावर धीराचा आणि संयमाचा वर्षावसुद्धा त्यांनीच केला.''

नरसिंहस्वामीजींनी राधाकृष्णस्वामीजींना सांगितलं : ''बाबांचे शब्द आठवा. ते नेहमी म्हणत, 'शांत राहा, धीर धरा. शेवटी त्याचं फळ तुम्हाला नक्की मिळेल.' तुम्ही आधी बाबांच्या चरणी नतमस्तक व्हा. तुमचं लक्ष तिथे केंद्रित करा. मग नजर वर न्या. त्यांच्या शरीराच्या प्रत्येक अवयवावर तुमचं ध्यान केंद्रित करा. अखेर ते शरीर साकल्यानं तुमच्या नजरेच्या आवाक्यात येईल. ध्यान करण्यापूर्वी आपल्या दृष्टीनं तुम्ही बाबांच्या डोक्यापासून पायापर्यंत आणि मग पायापासून डोक्यापर्यंत संक्रमण करा. आणि नंतर अखेरच्या शरणागतीसाठी तुमचं मन त्यांच्या पायाशी अर्पण करा. त्यानंतर तुम्हाला त्यांचा कृपाप्रसाद लाभेल आणि परमानंदाची प्राप्ती होईल. ब्रह्मा, विष्णू, महेश आणि बाबा एकरूप आहेत. बाबा हे विशुद्ध, निर्भेळ आणि सर्वशक्तिमान असं चैतन्य आहे. तो साक्षात परमात्मा आहे. अनादी अनंत आणि सुखकारक असं नृत्य तो चराचरात करत असतो. गूढवादी महात्मे आणि संत त्याच्या या नृत्याचा आस्वाद घेत आले आहेत. हा रसास्वाद तुम्हालासुद्धा घेता येईल. या परमात्म्याच्या, म्हणजेच बाबांच्या चरणी जे कोणी भक्त लीन होतात, त्यांच्यावर बाबा आपल्या कृपादृष्टीची मुक्त उधळण करतात. तेच तुमची माऊली होतात. तुमची भूक त्यांना कळते. तुमच्या तोंडी घासही तेच घालतात. पण एक गोष्ट लक्षात ठेवायला हवी. रोजच्या व्यवहारातील आपले आचरण जर शुद्ध आणि पवित्र नसेल तर मात्र उच्च प्रतीचे पारमार्थिक लाभ आपल्याला प्राप्त होणारच नाहीत.''

बाबांबद्दलचं हे सर्व ज्ञान राधाकृष्णस्वामींनी नरसिंहस्वामींकडून प्राप्त केलं. १९४२ साली नरसिंहस्वामी त्यांचे गुरू झाले. ''पूजनीय, आदरणीय नरसिंहस्वामीजींच्या रूपाने जणू बाबाच माझ्यावर प्रेमाचा आणि मायेचा वर्षाव करत होते. नरसिंहस्वामी स्वतःच साईबाबांचे महान शिष्य होते.'' नरसिंहस्वामीजींचं चरित्र लिहिताना राधाकृष्णस्वामी त्यांच्या विषयी म्हणतात: ''माझी साईबाबांशी अशी ओळख झाल्यावर मला नानाविध प्रकारचे विलक्षण अनुभव येत गेले. या अनुभवांच्या माध्यमातूनच पारमार्थिक मार्गवर माझी उत्क्रांती होत गेली.'' त्यांनी पुढे असंही

लिहिलं आहे : माझे गुरू नरसिंहस्वामीजी म्हणजे तर समर्पणवृत्ती, भावभक्ती, मुक्ती आणि ज्ञान यांचं साक्षात् मूर्तस्वरूप होतं. एखाद्या भक्ताने आपल्या गुरुदेवांना संपूर्णतया शरण जाणं म्हणजे काय असतं याचं चालतं बोलतं उदाहरण म्हणजे नरसिंहस्वामीजींचं जीवन.'' राधाकृष्णस्वामींच्या मते, नरसिंहस्वामीजींची दुर्दम्य प्रेरणा, त्यांचा उत्साह व त्यांची बाबांविषयीची अतुलनीय निष्ठा यामुळेच खरं तर या जगाला एक त्राता मिळाला. राधाकृष्णस्वामींनी नरसिंहस्वामीजींचं जे चरित्र लिहिलं ते १९७३ साली प्रसिद्ध झालं. शिरडी संस्थानाशी सलोख्याचे संबंध प्रस्थापित करण्याच्या हेतूने नरसिंहस्वामीजींनी स्वतःचा प्रतिनिधी म्हणून राधाकृष्णस्वामींची नियुक्ती केली होती. दक्षिणेकडून शिरडीला जे कोणी यात्रेकरू येत त्यांना व्यवस्थित सोयी- सुविधांचा लाभ मिळावा या हेतूने संस्थानाच्या कमिटीवर सदस्य म्हणून राधाकृष्णस्वामींनी अनेक वर्ष काम केले. नरसिंहस्वामीजींच्या इच्छेनुसार पुढे १९५२ मध्ये ते बंगलोरला आले, ते मुख्यतः साईप्रचार कार्यासाठीच. राधाकृष्णस्वामींनी म्हटले आहे. मी उटी येथे अत्यंत समाधानी आयुष्य जगत होतो. सुखात होतो. पुढे नरसिंहस्वामीजींचा परिचय झाल्यावर मी मद्रासला आलो. तिथे स्वामीजींनी मला झोपण्यासाठी लाकडी फळी दिली. त्या फळीवर स्वतःच्याच हाताची उशी करून मी झोपू लागलो.''

राधाकृष्णस्वामीजींनी बंगलोरमध्ये १९५६ साली नरसिंहस्वामीजी या त्यांच्या गुरूंबरोबर त्यांचं जे काही अखेरचं बोलणं झालं त्याविषयी लिहून ठेवलं आहे. 'साईभगवानांवर विश्वास ठेवा. त्यांची पूजा करत असताना त्यांचे स्तवन करा. तुमची निष्ठा व श्रद्धा कधीही विचलित होऊ देऊ नका. तुमच्यामध्ये फार मोठे अंतर्बाह्य परिवर्तन घडून येणार आहे. मात्र बाबांच्या चरणाशी अविचल राहा. तुम्हाला लवकरच कृपाप्रसाद लाभेल, नव्हे, लाभलेलाच आहे.'' नरसिंहस्वामींनी या आधी, तीन वर्षांपूर्वी राधाकृष्णस्वामींना एक पत्र लिहिलं होतं. त्यात त्यांनी म्हटलं होतं. ''इथून पुढे तुम्हाला साईपदानंद म्हणून ओळखलं जाईल.'' राधाकृष्णस्वामींच्या या गुरूंनी १९५६ मध्ये मद्रास येथे समाधी घेतली. नेमका त्याच वेळी बंगलोरमध्ये राधाकृष्णस्वामींना एक दृष्टांत झाला. साई मंदिरात श्रीरामाची जी तसबीर होती त्यात आपल्या गुरूंना शिरत असताना राधाकृष्णस्वामींनी पाहिलं. चार एप्रिल १९५४ रोजी राधाकृष्णस्वामीजींनी बंगलोर येथे साई स्पिरिच्युअल सेंटरची स्थापना केली. आता ते सेंटर जेथे आहे त्या सेंटरचं उद्घाटन १७ जून १९६५ रोजी झालं. या वेळेपर्यंत राधाकृष्णस्वामी स्वतः एका लहानशा खोलीतच राहात होते. तिथूनच साईबाबांच्या प्रचाराचं महान कार्य ते करीत असत. साईबाबांच्या संदेशाद्वारे हजारो भक्तांना साई चळवळीत खेचून घेण्यात त्यांना यश आलं. या असंख्य भक्तांनीच 'साई स्पिरिच्युअल सेंटर'च्या उभारणीत हातभार लावला.

स्वामीराधाकृष्ण हे स्वत:च कर्नाटकातील एक महत्त्वपूर्ण, आध्यात्मिक शक्तीचा स्रोत बनले. यानंतर राज्यात ठिकठिकाणी असंख्य साई मंदिरे उभारण्यात आली. बाबांचं नाव घरोघरी सर्वतोमुखी झालं. राधाकृष्णस्वामीजी स्वत: बंगलोर येथील स्पिरिच्युअल सेंटरचे अध्यक्ष तर होतेच. पण त्याशिवाय मद्रास येथील ऑल इंडिया साई समाजाच्या अध्यक्षपदाची सूत्रे सुद्धा त्यांनी हाती घेतली होती. १९८० साली त्यांनी समाधी घेतली. तोपर्यंत हे पद तेच सांभाळत होते. राधाकृष्णस्वामींचे आयुष्यभराचे अथक प्रयत्न व कार्य यामुळेच ऑल इंडिया साई समाज हे साईभक्ती आणि साई प्रचाराचं प्रमुख राष्ट्रीय केंद्र बनलं. देशाच्या विविध भागात त्याच्या अनेक शाखा व संलग्न संस्था निघाल्या. आजसुद्धा समाजातील विविध स्तरांमधून हजारो भक्त या साईमंदिरांकडे धाव घेत असतात. ही साईमंदिरे म्हणजे जणू शांतीचे निधानच झालेले आहे. केवळ परमार्थाकडे वाटचाल करू इच्छिणाऱ्या साधकांसाठीच नव्हे तर बाबांचे नुसते आशीर्वाद घेण्यासाठी अथवा त्यांच्या कृपादृष्टीचा लाभ घेण्याच्या आशेने आलेल्या जनसामान्यांसाठीसुद्धा.

श्री. आर. आर. दिवेकर यांनी बाबांविषयी जे उद्गार काढले आहेत ते खरोखर अंत:करण हेलावून टाकणारेच आहेत. त्या उद्गारांनी या प्रकरणाचा शेवट करणे उचित ठरेल : ''साईबाबांच्या आत्म्याचं चराचरात व्यापून राहणं, त्या आत्म्याचा सर्वव्यापीपणा आणि बाबांच्या सजीव अवस्थेमधील निर्व्याज बालकासारखी त्यांच्या मनाची निर्मळता, यामुळे ते हजारो लोकांचे लाडके झाले. दु:खितांचे व पीडितांचे कैवारी झाले.''

२.

ठावठिकाणा नसलेला फकीर

एकोणिसाव्या शतकाच्या उत्तरार्धातील गोष्ट. महाराष्ट्रात गोदावरी नदीच्या जवळच्या शिरडी नामक एका लहानशा खेड्यात एक तरुण फकीर अचानक कुठूनतरी अवतरला. गावातील रांगड्या लोकांच्या नजरेला तो पहिल्याप्रथम जेव्हा पडला तेव्हा तो गावाबाहेर एका कडुनिंबाच्या झाडाखाली बसला होता. तो कोणाशी बोलतही नव्हता. नुसता मुक्यानं ध्यान लावून बसला होता. त्याने एक जुनीपुराणी कफनी परिधान केली होती. डोक्याला एक रुमालवजा फडके बांधले होते. तो अगदीच चमत्कारिक दिसत होता.

हा फकीर तिथेच वस्तीला राहिला. जवळपासच्या जंगलातून दररोज भ्रमंती करायचा आणि मग निंबाच्या झाडाखाली स्वत: च खोदून ठेवलेल्या एका खड्ड्यात झोपायचा. तो जेवायचा काय, खायचा काय, देवच जाणे. जगायचा तरी कशावर, कोणास ठाऊक! कारण तो गावात तर कधी फिरकतही नसे. तेथील लोकांमध्ये मिसळत नसे.

गावच्या चोपदाराची आई अगदी वृद्ध होती. तिने १९०० साली एक हकीकत सांगितलेली आढळते. ज्यावेळी ती स्वत: अगदी तरुण होती तेव्हा सुद्धा तिने शिरडीत १६ ते २० वर्षांचा एक तरुण फकीर पाहिला होता. तो दिसायला चांगला आकर्षक होता. मिसरूडही फुटलेली नव्हती. हा नक्की कोण कुठला याविषयी त्यावेळी कोणालाही काही ठाऊक नव्हते. गावात 'गोड नीम' नावाचं झाड होतं. त्या खाली तो कायम बसलेला असे. कधीतरी शेतांमधून, कुरणांमधून भटकायचा. भोवतालच्या जगात चाललेल्या गोष्टींमध्ये त्याला काहीच रस नव्हता. त्या वृद्ध स्त्रीच्या म्हणण्यानुसार कालांतराने त्या फकिराची गावोगाव भ्रमंती सुरू झाली. सरतेशेवटी तो परत शिरडीलाच आला. आता मात्र त्याने तिथे कायमचा मुक्काम ठोकला. लोक त्याला

आता वेडा फकीर म्हणून संबोधू लागले होते. लहान मुले त्याला दगड मारत. पण तो काहीच प्रतिकार करत नसे. उलट त्यांच्याशी खेळायला जाई. 'हा नक्कीच कुणी साधुसुधा फकीर नाही' ही गोष्ट गावच्या लोकांना थोड्याच दिवसांत कळून चुकली. त्यांना हेही कळून चुकलं की या वेड्या फकिराच्या आत्म्याची पातळी अत्यंत उच्च असून याच्या मनाची उत्क्रांती झालेली आहे. हा देव माणूस आहे. अर्थात ही प्रतीती सुरुवातीला काही थोड्याच लोकांना आली व त्यांच्यामधील एक म्हणजे म्हाळसापती नामक सोनार. हा मूळचा खंडोबाच्या देवळातील पुजारी. त्याच्या बरोबरच त्याच्या इतर काही मित्रांना सुद्धा हे सत्य उमगलं होतं. गावात आणखी एक स्त्री होती. हिचं नाव बायजी बाई. त्या फकिराचं पावित्र्य, त्याच्या मनाची निर्मळता यामुळे ती भारून गेली होती. ती सुद्धा त्याच्या मागोमाग रानावनात जायची. त्याला शोधून काढून जेऊ घालायची. तिची त्या फकिरावर इतकी भक्ती होती की त्याला जेवू घातल्याशिवाय ती अन्नाला स्पर्शसुद्धा करत नसे.

नंतर अचानक एक दिवस तो फकीर नाहीसा झाला. पुढे वर्ष दोन वर्ष त्याचा काहीच पत्ता नव्हता. शिरडीच्या लोकांनी परत एकदा १८७२ साली त्याला पाहिला. जवळच धूपखेडा नावाचं गाव होतं. त्या गावातून एक लग्नाचं व्हाड शिरडीला येऊन पोचलं. त्या व्हाडासोबतच तो फकीरही शिरडीला परत आला. हे खेडं त्यावेळी निजामाच्या अमलाखाली होतं. व्हाड परतल्यावर सुद्धा तो फकीर मात्र कायमचाच शिरडीमध्ये राहिला.

या धूपखेडा गावात चांदभाई पटेल नावाचा एक माणूस राहात असे. याच्या संदर्भात एक हकीकत सांगतात. आपल्या गावातून हा शिरडीला लग्नाचं व्हाड घेऊन निघाला होता. त्याचवेळी त्याने व्हाडाच्या सोबतीने बाबांनाही आणले. त्याचं कारण म्हणजे काही आठवड्यांपूर्वी अगदी विचित्र परिस्थितीत घोडा हरवला होता. त्याचा शोध घेत घेत ते निंबाच्या झाडाखाली बसलेल्या या फकिरापाशी आले. फकिरानं त्यांना सांगितलं: "तुम्ही काहीही काळजी करू नका. तुमचा घोडा तुम्हाला नक्की पाणवठ्यापाशी सापडेल." असं म्हणून फकिरानं ज्या दिशेला बोट दाखवलं त्या दिशेने चांदभाई पटेल चालू लागले असता खरोखरच त्यांचा घोडा त्यांना सापडला. पटेल आश्चर्यचकित झाले. ते धावतच त्या फकिराकडे गेले. फकिरानं त्यांना जवळ बसवून घेतलं. आपण ओढत असलेल्या चिलमीचा एक झुरका त्यांना ओढायला दिला. हा फकीर काही मामुली फकीर नव्हे हे चांदभाईच्या तत्काळ लक्षात आलं. तेव्हा फकिराने आपल्याबरोबर गावात चलावं असा हट्टच ते धरून बसले. फकिराने लग्न समारंभासाठी व्हाडाबरोबर शिरडीला चलावं असाही आग्रह त्यांनी धरला. फकिरानं ते मान्य केलं आणि लग्नाच्या व्हाडासोबत तो परत एकदा शिरडीला आला.

हाच तो बेपत्ता झालेला फकीर अशी म्हाळसापतींना खूणगाठ पटली. त्यांनी 'आओ साई' असं म्हणून त्या फकिराचं स्वागत केलं. त्या दिवसापासून त्या फकिराचं नाव साईबाबाच पडलं. बाबांच्या जन्मदात्यांनी दिलेलं नाव त्यांच्या अखेरच्या क्षणापर्यंत कोणालाही कधी कळलं नाही. त्या काळात ज्या लोकांनी बाबांना प्रत्यक्ष पाहिलं होतं त्यांनी बाबांच्या रूपाचं वर्णन केलेलं आहे. पाठीवर रूळणारे लांब केस. अंगात हिरवी कफनी. डोक्याला भगवी टोपी. हातात दंडुका. दुसऱ्या हातात चिलीम आणि काड्यापेटी. बाबा भिक्षा मागून स्वत:चं पोट भरत असंही त्या भक्तांनी सांगितलं आहे. बाबा हा कुणी साधासुधा फकीर नव्हे तर तो एक साक्षात्कारी महापुरुष आहे हे जेव्हा सत्य म्हाळसापती व त्यांच्या मित्रांना उमगलं तेव्हा ते त्यांनी गावकऱ्यांना पटवून सांगितलं. एवढंच नव्हे तर या महापुरुषाबद्दल आपण सर्वांनी योग्य तो आदर दाखवायला हवा असंही त्यांना समजावून सांगितलं. मग लोक बाबांची काळजी घेऊ लागले व त्यांच्या गरजा पुरवू लागले.

हळूहळू बाबा स्वत:भोवती धारण केलेल्या कोषातून बाहेर आले. त्यांनी गावातील दुखणेकऱ्यांची, व्याधीग्रस्त रुग्णांची सेवा करण्यास सुरुवात केली. ते त्यांच्यावर औषधोपचार करू लागले. इतर साधुसंतांमध्ये व अध्यात्माकडे कल असलेल्या लोकांमध्ये ते मिसळू लागले. बाबांचं खरंखुरं महत्त्व तसेच बाबांच्या अंगातील उच्च दर्जाचे आध्यात्मिक सद्गुण यांची ओळख या साधूंना पटली. तसेच म्हाळसापती व अन्य काही लोक बाबांच्या सेवेला लागले होते. त्यांनासुद्धा बाबांची महती कळून चुकली. एक साधू तर गावकऱ्यांजवळ बोलताना असंही म्हणाला, "बाबा हा शेणात पडलेला एक उपेक्षित हिरा आहे." दुसरा एकजण म्हणाला : "रामाचा सर्वोच्च दर्जाचा भक्त असलेल्या या बाबांचं महत्त्व एक ना एक दिवस तरी जगाला जरूर कळेलच." तथापि अजूनसुद्धा गावकरी बाबांना एक मुसलमान फकीरच समजून चालले होते. बाबा अजून सगळ्या गावकऱ्यांच्या विशेष खिजगणतीतही नव्हते. बाबांचं रुग्णांवर उपचार करणं चालूच होतं. कधी ते त्यासाठी वनौषधींचा वापर करत तर कधी मात्र अगदी मुलखावेगळ्या पद्धतींचा ते अवलंब करत. असं सांगतात, की एकदा एक रुग्ण डोळ्यांच्या विकाराने त्रस्त होता. तो औषधोपचारासाठी जेव्हा बाबांकडे आला तेव्हा बाबांनी त्याचे दोन्ही डोळे खोबणीतून बाहेर काढले, स्वच्छ केले आणि परत आत बसवले. जगभर कोणत्याही शल्यचिकित्सा पद्धतीमध्ये या उपायाचा वापर केल्याचं ऐकिवात नाही. जर एखाद्या रुग्णाची देखभाल करणारं कुणीच नसलं तर बाबा स्वत:च त्याची सेवा शुश्रूषा करत असत. कालांतराने बाबांनी रुग्णांना औषधे देणे बंद केले. त्या ऐवजी उदी (अंगारा) देण्यास सुरुवात केली. तत्पूर्वी त्यांनी एका भग्न मशिदीत आपला मुक्काम ठोकला होता. याविषयी बोलताना स्वत: बाबाच एकदा म्हणाले होते : "मी पूर्वी औषधे देत होतो. पण नंतर ते सर्वच बंद

केलं आणि मनोमन हरिनामाचा जप करायला सुरुवात केली. त्या पवित्रनामाचा अविरत जप करता करता मीच हरी झालो.''

त्याकाळी शिरडी केवळ चारशे घरं असलेलं अगदी लहानसं गाव होतं. त्यात बहुसंख्य वस्ती हिंदूंची होती. पण काही मुसलमानही होते. शिरडी हे गाव आजही कोपरगावच्या जवळ, दक्षिणेला रहाटा आणि उत्तरेला निमगाव या दोन्हीच्या मधोमध वसलेलं आहे व या सीमेपलीकडे बाबा आयुष्यभर कधीच गेले नाहीत. त्यांनी कधी रेल्वेत पाऊलही ठेवलं नाही, प्रवास करणं तर दूरच. शिरडी गाव अहमदनगर तालुक्यात आहे. त्याकाळी अहमदनगर तालुका हा बॉम्बे प्रेसिडेन्सीच्या हद्दीत होता. शिरडी इतकं लहान गावं होतं की जिल्ह्यातही ते फारसं प्रसिद्ध नव्हतं. शिरडी गाव म्हणजे तरी काय-तर मातीच्या चार झोपड्या, गल्ल्याबोळ, भोवताली हवीतशी वाढलेली बाभूळ, इतर काटेरी झाडंझुडपं आणि उरलेलं सगळं रान. गावात चुकून जर एखादा प्रवासी आलाच, तर त्यानं मुक्कामाला राहायचं कुठं हाही प्रश्नच होता. चांगली चार दुकानं सुद्धा नव्हती. काही लहानसहान वाणीसामानाची जी दुकानं होती, तेवढीच. एक लहानसं मराठी देऊळ सोडलं तर इतर मंदिरंसुद्धा नव्हती. त्याच देवळाला लागून मोडकळीला आलेली एक मशीद होती. त्याची पडझड होऊ लागली होती. गावकरी शांत आयुष्य जगत होते. शेतीकामात मग्न होते. त्यांच्या रोजच्या नीरस आयुष्यात उल्हास निर्माण करणारी एकमेव गोष्ट म्हणजे आठवड्याचा बाजार. त्याकाळी टांगा म्हणजे नवलाईची गोष्ट होती. त्यामुळे एखादा टांगा दृष्टीस पडला की लहानमोठी मंडळी त्याच्या भोवती गोळा होऊन कौतुकानं बघत राहायची.

१९३२ साली 'साईलीला' नियतकालिकात श्री. बाळकृष्ण विश्वनाथ यांचा एक लेख प्रसिद्ध झाला होता. या लेखात त्यांनी म्हटलं आहे - 'शिरडी' हे नाव 'शिलाधी' अथवा 'शैलाधी' नावाचे अपभ्रंशित रूप असावे. ते स्वत: १९१० साली जेव्हा शिरडीला गेले होते तेव्हा तिथे लहान व मोठी अशी मिळून सुमारे चारशे घरे असावी. शिवाय दोन सार्वजनिक विहिरी, मराठी सातवीपर्यंतची शाळा आणि मिशनची मराठी शाळा. याखेरीज दोन फळबागा, एक फुलबाग, नऊ देवळे, दोन मशिदी, एक धर्मशाळा, एक साखरकारखाना आणि एक पिठाची गिरणीसुद्धा होती. हिंदू व मुसलमान मिळून गावची लोकसंख्या २६०० होती. पण जेव्हा बाबांचं शिरडीत आगमन झालं तेव्हा मात्र तेथे केवळ ८०-९०च घरे होती. गावकऱ्यांसाठी काहीही सुविधा नव्हत्या. शिरडीपेक्षा जास्त महत्त्वाचं खेडं म्हणजे रहाटा. हे तीन मैल लांब होतं. अर्थात तेही फारसं महत्त्वाचं नव्हतंच. कुणाला विशेष माहितीही नव्हतं.

शिरडी गाव अत्यंत दरिद्री. गावातील लोकांना त्यातल्या त्यात समाधानाची बाब एवढीच होती, की सटीसामाशी एखादा साधू, एखादा फकीर शिरडीला भेट द्यायचा आणि गावकऱ्यांशी देवाधर्माचं बोलायचा. मुसलमानांची संख्या गावात मुळात कमी.

त्यात जे काही होते तेही अत्यंत दरिद्री. त्यातील बहुतांशी लोक कारागीर नाही तर मजूर होते. त्यांच्याकडे मालमत्ता अशी काहीही नव्हती. गावाचा मुखिया हिंदू होता. त्याला पाटील म्हणत. गावात पक्के रस्ते नाहीत, वीज नाही, पिण्याच्या पाण्यासाठी सुद्धा सर्वच लोकांना गावच्या सार्वजनिक विहिरीवर अवलंबून राहावं लागलं, अशी एकंदर परिस्थिती होती. गावात एक-दोन चावड्या होत्या. तिथेच गावची शाळा भरत असे. कधी कोणी पै-पाहुणा आला तर तोही तिथेच उतरायचा. गावाच्या बाहेर खंडोबाचं देऊळ होतं.

या अशा अत्यंत नीरस आणि अनाकर्षक वातावरणात आणि पराकोटीच्या दारिद्र्यात (अडाणी गावकऱ्यांच्या भाषेत 'वेड्या') फकिराने शिरडीत मुक्काम ठोकायचा आणि येथील लोकांची सेवा करायची असं ठरवलं. नरसिंहस्वामीजी म्हणतात : ''साईबाबाचं कुलशील आणि त्यांचं पूर्वायुष्य याविषयी अक्षरश: काहीही माहिती उपलब्ध नाही. बाबांच्या आयुष्यातील प्रत्येक कालखंडाभोवती गूढतेचं वलय आहे. बाबांनी सुद्धा ते तसंच राहू दिलं. गूढतेचं ते धुकं दूर करण्याची गरज त्यांना कधीही भासली नाही. अनेक वर्षांनंतर अखेर बाबांनी शिरडीच्या त्या भग्न मशिदीत मुक्काम ठोकला. हजारो भक्तगण रोज त्यांची पूजा करण्यासाठी येऊ लागले. एकदा एका माणसाला चोरीच्या आरोपाखाली अटक झाली. त्याने आपल्या जबानीत सांगितले 'बाबांनीच मला ही मालमत्ता (चोरीची) दिली आहे.' न्यायाधीशांनी बाबांना साक्षीसाठी न्यायालयात हजर राहण्याचा हुकूम दिला. पण न्यायालयाचे कागद बाबांनी मशिदीतील धुनीत फेकून दिले. आता या गोष्टीचे काय परिणाम होणार अशी भीती बाबांच्या भक्तांना वाटू लागली. बाबांचे भक्त न्यायाधीशांना जाऊन भेटले. अनेक लोक बाबांना देव मानून त्यांची पूजा करत असल्यामुळे बाबांवर समन्स बजावणे, त्यांच्या नावे वॉरंट काढणे कसे अनुचित व अनिष्ट ठरेल हे लोकांनी त्यांना समजावून सांगितले. तसेच बाबांची साक्ष घेणे तितकेच महत्त्वाचे असेल तर एखाद्या कमिशनरला बाबांची साक्ष घेण्यासाठी शिरडीला पाठवावे हे बरे. त्यानुसार कमिशनर शिरडीला आल्यावर खालील संभाषण घडले.

कमिशनर : तुमचं नाव काय?

बाबा : सगळे मला साईबाबा म्हणतात.

कमिशनर : तुमच्या वडिलांचं नाव?

बाबा : त्यांचंही साईबाबा.

कमिशनर : तुमच्या गुरूंचं नाव?

बाबा : वेंकुसा

कमिशनर : संप्रदाय किंवा धर्म?

बाबा : कबीर

कमिशनर : जात किंवा वंश?

बाबा : परवरदिगार (देव)

कमिशनर : वय?

बाबा : लाखो वर्षे.

कमिशनर : तुम्ही जे काही सांगणार आहात ते सत्यच सांगणार आहात अशी शपथ घ्याल?

बाबा : सत्य.

कमिशनर : तुम्ही आरोपीला ओळखता?

बाबा : हो. मी त्याला ओळखतो. मी प्रत्येकाला ओळखतो.

कमिशनर : तो माणूस म्हणतो, तो तुमचा भक्त आहे आणि तो तुमच्याबरोबर राहात असे. असं आहे का?

बाबा : हो, मी सर्वांबरोबर राहतो. सगळे माझेच आहेत.

कमिशनर : त्याने आरोप केल्यानुसार खरोखर तुम्ही त्याला ते जडजवाहिर दिलं आहे का?

बाबा : होय. मी दिलं आहे. कोण कोणाला काय देतो?

कमिशनर : जर ते जडजवाहिर तुम्ही त्याला दिलं असेल, तर मुळात ते तुमच्यापाशी आलं कुठून? कसं काय?

बाबा : सर्व काही माझं आहे.

कमिशनर : बाबा, हा चोरीचा गंभीर आरोप आहे. त्या माणसाच्या म्हणण्याप्रमाणे हे जडजवाहिर तुम्ही त्याला पोचवलं आहे.

बाबा : हे सगळं काय आहे? माझा या सगळ्याशी काय संबंध?

अशा रीतीने हे संभाषण इथेच संपलं. एव्हाना तो कमिशनर चांगलाच गडबडून गेला होता. काय करावं ते त्याला अजिबात सुचेना. पण पुढे तो त्या पेच प्रसंगातून आपोआप सुटला. कारण पुढं असं सिद्ध झालं की ज्या दिवशी ते जडजवाहिर बाबांकडून आपल्याला मिळालं असल्याचं त्याने सांगितलं होतं, त्या तारखेला तो शिरडीत नव्हताच. आणि बाबांनी तर शिरडी कधीच सोडली नव्हती. कमिशनरने ही सर्व वस्तुस्थिती बाबांपुढे मांडली. बाबांनी ती खरीच असल्याचे सांगितलं. बाबांना कोणीही एकाही कागदावर सही करायला अथवा शिक्का मारायला सांगितले नाही. खरं तर बाबांनी स्वत:चा सही शिक्का कधीही कुठेही उठवला नाही.

मग हे बाबा होते तरी कोण? याविषयी बाबांचा पट्टशिष्य म्हाळसापती याने नोंद करून ठेवली आहे. बाबांनी त्याला एकदा सांगितलं होतं. "मी पथरी येथील ब्राह्मण आहे. मी लहान असतानाच माझ्या आईवडिलांनी मला एका फकिराकडे सुपूर्द केलं

होतं. ज्ञानार्जनासाठी.'' पथरी हे पूर्वीच्या निजामाच्या राजवटीतील गाव होतं. बाबांनी आणखीही एका भक्ताला सांगितल्याची नोंद आहे : ''मी केवळ आठ वर्षांचा असताना माझ्या आईवडिलांना सोडून गंगेकाठी आलो (बाबा गोदावरी नदीचा उल्लेख नेहमी 'गंगा' असाच करीत.) नंतर मी शिरडीला आलो. हाच भक्त पुढे असंही म्हणतो : ''ज्या निंबाच्या झाडाखाली बाबा बसत, ते झाड गावाबाहेर होतं. गावाची एक जुनी भिंत होती. तिथे लोक कचरा फेकायचे. त्या भिंतीच्या जवळून एक सांडपाण्याचा नाला वाहायचा. आणि एक निवडुंगाचं बेटही वाढलं होतं. बाबा इथे राहात. त्यांची काळजी घेणारंही तिथे कोणी नव्हतं. गावकऱ्यांनी वर्ष दोन वर्ष बाबांची दखल सुद्धा घेतली नाही. ते आपलं पोट तरी कसं काय भरायचे याविषयी कोणालाही काहीही माहीत नव्हतं. पण बाबांनी मात्र आपल्या भक्ताची एकदा चांगलीच कानउघाडणी केली होती. त्यावरून असं दिसून येतं की आयुष्यातील एक तपाहून अधिक काळ बाबा नुसती कडुनिंबाची पाने खाऊन राहिले होते. बाबा त्या भक्ताला म्हणाले होते : ''काय? तुमच्याच्यां एकदोन दिवसांचा उपासही निघत नाही? मी स्वत: बारा वर्ष कडुनिंबाची पानं खाऊन राहिलो होतो.''

बाबा नक्कीच ब्राह्मण आई वडिलांच्या पोटी जन्माला आले होते ही गोष्ट निर्विवाद सिद्ध झालेली आहे. बाबांच्या आईवडिलांनी त्यांना अगदी बालपणीच एका मुसलमान फकिराच्या व त्याच्या पत्नीच्या ओटीत टाकलं होतं. (या दोघांची नावे गुप्त ठेवली आहेत) मात्र हे काय कारणाने ते काही सिद्ध झालं नाही. आणखीही एक गोष्ट बऱ्याच लोकांना माहीत आहे. तो फकीर थोड्याच दिवसांत वारला. आपल्या निधनापूर्वी काही काळ आधी त्याने ते मूल निजामाच्या राज्यातील सेलू येथील एका सामान्य म्होरक्याच्या ताब्यात दिलं. त्यांचं नाव गोपाळराव देशमुख. ते स्वत: ब्राह्मण असून त्यांना वेंकटेश असंही म्हणत. (बाबा त्यांना वेंकुसा म्हणत.) गोपाळराव हे तिरुमला येथील वेंकटाधिपतीचे भक्त होते. त्यांना काही सिद्धी प्राप्त झालेल्या होत्या. ते जेव्हा बाबांचे गुरू झाले तेव्हा बाबांनी अत्यंत भक्ती व श्रद्धापूर्वक त्यांची उपासना केली. बाबा अणि त्यांचे हे गुरू यांच्याबद्दल आपण पुढील एका प्रकरणात आणखी तपशीलवार पाहणार आहोत. बाबा सेलू येथे आपल्या गुरूंबरोबर राहात होते. त्यावेळचं एक चित्र दासगणूमहाराजांनी आपल्या एका पुस्तकात दिलं आहे. त्यांच्या म्हणण्याप्रमाणे, त्यांनी बाबांच्या तोंडून ऐकलेल्या काही विधानांच्या आधारे, तसेच सेलू गावातील लोकांनी सांगितलेल्या हकीकतीच्या आधारे हे वर्णन केले आहे. गावकऱ्यांच्या म्हणण्याप्रमाणे गावात एक साधूमहाराज राहात होते. त्यांनी एका फकिराच्या पोराला शिक्षण द्यायला सुरुवात केली. पण साधुमहाराजांच्या काही शिष्यांना मात्र आपल्या गुरूंचं हे वागणं रुचलं नाही. त्यांनी त्यांना ठार मारण्याचा प्रयत्न केला. एक दिवस बाबा आपल्या गुरुसमवेत बगीच्यात फिरत होते. तेव्हा

संतापलेल्या काही शिष्यांनी त्यांना दगड फेकून ठार मारण्याचा प्रयत्न केला. त्यातील एक दगड बाबांना लागणारच होता. पण त्यांच्या गुरूंनी योगसामर्थ्याने तो हवेत अधांतरी थांबवला. आता त्या दगडाला कुठेतरी आपटू देणं आवश्यक होतं. त्यांनी तो घाव स्वत:च्या मस्तकी घेतला. त्यांना मोठी जखम होऊन त्यातून भळाभळ रक्त वाहू लागलं. ज्यानं तो दगड मारला होता तो तर हा सर्व प्रकार पाहून भीतीनं गर्भगळीत झाला व त्याने प्राण सोडले. त्यावर गुरू म्हणाले - ''मी माझं सर्व योगसामर्थ्य माझ्या या तरुण शिष्याला (म्हणजेच बाबांना) बहाल केलं आहे. तेव्हा आता त्यानेच या माणसाला पुनर्जन्म द्यावा.'' बाबांना स्वत:लाच आपल्या अंगी असे काही सामर्थ्य आले आहे याची जाणीव नव्हती. त्यांनी फक्त तो गुंड माणूस जिवंत व्हावा एवढीच प्रार्थना केली आणि स्वत:च्या गुरूंचं नामस्मरण केलं. तत्काळ तो मृत झालेला माणूस उठून बसला आणि त्यांनी गुरूंच्या पायावर डोकं ठेवलं. बाबांनी ह्या माणसाला जिवंत केल्याच्या घटनेचा उल्लेख सापडतो. आणखीही एका प्रसंगी बाबांनी मृत व्यक्तीला जिवंत केल्याचा उल्लेख आहे. त्याचा सविस्तर विचार पुढील एका प्रकरणात केला जाईल.

या दरम्यान गुरूंनी आपल्या अंगरख्याचे कापड फाडून आपल्या मस्तकावरील जखमेला पट्टी बांधली. त्यानंतर ते बाबांना म्हणाले, ''तुझा निरोप घ्यायची वेळ जवळ आली आहे. उद्या दुपारी चार वाजता मी देह ठेवेन. पण तो ह्या जखमेच्या कारणाने नव्हे तर माझ्या योगसामर्थ्यामुळे. त्यामुळे आता मी माझं संपूर्ण आध्यात्मिक व्यक्तिमत्त्व तुझ्या स्वाधीन करतो, तुला अर्पण करतो.'' असं म्हणून त्यांनी बाबांना जवळच्या एका कपिलेचं दूध काढून आणण्यास पाठवलं. पण ती गाय वांझोटी होती. ती दूध देणार नाही, असं तिचा मालक म्हणाला. पण कसंतरी करून अखेर त्यानं ती गाय गुरूंच्या समोर आणली. आणि जमलेल्या सर्व लोकांना थक्क करून सोडणारी ती आश्चर्यजनक घटना घडली. जमलेल्या सर्वांच्या डोळ्यादेखत त्या गाईने भरपूर दूध दिलं. गुरुजींनी ते दूध बाबांना प्यायला लावलं. आणि त्यांना आशीर्वाद दिला. गुरुजींचं भाकीत खरं ठरलं. त्याच्या बरोबर दुसऱ्याच दिवशी त्यांनी देह ठेवला. यानंतर गुरुजींनी दिलेल्या आज्ञेनुसार बाबांनी सेलू सोडून शिरडीच्या दिशेने प्रयाण केले. ते त्यावेळी सुमारे १६ वर्षांचे असतील. त्यांची आपल्या गुरूवर अपार भक्ती होती. गुरूंचंही आपल्या या शिष्यावर अनन्यसाधारण प्रेम होतं. बाबा सदासर्वकाळ आपल्या गुरूंच्याच सान्निध्यात असायचे. शेतात, देवघरात, बागेत नाहीतर कचेरीत. बाबांनी औपचारिक शिक्षण घेतलंच नव्हतं. पूर्वी उल्लेख केला आहे त्याप्रमाणे बाबांचे गुरू अत्यंत धार्मिक प्रवृत्तीचे होते. त्यांची तिरुमला येथील वेंकटाचलपतीवर प्रगाढ श्रद्धा होती. ते रोज आपल्या किल्ल्यात त्याची पूजा करीत. ते विद्यार्थ्यांचे, ज्ञानार्जन करणाऱ्यांचे व साधुसंतांचे आश्रयदाते असल्यामुळे बाबा या त्यांच्या तरुण शिष्याला

खूप काही शिकायला मिळाले. ज्ञानसंपादन करण्याची मुबलक संधी मिळाली. बाबा आपल्या गुरूंचा उल्लेख नेहमी वेंकुसा असा करत. वेंकुसा हे वेंकटेशाचेच संक्षिप्त रूप आहे. वेंकटेश ही त्यांच्या गुरूंची इष्ट देवता होती.

सेलू सोडल्यानंतर बाबांनी रानावनामध्ये व डोंगरदऱ्यांमध्ये पुष्कळ भ्रमंती केली. गुरूंनी त्यांना पश्चिम दिशेकडे जाण्याची आज्ञा दिली होती. त्यानुसार ते शिरडीस आले. शिरडी हे गाव सेलूच्या बरोबर पश्चिमेला गोदावरी नदीच्या काठी वसले आहे. बाबा आपल्या मातापित्यांजवळ फारच कमी काळ राहिले. त्यामुळे त्या काळात त्यांची जी काही आध्यात्मिक प्रगती झाली असेल त्या विषयी काहीही सांगणं कठीण आहे. त्यानंतर ते आपल्या दत्तक मातापित्याजवळ म्हणजे फकीर व त्याच्या पत्नीजवळ चारपाच वर्षे राहिले. हा काळ त्यांच्या आयुष्यातील सर्वात परिणामकारक कालखंड असावा. अर्थात याही काळात नक्की काय घडलं यासंबंधी फारच थोडी माहिती उपलब्ध आहे. पण पुढील आयुष्यात जेव्हा जेव्हा आपल्या गुरूंचा अथवा देवाचा उल्लेख करण्याची वेळ येई तेव्हा तेव्हा बाबा त्याला उद्देशून फकीर हा शब्द वापरत यावरून त्यांच्या मनात आपल्या दत्तक पित्याविषयी किती आदरभाव होता हेच सिद्ध होतं. त्यांना बाबांनी गुरुस्थानी मानलं होतं. त्यांनी थोड्याच काळात शिरडी सोडली आणि त्यांच्या भ्रमंतीला सुरुवात झाली. मग मात्र वयाच्या विशीच्या सुमारास ते परत एकदा शिरडीला आले ते कायमचं वास्तव्य करण्यासाठी. मधल्या काळात त्यांनी काय केलं. कुठे राहिले याविषयी काहीही माहिती उपलब्ध नाही. मात्र अलीकडे उपलब्ध झालेल्या नोंदीनुसार या कालखंडात ते गुहेमध्ये राहिले, त्यांनी प्रायश्चित्त केले, मुसलमान संतांच्या चरणापाशी राहून ज्ञानार्जन केले असावे असे आढळते. मात्र यापैकी कोणतीच नोंद अधिकृत म्हणता येणार नाही, कारण ती पडताळून पाहता येण्यासारखी नाही.

दुसऱ्यांदा जेव्हा बाबा शिरडीला परत आले तेव्हा ते मुक्कामासाठी जागा शोधत होते. प्रथम ते खंडोबाच्या देवळात गेले. ती जागा त्यांना आवडली. तसेच राहण्यायोग्य वाटली. परंतु बाबांना एका गोष्टीची कल्पनाच नव्हती. गावचे लोक बाबांच्या वेशावरून त्यांना मुसलमान समजत होते. तीच गोष्ट खंडोबाच्या देवळाचे पुजारी म्हाळसापती यांची. त्यामुळेच बाबांविषयी त्यांना कितीही आदर असला तरी ते त्यांना खंडोबाच्या देवळात राहण्यासाठी जागा देणे शक्यच नव्हते. आणि घडलेही तसेच. बाबा मुसलमान असल्याने त्यांना देवळात राहू देणे शक्य नाही असे म्हाळसापतींनी सांगितले. त्यापेक्षा बाबांनी जवळच्या भग्न मशिदीत मुक्काम ठोकावा अशी त्यांनी सूचना केली. मशीद मोडकळीला आलेली असल्याकारणाने ती वापरात नव्हती. या प्रसंगी बाबा म्हाळसापतींशी जे काही बोलले ते राधाकृष्णांनी उद्धृत केले आहे. बाबा म्हणाले : हिंदू किंवा मुस्लिम, दोन्ही समाजातील लोकांचा विश्वकर्मा

देव हा एकच आहे. फरक आहे तो फक्त शब्दांचा. या शब्दांना साधकांनी वृथा महत्त्व देऊ नये. प्रत्येकाने आपापल्या जमातीला व त्या जमातीच्या रीतीरिवाजांना जरूर चिकटून राहिले पाहिजे. त्यांच्याकडे दुर्लक्ष करणे बरे नाही. मात्र सर्व गोष्टींच्या ठायी एकच देव- एकच सच्चिदानंद पाहावा. मुसलमान ज्याला अल्लाइलाही म्हणतात, तोच हिंदूंचा शेषशायी आहे. तुमचा खंडोबाही तोच आहे. खंडोबाला जाऊन विचारा पाहू, तो स्वत: जातीनं वाणी होता. तरी त्यानं धनगराची पोर बानू हिच्याशी कसा काय विवाह केला? यावरून आपण सुद्धा एक निष्कर्ष काढला पाहिजे. समंजस लोक जातीपातींचे भेद मानत नाहीत. त्यांना महत्त्व देत नाहीत. देवळंही असतात. मशिदीही असतात. सज्जन लोक दोन्हीचीही हेळसांड करत नाहीत. मी तुमच्या निर्णयाचा मान राखीन आणि दुरूनच देवाचं दर्शन घेईन. तुमच्या पुराणात चोखा महाराची कथा आहे. पंढरीनाथाला त्याच्या स्वत:च्या पुजाऱ्यापेक्षा हा महार शतपटीनं जवळचा वाटला, तो का? कारण ज्याचं मन शुद्ध, हृदय शुद्ध, तोच शुद्ध. मग तो कुणीही असो.''

यानंतर काही थोडेच दिवस गेले आणि म्हाळसापतींनी बाबांना देवळात येण्याचं निमंत्रण दिलं. इतकंच नव्हे तर बाबांच्या आगमनाने तो संपूर्ण परिसर पुनित झाला असल्याचंही घोषित केलं.

म्हाळसापतींशी झालेल्या संभाषणानंतर बाबा पुन्हा एकदा त्या जुन्या निंबाच्या झाडाखाली येऊन बसले. तेच आता त्यांचं विश्रांतीचं ठिकाण झालं. बाबांनी स्वत:च्या पोटापाण्याची काहीच व्यवस्था केली नव्हती. पण आधीच्या प्रकरणात उल्लेख केल्याप्रमाणे बायजी बाईंनं त्यांच्या पोटाची व्यवस्था केली. गावचे मुखिया गणपतीराव पाटील कोठे यांची ती धर्मपत्नी. या जोडप्यानं बाबांना खाऊ घालण्याची जबाबदारी उचलली. निंबाच्या झाडाखाली बसलेल्या बाबांचं वर्णन करताना श्री.जी. एस. दीक्षित म्हणतात. अंगावर फाटक्या चिंध्या नेसून ते तिथे बसत. वरकरणी जरी हा माणूस वेडा दिसत असला तरी त्यांनी आपल्या अंतर्यामी या संपूर्ण विश्वाची जाणीव सामावून घेतली होती. कधीकधी ते ओढ्याच्या काठी बसत, कधी शेतात नाहीतर राहिलेल्या वेळी निंबाच्या झाडाखाली. कधी तरी ते अचानक प्रक्षुब्ध झाल्यासारखे दिसत. आणि त्यावेळचं त्यांचं वर्तन पाहून सर्वसामान्य माणसाला हा वेडा आहे असं वाटणं स्वाभाविक आहे.

लवकरच बाबा त्या भग्न मशिदीत राहायला गेले. तिथे त्यांनी व्यवस्थित मुक्काम ठोकला. याच ठिकाणाला पुढे बाबांनी 'द्वारकामाई' असे नाव दिले. आयुष्याच्या अखेरच्या क्षणापर्यंत बाबा या द्वारकामाईतच राहिले. तिथेच एक खड्डा खणून त्यांनी अग्निहोत्र सुरू केले. त्याला ते धुनी म्हणत असत. ही धुनी बाबा अहोरात्र पेटती ठेवत. आजही शिरडीत ही धुनी जळत असते. बाबा रोज या धुनीजवळ बसून आपल्या

भक्तांच्या गाठीभेटी घेत. गावची सामायिक जमीन त्यांनी नांगरून तिची व्यवस्थित मशागत केली व तिथे सुंदर फुलबाग फुलवली. या बागेचं नाव पडलं - लेंडी. बाबा रोज खांद्यावरून घागरी भरून नेऊन या बागेला पाणी घालत. उगवलेली फुलं ते हिंदूंच्या देवळात आणि मुसलमानांच्या मशिदीत नेऊन वाटत.

सुरुवातीच्या काळात बाबांना कला व संगीताविषयी आस्था होती. अनेकदा रात्रीच्या वेळी ते मुसलमानांसाठी बांधलेल्या यात्रीनिवासात जात व पायात चाळ बांधून गाणी म्हणत नाचत. ही गाणी म्हणजे कबिराचे दोहे असत. किंवा कधीतरी बाबांच्या तोंडी अरबी किंवा पर्शियन भाषेतील गाणीसुद्धा असायची. मात्र ही गाणी गावकऱ्यांना समजत नसत.

बाबा मशिदीत मुक्कामाला आले आणि एक दिवस अशी काही घटना घडली की त्या दिवसानंतर गावकऱ्यांचा बाबांकडे बघण्याचा दृष्टिकोन आमूलाग्र बदलून गेला. संशयाची व उपहासाची संपूर्ण शरणागती, समर्पणाची भावना आणि श्रद्धा यांनी घेतली. बाबा नित्यनेमानं मशिदीत रोज संध्याकाळी पणत्या लावत. त्यात घालण्यासाठी जे तेल लागे, ते बाबा आजूबाजूच्या किरकोळ विक्रेत्यांकडून मागून आणत असत. त्या विक्रेत्यांचीही भावना, बाबा म्हणजे एक वेडा फकीर आहे, अशीच होती. एकदा या वेड्या फकिराची चांगली फिरकी घ्यायची आणि मजा बघायची असं त्यांनी ठरवलं. बाबा संध्याकाळी तेल मागायला गेल्यावर सर्वांकडून त्यांना एकच उत्तर मिळालं- तेल संपलं. त्यावर जराही विचलित न होता, क्षुब्ध झाल्याचं पुसटसं चिन्हही चेहऱ्यावर न दाखवता बाबा मशिदीत परत गेले. तिथे आपल्या पत्र्याच्या डब्याला तळाशी थोडंसं तेल चिकटलं होतं, त्यात थोडं पाणी ओतून त्यांनी ते एका काडीनं जरासं ढवळलं व पिऊन टाकलं. नंतर त्यांनी त्या सर्व पणत्यांमधे पाणी घातलं व वाती पेटवल्या. आणि मोठाच चमत्कार घडला. सर्व वाती तेजानं उजळून निघाल्या व रात्रभर तेवत राहिल्या.

बाबा मशिदीत परत गेल्यावर दिव्यांचं काय करतात ते उत्सुकतेने बघण्यासाठी त्यांच्या मागोमाग गेलेले विक्रेते आणि तेली आश्चर्याने थक्क झाले. त्यांनी बाबांच्या पायावर डोकं ठेवलं. आपल्या टवाळखोरीबद्दल बाबांची क्षमा मागितली. बाबांनी त्यांना तत्काळ क्षमा केली व परत कधी खोटं बोलू नका असं बजावलं. असत्य कथनामुळे देव नाराज होतो असंही ते म्हणाले. ते म्हणाले : ''तुमचं वागणं समाजविघातक आणि दुष्टपणाचं होतं. मशिदीत पणत्या लावण्यामागचा हेतू एवढाच होता की, संध्याकाळच्या वेळी मशिदीत येणाऱ्या वाटसरूंना प्रकाश मिळावा. मशिदीत जर अंधार झाला तर त्यांची किती गैरसोय होईल. आपण कधीही दुसऱ्याच्या दुःखात आनंद मानू नये, असंही त्यांनी त्या लोकांना सांगितलं.''

तेलाच्या त्या चमत्काराने शिरडीच्या गावकऱ्यांचे डोळे उघडले. आपण ज्या

माणसाला वेडा फकीर समजत होतो तो महात्मा आहे, देवमाणूस आहे, त्याची आपण श्रद्धेनं पूजा करायला हवी, त्याची खिल्ली उडवता कामा नये, असं त्यांच्या मनात आलं. बाबांच्या दर्शनासाठी मशिदीकडे धाव घेण्यासाठी जणू काही लोकांना हा इषाराच होता. लोकांची बाबांच्या दर्शनासाठी खेचाखेच सुरू झाली. त्यांनी बाबांना फळे, फुले वाहिली. कर्पूर आरती केली. काही लोकांनी त्यांच्या मस्तकावर अक्षता वाहिल्या, तर काहींनी त्यांना चंदनाची उटी लावली. हळूहळू ते सर्व नित्याचंच झालं. बाबांच्या प्रतिकाराला ते जुमानेनात. अशा प्रकारे कोण, कुठून आलेला हा फकीर शिरडीचा देव किंवा देवमाणूस झाला.

पण अशा प्रकारच्या पूजाअर्चा मशिदीत कशा चालणार? मग स्थानिक लोकांनी या प्रकारावर बंदी आणली. आक्षेप घेतला व बाबा हे सगळं कसं काय चालवून घेतात असाही त्यांना प्रश्न केला. त्यावर बाबांचं उत्तर होतं- ''परिस्थितीपुढे मान तुकवावी लागते.'' हिंदूंना जर अशा प्रकारे पूजा करून आनंद मिळत असेल तर तो त्यांना का नाही मिळू द्यायचा, असंही त्यांनी विचारलं. ते म्हणाले, जर एखाद्या मशिदीत येऊन पूजाअर्चा केली तर त्यानं इस्लाम धर्माचं काय नुकसान होणार आहे? नुकसान व्हायचंच असेल तर हिंदू धर्माचं होईल. इथे एक गोष्ट ध्यानात घेतली पाहिजे. बाबा मुसलमान आहेत असं जवळजवळ प्रत्येकालाच वाटत असे. आणि बाबांनी तर आपण हिंदू आहोत की मुसलमान हा खुलासा कधीच केला नाही. एक काळ तर असा आला, की बाबांना लोक 'मुसलमान विष्णू' म्हणू लागले. एक तरुण वेदोपनिषदांचा अभ्यास करत होता. तो बाबांकडे एक तक्रार घेऊन आला. त्याच्या गुरूंनी बाबांवर टीकेची झोड उठवली होती. 'बाबा देव वगैरे काही नाहीत', असं ते म्हणत. हे सर्व ऐकून बाबा फक्त इतकंच म्हणाले, ''मग त्यात बिघडलं कुठं? मी केवळ एक फकीर आहे. मी देव नाही. देवाची बरोबरी कोण करणार?''

शिरडीच्या लोकांमध्ये हा जो बदल घडून आला, त्याचं वर्णन एका भक्तानं केलं आहे : जेवताना, खाताना आणि घरामागच्या अंगणात काम करताना, शेतात आणि घराघरात लोक साईबाबांचं नामस्मरण करू लागले. त्यांची स्तुतिस्तोत्रं गाऊ लागले. 'साई' सोडून दुसरा कोणताही देव त्यांना आठवेना. साईबाबांच्या भक्तिरसाने चिंब भिजून गरीब खेडवळ स्त्रिया आपल्या रांगड्या भाषेत साईबांबावर रचलेल्या ओव्या गाऊ लागल्या.

अनेक मुसलमानांना मात्र वाटे, बाबांनी आपल्या मार्गानं चालावं. मग ते बाबांसमोर गाऱ्हाणं गायचे. बाबांचं वागणं, बोलणं, कृती, सारं काही इस्लामविरोधी आहे अशी त्यांची तक्रार असे. एकदा त्यांच्यातील काही लोकांनी इच्छा प्रकट केली- बाबांनी प्रार्थनेसाठी बाहेर यावं. त्यावर आधी बाबा म्हणाले, ''चला, जाऊ या.'' पण प्रत्यक्ष जाण्याची वेळ आल्यावर मात्र बाबांनी नकार दिला. परत एकदा असंच त्या लोकांनी मशिदीत येऊन बाबांच्या खूप विनवण्या केल्या. पण तरीही बाबा गेलेच

नाहीत. मोहरमचा दिवस उजाडला. काही मुसलमानांना मशिदीत एक ताजिया आणण्याची इच्छा होती. त्यांनी बाबांपाशी तशी परवागनी मागितली. बाबांनी होकार दिला व काही दिवस तो ताजिया मशिदीत ठेवूनही घेतला. पण नंतर मात्र एक दिवस तो बाहेर ओढत आणून धुनीवर ठेवला आणि म्हणाले - ''मला मशिदीत प्रेत नको आहे.'' एका कर्मठ मुसलमानाने मशिदीतील पवित्र जागा सजवण्यासाठी सेरा (पुष्पगुच्छ) आणला. तो ठेवण्यासाठी त्याने बाबांची परवानगी मागितली. त्यावर बाबा म्हणाले : ''तो घे, आणि हनुमानाला वाहून ये.'' परंतु आपण मुसलमान असल्याने हिंदूंच्या देवाला फुले वाहू शकत नाही असे त्याने सांगताच बाबा एकदम संतप्त झाले. त्या मुसलमानाला तो सेरा परत न्यावा लागला.

एक दिवस म्हाळसापती बाबांची पूजा करू लागला. त्याने बाबांच्या अंगाला पूजाविधीचा भाग म्हणून चंदनाचा लेप लावला. ते पाहताच काही मुसलमानांनी या गोष्टीला विरोध केला. काठ्या उगारून ते म्हाळसापतीला मारायला अंगावर धावून आले. म्हाळसापती घाबरून मशिदीबाहेर पळाला. पण बाबांनी त्यांना परत बोलावून घेतले आणि ते म्हणाले : ''बघू तुला कोण अडवतं ते. तू मला चंदनाची उटी लाव बरं.'' शेवटी मुसलमानांना माघार घ्यावी लागली.

जवळपासच्या खेड्यांमधून हजारोंच्या संख्येने बाबांचे भक्तगण त्यांच्या भेटीसाठी शिरडीला येत. तसेच ते दूरवरूनही येत. असेच बाबांचे एक भक्त होते. ते बाबांच्या दर्शनासाठी वारंवार मशिदीत येत असत. त्यांचं नाव होतं माधवराव बळवंत देशपांडे. पुढे त्यांचं नाव 'शामा' असं प्रचलित झालं. मशिदीला लागून एक शाळा होती. त्या शाळेत ते शिक्षक होते. त्यामुळे शेजारच्या मशिदीत रोज काय काय घडतं, ते त्यांना अगदी जवळून पाहायला मिळत असे. बाबांचं काही परक्या व्यक्तींशी विविध भाषांमध्ये संभाषण चालू असे. त्यात कधीकधी इंग्रजी भाषेचाही समावेश असे. लवकरच हे देशपांडे ऊर्फ शामा बाबांचे अगदी निकटचे अनुयायी झाले. बाबांची चिलीम तयार करून देणं आणि त्यांच्या दैनंदिन गरजेची इतर कामे करणं, या गोष्टी ते करू लागले. लवकरच त्यांचा आणि बाबांचा इतका स्नेह जडला की त्यांनी आपल्या नोकरीचा राजीनामा देऊन स्वतःला पूर्ण वेळ बाबांच्या सेवेला वाहून घेतलं. येणाऱ्या भक्तमंडळींचा ओघ सुनियंत्रित करण्याचं काम त्यांचं होतं. बाबांची कृपादृष्टी आपल्यावर व्हावी अशा इच्छेने काही लोक तेथे येत. अशांना मार्गदर्शनही तेच करत. एका भक्ताने एकदा असं मत व्यक्त केलेलं आढळतं. संपूर्ण शिरडी गावाची बाबांवर नितांत श्रद्धा होती. हे जरी खरं असलं, तरी ज्यांना बाबांचे निकटवर्ती म्हणता येईल असे लोक फारच थोडे होते. बाबांचा एकंदर दृष्टिकोन अत्यंत शांत व प्रसन्न होता. पण त्याचबरोबर त्यांचा स्वभाव मात्र कडक आणि करारी होता. त्याचमुळे बाबांना नको ती जवळीक करण्याची कोणाची हिम्मत होत नसे.

दरम्यानच्या काळात बाबांच्या उपासकांची संख्या प्रचंड प्रमाणात वाढली. सुरुवातीला या उपासनेचं स्वरूप वैयक्तिक स्वरूपाचं होतं. प्रत्येक भक्त स्वतंत्रपणे बाबांच्या दर्शनाला जाई, त्यांच्या पायाशी फुले वाहून त्यांना आदराने साष्टांग दंडवत घाली. बाबांना ही गोष्ट रुचत नसे. ते म्हणत: ''माझी अशी पूजा करण्यापेक्षा घरी जाऊन आपल्या घरच्या देवांची पूजा करा.'' यावर ते भक्त उत्तर देत : ''बाबा, तुम्ही आमचा चालता बोलता देव आहात. शेवटी बाबांनी त्यांच्या या पूजाविधीला मान्यता दिली. इतकंच नव्हे तर या पद्धतीचा पुरस्कार सुद्धा केला. या पूजेचा देशातील लक्षावधी लोकांना वैयक्तिक पातळीवर लाभ होत होता. तसेच राष्ट्रीय पातळीवर धर्म आणि मानवतेच्या बाबतीतही हा लाभ होत होता व हे बाबांनी आधीच जाणलं होतं. हळूहळू वैयक्तिक उपासनेचं रूपांतर सामुदायिक उपासनेत झाले. कालांतराने या सर्व पूजाविधींचं स्वरूप प्राप्त झालं. पूजेचे षोडषोपचार, त्या जोडीला संगीत, पालखीतून मिरवणुका, सोबत खूप मोठा लवाजमा आणि ही सर्व कर्मकांडं यथासांग पार पाडण्यासाठी एक पुरोहित. हा सर्व प्रकार १९०८चे सुमारास सुरू झाला. याविषयी एका भक्ताने एक आठवण सांगितली आहे. मुळात हिंदू धर्माच्या चालीरीतींना अनुसरून बाबांची पूजा करण्याच्या या प्रथेला सुरुवात झाली ती एक लहान मुलाच्या छोट्याशा कृतीने. ज्या भक्त स्त्रीने ही आठवण सांगितली ती म्हणते : माझा भाऊ बाबूराव, हा त्यावेळी चार वर्षांचा होता. तो रोज सकाळी उठून बाबांना भेटायला मशिदीत जात असे. तिथे तो त्यांच्या मस्तकी एक फूल वाहून त्यांची पूजा करत असे. आजवर दुसऱ्या कोणाही भक्ताकडून बाबांनी अशी स्वतःची पूजा करून घेतली नव्हती. हा मुलगा तेवढा अपवाद होता. त्यामुळे नंतर लोकांनी बाबांची जी पूजा सुरू केली त्याची सुरुवात या मुलाच्या पूजेमुळेच झाली असं म्हणता येईल. ती स्त्री म्हणाली : ''मंदिरात लोक देवाची पूजा कशी करतात ते माझ्या लहान भावाने पाहिले होते व बाबांची अगदी तशीच पूजा करून तो त्यांना मान देत होता.'' भक्तांच्या इच्छेला मान देऊन बाबांनी मशिदीबाहेरील प्रांगणात सुमारे तीन फूट उंचीचं तुळशीवृंदावन बांधून घेतलं होतं. बाबांचे एक भक्त के.जी. भीष्मा यांनी पंढरपूरच्या पूजाविधीचा नीट अभ्यास केला व त्या आधारे शिरडीतील सर्व धार्मिक सोपस्कार सुरू केले. शिरडीला पूजेच्या वेळी म्हणण्यासाठी त्यांनी खास आरत्या सुद्धा रचल्या. त्या आरत्या बाबांनी नानासाहेब चांदोरकर यांच्याकडून तपासून घेतल्या. सामुदायिक पूजेला अशा रीतीने व्यवस्थित सुरुवात झाली. आता त्यासाठी मुख्य पुजाऱ्याची नेमणूक करणं ओघानंच आलं. मग यासाठी मेघा नावाच्या पुजाऱ्याची नेमणूक करण्यात आली. त्या संदर्भात असं सांगतात, की बाबा मुसलमान आहेत अशा समजुतीने सुरुवातीला या मेघाने पुजाऱ्याचे काम करण्यास नकार दिला होता.

मग कुणीतरी मेघाचं मन वळवलं आणि त्याला बाबांच्या भेटीसाठी शिरडीला

पाठवलं. तो जेव्हा त्यांच्या समोर गेला तेव्हा ते जोरात ओरडले : ''या मूर्खाला कशाला माझ्याकडे पाठवलं?'' त्यानंतर मेघा आपल्या घरी, आपल्या गावी परत गेला. तिथे गेल्यावर तो आजारी पडला. आपण सुरुवातीला बाबांची पूजा करण्यास नकार दिल्यामुळेच हे घडलं आहे असं त्याच्या मनानं घेतलं. तो परत शिरडीला गेला. त्यानं बाबांच्या पायावर डोकं ठेवलं आणि त्यांचा नि:स्सीम भक्त बनला.

सामुदायिक प्रार्थना तर सुरू झाली. आता त्यात आणखी रंग भरून ती अधिक आकर्षक करावी अशा विचारानं राधाकृष्ण आई पुढे आली. तरुण वयात वैधव्य प्राप्त झालेली ही स्त्री. हिनं आपलं आयुष्य बाबांच्या सेवेसाठी वाहिलं होतं. (या राधाकृष्ण आईविषयी नंतरच्या एका प्रकरणात विस्तारानं माहिती दिली आहे) हिने सर्व भक्तांना संघटित केले, त्यांची व्यवस्थित गटवार रचना केली. बाबांचं रूप व त्यांच्या राहण्याचा परिसर एखाद्या राजामहाराजांच्या थाटामाटात शोभेल असा असायला हवा. बाबांच्या नुसत्या बाह्यरूपाच्या दर्शनातूनच लोकांना देवाचा साक्षात्कार घडला पाहिजे अशा तिचा आग्रह होता. महाराजांच्या दरबारातील शाही थाटमाट आता येथे सुरू झाला. देवालयात जे जे धार्मिक सोपस्कार देवासाठी करण्यात येतात, ते आता येथे बाबांसाठी करण्यात येऊ लागले. चांदीची छत्र चामरे, चवऱ्या, दंड, चांदीचा रथ, चांदीच्या झिरमिळ्यांनी मढवलेली पालखी, एक घोडा व इतर सर्व शाही लवाजमा आणण्यात आला. दरबार म्हटला की करमणुकीचे कार्यक्रम आलेच. कसरती करणारे डोंबारी, कुस्तीवीर, नाचगाणे करणाऱ्या नृत्यांगना, सभेत हजेरी लावणारे विद्वान पंडित, कवी असे कलावंत बाबांच्या दरबारात हजेरी लावू लागले. त्यांना रोख बक्षिसे अथवा वस्तुरूप बिदागी देण्याचा प्रश्न उपस्थित झाला. पण बाबांनी तो सोडवला.

१९०९ सालापासून १९१८ सालापर्यंत अशी स्थित्यंतरे घडत अखेर शिरडीला एखाद्या वैभवसंपन्न दरबाराचे स्वरूप प्राप्त झाले. खुद्द बाबांना वैभवाचं हे असं प्रदर्शन आणि हा देखावा आवडत नसे. त्यांनी पालखीत किंवा रथात बसण्यास नकार दिला. मग या दोन वस्तूही प्रदर्शनात मांडण्यात आल्या. बाबा अजूनही अनवाणी पायांनीच चावडीवर जाणं पसंत करीत. एक दिवसाआड मशिदीपासून निघून मिरवणुकीने चावडीवर रात्रीच्या मुक्कामासाठी जाण्याचा बाबांचा प्रघात होता. बाबांच्या भक्तांनी त्यांच्यासाठी खास चांदीचा मुकुट करून आणला होता. पण ते तो मुकुट धारण करत नसत. शाही पोषाखही बाबांनी कधीच परिधान केला नाही. बाबांना आपण राजेमहाराजांच्या रूपात बघावं, अशी त्यांच्या अनेक भक्तांची इच्छा होती. पण त्यांना मात्र बाबांनी निराश केलं. एकदा पालखीला झिरमिळ्यांच्या स्वरूपात लटकत असणाऱ्या चांदीच्या घोड्यांच्या प्रतिकृती चोरीला गेल्या. त्यावर बाबा म्हणाले : ''सगळी पालखीच का नाही गेली चोरीला?'' हा सर्वच्या सर्व लवाजमा रामकृष्णी आई नावाच्या भक्त

स्त्रीच्या ताब्यात ठेवलेला असायचा. तिच्या मृत्यूनंतर एका संस्थेनं त्याचा ताबा घेतला.

शिरडीतील रांगड्या, गावंढळ गावकऱ्यांनी अशा प्रकारे मशिदीत बाबांची जी उपासना चालवली होती, ती पाहून गावातील सनातनी कर्मठ हिंदू संतप्त झाले. त्यांच्या मते बाबा मुसलमान होते व एका मुसलमानाची हिंदू लोक मशिदीत हिंदू पद्धतीने पूजा करत असल्याचे पाहून त्यांचा राग अनावर झाला. त्यांना त्या सर्व प्रकाराचा तिटकारा आला. शिरडीच्या अगदी जवळचे रेल्वे स्टेशन म्हणजे कोपरगाव. कोपरगावच्या रेल्वे कर्मचाऱ्यांचाही या क्षुब्ध झालेल्या कर्मठ हिंदूंमध्ये समावेश होता. त्यांनी शिरडीला बाबांच्या दर्शनासाठी निघालेल्या यात्रेकरूंना तेथे जाण्यावाचून परावृत्त करण्याचे सत्र आरंभले. बाबा हा एक अनीतिमान आणि धोकादायक माणूस आहे असे ते लोकांना सांगू लागले. बाबांच्या खऱ्याखुऱ्या जीवनकार्याची जनतेला कुणीच माहिती करून दिली नाही. त्याचमुळे त्यांच्याविरुद्ध चाललेल्या या अपप्रचाराला पुष्टी मिळत गेली. पण जर बाबांच्या जीवनकार्याची योग्य माहिती त्यावेळी उपलब्ध झाली असती तर सनातन्यांनी ज्या भीतीचं व संशयाचं वातावरण निर्माण करण्याचा डाव आरंभला होता, तो वेळीच उधळून लावता आला असता.

शिरडीला एकूण दोन वार्षिक उत्सव होत असत. एक म्हणजे श्रीरामनवमीचा सोहळा. दुसरी मुसलमानांची अर्स यात्रा. बरेच वेळा हे दोन्ही उत्सव एकाच वेळी साजरे करण्याची वेळ येत असे. व तसे जोडीने ते आले, की दोन्ही समाज अत्यंत सलोख्याच्या, मैत्रीपूर्ण वातावरणात ते उत्सव साजरे करत असत. प्रथम हिंदू भक्त बाबांची पूजा करण्यासाठी मशिदीत येत व नंतर मुसलमान येत. श्रीरामनवमीच्या सोहळ्यासाठी मशिदीत पाच हजारांचे वर भक्तगण जमा होत. गावात दोन विहिरी होत्या. त्यातील एक ठणठणीत कोरडी होती तर दुसरीचं पाणी मचूळ व खारट होतं. आता बाबांनीच यावर काहीतरी तोडगा काढून भक्तांची अडचण दूर करावी असं त्यांना लोकांनी सांगितलं. त्यावर बाबांनी मचूळ पाण्याच्या विहिरीत काही फुलं फेकली. ते पाणी गोड झालं.

बाबांची यथासांग पूजा आणि आरती सर्वात प्रथम पंढरपूर येथील सब जज्ज श्री. लक्ष्मण कृष्णाजी तथा तात्यासाहेब नूलकर यांनी केली. आधी त्यांनी चांदोरकरांच्या तोंडून बाबांविषयी बरंच ऐकलं होतं. त्यामुळे ते उत्सुकतेने बाबांना भेटण्यासाठी मुद्दाम शिरडीला गेले. जाताना त्यांनी बाबांना भेटीदाखल संत्री नेली होती. पण बाबा त्यांना मुळीच भेटेनात. त्यांनी केवळ भेटीसच नकार दिला असं नव्हे तर ते नूलकरांवर संतापले सुद्धा. पण त्यांच्या मनात बाबांच्या देवत्वाविषयी गाढ श्रद्धा होती. त्यामुळे त्यांनी बराच काळ शिरडीतच वास्तव्य केले. असंच एक दिवस त्यांनी तुपाची निरांजने पेटवून बाबांना ओवाळले व त्यांची आरती करण्यास सुरुवात केली. सेवानिवृत्ती झाल्यानंतर ते शिरडीत कायमच्या वास्तव्यासाठी आले. त्यांनी अखेरच्या क्षणापर्यंत बाबांची सेवा केली. त्यांच्या मृत्यूनंतर बाबा म्हणाले : "आता तात्या गेले. ते काही

परत जन्म घेणार नाहीत.'' पूर्वी उल्लेख केलाच आहे त्याप्रमाणे सुरुवातीला बाबांची पूजाअर्चा नक्की कशा रीतीने करायची याच्या काही प्रथा, पद्धती अस्तित्वात आल्या नव्हत्या. तोपर्यंत कोणी बाबांच्या आरत्यासुद्धा रचल्या नव्हत्या. पुढे मात्र पंढरपूरच्या विठोबाचे भक्त आणि सुप्रसिद्ध कीर्तनकार श्री. कृष्णराव भीष्म शिरडीला आले. त्यांनी बाबांच्या आरत्या रचल्या. दासगणूमहाराज व उपासनीबाबांनी सुद्धा बाबांवर काही भजने रचली होती. तीही आरत्यांबरोबर रोज म्हणता येऊ लागली. मुंबईचे एक सरकारी अधिकारी होते. त्यांचं नाव बापूसाहेब जोग. मेघाच्या मृत्यूनंतर बाबांची आरती करण्याची जबाबदारी त्यांनी आपण होऊन स्वीकारली. १९०९ साली सेवानिवृत्त झाल्यावर ते आपल्या पत्नीसमवेत शिरडीला येऊन स्थायिक झाले.

शिरडीला आठवड्याला जो बाजार भरायचा त्या संदर्भात बाबांचा एक गमतीदार किस्सा आहे. हा बाजार दर रविवारी भरायचा. जवळच्या खेड्यामधून अनेक लोक बाजाराला येत. मोकळ्या पटांगणात तात्पुरते ठेले उभारले जात. तऱ्हेतऱ्हेच्या वस्तूंचं प्रदर्शन मांडलं जाई. त्यांची विक्री होई. त्या दिवशी मशिदीत सुद्धा पुष्कळ भक्तगण जमत. अक्षरशः उभं राहायला जागा नसे. असाच बाजाराचा दिवस होता. दाभोळकर ऊर्फ हेमाडपंत बाबांचे पाय चेपत बसले होते. ते ईश्वराचं नामस्मरणही करत होते. शामा, दीक्षित आणि इतर काही लोकसुद्धा तेथे होते. शामा हेमाडपंतांना म्हणाले : ''तुमच्या कोटाला फुटाणे चिकटले आहेत.'' त्यांनी कोटाला हात लावताच काही फुटाणे खाली पडले. हा काय प्रकार आहे ते हेमांडपंतांना कळेना म्हणून त्यांनी आपला हात सरळ करून पाहिला. आश्चर्य म्हणजे आणखी काही फुटाणे घरंगळत खाली पडले. जवळ बसलेल्या मंडळींनी ते उचलले. हे फुटाणे हेमांडपंतांच्या कोटात कसे काय गेले असतील? सर्वजण बुचकळ्यात पडले होते. एवढ्यात बाबा म्हणाले: ''ह्याला एकट्यानं खायची सवय लागली आहे. आज बाजाराचा दिवस आहे आणि हा फुटाणे चघळत इकडे आला आहे. मला त्याची ही सवय पुरती ठाऊक आहे. आणि आता हे फुटाणे म्हणजे तर या गोष्टीचा पुरावाच आहे. त्यात आश्चर्य ते काय?'' पण मुळात हेमाडपंत जर बाजारात गेलेच नव्हते तर ते फुटाणे विकत घेणार कसे आणि खाणार तरी कसे? बाबा जे काही चमत्कार घडवून आणीत त्यांना कधी कधी अशी विनोदाची झालर असे.

आपण पाहिलं त्याप्रमाणे सुरुवातीच्या काळात लोक बाबांना एक सर्वसामान्य मर्त्य माणूस समजत, मशिदीत राहून भिक्षा मानणारा एक फकीर. पण देवदास आणि इतर काही संन्याशांना मात्र एका गोष्टीची खात्री पटलेली होती. बाबा असामान्य गुण अंगी असणारे संत होते. आणखी एक संन्यासी होते. त्यांचं नाव गंगागीर बुवा. त्यांच्या मते तर बाबा एखाद्या अनमोल हिऱ्यासारखे होते. बाबांच्या ठायी भविष्यात डोकावून पाहणारी दिव्यदृष्टी, दिव्य अशी श्रवणशक्ती, अंतर्ज्ञान, भूत, वर्तमान आणि भविष्याचे

ज्ञान अशा अनेक अद्भुत शक्ती आहेत हे लोकांच्या कालांतराने लक्षात आलं. मग त्यापासून आपल्याला फायदा व्हावा या ओढीने अनेक लोक बाबांकडे येऊ लागले.

त्या शतकाच्या पहिल्या दशकात बाबांची नामकीर्ती पसरली ती प्रामुख्याने चांदोरकर व दासगणूमहाराजांच्या कार्यातून. त्यांनी व्याख्याने, पोवाडे, कीर्तने व परिपत्रके अशा विविध माध्यमांमधून बाबांचा संदेश दूरवर पोचवला. उपजिल्हाधिकारी एन्.डी. चांदोरकर व त्यांचे चपराशी असलेले दासगणूमहाराज १८९२ साली बाबांच्या दर्शनाला गेले. बाबांच्या अंगी असलेलं असामान्य सामर्थ्य, त्यांचं साधंसुधं आयुष्य आणि त्यांच्या हृदयातील अनुकंपा यामुळे ते दोघेही भारून गेले. त्या दोघांच्या प्रयत्नामुळे शिरडीकडे लोकांचा जो प्रचंड ओघ सुरू झाला ते थांबेचना. विशेषत: उच्चवर्गीय बुद्धिजीवी लोक, वरिष्ठ दर्जाचे अधिकारी आणि व्यावसायिक लोकांचा बाबांच्या भक्तांमध्ये समावेश होता. लोकमान्य बाळ गंगाधर टिळकसुद्धा बाबांचे भक्त होते. त्यांच्या व बाबांच्या भेटीचे वर्णन आणखी एका प्रकरणात केलेच आहे.

बाबांचे चरित्रकार जी.एस्. खापर्डे लिहितात : ज्या व्यक्तीची लोक इतक्या सार्वत्रिक स्वरूपात उपासना करत होते, जिच्याविषयी लोकांच्या मनात इतका पूजनीय भाव होता, त्या व्यक्तीचं खरं नाव काय ते कोणालाही ठाऊक नसावं, हा केवढा मोठा चमत्कार आहे. जणू काही साईबाबा आभाळातून शिरडीला टपकले. एका माणसाला त्याचा हरवलेला घोडा शोधायला मदत केली आणि कायमचे तेथे वास्तव्य करून राहिले. समोर आलेल्या प्रत्येकाला मदत करत राहिले. कोणताही भेदभाव न बाळगता त्यांनी सर्वांवर प्रेम केलं व सर्वांच्या आदरास पात्र झाले. कोणाच्याही अंतर्मनात काय चाललं आहे हे त्यांना समजत असे. ते प्रत्येकाच्या गरजा पुरवत आणि प्रत्येकाला सुख समाधान देत. या भूतलावरील देवाची माझी संकल्पना त्यांनी परिपूर्ण केली.

३.

शिरडीचा बासरीवाला

हेमालिनच्या बासरीवाल्याप्रमाणेच साईबाबांमध्ये सुद्धा आपल्या भक्तांना शिरडीकडे खेचून घेण्याचं प्रचंड सामर्थ्य होतं. काही भक्त तर सुरुवातीला अगदी नाखुशीने त्यांच्याकडे येत. साईबाबा म्हणत : ''जी माणसं माझी आहेत ती लांब लांबच्या अंतरावरून आपले विनंती अर्ज घेऊन आपोआप माझ्याकडे पोचतात. मीच त्यांना तशी प्रेरणा देतो. माझी माणसं माझ्यापासून कितीही दूर असली, अगदी हजारो मैल दूर तरी सुद्धा ती माझ्याकडे पोचतात. मीच त्यांना तशी प्रेरणा देतो. माझी माणसं माझ्यापासून कितीही दूर असली, अगदी हजारो मैल दूर, तरीसुद्धा मी त्यांना माझ्याकडे आकर्षित करून घेतो. पक्ष्यांच्या पायात दोरी बांधून पक्ष्यांना आपण आपल्याकडे खेचून घेतो ना, अगदी तसंच.''

मात्र यातील काही भक्त बाबांकडे येत ते तात्कालीन, ऐहिक स्वरूपाच्या लाभासाठी. उदाहरणार्थ नोकरी, पैसा, मुले किंवा रोगमुक्ती. असाच एकदा एका भक्ताने या गोष्टीला आक्षेप घेतला. तेव्हा बाबांनी त्या गोष्टीचं समर्थन केलं. ते म्हणाले : ''असं म्हणू नका. माझी माणसं सुरुवातीला माझ्याकडे येतात ती केवळ अशा ऐहिक लाभांसाठीच मग त्यांच्या इच्छा पुऱ्या होतात, त्यांचा आयुष्यात जम बसतो आणि नंतरच ती माझ्या मागे येतात व त्यांची आयुष्यात प्रगती होते.'' भक्तगणांच्या ज्या गरजा असायच्या, त्या पूर्ण करून त्या जोरावर बाबा त्यांना आपले नि:स्सीम भक्त बनवायचे, मग हेच भक्त बाबांच्या मार्गदर्शनाखाली स्वत:च्या पुढील आयुष्याची वाटचाल करायला तयार होत असत. बाबांनी एकदा आपल्या अनुयायांची जबाबदारी स्वत:च्या शिरावर उचलली की मग त्या अनुयायांकडे बाबा एक विश्वस्त निधी म्हणून पाहात ते स्वत: जणू काही त्यांचं विश्वस्त असत. ते म्हणत : ''मी माझ्या भक्तांना कधीही वाट चुकू देणार नाही, भरकटू देणार नाही.

देवानेच त्यांना माझ्याकडे सुपूर्द केलं आहे. तेव्हा त्यांच्याबद्दल मला देवाजवळ उत्तर द्यावं लागतं.''

स्वत:विषयी बोलताना बाबा म्हणत: ''हा एक ब्राह्मण आहे. गोरागोमटा, शुद्ध आणि पवित्र ब्राह्मण. हा लखो लोकांना पांढऱ्या शुभ्र मार्गावर घेऊन जाईल. आणि त्यांना ध्येयप्राप्तीमध्ये शेवटपर्यंत साथ देईल.'' बाबांविषयी बोलताना त्यांचा एक भक्त म्हणतो : ''संसारात गुरफटलेल्या अनेक जिवांवर बाबा आधी ऐहिक सुखांचा वर्षाव करत आणि त्यायोगे त्यांना स्वत:कडे आकर्षित करून घेत. पण नंतर मात्र त्यांचे डोळे उघडून त्यांना जीवनाचा खराखुरा अर्थ समजावून सांगत आणि त्यांच्यात आध्यात्मिक जाणीव निर्माण करत. मानवी जीवन किती क्षणभंगुर असतं ही जाणीव ते लोकांच्या मनात उत्पन्न करत आणि ऐहिक गोष्टींमधील फोलपण ते त्यांना पटवून देत.''

एकदा बाबांनी आपल्या एका भक्ताला अत्यंत गंभीर स्वरूपाच्या अपघातातून वाचवलं. तो त्यांना धन्यवाद देऊ लागला. त्यावर ते त्याला म्हणाले: ''मी तरी काय करणार? मी एकेकावेळी माझ्या भक्तांना वाचवण्यासाठी चार चार हात पसरतो. मी त्यांना कधीही कोणत्याही स्वरूपाची इजा होऊ देणार नाही.'' मग कुणीतरी त्यांना विचारलं : ''आत्ताच तुम्ही म्हणालात, तुम्ही फक्त पिता आहात. मग तुम्हाला चार हात कसे काय?'' यावर बाबांनी केवळ स्मित केलं कारण चार हात हे फक्त ईश्वराच्या मस्तकाला असू शकतात. तेव्हा बाबा साक्षात भगवंताचा अवतार आहेत अशी त्या भक्ताला खात्रीच पटली. जे लोक बाबांच्या संपर्कात येत, त्यांना बाबांविषयी जे काही अनुभव येत, त्यावरून बाबा सर्वज्ञ असल्याची त्यांना मनोमन खात्रीच पटून जाई. मग ते सर्वांना सांगत : ''कोणत्याही क्षणी, जगाच्या पाठीवर कुठेही, काहीही घडवून आणण्याचं सामर्थ्य बाबांच्या अंगी आहे. सर्व सजीवांच्या अंत:करणावर, मनोव्यापारांवर व हालचालींवर तर ते नियंत्रण ठेवतातच पण पाऊस, वारा, अग्नी अशा निसर्गाच्या मूलभूत तत्त्वांवर सुद्धा त्यांचं अधिराज्य चालतं. वर्तमान, भूत आणि भविष्याबद्दल त्यांना सर्वकाही ज्ञात आहे. वर्तमान काळात घडणाऱ्या घटनांपर्यंतचं ज्ञान त्यांना आहे. बाबांची नीतिमूल्ये सर्वोच्च दर्जाची आहेत. उदाहरणार्थ, नि:स्वार्थी वृत्ती, सेवाभाव आणि अगदी क्षुद्रातिक्षुद्र जिवांसकट सर्वच प्राणीमात्रांवर समभावाने प्रेम करण्याची वृत्ती.'' बाबा ही एक शक्ती आहे, ही शक्ती कनवाळू आहे, ती चराचरात भरून राहिलेली,सार्वत्रिक आणि वैश्विक स्वरूपाची आहे. जे कोणी सच्चा मनाने, तळमळीने, प्रामाणिकपणाने आणि निष्ठेने बाबांचं आवाहन करीत, त्यांची करुणा भाकेल, त्यांच्या हाकेला ते निश्चित प्रतिसाद देतील.''

बाबांच्या स्वभावाला अनंत पैलू होते. त्यांच्याकडे नानाविध प्रकारचे लोक येत.

त्यातील प्रत्येकाशी वागताना वेगवेगळ्या यथायोग्य पद्धतीचा अवलंब बाबांना करावा लागे. पण ते त्यांना सहजसाध्य होतं. अनेक जाती, धर्म आणि पंथांचे लोक वेगवेगळ्या कारणांसाठी बाबांकडे धाव घेत. प्रत्येकाच्या गरजा निराळ्या. पण यातील प्रत्येकाला काय हवं नको ते बाबा जातीने पाहात. त्यांच्या गरजा पूर्ण करून त्यांना सुखसमाधान देत. एकदा त्यांना भेटायला आलेल्या एका भक्ताने प्रश्न केला : ''बाबा, तुम्ही सर्वांवर सारखंच लक्ष ठेवता का?'' त्यावर बाबा म्हणाले : ''होय. मी भेदभाव करत नाही. सर्वांकडे सारखंच लक्ष पुरवतो.'' त्यांनी हेही सांगितलं, की ते स्वत: कधी कोणा एकट्यादुकट्या माणसावर मेहरबानी करत नसत. एक मात्र खरं होतं. काही भक्त बाबांचे खरोखरच निकटवर्ती होते. त्यांच्यावर जन्मोजन्मी प्रेम करत आलेले होते. उदाहरणार्थ, चांदोरकर, तात्या पाटील, रेगे इत्यादी. अशा लोकांकडे बाबा जास्त आस्थेनं आणि सतत लक्ष पुरवत असत. चांदोरकर हे या आधीच्या चारही जन्मात आपले शिष्य असल्याचं बाबा स्वत: सांगत. त्याचमुळे चांदोरकरांना बाबांनी मुद्दाम बोलावून घेतलं होतं. (चांदोरकर बाबांकडे कसे आकर्षित झाले याची कथा दुसऱ्या एका प्रकरणात सविस्तर दिलेली आहे) बाबा सर्वांत प्रथम जेव्हा शिरडीला आले तेव्हा त्यांना ओळखणारा एकही माणूस शिरडीत नव्हता. बाबांनी स्वत:हून आपल्या अंगच्या विलक्षण सामर्थ्याचं प्रदर्शन कधीच केलेलं नव्हतं. अगदी तेव्हापासूनच तात्या पाटील यांचे आईवडील बाबांचे निकटवर्ती होते. खुद्द बाबांच्याच म्हणण्याप्रमाणे तात्यांची आई ही बाबांची पूर्वजन्मातील बहीण. त्या जन्मी तसेच याही जन्मात तिने बाबांची अत्यंत भक्तिभावानं सेवा केली. बाबा तर तात्यांना आपला भाचाच मानत असत व तात्याही बाबांना मामा म्हणून हाक मारत. तात्या लहान असताना कित्येक वर्षे मशिदीत बाबांच्या जवळ झोपत असत. बाबा त्याचे पाय चेपत, डोकं चोळत आणि त्याला कुठलीही इजा होणार नाही याची काळजी घेत. त्यावेळी तात्या हा एक आडदांड आणि रांगडा तरुण होता. त्याला जर तसंच मोकाट सोडलं असतं, तर तो नक्कीच वाया गेला असता. पण बाबांच्या सहवासात राहून तो सुधारला. नैतिक व आध्यात्मिक अध:पतनापासून वाचला. त्याने आपली संस्कृती आणि नैतिकता जोपासली. गावात त्यावेळी भांडणतंटे होते. एकदा तात्यासुद्धा त्यात अडकला. पण बाबांनी त्याला कोणतीही इजा होऊ न देता त्यातून सुखरूप सोडवला. एकदा एक प्रसंग असा घडला की एका गुन्ह्यात तात्याला व त्याच्या काही मित्रांना अटक झाली. त्यात त्याला दोषी ठरवून न्यायालयानं तुरुंगवासाची शिक्षाही ठोठावली. तात्याला वरच्या कोर्टात अपील करण्याची इच्छा होती. पण तात्याच्या वकिलाच्या मते ही केस पुरेशी मजबूत नव्हती. तात्याने बाबांच्या विनवण्या केल्या. बाबांनी मग वकिलाला वरच्या कोर्टात अपील करण्याची आज्ञा केली. डिव्हिजनल मॅजिस्ट्रेटसमोर हे अपील जेव्हा ठेवण्यात

आलं तेव्हा त्याने खटल्याला सुरुवात होण्यापूर्वीच तात्यावरचा आरोप व त्याला ठोठावण्यात आलेली शिक्षा हे दोन्ही फेटाळून लावलं.

बाबांनी एका भक्ताला सांगितलं होतं : ''मी ईश्वराचा केवळ प्रतिनिधी आहे. त्याच्या आज्ञेशिवाय मी काहीही करू शकत नाही.'' बाबांच्या एका भक्ताला संन्यास हवा होता. तो बाबांकडे संन्याशाची वस्त्रे मागत होता. पण बाबा म्हणाले : ''फकिरानं (देवानं) तुम्हाला संन्याशाची वस्त्रे देण्यास नकार दिला आहे. आपल्या ठायी देवाचा प्रतिनिधी या नात्याने अमर्याद दैवी शक्ती असल्याचं त्यांनीच कबूल केलं होतं. पण तिचा वापर फक्त मानवजातीच्या कल्याणासाठी व जनसामान्यांचं भल करण्यासाठीच करायचा असतो असंही ते म्हणत. आणि ते उघडच होतं. लोकांनी प्रत्यक्ष डोळ्यांनी ते पाहिलं सुद्धा होतं. जाणलं होतं. परंतु बाबांकडून मिळणाऱ्या या दृश्य स्वरूपाच्या लाभांव्यतिरिक्त काही न दिसणारे, न जाणवणारे लाभही मिळत असत.

बाबांना तात्याचा अतिशय लळा होता. इतका की तात्याने स्वत: येऊन बाबांना अंथरुणातून उठवून त्यांची चिलीम तयार करून पेटवून देईपर्यंत ते उठतही नसत. तात्या त्यांचा लाडका होता. बाबांनी त्याला जे पैसे दिले त्याच पैशातून त्यानं एक घर बांधलं. जमीनही विकत घेतली. बाबांच्या भाकितानुसार १९१८ मध्ये तात्याचा मृत्यू होणार होता. पण बाबांनीच त्याला वाचवलं. लोक म्हणतात- बाबांनी आपलं आयुष्य तात्याला दिलं. (कारण बाबांनी त्याच वर्षी देह ठेवला.)

लोक अनेकदा ऐहिक सुखासाठी, लाभासाठी बाबांकडे येत हे जरी खरं असलं तरी दरवेळी बाबांना त्याबद्दल आनंद होत नसे. ते एकदा म्हणालेही होते : ''मी रात्र- दिवस विचार करतो आहे. हे सगळे चोर आहेत. पण त्यांच्या बाबतीत काहीतरी मार्ग काढायलाच हवा. या लोकांमध्ये सुधारणा घडून यावी म्हणून मी स्वत: देवाची अहोरात्र प्रार्थना केली. परंतु देवानं उशीर केला. देवाला माझा दृष्टिकोन पसंत नसावा. म्हणूनच तो माझी विनंती मान्य करत नाही. मी आता अजून महिना दोन महिने वाट पाहणार आणि मग नंतरच काय ते ठरवणार. जिवंतपणी अथवा मृत्यूनंतर, पण मला जे हवं आहे, ते नक्की मिळेल. या लोकांमध्ये निष्ठा नाही. ते चांगले नाहीत. ते मनाने अस्थिर आहेत. ते दुष्ट बनले आहेत. पैशासाठी ते माझ्या मागे लागतात. दुसरं म्हणजे ते निर्लज्जही बनले आहेत. आता मात्र मला त्यांची खरोखर घृणा वाटू लागली आहे.'' काही भक्त कसे तिरस्करणीय पद्धतीने वागतात असं बाबा एका जमीनदाराला सांगत होते. आपल्याला त्यामुळे शिरडी सोडून कुठेतरी निघून जावंसं वाटतं, असंही त्यांनी त्याला सांगितलं. आपल्याला जे लोक पूर्णतया शरण येतील, त्यांच्या आयुष्याला नीट वळण लावायचे व ते सुनियंत्रित करायचे असा बाबांचा मानस होता. लोकांना नैतिक आणि आध्यात्मिक पुनर्जन्म

देण्याचंच हे काम होतं. हे काम आता पुरं झालं नाही तर ते कधीच पुरं होणार नाही, असं बाबांना वाटे. म्हणूनच ते आपल्या भक्तांना प्रामाणिकपणे व सचोटीने आयुष्य जगण्याचा उपदेश करत. ते आपल्या शिष्यांना आपला अंकित म्हणत व या आपल्या अंकितांची अंतर्बाह्य जडणघडण करण्याचं काम ते आनंदाने करत. त्यासाठी ते केवळ शब्दाचाच नव्हे तर नजरेचा, स्पर्शाचा, तेजाचा आणि इच्छाशक्तीचाही वापर करत. अनिष्ट प्रवृत्तीमुळे होणारे दुष्परिणाम ते नाहीसे करत व त्या जागी सुप्रवृत्ती अंगी बाणवत. बाबांनी कोणाही भक्ताला एखाद्या जरी ऐहिक बाबतीतील मदत केली तरी त्याचबरोबर ते एका उच्च आध्यात्मिक विचारांचं बीजही त्याच वेळी त्या भक्ताच्या मनात रुजवत. मग तो भक्त अत्यंत श्रद्धेने, प्रेमाने व आदराने बाबांची आठवण काढत असे. त्यांच्या समर्थ मार्गदर्शनाची व कनवाळूपणाची आठवण काढत असे. बाबांचा आपल्या भक्तांना असा संदेश होता की देव म्हणजे दुसरं तिसरं काही नसून फक्त प्रेम असते. देव हा सर्वांचा एकच असतो. मग आपला धर्म कोणताही का अरोना.

भक्ताला केवळ एखाद्या संकटातून मुक्त करणं एवढंच काही बाबांचं ध्येय नसे. त्याचबरोबर त्याचा आपल्यावर पूर्णपणे विश्वास बसावा असंही त्यांना वाटे. त्या भक्ताने इथून पुढे आपल्याला गुरुदेव मानावे, आपल्याशी जवळीक साधावी व आपल्या मदतीने ऊर्वरित आयुष्यात प्रगती करावी अशी त्यांची मनोमन इच्छा असायची. हे सर्व मनात धरूनच बाबा आपल्या सिद्धींचा आपल्या भक्तांसाठी वापर करत. भक्तांना क्लेशांमधून तात्पुरत्या स्वरूपाची मुक्ती मिळावी म्हणून बाबा अनेकदा चमत्काराचा वापर करत. पण अशी तात्पुरती मुक्ती देण्यापूर्वी बाबा आपल्या भक्तांना एक अट घालत. ज्या माणसाचा तात्पुरता लाभ झाला असेल त्याला बाबा त्याच वेळी आध्यात्मिक मार्गाकडे वळवत असत.

बाबांना दीन दुबळ्यांविषयी प्रचंड कळवळा आणि प्रेम होतं. खाली दिलेल्या प्रसंगातून हे स्पष्ट होईल. एका अगदी गरीब स्त्रीची बाबांच्या दर्शनासाठी मशिदीत येण्याची इच्छा होती. पण भक्तांच्या गर्दीमुळे तिला मशिदीत प्रवेश करणं अशक्य होऊन बसलं होतं. मग बाबांनी शामाला बाहेर पाठवलं. त्याने तिला आत बाबांपाशी आणल्यावर बाबा म्हणाले : ''आई मी किती वेळ तुझी वाट पाहात होतो. तू मला खाण्यासाठी काही आणलं आहेस का?'' त्या म्हातारीने आपल्याबरोबर केवळ शिळी भाकर आणि कांदा एवढंच आणलं होतं. वाटेत तिला भूक लागल्यावर त्यातील थोडी भाकर तिने खाल्ली होती. तिने बाबांना तसं सांगितलं आणि शिल्लक उरलेला भाकरतुकडा बाबांना देऊ केला. बाबांनी तो हर्षभराने खाल्ला आणि म्हणाले : ''आई, तुझी भाकरी किती गोड आहे गं!'' आता ही हकीकत ऐकल्यावर कृष्ण देवाने सुदाम्याचे पोहे कसे आवडीनं खाल्ले होते, त्याची आठवण

होत नाही का?

चांदोरकरांची पंढरपूरला बदली झाली. बाबांचा निरोप घ्यावा म्हणून ते त्यांना भेटायला गेले. बाबांना ही गोष्ट त्याच्या अगोदरच समजली होती. त्यामुळे ते जमलेल्या भक्तांना म्हणाले : ''चला, भजन करू या. पंढरीचं द्वार खुलं आहे. चला, आनंदाने भजन करू या.'' चांदोरकर बाबांचं दर्शन घेण्यासाठी जेव्हा मशिदीत प्रवेश करत होते, तेव्हा बाबा असे गातच होते.

एक दिवस शामा बाबांचे ओले हात एका पंचाला पुसत होता. एवढ्यात बाबांनी गमतीने त्याच्या हाताला चिमटा काढला. शामाने लटकेच रागावल्यासारखे दाखवले व म्हणाला : ''महाराज मला असे चिमटे काढणं बरोबर आहे का? आम्हाला नको असला चिमटे काढणारा खोडकर देव.'' त्यावर बाबा म्हणाले : ''अरे शामा, आजपर्यंत एकून ७२ जन्मांमध्ये तू माझ्या बरोबर होतास. पण मी तुला कधीही चिमटे काढले नाहीत. आणि आज एक दिवस तुला हात लावला, तर तुला लगेच राग आला होय!'' शामा म्हणाला आम्हाला गोड गोड मुका देणारा व गोड खाऊ देणारा देव हवा. आम्हाला तुमच्याकडून स्वर्ग नको आहे. धनदौलत नको आहे. फक्त एवढीच इच्छा आहे - तुमच्यावरची आमची ही भक्ती अशीच सदासर्वदा जागृत आणि सजीव राहू दे. बाबा त्यावर म्हणाले : ''त्यासाठीच तर मी इथे आलो आहे. जन्मोजन्म तुमच्या मुखी घास भरवत तुमची जोपासना करत आलो आहे. मला तुमच्याबद्दल प्रेम आणि माया वाटते.''

एका स्त्रीनं लिहिलंय : ''मी जेव्हा जेव्हा बाबांच्या सहवासात असे, तेव्हा मला सगळ्याचा विसर पडत असे. मला भीती, काळजी, चिंता काही काही वाटत नसे. सर्व काही धूसर होई व मी त्यांच्या सहवासात अत्यानंदाने कालक्रमणा करत असे.''

बाबांचे एक भक्त पंचाण्णव वर्षांचे होते. त्यांच नाव होतं गवळीबुवा. ते पंढरपूरच्या विट्ठलाचे उपासक होते. ते दरवर्षी साईबाबांच्या दर्शनासाठी शिरडीत येत. एकदा ते बाबांकडे निरखून बघत राहिले आणि म्हणाले : ''हे तर साक्षात पंढरीनाथ विट्ठलाचंच मूर्त स्वरूप आहे. गोरगरिबांच्या दीन दुबळ्यांचा कैवारी असलेल्या भगवंताचं रूप आहे.''

बाबा आपल्या भक्तांशी अनेकदा हास्यविनोद करत. ईश्वराचं नामस्मरण करताना ते नेहमी मोठ्यांदा ''अल्ला मालिक'' असे उद्गार काढीत. (हे शब्द म्हणजे त्यांची आपल्या दत्तक फकीर पित्याला श्रद्धांजलीच असे.) चर्चा, वादविवाद इ. गोष्टी बाबांना अप्रिय वाटत. ते स्वत: सुद्धा नेहमी अबोल न शांत असत. त्यांचं वागणंही अत्यंत संयत असे. फक्त कधीतरी ते एकदम रागावलेले असायचे आणि एकदम चिडून उठायचे. समोरचा माणूस राजपुत्र असो, नाहीतर भिकारी, बाबांच्या लेखी सगळे सारखेच होते. सर्वांना त्यांच्याकडून समान वागणूक मिळे. ते स्वत:

वेदान्तसुद्धा शिकवत असत. त्यांचे भक्त म्हणतात : ''बाबांना जरी मानवदेह प्राप्त झाला असला तरी त्यांची कृत्ये देवाला शोभतील अशीच होती.''

भक्त बाबांचा निरोप घ्यायला गेले की बाबा त्यांना काही सूचना देत. जो भक्त या सूचनांचं अगदी तंतोतंत पालन करायचा त्याचं नेहमीच भलं होई. पण जे असं करत नसतील त्यांच्या पदरी दुर्दैव येई. त्यामुळे बाबांच्या आज्ञेचं पालन करण्यानंच भक्तांना सुरक्षित वाटत असे. जेव्हा बाबांच्या चित्तवृत्ती प्रसन्न असतील, तेव्हा ते आनंदाने गाणी गायचे. त्यांचा गळा गोड होता. ते जी गाणी गात त्यातील एक गाणं विभूतीबद्दल होतं. त्याचा मथितार्थ असा होता : ''हे श्रीरामा, सत्वर ये, येताना सोबत विभूतीची गोणी घेऊन ये.'' कोणाची उपासमार झालेली बाबांना खपत नसे. ते म्हणत, ''परमेश्वराची आराधना करायची, तर ती उपाशीपोटी करणं बरं नव्हे.''

बाबांकडे मदतीची याचना करत, संरक्षण मागण्यासाठी विविध प्रकारचे लोक धाव घेत. प्रत्येकाची कुवत, पात्रता भिन्न असायची. मग ज्याच्या त्याच्या पात्रतेनुसार बाबा स्वतःला वळवत असत. त्यांच्यातील काही लोक अगदीच उथळ, नरनरने असत. ऐहिक सुखाचे लोभी असत. असल्या लोकांसमोर बाबा आपलं खरेखुरे स्वरूप व आपलं अंतःकरण कधीच उघडं करत नसत. पण ऐहिक लाभांच्या पलीकडे जाऊन विचार करणारं कोणी जर बाबांच्या सहवासात आले तर मात्र ते स्वतःच्या संपूर्ण सामर्थ्याचा साक्षात्कार त्या व्यक्तीला घडवत. एकदा त्यांच्या एका भक्तानं सांगितलं होतं : ''बाबांना जर आपण एकदा यथार्थ प्रश्न विचारला तर त्याचं उत्तर ते लगेच देत असत. ते गप्प बसत नसत. परंतु ते जे काही बोलत ते मात्र कितीही महत्त्वाचं असलं तरी प्रत्येक वेळेला मला समजायचंच, असं नाही.''

''अनेक लोकांना बाबा त्यांच्या पूर्वायुष्याविषयी खूप काही सांगत. त्यांच्या आयुष्यात घडलेल्या हकीकती सांगत. त्यांनी एकदा प्राध्यापक नरके या त्यांच्या भक्तास त्यांच्या पूर्वीच्या एकंदर चार जन्मांमध्ये घडलेल्या हकीकती सांगितल्या होत्या. (या प्राध्यापक नरक्यांविषयी आपल्याला पुढील एका प्रकरणात अधिक माहिती मिळणार आहे.) ही सर्व माहिती त्यांनी इतर अनेक श्रोत्यांच्या उपस्थितीत सांगितली. अर्थात बाबा जेव्हा हे सगळं काही सांगत होते तेव्हा ते नक्की प्रा. नरके यांच्या पूर्वजन्माच्या संदर्भात बोलत होते, ही गोष्ट इतर उपस्थितांना समजली सुद्धा नाही.कळली ती फक्त नरक्यांनाच. हे तर बाबांचं वैशिष्ट्य होतं. आपल्यासमोर जमलेल्या लोकांमधून फक्त एकाच व्यक्तीला काही विशिष्ट माहिती देण्याची जर बाबांची इच्छा असेल तर ते ती माहिती अशा प्रकारे देत, की ती फक्त त्याच व्यक्तीला समजावी पण इतर उपस्थितांना मात्र तिची गंधवार्तादिखील लागू नये.

एकदा एका भक्तांनी बाबांकडे विभूती मागितली. बाबांनी दोनच शब्द उच्चारले. ''नंतर मिळेल'' पुढे तो भक्त परत जात असताना रेल्वेत भेटलेल्या एका प्रवाशाने

त्याला विभूती दिली. ती त्याला स्वत: बाबांनीच दिली होती.

बाबांचे एक भक्त होते, दामोदर सेवाराम रासने. ते म्हणायचे : ''माझं मन सतत बाबांच्यातच मग्न असतं. बाबा कधीकधी मला शिवीगाळ, मारहाणसुद्धा करतात. पण या शिव्यांचा आणि मारहाणीचा शेवट नेहमी शुभ असतो, हे मला पक्कं ठाऊक आहे. त्याचमुळे मी कधी बाबांवर नाराज झालो नाही की चिडलो नाही. कधी तक्रार केली नाही व नेहमी बाबांच्या सान्निध्यात राहिलो.''

एक दिवस बाबा नेहमीच्या ठिकाणी मशिदीत बसल होते. अचानक, काही कारण नसताना ते मोठ्यांदा ओरडले. दुसऱ्याच क्षणी त्यांचं डोक्याचं फडकं आणि त्यांची कफनी भिजून ओलीचिंब झालेली दिसली. नंतर सुमारे अर्धातास पर्यंत त्यातून पाणी ठिबकत होतं. थोड्या वेळातच तिथे पाण्याचं भलं मोठं थारोळं जमा झालं. भक्तगण चकित झाले. पण त्यांनी काही न बोलता ते पाणी पुसून काढलं आणि बाबांचे कपडे वाळवले. बाबांनी स्वत: त्या घडलेल्या प्रकाराविषयी काहीच सांगितलं नाही आणि इतर कोणाची त्यांना या संदर्भात काही प्रश्न विचारण्याची हिंमतही झाली नाही. तिसऱ्या दिवशी बाबांना एका भक्ताची तार आली, त्यात त्याने बाबांनी त्याचा जीव वाचवल्याबद्दल त्यांचे आभार मानले होते. या भक्ताचं नाव होतं जहांगीरजी फ्रॅमी दारूवाला. या तारेचा आणि वर वर्णन केलेल्या प्रसंगांचा एकमेकांशी काय संदर्भ होता ते नंतर समजले. हा भक्त रशिया-जपान युद्धात आरमारी दलाचा कप्तान होता. शत्रूने त्याच्या तीन जहाजांना जलसमाधी दिलेली होती. पण आता तर तो स्वत: ज्या जहाजावर होता त्या जहाजाला धरून आणखी तीन जहाजांचीही तीच गत होणार अशी चिंता त्याला वाटू लागली. त्याने तत्काळ बाबांचा फोटो बाहेर काढला आणि डोळ्यात पाणी आणून बाबांची करुणा भाकली. ''मला या संकटातून तुम्हीच तारा व माझ्या जहाजांना वाचवा.'' असे त्याने बाबांना विनविले. नंतर सर्व जहाजे सुखरूप किनाऱ्याला लागली.

बाबांची एक पट्टशिष्या होती. तिचं नाव लक्ष्मीबाई. ती रोज घरी बाबांसाठी स्वयंपाक करायची आणि मशिदीत त्यांच्यासाठी जेवण घेऊन यायची. एक दिवस ती अशीच बाबांसमोर बसली असता बाबा तिला म्हणाले : ''लक्ष्मीआई, मला खूप भूक लागली आहे. जा, घरी जाऊन माझ्यासाठी काहीतरी खायला आणा.'' लक्ष्मीला वाटलं, बाबांना खरोखरच फार भूक लागलली दिसते. कारण त्यांची जेवणाची वेळ तर अजून झाली नव्हती. मग ती घाईनं घरी गेली. तिनं स्वयंपाक केला आणि जेवण घेऊन मशिदीत परत आली. बाबांचं पान तिनं वाढल्यावर ते घेऊन बाबा बाहेर अंगणात गेले. तिथे एक कुत्रा उभा होता. त्याला खूण करून त्यांनी जवळ बोलावले व खाऊ घातले. कुत्र्याने ते खाल्ले व तो तृप्त होऊन निघून गेला. लक्ष्मीला एकीकडे आश्चर्य वाटलं आणि एकीकडे दु:ख झालं. तिने मुद्दाम

खपून बाबांसाठी अन्न शिजवलं होतं. ते त्यांनी कुत्र्याला दिलं. पण बाबा ते जाणून तिला म्हणाले: ''आई, माझं ऐक. माझ्यावर रागावू नको. या कुत्र्याला जेऊ घालून तू माझंसुद्धा पोट भरलं आहेस. माझी सुद्धा क्षुधा शांत केली आहेस. तू एक फारच स्पृहणीय काम केलेलं आहेस. माझं आज्ञापालन करताना तू जी काही तत्परता दाखवलीस तिचं मला कौतुक वाटतं. जो आत्मा माझ्यात वास करतो तोच त्या कुत्र्यातही आहे. आज हे सत्य तू माझ्याकडून शिकून घे. हे ज्ञान प्राप्त केल्याने तुला आनंद मिळेल.''

बाबा जेव्हा भिक्षा मागण्यासाठी बाहेर पडत, तेव्हा ते कधीही भक्तांच्या घराच्या आत शिरत नसत. पण फक्त या नियमाला अपवाद होता, लक्ष्मीबाईचा. एक दिवस ते तिच्या घरात शिरून म्हणाले होते : ''आई, आज मला खीर खावीशी वाटत आहे. तर ती तू मला करून देशील का?'' मग लक्ष्मीबाईने अत्यानंदाने त्यांना खीर वाढली. बाबांच्या महानिर्वाणापूर्वी त्यांनी लक्ष्मीला बोलावून आपली शेवटची दक्षिणा, चांदीची नऊ नाणी तिच्या हातात ठेवली. आणि तिला आशीर्वाद दिले.

बाबांची एक स्त्री भक्त होती. तिचे नाव सौ. मॅनेजर. तिने बाबांच्या एका कुष्ठरोगी भक्ताची हकीकत लिहिली आहे : ''आम्ही मशिदीमध्ये बाबांच्या जवळ बसत बसू. नेहमीची वेळ झाली की कुणीही आत प्रवेश करावा, बाबांना प्रणाम करून त्यांच्या जवळ बसावं अशी प्रथा होती. एकदा मी अशीच बाबांच्या जवळ बसले होते, तेव्हा एक कुष्ठरोगी त्यांच्या दर्शनाला आला. त्याचा रोग फार बळावलेला होता. त्याच्या अंगाला दुर्गंधी येत होती. त्याच्या अंगात अजिबात त्राण नव्हतं. इतकं, की त्या मशिदीच्या तीन पायऱ्यासुद्धा तो अतिशय कष्टानं चढून वर आला. धुनीपाशी गेला आणि नंतर त्याने बाबांपाशी जाऊन त्यांच्या पायावर डोकं ठेवलं. त्याला बाबांचं दर्शन घ्यायला बराच वेळ लागला. मला त्याच्या अंगाची ती दुर्गंधी इतकी असह्य झाली होती, की कधी एकदा तो तिथून जातो, असं मला झालं होतं. शेवटी एकदाचा तो तिथून निघाला. त्याच्या हातात एक बोचकं होतं. मळक्या, घाणेरड्या फडक्यात गुंडाळलेलं. मी सुटकेचा निःश्वास सोडला. मनात म्हटलं : ''देवा, गेला एकदाचा बरं झालं.'' बाबांनी माझ्याकडे रोखून पाहिलं. आपल्या मनातले विचार त्यांनी तंतोतंत ओळखल्याचं मला कळून चुकलं. तो कुष्ठरोगी तिथून निघून जाणार एवढ्यात बाबांनी त्याला हाक मारली. कोणालातरी जाऊन त्याला घेऊन यायला सांगितलं. परत हळू हळू पायऱ्या चढत तो वर आला. परत एकदा ती दुर्गंधी. त्याने बाबांसमोर उभं राहून त्यांना प्रणाम करताच बाबांनी त्याच्या हातातील पुरचुंडी काढून घेत विचारलं : ''हे काय आहे?''असं म्हणतच ती त्यांनी उघडली. त्यात थोडे पेढे होते. बाबांनी त्यातला एक पेढा घेतला आणि

जमलेल्या सर्वांमधील फक्त माझ्या एकटीच्या हातावर तो ठेवून मला खायला सांगितला. काय भयंकर गोष्ट. अंगाला दुर्गंधी येणाऱ्या कुष्ठरोग्याने आणलेली गोष्ट आपण खायची? पण ती बाबांची आज्ञा होती. तिचं पालन केल्याशिवाय गत्यंतरच नव्हतं म्हणून मी तो पेढा खाल्ला. दुसरा पेढा घेऊन बाबांनी स्वत: खाल्ला व उरलेले पेढे त्या माणसाला परत देऊन त्याला पाठवून दिलं. त्या कुष्ठरोग्याला मुळात त्यांनी परत का बोलावलं आणि त्याचा तो पेढा मला एकटीलाच का घ्यायला सांगितला हे उपस्थितांपैकी कोणालाच नीट कळलं नाही पण मला मात्र एक गोष्ट कळून चुकली होती. बाबांनी माझं मन वाचलं होतं. आणि ते मला एक मौल्यवान धडा शिकवत होते. तो धडा होता विनयशीलतेचा, बंधुता, अनुकंपा आणि सहनशीलतेचा. माझ्या स्वत:च्या स्वच्छतेविषयीच्या आणि आरोग्याविषयीच्या ज्या काही संकल्पना होत्या त्या बाजूला ठेवून माझे स्वत:चे त्या कुष्ठरोग्यांपासून बाबा नक्कीच संरक्षण करतील असा त्यांच्यावर मी गाढ विश्वास टाकावा असंही मी या प्रसंगातून शिकले. मिसेस मॅनेजर यांनी बाबांविषयीच्या आठवणींचं एक पुस्तक लिहिलं आहे. त्यात वरील प्रसंगाचं वर्णन केलेलं आहे.

बाबांची एक भक्त स्त्री अंध होती. ती बाबांकडे आली आणि म्हणाली : ''या डोळ्यांनी तुमचं दर्शन घ्यावं अशी माझी इच्छा आहे.'' त्याबरोबर एक चमत्कार घडला. तिला दृष्टी आली. बाबांचं दर्शन घडलं. पण दर्शन घेऊन बाहेर पडताच तिला परत अंधत्व प्राप्त झालं. बाबांच्या लीलांचा खरा अर्थ कोण समजू शकणार?

एक दिवस एक राजकन्या पालखीत बसून बाबांच्या दर्शनासाठी आली. तिचा एक सेवक एक मोठे पात्र घेऊन आला. ते पात्र त्याने बाबांसमोर ठेवले. बाबांनी म्हाळसापतीस विचारले: ''भांड्यात कोण (काय) आहे?'' म्हाळसापतीने भांड्यात वाकून पाहिले तर त्यात सोने होते. त्याने बाबांना तसे सांगताच बाबा स्वत:कडे निर्देश करून म्हणाले: खरं सोनं कुठलं? हे (म्हणजे बाबा स्वत:) की ते?'' म्हाळसापती म्हणाले, ''तुम्हीच तर खरा ठेवा आहात.'' बाबा म्हणाले, ''मग ते परत पाठवा.'' ते पात्र तत्काळ पालखीत परत ठेवण्यात आले.

तो दिवस १९१० सालातील होता. त्या दिवशी बाबा अचानक खूप संतापले. ते म्हणाले : ''हरामखोर. माझ्या दर्शनाला येतात. माझ्यापाशी आहे काय? मी तर नंगा फकीर. माणसासारखे हात पाय असलेला.'' ते नक्की कुणाविषयी बोलत आहेत हे आसपासच्या लोकांना काही समजेना. त्यानंतर थोड्याच वेळात काही अधिकाऱ्यांचा घोळका मशिदीकडे येताना दिसला. त्यांच्यात मुंबईचे रेव्हेन्यू कमिशनर सर जी. सेमॉयर कुर्टिस आणि त्यांची पत्नी यांचा समावेश होता. तो घोळका मशिदीपाशी पोचताच त्यातील एक जण पुढे येऊन एका भक्ताला म्हणाला : ''बाबांना त्यांचे स्वत:चे कार्यक्रम जरा लवकर आटपायला सांगा. साहेबांना बाबांची

भेट घेण्याची इच्छा आहे.'' तो भक्त म्हणाला : ''तुमचा हा निरोप बाबांपर्यंत पोचवणं अगदी अशक्य अहे. तुमचं जर बाबांशी काही काम असेल तर बाबा राजीखुशीनं तुमची गाठ घेण्यास तयार होईपर्यंत तुम्हाला थांबावं लागेल.''

त्यानंतर सुमारे अर्धा तास गेला. बाबा उठून त्या बाजूनं कुठेतरी निघालेले पाहून सौ. कुर्टिस झुकून नमस्कार करून त्यांना म्हणाल्या, ''महाराज आम्हाला तुमच्याशी काही बोलायचं होतं.'' त्यावर बाबा म्हणाले: ''जरा थांबा. मला आत्ता भिक्षा मागायला जायचंय.'' असं म्हणून ते निघून गेले. ते दहा मिनिटांनी परत आले. सौ. कुर्टिस यांनी परत एकदा झुकून नमस्कार करून तीच विनंती केली. बाबा म्हणाले, ''तासभर थांबा.'' आणि ते निघून गेले. गोऱ्या साहेबांना घाई होती. अखेर ते तसेच परत गेले. सौ. कुर्टिस यांना मूल नव्हतं. त्यासाठी त्या झुरत होत्या. अपत्यप्राप्तीसाठी बाबांचा आशीर्वाद घेण्याची त्यांची इच्छा होती. पण त्यांच्या नवऱ्याला वाट पाहायला सवड नसल्यानं ती इच्छा अपूर्ण राहिली. हा प्रसंग म्हणजे बाबांनी विनम्रतेचा धडा शिकवण्याचीच कथा आहे. बाबांची विनोदबुद्धी कशी निन्निन्न होती याचंही हे उदाहरण आहे.

ही आणखी एक कथा बाबांच्या मेघा नामक भक्ताची आहे. हा एक कर्मठ, सनातनी ब्राह्मण होता. बाबांचा हा निःस्सीम भक्त. बाबांनी एकदा एक फार मोठा चमत्कार घडवला, त्याला हाच कारणीभूत ठरला. मेघा रोज गोदावरी नदीत स्नान करी. (त्या भागात गोदावरीला 'गंगा' असे म्हणतात.) स्नानानंतर नदीवरून घागरभर पाणी आणून त्या पाण्याने तो शंकराला अभिषेक करी. एक दिवस मात्र त्याच्या मनात आलं. आज आपण बाबांच्या मस्तकी अभिषेक करावा. कारण त्याच्या मनात बाबा शंकराचंच रूप होते. बाबांनी त्याला सांगितलं, ''मस्तक हा शरीराचा सर्वश्रेष्ठ भाग आहे. त्यामुळे तू माझ्या मस्तकावर जरी पाण्याचे चार थेंब शिंपडलेस तरी अभिषेकाला तेवढं पुरेसं आहे.'' पण बाबांच्या डोक्यावर संपूर्ण घागर पालथी करण्याचा मेघाने हट्ट धरला. आश्चर्य घडलं ते असं की मेघाने घागर पालथी करूनसुद्धा बाबांच्या शरीरावर त्या पाण्याचा एक थेंबसुद्धा सांडला नाही. सर्वच्या सर्व पाणी बाबांच्या डोक्यावर पडत होतं. व तेथून हवेत नाहीसं होत होतं. पण बाबांचं शरीर काही ओलं झालं नाही.

कधीतरी बाबा आपल्या भक्तांना म्हणत : ''माझ्या बरोबर राहा आणि शांत बसा. काय करायचं ते मी करीन.'' असं म्हणून एक प्रकारे ते आपल्या भक्तांना सुरक्षिततेचं आणि मनःशांतीचं आश्वासनच देत असत. प्राध्यपक नरके हे बाबांचे निःस्सीम अनुयायी होते. त्यांनी लिहिलं आहे : ''एखाद्याला जर अनुयायी अथवा शिष्य होण्याची इच्छा असेल तर त्याचं परम कर्तव्य म्हणजे निष्कलंक, पवित्र, साधं आणि सरळमार्गी असणं. त्याचमुळे केवळ तो गुरुकृपेचा स्वीकार करण्यास

सिद्ध होतो. आपल्या गुरूच्या ठायी त्याची संपूर्ण श्रद्धा हवी. त्यामुळे त्याला आयुष्यात अत्यंत वरच्या पातळीवरील अनुभवांस सामोरं जाता येतं. अखेरीस गुरू त्याला त्याच्या सर्वोच्च ध्येयापाशी नेऊन पोचवतो.'' 'माझ्यासाठी एक पायरी चढणं पुरेसं आहे-' असा दृष्टिकोन भक्ताने मनात बाळगला पाहिजे. त्याने उगीच नियतीविषयक गुंतागुंतीच्या आध्यात्मिक तत्त्वज्ञानामधील प्रश्नांनी स्वत:च्या मनाला त्रास करून घेऊ नये. कारण तसे प्रश्न सोडवण्याएवढी त्याच्या मनाची तयारी अजून झालेली नसते. गुरू त्याला वर उचलून त्याची उन्नती करतो. त्याला उच्च पातळीचं सामर्थ्य बहाल करतो, प्रचंड ज्ञान देतो आणि सत्य समजावून घेण्याची ताकद देतो. प्राध्यापक नरके म्हणाले - ''हे सर्व मला बाबांनी एका बैठकीत सांगितलेलं नाही. मी स्वत: कानांनी जे काही ऐकलं, किंवा बाबा लोकांशी जे काही बोलले त्याविषयी माझ्या कानावर आलं, त्याविषयी मला काही इशारे मिळाले किंवा कधीकाळी येता जाता बाबांनी याविषयी काही ओझरते उद्गार काढले असतील तर त्या सर्वांची मिळून गोळाबेरीज ही होते. शिवाय सारासार विचार केला तरी त्यातून मथितार्थ हाच निघतो.

बाबांनी भक्ताभक्तांमध्ये कधीही भेदभाव केला नाही. कधी तरी क्वचित एखाद्या भक्ताला स्वत:वर अन्याय झाल्यासारखं वाटे. पण लगेच बाबा तराजूच्या पारड्याचा समतोल करण्याचा प्रयत्न करीत. ''माझ्या दरबारात भक्ताभक्तांमध्ये कधीही भेदभाव केला जात नाही असं ते स्वत:च सांगत.''

बाबा नेहमी म्हणत: ''माझी लीला अतर्क्य आहे.'' बाबांना आपल्या भक्तांविषयी अपार प्रेम होते. त्यांची भक्तांना शिकवण देण्याची एक विशिष्ट पद्धती होती व ती सुद्धा भक्तांविषयी वाटणाऱ्या करुणांतून उगम पावलेली होती. ते सर्वज्ञ होते. त्यामुळे आपल्या भक्तांच्या व्यथा, वेदना, दु:ख ते समजून घेत. ते दूरही करत. एखादा भक्त परमार्थाच्या मार्गावर नवखा असेल तर बाबा त्याला एकदम वरच्या पातळीवरचे धडे कधी देत नसत. ज्या त्या व्यक्तीच्या बौद्धिक व मानसिक कुवतीनुसार बाबा त्याला ज्ञान देत. कधी तरी ते भक्तांना एखादा मंत्र पठणासाठी देत. तो मंत्र त्या विशिष्ट भक्तासाठी यथायोग्य असे. कधीतरी भक्ताला एखादा मंत्र आधीपासूनच मुखोद्गत असे. अशावेळी बाबा त्याच मंत्राचा जप करण्याची त्या भक्ताला परवानगी देत. श्री. एम. डब्ल्यू. प्रधान हे जेव्हा अगदी पहिल्यादांच बाबांच्या भेटीला गेले तेव्हा त्यांना पाहताक्षणीच बाबा उद्गारले : ''श्रीराम जयराम जयराम.'' प्रधान यांच्या कुळाच्या गुरुजींनी त्यांना हाच मंत्र दिला होता आणि आत्ता बाबांनी त्याचा उच्चार करून जणू त्या मंत्राला संमतीच दिली होती.

एकदा एका भक्ताला बाबा म्हणाले होते : ''ग्रंथ वाचू नका. पण मला तुमच्या हृदयात बसवून ठेवा. जर डोकं आणि हृदय (म्हणजेच विचार आणि

भावना) यांच्यात एकवाक्यता आली तर तेवढं पुरेसं आहे. बाबांचे काही भक्त शिरडीला येता यावं म्हणून उधार- उसनवार करून पैसे जमा करत. बाबांना ते रुचत नसे. त्यांचा आणखी एक आग्रह असे, तो असा, की आपल्या घरच्या कार्यात कोणीही आपल्या एकाही नातेवाइकास वगळू नये. बाबांच्या एका भक्ताकडे कार्य होतं. त्या कार्याला उपस्थित राहण्याचं बाबांनी कबूल केलं होतं. पण त्याने आपल्या सासऱ्यांनाच त्या कार्यक्रमाचं निमंत्रण केलं नव्हतं. त्याबद्दल बाबांनी त्याची चांगली कानउघाडणी केली. बाबा त्यांच्या स्वत:च्या फोटोमधून अथवा चित्रामधून भक्तांना स्वत:चा साक्षात्कार घडवून आणत. बाबांनी अनेक लोकांना त्यांच्या घरात बसल्या जागी दर्शन दिलेलं आहे. लोकांना स्वत:च्या घरात त्यांचं अस्तित्व जाणवत असे. मग ते बाबांनाच आपला देव मानत. त्यांना स्वत:च्या हृदयात बाबांचं अस्तित्व जाणवे. एवढंच नाही तर आजूबाजूच्या व्यक्तींमध्ये, पशूंमध्ये, अगदी सरपटणाऱ्या प्राण्यांमध्ये सुद्धा. त्या भक्ताचा स्वत:चा जो काही धर्म असेल त्या धर्मावर त्यांची आता परत एकदा, नव्यानं गाढ श्रद्धा बसे. बाबांचे जे हिंदू भक्त होते, त्यांना बाबा म्हणजे चालता बोलता देवच वाटे. हा देवच त्यांना रोजच्या आयुष्यातील प्रत्येक वळणावर प्रेरणा देत असे, मार्गदर्शन करीत असे. मदत करीत असे. त्यांच्या जीवनातील अत्यंत बिकट प्रसंगातही तोच त्यांना साथ देत असे. बाबा आपल्या भक्तांना सांगत: "लोकमत असं आहे, की मी तुमच्याहून वेगळा आणि तुम्ही माझ्याहून वेगळे आहात. पण हा दृष्टिकोन चुकीचा आहे. तुम्ही माझ्या ठायी आहात आणि मी तुमच्या ठायी आहे. माझ्या भक्ताला त्याच्या स्वत:च्या ठायी माझी जाणीव होते व तशीच इतर सर्वच प्राणिमात्रांमध्ये त्याला माझी जाणीव होते. परंतु तुम्हीच तुमच्यात व माझ्यात ही जी भिन्नतेची भिंत उभी केली आहे, त्यामुळे तुम्ही माझ्यापासून दूर जात आहात. तुम्हीच ही भिंत मोडून काढा म्हणजे आपण एकमेकांना स्पष्टपणे पाहू शकू. साधुसंत सुद्धा असा भेदभाव मानत नाहीत. त्यामुळे तुम्हाला जर माझी सेवा करण्याची इच्छा असेल तर हा भेदभाव, हा फरक तुम्ही मनातून काढून टाका.''

आपल्या भक्तांचे त्यांच्या रोजच्या जीवनातील वर्तन कसे असावे याविषयी सुद्धा बाबा त्यांना यथायोग्य सल्ला देत असत. एकदा एका शिष्याला त्यांनी सांगितले : जरी कुणी येऊन तुम्हाला शिवीगाळ केली तरी त्याच्याशी भांडू नका. तुम्हाला जर ते सहन करता येत नसेल, तर साधेपणाने ते ठिकाण सोडून निघून जा. पण त्यांच्याशी झगडा करू नका. जशास तसे या न्यायाने वागू नका. जेव्हा तुम्ही एकमेकांशी भांडततंटा करता, तेव्हा मला तुमचा तिरस्कार वाटतो. किळस येते. बाबांनी एका भक्त स्त्रीला सांगितलं, ''एखादा माणूस दहा शब्द

बोलला व आपल्याला उत्तर द्यायचं झालं तर एका शब्दात उत्तर द्यावं. एक माणूस दुसऱ्या माणसावर संतापला, तर त्यानं मी घायाळ होतो. माझं मन त्यामुळे दुखावतं. पण ती शिवीगाळ जर एखाद्यानं धीरोदात्तपणे सहन केली तर मला अत्यंत आनंद होतो.'' याच संदर्भात घडलेला एक प्रसंग सांगणं येथे सयुक्तिक ठरेल. या प्रसंगामधून बाबांनी अपमान सहन करत असताना दाखवलेली असामान्य सहनशीलता दिसून येते. एका प्रसंगी नाना वाली नावाचा एक भ्रमिष्ट साधू बाबांच्या जवळ येऊन म्हणाला : ''उठ! मला तुझ्या आसनावर बसायचंय.'' त्यावर बाबा शांतपणे आपल्या जागेवरून उठले व त्या साधूने तेथे बैठक मांडली. काही क्षणातच त्या साधूला आपली चूक कळून आली व त्याने आसनावरून खाली उतरून बाबांच्या पायावर अक्षरश: लोळण घेतली व त्याने बाबांना परत आसन ग्रहण करण्याची विनंती केली.

बाबांनी कधी आपल्या भक्ताचा जीव वाचवण्यासाठी स्वत:ची मान पुढे केली आहे का? या प्रश्नाचं उत्तर एकदा नव्हे अनेकदा असं द्यावं लागेल, असं नरसिंहस्वामी म्हणतात. एकदा गावातील सर्व मुसलमान एकत्र गोळा झाले. त्यांनी एकत्र बसून एक ठराव केला. गावातील हिंदू लोक मशिदीत येऊन चंदनाची उटी लावून बाबांची पूजा-अर्चा करतात व त्यामुळे मशिदीच्या पावित्र्याचा भंग होतो. अशा अर्थाचा ठराव करून हा प्रकार बळाचा वापर करून थांबवण्यात यावा असा निर्णय त्यांनी घेतला. 'आता हा जमाव आपल्यावर चाल करून येणार व लाठीहल्ला करून आपल्याला ठार मारणार.' या भीतीनं म्हाळसापती घाबरले. त्यांनी ठरवलं, मशिदीच्या बाहेर पडायचं व कुंपणाच्या बाहेरील भिंतीच्या बाहेरून बाबांची आराधना करायची. पण बाबांनी मात्र त्यांना आत बोलावलं आणि नेहमीसारखे सर्व व्यवहार, पूजाअर्चा इ. चालू करा असं त्यांना सांगितलं. इतकंच नव्हे तर मुसलमानांनी अवश्य आत याव व बळजबरीने हे बंद पाडावं असंही त्यांना आव्हान दिलं. असं जाहीर आव्हान देऊन खरं तर बाबांनी मोठाच धोका पत्करला होता. कारण ते मुसलमान सशस्त्र होते, लाठीधारी होते आणि धोकादायक दिसत होते पण बाबांचं ते असामान्य मनोधैर्य बघून ते खचले व त्यांनी माघार घेतली. त्यानंतर काही हिंसक प्रकार घडला नाही.

वीस वर्षांनंतर (१९१४-१५) अजून एक प्रकार घडला. बाबा नेहमीसारखे चावडीवर आपल्या भक्तांबरोबर झोपले होते. तेव्हा मध्यरात्रीच्या सुमाराला एका धर्मांध मुसलमानाने जोरात आरडाओरडा सुरू केला. ''मी या सगळ्या चावडीत झोपलेल्या हिंदूंचे गळे कापून काढणार आहे. ते बाबांना बिघडवत आहेत. व त्यासाठी बाबांनी मला परवानगी द्यावी.'' पण त्यावर बाबांनी त्या मुसलमानाला स्पष्टच सांगितले, ''माझी उपासना केल्याबद्दल तुम्ही हिंदूंना जबाबदार धरू नका. माझ्याचमुळे ते लोक बिघडले आहेत

व माझी उपासना करू लागले आहेत. तेव्हा त्यांच्याऐवजी तुम्ही माझाच गळा कापून काढा.'' असं बाबांनी सांगताच अखेर त्या धर्मांधाने माघार घेतली.

यानंतर एक दोन वर्षात आणखी एक प्रसंग घडला. रोहिला नावाचा एक मुसलमान धर्मांध होता. मात्र तो बाबांचा भक्त होता. बाबांच्या अंगच्या असामान्य सामर्थ्यामुळे तो त्यांना देव मानत असे. पण तेच बाबा हिंदूंची मूर्तिपूजा, आरत्या आणि भजने, मंत्रोपचार इत्यादी गोष्टी कसे काय चालवून घेतात, म्हणून तो बाबांवर अत्यंत भडकला. आणि चिडून दंडुका घेऊन तो सरळ बाबांना ठार मारण्यासाठी आला. परंतु बाबांनी नजरेचा नुसता एक कटाक्ष टाकायचा अवकाश, तो गुंड नरम झाला. आणि त्याने जमिनीवर लोळण घेतली.

बाबांचे अनेक भक्त बाबांकडून अनेक प्रकारच्या ऐहिक सुखप्राप्तीची अपेक्षा करत. निपुत्रिकांना संतान, मुलींचे विवाह, नोकरी मिळणे, नोकरीत बढती मिळणे, रोग आणि व्याधींपासून मुक्तता अशा अनेक गोष्टींचा त्यात समावेश असे. काही जोडपी संतान प्राप्तीसाठी बाबांकडे धाव घेत. तेव्हा बाबांची त्यासाठी एक विशिष्ट पद्धत होती. संतानप्राप्तीची अपेक्षा असलेल्या स्त्रीने आधी एक श्रीफळ घेऊन बाबांच्या दर्शनाला यायचे. मग ते ती बाबांना अर्पण करायची. तेच श्रीफळ बाबा परत तिच्या ओटीत घालायचे. बाबांनी तसं केलं तर, वर्षभरात त्या स्त्रीची कूस उजवणार हे अगदी हमखास ठरलेलं. पण कधीतरी बाबा तो नारळ तिच्या ओटीत घालत नसत. दुसऱ्या काही मार्गाने त्याचा विनियोग करत. याचा अर्थच त्या स्त्रीची इच्छा पुरी होणार नाही, असा असे. एकदा एका भक्त स्त्रीला बाबांनी नारळ ओटीत दिला खरा. पण त्यावेळी त्यांच्या डोळ्यात अश्रू होते व चेहरा वेदनांनी पिळवटला होता. त्या स्त्रीला मुलगा झाला. परंतु त्यानंतर अवघ्या १८ महिन्यात तिचं निधन झालं. कदाचित हे माहीत असल्यामुळेच नारळ तिच्या ओटीत घालत असताना बाबांचा चेहरा पिळवटला असावा व डोळ्यात अश्रू असावेत.

बाबांच्या एका भक्त स्त्रीचे नाव होते सौ. औरंगाबादकर. तिच्या लग्नाला वीस वर्षे होऊन गेली तरी तिला मूलबाळ नव्हते. ही वांझ आहे, हिला कधीच मूल होऊ शकणार नाही, अशी डॉक्टरांनी ग्वाही दिली होती. पण ती बाबांवरील भक्तीमुळे शिरडीला आली आणि तिने अपत्यप्राप्तीसाठी बाबांचा धावा केला. बाबांनी तिला आशीर्वाद दिला. आणि तसंच घडलं. तिला मुलगा झाला व ती सुखी झाली.

आपली ही पद्धत दुसऱ्या एका भक्ताच्या बाबतीत बाबांनी जराशी बदलली होती. या भक्तानं नाव डी. एस. रास्ते. त्यांना मुलगा हवा होता. बाबांनी त्याला चार आंबे दिले आणि सांगितलं : हे आंबे घ्या, खा अणि मरा.'' बाबांचे हे शब्द ऐकून रासनेला फार धक्का बसला. पण इतर उपस्थित लोकांनी त्याला सांगितले. पुत्राला जन्म देणे याचाच अर्थ पुनर्जन्म. या चराचर सृष्टीत उडी घेणे किंवा स्वत:ला झोकून

देणे याचा अर्थ मरण. पण शांत आणि अलिप्त राहणे याचा अर्थ जीवन. बाबा असंही म्हणाले होते, ''हे आंबे तू खाऊ नको, तुझ्या पत्नीला दे.'' (बाबांनी त्या भक्ताच्या दुसऱ्या पत्नीचा उल्लेख केला होता.)

एका प्रसंगी बाबांनी त्यांच्या एका भक्त स्त्रीच्या बाळंतपणात तिची सुखरूप प्रसूती होण्यासाठी दूरवरून साहाय्य केले. अशी कथा सांगतात, की बाबा मशिदीत एकटेच बसलेले असताना त्यांनी आपल्या पोटात असह्य वेदना होत असल्याची तक्रार केली. आपल्या भक्तांकडून पोट घट्ट आवळून बांधून घेतले. आणखी घट्ट, आणखी घट्ट, असे ते ओरडले होते. ''या वेदना भयंकर आहेत.'' असेही ते वारंवार म्हणत होते. आणि अचानक त्यांना आराम वाटला. ''आता ठीक आहे.'' सुटकेचा नि:श्वास टाकून ते म्हणाले, ''वेदना थांबल्या.'' नंतर एक गोष्ट कळली ती अशी, की एका भक्त स्त्रीला प्रसववेदना असह्य होत होत्या, तेव्हा तिने बाबांचा धावा केला होता.

काही भक्तांच्या मुलींचे विवाह जुळण्यात अडचणी निर्माण होत. मग त्या कामी बाबा त्यांच्या मदतीला धावून येत. साहजिकच ते मग आपल्या भक्तांना अधिकच प्रिय होत. भक्त त्यांना 'आये' किंवा (विवाह जुळवणारी) 'माऊली' असं म्हणत. बाबांचा एक भक्त होता- गणेश केशव रेगे. त्याच्या चौथ्या मुलीचं लग्न जमत नव्हतं. एकदा तो त्या विचाराने चिंताग्रस्त होऊन आपल्या घरी बसला होता. त्यावेळी अचानक त्याला आवाज ऐकू आला. ''जिरापूरला जा.'' पण हे शब्द नक्की कोणी उच्चारले असावे, ते त्याला काही समजेना. आपल्या भक्तांची सेवा करण्याचा बाबांचा एक अभिनव मार्ग होता. तो म्हणजे शरीराशिवाय आवाज! आणि हा आवाज दुसऱ्यातिसऱ्या कोणाचाही नसून बाबांचाच आहे. हे आपल्या भक्तांच्या व्यवस्थित लक्षात यावं याचीही ते काळजी घेत त्याचमुळे आपल्याला 'जिरापूरला जाण्या'ची आज्ञा बाबांनीच केली आहे हे रेग्यांना कळलं. पण जिरापूरला त्यांच्या ओळखीचं कोणीच नव्हतं, इतकंच नव्हे तर ते गाव त्यांनी अजून पाहिलंही नव्हतं. तेव्हा आता तिथे जाऊन नक्की काय करायचं या विचारात ते असतानाच त्यांची बदली जिरापूरला झाली असल्याची तार त्यांना मिळाली. त्यानुसार ते जिरापूरला जाऊन पोचले. लवकरच त्यांना त्या गावात आपल्या मुलीसाठी विवाहयोग्य वरही मिळाला.

बाबा अनेकदा आपल्याकडे येणाऱ्या रुग्णांना चमत्कारांच्या साहाय्याने व्याधीमुक्त करत असत. पण त्यांच्या उपचारपद्धती विचित्र विलक्षण, रांगड्या आणि जगरहाटीला सोडून असायच्या. त्याही इतक्या टोकाच्या, की एखाद्या डॉक्टरच्या संवेदनशीलतेला धक्का बसेल इतक्या. सामान्य स्त्री पुरुषांना तर त्या धक्कादायक वाटतच. एकदा शामच्या डोळ्याला सूज आली होती. त्यावेळी

बाबांनी त्याच्या डोळ्याला काळी मिरी लावली. सौ. मॅनेजर यांनीही अशाच एका प्रसंगाचं वर्णन केलं आहे. त्या म्हणतात, ''शरीराच्या अंतर्गत अवयवांना जर रोग झाला, तर वरून लावण्यासाठी कोणत्याही प्रकारचे मलम किंवा लेप लावायला न देता ते जगावेगळ्या आणि धक्कादायक पद्धतीनं ते दुखणं बाबा बरं करत. ह्या गोष्टीवर शास्त्रज्ञांचा अथवा वैद्यकीय शास्त्रातील लोकांचा विश्वासही बसणार नाही. पण ही गोष्ट तर माझ्या स्वत:च्याच बाबतीत घडलेली आहे. शिवाय साईबाबांकडे येणाऱ्या इतर अनेक रुग्णांच्या बाबतीत घडताना मी माझ्या डोळ्यांनी पाहिली आहे. बाबा आणखी एक फार मोठा चमत्कार करत, ते म्हणजे स्वत:च्या आत्मशक्तीच्या, इच्छाशक्तीच्या बळावर लोकांची व्याधी स्वत:वर ओढवून घेत. हे माझ्या बाबतीतही घडलं. माझ्या डोळ्यांना फार त्रास होत असे. एकदा मी शिरडीत असताना माझ्या डोळ्यांतून सारखं पाणी येऊ लागलं. ठणका लागला. तशाच अवस्थेत मी बाबांसमोर जाऊन बसले. त्यांनी एकदाच माझ्याकडे पाहिलं अणि माझ्या डोळ्याचा ठणका व पाणी येणं थांबलं. पण बाबांच्या डोळ्यातून पाणी येण्यास सुरूवात झाली.

एकदा बाबांच्या एका भक्ताला अतिसाराचा त्रास होत होता. त्यामुळे तो बाबांच्या दर्शनाला येताना बरोबर पाण्याची कळशी घेऊन आला होता. गरज पडली तर असावी, या हेतूने. त्याला बघताच बाबा एकदम क्रोधित झाले. आजूबाजूला बसलेल्या भक्तगणांनी काढता पाय घेतला. कळशी घेऊन आलेल्या भक्ताच्या पोटातून जोराची कळ आल्याने तो कळशी उचलून बाहेर जायला निघाला. इतक्यात बाबांनी त्याला थांबवलं. कोणीतरी तेथे शेंगदाणे सोडून गेलं होतं. ते त्याच्या हातावर ठेवून बाबा म्हणाले : ''चल आपण हे दाणे खाऊ.'' मग दोघांनी ते दाणे खाल्ले. त्यानंतर बाबांनी त्या भक्ताला पाणी पिण्यास दिले. खरं तर अतिसार झालेल्या रुग्णाला शेंगदाणे खायला देणं कधीचा ऐकिवात नाही. पण बाबा त्याला म्हणाले : ''आता तुझा मलविसर्जनाचा मार्ग चांगला बंद झाला आहे.'' असं बाबांनी म्हणताक्षणीच त्या रुग्णाला बरं वाटू लागलं.

एका भक्ताच्या घरी एका व्यक्तीला कुष्ठरोग झाला होता. त्याच्यावर इलाज करण्यासाठी त्याने बाबांना पाचारण केलं. बाबांनी त्या रुग्णाला एक विषारी नाग धरून आणण्याची आज्ञा केली. (नाग कुष्ठरोग्यांना दंश करत नाहीत असा समज आहे.) मग त्या नागाचं विष काढून त्या विषापासून तयार केलेलं एक मिश्रण त्याला पिण्यासाठी दिलं. त्या रुग्णाचं दुखणं हळू हळू बरं होऊ लागलं. पण या औषधोपचाराबरोबरच बाबांनी त्याला आणखी एक बंधन घालून दिलं होतं - पत्नीबरोबर शरीरसंबंध न ठेवण्याचं- ते त्यानं पाळलं नाही. त्यामुळे बाबा रागावले व त्यांनी त्याच्यावर उपचार करणं बंद केलं.

बाबांचा एक भक्त होता. त्याच्या मुलाला एका असाध्य दुखण्यानं ग्रासलं होतं. त्याला अस्थिक्षयाचं (ट्युबरक्युलर बोन ऑबसिस्) दुखणं झालं होतं. वैद्यकशास्त्रात या दुखण्याला Chronic Osteontetitis असं म्हणतात. त्याला कोणीतरी बाबांकडे घेऊन आलं. बाबा म्हणाले: ''जे कुणी या मशिदीत येतात त्यांना या जन्मी तर सोडाच पण पुढच्या जन्मीसुद्धा काही त्रास वा दु:ख सहन करावं लागत नाही. आता तुम्ही तुमच्या मनातील काळजी, चिंता सोडून द्या. त्या मुलाच्या गळवावर हा अंगारा लावा. तो एका आठवड्यात बरा होईल. माझ्यावर आणि देवावर श्रद्धा ठेवा. ही मशीद नसून द्वारकामाई आहे. जो कुणी हिच्या छायेत येतो त्याला सदासर्वकाळ मन:शांती व सुख प्राप्त होते. यानंतर तो मुलगा बाबांच्या समोर येऊन बसला. बाबांनी त्याच्याकडे पाहिलं आणि आपले हात त्याच्या व्याधीग्रस्त अवयवांवरून फिरवले. त्यानंतर केवळ सात दिवसात तो मुलगा बरा झाला.

बाबांचे एक अत्यंत निकटवर्ती भक्त होते. ते अत्यंत धनाढ्य होते. त्यांचं नाव - बापूसाहेब बुटी. एकदा ते आमांशाच्या विकाराने आजारी पडले. कोणत्याही औषधाचा परिणाम होईना. त्यामुळे त्यांना मशिदीत बाबांच्या दर्शनासाठी सुद्धा येता येईना. बाबांनी त्यांना बोलावणं पाठवलं. आपल्यासमोर बसवलं आणि मोठ्यांदा म्हणाले, ''आता काळजी घ्या. आता पुन्हा शौचाला जायचं नाही.'' असं म्हणून आपली तर्जनी फिरवत म्हणाले, ''वांत्यासुद्धा थांबल्या पाहिजेत.'' यानंतर बुटी रोगमुक्त झाले.

एक सहा वर्षांची दमेकरी मुलगी होती. बाबांनी तिला बरं केलं, पण ते इतक्या विलक्षण, कल्पनेपलीकडच्या आगळ्यावेगळ्या पद्धतीनं! बाबांनी तिला फक्त आपल्या चिलमीचा एक झुरका ओढायला दिला. बस् त्या मुलीचा दमा कायमचा बरा झाला. लोकांच्या म्हणण्याप्रमाणे अपस्माराचे रुग्ण तर बाबांचं फक्त एकदा दर्शन घेतल्यावर बरे होत.

साथीचे रोग शिरडीच्या पाचवीलाच पुजलेले होते. केवळ शिरडीच नव्हे तर महाराष्ट्रातील खेडोपाडी सर्वत्र हीच स्थिती होती. प्लेगची साथही नित्याचीच होती. या प्लेगच्या दुखण्यातून बरं होण्यासाठी बाबांकडे लोक मोठ्या संख्येने येत असत. एकदा संपूर्ण शिरडी प्लेगच्या विळख्यात होती. तेव्हा बाबांनी लोकांना उपदेश केला- रस्ते स्वच्छ करा, दर्गे, स्मशानभूमी, दफनभूमी झाडून काढा, गरिबांना जेऊ घाला. बाबा स्वत:सुद्धा हातात झाडू घेऊन मशीद स्वच्छ करू लागले होते. १९११ साली जेव्हा शिरडीत प्लेगचा प्रादुर्भाव झाला होता, तेव्हा लोकांना बाबांच्या अंगावर प्लेगच्या सहा-सात गाठी आढळल्या. त्यांना तापही येऊ लागला. लोकांना या प्लेगचा प्रादुर्भाव झाला होता, तेव्हा लोकांना या प्लेगची भीती वाटू लागली होती. काळजीत पडून त्यांनी बाबांना उपाय विचारला. बाबांनी सांगितलं, पेटता कापूस

तुपात बुडवून जखमेवर लावा. त्यांनी स्वत:वरसुद्धा हाच उपाय केला. व आपण अगदी सुरक्षित असल्याची भक्तांना ग्वाही दिली. तसेच शिरडीतील कोणावरही दु:खाचा आघात होणार नाही असंही त्यांनी सांगितलं. शिरडीवर येऊ घातलेलं संकट मी स्वत:वर घेतलं आहे, असं ते म्हणाले. नवल असं, की इतक्या मोठ्या प्रमाणावर अंगावर प्लेगच्या गाठी उठूनसुद्धा बाबांच्या दैनंदिन कार्यक्रमात काहीही बदल झाला नाही.

नाशिक येथे एका भक्ताच्या घरी प्लेगची लागण झाली. त्याने तातडीने बाबांशी संपर्क साधला. आणि त्यांचा सल्ला विचारला. बाबांनी त्याला घरीच थांबण्यास सांगितलं. त्यावर आपले इतर मित्र व डॉक्टरांचा सल्ला न मानता, घरात मेलेले उंदीर आढळून येत असताना सुद्धा तो घरीच राहिला. त्याला आणि त्याच्या कुटुंबियांना कोणताही त्रास झाला नाही. बाबांचा सरळसाधा प्रश्न होता : ''आपण आपलं घर का सोडायचं?''

बाबांचे एक भक्त होते- अप्पा कुलकर्णी. ते एकदा बाबांच्या दर्शनाला आले. बाबांनी सहजपणे त्यांना सांगितलं. ''आमच्या गावात चोर शिरले आहेत. त्यांची पद्धत मोठी विचित्र आहे. ते संपूर्ण घरादाराची लूटमार करीत नाहीत. फक्त महत्त्वाच्या गोष्टींवर नजर ठेवून असतात. त्या घेतात आणि कुणाच्याही नकळत ते निघून जातात, असे ते महाभयंकर बदमाश आहेत. त्यांच्या हल्ल्याचं पहिलं लक्ष्य तुम्हीच असाल, तेव्हा सावध राहा.'' बाबांना त्या शब्दांमधून नक्की कोणती धोक्याची सूचना द्यायची आहे ते अप्पा कुलकर्णींच्या नीटसं लक्षात न आल्यामुळे त्यांनी आपल्या घरासाठी पहारेकऱ्यांची संख्या वाढवली. पण प्रत्यक्षात घडलं ते वेगळंच. गावात कॉलऱ्याची साथ पसरली व तिने पहिला बळी घेतला तो अप्पा कुलकर्णी यांचा. गावातील लोक धावतच बाबांकडे आले. 'या संकटातून आमची सुटका करा.' अशी याचना करू लागले. बाबांनी त्यांना सांगितलं, शिरडी गावात सात लोक मृत्यूमुखी पडतील आणि त्यानंतर कॉलऱ्याला आळा बसेल, आणि अगदी तसंच घडलं.

बाबांच्या बोलण्याची पद्धत सांकेतिक व प्रतीकात्मक असायची. त्यामुळे बरेचदा त्यांनी केलेला उपदेश लोकांच्या लक्षात येत नसे. काय तो मथितार्थ भक्तांनी आपला आपण समजून घ्यावा ही त्यांची पद्धत. बाबा अधूनमधून, संभाषणाच्या ओघात काही भाष्य करत किंवा प्रश्नांना उत्तरे देत. तेही असेच गूढ, रहस्यमय असे. त्यातून बाबांना नक्की काय सुचवायचंय हे फक्त काही मोजक्याच लोकांना समजायचं. इतरांना नाही शिरडीतील एका भक्ताला या गोष्टीचा फार कटू अनुभव आला. आणि तो कॉलऱ्याला बळी पडला.

एका भक्ताने सांगितले आहे : ''लोकांना बाबांच्या दर्शनाने प्रचंड लाभ होत

असे. काही लोक आरोग्यसंपन्न होत. दुष्टाचे सुष्टांमध्ये आणि दुर्जनांचे सुजनांमध्ये रूपांतर होई. कधीतरी कुष्ठरोगासारखा महाभयंकर रोग बरा होई. अनेकांच्या इच्छा पूर्ण होत असत. अंधांना औषधाशिवाय दृष्टी प्राप्त होई तर पंगू लोक पायाने चालू लागत.''

एकदा एका भक्ताला बाबांनी विचारलं : ''आज सकाळपासून तू काय काय खाल्लंस?'' त्या दिवशी एकादशी असल्याने त्याने कंदमुळे, रताळी वगळता इतर काहीही खाल्ले नव्हते. बाबांनी काही कांदे हातात घेतले आणि ते खाण्याचा त्याला आग्रह केला. बाबांना नाराज कसे करायचे? त्यामुळे बाबांनी स्वत: आधी कांदे खावे मगच आपण ते खाऊ असे त्या भक्ताने त्यांना सांगितले. बाबांनी ती विनंती मान्य करून काही कांदे खाल्ले. त्या भक्तानेही त्यांचेच अनुकरण केले. मग बाबांनी त्या भक्ताची चेष्टामस्करी करण्यास सुरुवात केली. 'हा एकादशीच्या दिवशी कांदे खातो!' - अशी. त्यावर तो भक्त म्हणाला : ''बाबांनीही खाल्ले आणि मीही खाल्ले.'' पण आता बाबांनी कानावर हात ठेवले. ते म्हणाले : ''मी कुठे कांदे खाल्ले?'' पुराव्यादाखल त्यांनी उलटी सुद्धा करून दाखवली. नवल असे की त्यातून कांद्याऐवजी रताळ्याचे तुकडे पडले. बाबा म्हणाले- ''बघा. मी कांदे खाल्लेच नव्हते. मी तर रताळी खाल्ली होती.'' आपण माणूस आहोत आणि कधीतरी चेष्टामस्करी करण्यात आपल्याला गंमत वाटते हेच बाबांनी यातून दाखवले.

आदरातिथ्य कसे करावे हे तर बाबांकडून शिकावे. आपण भिक्षा मागून आणलेल्या अन्नाची ते इतरांनी चाखल्याशिवाय चव सुद्धा बघत नसत. कुत्री, कावळे, भिकारी आणि फकीर या सर्वांचा वाटा त्यात असायचा.

बाबांचा एक मुसलमान भक्त होता - अब्दुल्ला जान. तो म्हणाला - ''बाबांचं दर्शन घेतल्यानंतर माझ्या स्वभावप्रवृत्तीत बदल घडून आला. मी जेव्हा शिरडीला आलो, तेव्हा मी हिंदूंना आपले शत्रू मानत असे. पण बाबांच्या सहवासात तीन वर्ष राहिल्यानंतर ही वैराची भावना निघून गेली आणि मी हिंदूंना आपले बंधू मानू लागलो.

बाबांनी आपला मुक्काम एका भग्न मशिदीत ठोकला होता, हे तर पूर्वी सांगितलंच आहे. काही भक्तांनी त्या मशिदीची डागडुजी करावी व तिचं नूतनीकरण करावं असं ठरवलं. म्हणजे ती निदान राहण्यायोग्य झाली असती. पण बाबांना ते काही पटेना. आम्ही तुम्हाला राहण्यासाठी नवीन जागा बांधून देतो असाही प्रस्ताव लोकांनी समोर ठेवला. पण बाबांनी तोही धुडकावून लावला. मग नुसतं मशिदीचं नूतनीकरण करू म्हणून बाबांच्या मागे लागले. पण तेही बाबांना पटेना. मग एका भक्ताने सरळ बैलगाड्या भरभरून विटांचे ढीग आणून

मशिदीसमोर रचण्यास सुरुवात केली. आता लवकरच नूतनीकरणाचे काम चालू होणार असल्याची त्याने घोषणा केली. ''त्या विटा घेऊन जा आणि गावातल्या मंदिराच्या दुरुस्तीसाठी वापरा,'' असा बाबांनी निरोप पाठवला. पण तसं घडलं नाही. अखेर काम चालू झालं. बाबांना भक्तांचं म्हणणं मान्य करावंच लागलं. तरी सुद्धा काम सुरू असताना ते सारखे मधे पडत. कधीतरी झालेल्या कामाचं नुकसानसुद्धा करीत. ते पाहून भक्तगण खिन्न होत. अखेर हे काम रात्री करायचं, असंच भक्तांनी ठरवलं. कारण बाबा रात्रीचे झोपायला चावडीवर जात. अखेर ते काम एकदाचं पूर्ण झालं.

एकदा दोन ब्राह्मण बाबांच्या भेटीसाठी आले. त्यांच्याशी बोलता बोलता बाबांनी स्वत:च्या आयुष्यात घडलेली एक हकीकत त्यांना सांगितली. ती अशी - बाबा एकदा समुद्राकाठी भ्रमंती करत होते. नंतर ते एका श्रीमंत ब्राह्मणाच्या घरी पोचले. त्याने बाबांना जेऊ खाऊ घालून कपाटापाशी एका स्वच्छ जागी झोपण्यास सांगितले. बाबांना झोप लागताच त्या श्रीमंत माणसाने भिंतीतून एक वीट बाहेर काढली. तसेच बाबांच्या पाकिटातून एक नोटांचा गठ्ठा बाहेर काढला. ही चोरीची गोष्ट लक्षात येताच ते अस्वस्थ होऊन रडू लागले. त्यांना वाटले, या ब्राह्मणानेच आपले धन चोरले आहे. त्यांना अन्नपाण्यात रस वाटेना. ते तसेच त्या घराच्या ओसरीत १५ दिवस राहिले. १५ व्या दिवशी त्यांना रस्त्यावरून जाणारा एक फकीर भेटला. बाबांना रडताना पाहून त्याने कनवाळूपणाने त्यांची विचारपूस केली. बाबांनी त्याला जे जे घडले ते सर्व काही सांगितले. मग त्या फकिराने बाबांना आणखी एका फकिराबद्दल सांगितले, 'तू त्याला शरण गेलास तर तो तुझी संपत्ती परत मिळवून देईल.' मग बाबा परत समुद्रकिनारी गेले. तिथे एक जहाज होते. त्यात बसून ते प्रवासाला निघाले. एका चपराशाने त्यांना जहाजावर चढवले. जहाजप्रवासानंतर ते रेल्वेने प्रवास करून द्वारकामाईला आले.

बाबांनी सांगितलेली ही कथा ऐकून ते ब्राह्मण बुचकळ्यात पडले. बाबांना यामधून नक्की काय सूचित करायचं आहे हेच त्यांना कळेना. कारण बाबा शिरडी सोडून कधीही समुद्रकिनारी गेले नव्हते. इतकंच काय त्यांनी समुद्र पाहिलाही नव्हता, हे त्या ब्राह्मणांना माहीत होते. पण ते कोडे लवकरच सुटले. कारण ही घटना आपल्या स्वत:च्याच आयुष्यात घडलेली असून बाबांनी ती अगदी बारीक सारीक तपशीलांसह तंतोतंत सांगितली आहे, हे त्यांच्या लक्षात आले.

बाबांविषयी आणखीही एक गोष्ट सांगतात. ती म्हणजे- दोन बोकडांची गोष्ट. बाबांनी एकदा बत्तीस रुपये देऊन दोन बोकड विकत घेतले. ते पाहून त्यांच्या भक्तांना वाटले बाबा या व्यवहारात फसले. कारण ते बोकड केवळ आठ रुपये

किंमतीचे होते. नंतर बाबांनी त्या बोकडांसाठी मसूर विकत घेण्यात आणखी काही पैसे खर्च केले. त्यांना नीट खाऊ पिऊ घातले व परत त्यांच्या जुन्या मालकाकडे पाठवून दिले. हे सर्व पाहून बाबांच्या भक्तांची मती तर कुंठितच झाली. ते जाणून बाबा त्यांना म्हणाले : "तुम्हाला वाटलं, मी फसलो. पण तसं नाही. या बोकडांची कथा ऐका. हे दोघे गेल्या जन्मी मनुष्य होते आणि माझे शेजारी होते. त्यांचे परस्परांवर प्रेम होते. तसेच माझ्यावरही प्रेम होते. पण नंतर मात्र ते एकमेकांचे वैरी झाले. एकमेकांशी भांडून त्यांनी एकमेकांना मारून टाकले. आता दोघांनाही बोकडाचा जन्म प्राप्त झाला आहे. ते रस्त्याने जात असताना त्यांनी माझ्याकडे पाहिले. मला त्यांची गतजन्मीची सर्व कहाणी आठवली. माझ्या मनातील वात्सल्य उफाळून आले. त्यांना परत जवळ करावे, पोटभर खाऊ घालावे म्हणून मी माझ्या जवळ असलेले सर्व पैसे खर्च केले. पण तुम्हाला हा व्यवहार आवडला नाही, म्हणून मी त्यांना त्या धनगराकडे परत पाठवले.

४.

गुरू हाच देव

साईबाबांच्या मते गुरू हाच देव असतो. जो आपल्या गुरूला आपलं तन, मन आणि सर्वस्व अर्पण करतो, त्याला आयुष्यात दुसऱ्या कोणत्याच गोष्टीची गरज भासत नाही. मग तो विद्वान असला पाहिजे असंही नाही. वेदविद्यासंपन्न, धर्मशास्त्रापरायण असण्याची सुद्धा गरज नाही. कारण त्याचा गुरूच त्याची काळजी घेतो. त्याचं रक्षण करतो आणि त्याला पारमार्थिक मुक्तीचा मार्ग दाखवतो. पण त्यासाठी त्याने आपल्या गुरूला संपूर्णतया शरण यायला हवं. भर आहे संपूर्ण या शब्दावर. या बाबतीत मात्र शिष्याच्या मनात कोणत्याही प्रकारची शंका अथवा संदेह असता कामा नये. अन्यथा त्याचे सर्वच प्रयत्न निष्फळ होतील. पारमार्थिक प्रगतीसाठी जे भक्त इच्छुक होते, त्यांच्या बाबतीत घडणाऱ्या विविध घटनांवरूनही हाच निष्कर्ष काढता येईल, की गुरुपूजन म्हणजेच देवाचे पूजन. गुरुसेवा हीच ईश्वरसेवा. व ही सेवा माणसाने अगदी संपूर्णतया समरसून, कोणतीही बंधन न बाळगता करायला पाहिजे. अशा सर्व गोष्टी बाबांनी आपल्या भक्तांना पटवून दिल्या. बाबा स्वत: त्यांच्या गुरूंना असेच सर्वस्वी शरण गेले होते. गुरू हेच त्यांचे सर्वस्व होते. गुरूलाच ते आपला मूर्तिमंत देव मानत असत आणि या सर्व गोष्टीही त्यांनी आपल्या भक्तांना सांगितल्या.

बाबांना त्यांचे गुरू कसे भेटले ही कथासुद्धा बाबांनी रुपक वापरून सांगितली. ती कथा सार्थ होती आणि प्रतीकात्मक होती. बाबा म्हणाले : ''एकदा मी व आणखी तीन शिष्य धर्मग्रंथांचा अभ्यास करीत होतो. 'ज्ञान प्राप्ती करण्याचा मार्ग कोणता?' याविषयी आमची जोरात चर्चा चालू होती. आमच्यातील एकजण म्हणाला, याबाबत आपण स्वावलंबी असणं आवश्यक आहे. आपण गुरूवर अवलंबून असता कामा नये. राहिले दोघे शिष्य. ब्रह्मज्ञान प्राप्ती होण्यासाठी आपल्या अंगात कोणते

गुण असावे याची चर्चा करत बसले. पण मी मात्र म्हणालो, ''गुरुभक्ती आणि गुरूकडे संपूर्ण शरणागती एवढाच उपाय आहे. आपल्याला गुरूने नेमून दिलेले कर्तव्य आपण पार पाडावे आणि काया, वाचा व जीवन गुरूला अर्पण करावे. जो गुरु चराचरात भरून राहिलेला आहे, त्याच्यावर निष्ठा ठेवणे जरूर आहे.''

बाबा पुढे म्हणाले: ''आम्ही अरण्यातून फेरफटका मारत होतो. तेव्हा तेथे काम करत असलेला एक वंजारी आम्हाला भेटला. तो म्हणाला, ''या उन्हाच्या तापात तुम्ही अरण्यात कुठे निघाला आहात?'' त्याने आम्हाला सावधगिरीचाही इशारा दिला. आम्ही रानावनात रस्ता चुकून कुठेतरी भरकटत जाण्याची शक्यता होती. मग त्याने त्याच्या जवळची शिदोरी आम्हाला देऊ केली. पण आम्ही मात्र त्याचं बोलणं न ऐकता तसेच पुढे निघालो. लवकरच विस्तीर्ण घनदाट झाडीत आम्ही रस्ता चुकलो. परत तोच वंजारी भेटला. आम्ही आमच्या अक्कलहुशारीवर भिस्त ठेवून एकटेच निघालो होतो. म्हणून आम्ही रस्ता चुकलो होतो. त्यामुळे आम्ही आता मार्गदर्शनासाठी कोणीतरी वाटाड्या बरोबर घ्यावा, असे त्याने आम्हाला सुचवले. तो असंही म्हणाला : ''वाटेत जर कुणी जेऊ घालत असेल, तर त्याचा अव्हेर करू नका. कारण जेव्हा आपण काही प्रयत्न करत असतो, तेव्हा जर कुणी पुढे होऊन मदतीचा हात पुढे केला, तर तो एक शुभशकुन असतो. मग परत एकदा त्याने आपली भाकरी आम्हाला देऊ केली. परत त्याला नकार देऊन आम्ही पुढे निघालो. पण लवकरच मला मात्र भूक लागली. मी परत त्याच्याकडे गेलो आणि त्याने देऊ केलेली भाकरी खाऊन पाणी प्यायलो. नंतर त्याने आमच्यात चाललेल्या वादाचे कारण विचारले. मग मी त्याला आमच्या चर्चेविषयी सविस्तर सांगितले. इतर सगळे त्याला सोडून गेले. पण मी मात्र त्याला लवून प्रणाम केला. मग तो मला एका विहिरीपाशी घेऊन गेला. विहिरीच्या काठी एक झाड होते. त्या झाडाला उलटे टांगून त्याने मला विहिरीत सोडले. माझे डोके पाण्यापासून तीन फुटांवर होते, पण पाण्यापर्यंत पोचत नव्हते. त्याने मला तिथेच सोडले आणि तो निघून गेला. कुठे, देवच जाणे. नंतर तो चार पाच तासांनी परतला. त्याने मला विचारलं: ''काय, कसं काय चाललंय?'' मी उत्तरलो : ''माझा वेळ अत्यंत सुखात गेला.'' ते एकून तो प्रसन्न झाला आणि त्याने मला जवळ घेतले. माझ्या मस्तकावरून व अंगावरून हात फिरवला व मृदू शब्दात माझ्याशी संभाषण केले. त्याच्या शब्दातून वात्सल्य पाझरत होते. मग मला त्याने त्याच्या शाळेत घातले. त्या शाळेत मी माझ्या मात्यापित्यांना पूर्ण विसरलो. सगळी नाती गोती विसरलो. इच्छा, आकांक्षा विसरलो. मला त्याच्याकडे नजर लावून बसणे आवडू लागले. तो माझा गुरु झाला. गुरु जर माझ्या दृष्टीस पडणार नसतील तर मला दृष्टीच नको असं वाटू लागलं. मला परत जावंसं वाटेना. गुरुशिवाय सर्वकाही मी विसरलो. माझं अवघं जीवन माझ्या दृष्टीनं एकवटलं व माझी दृष्टी त्यांच्यावर

एकवटली. माझ्या ध्यानाचं लक्ष्य ते बनले. मी मूकपणे प्रेम केलं. आणि माझ्या मनात ज्ञानाचा प्रकाश आपोआप पडला. कोणत्याही प्रयत्नाशिवाय, अभ्यासाशिवाय, केवळ गुरूंच्या कृपेने हे घडले. आपली एकमेव साधना म्हणजे गुरुकृपा. त्या साधनेच्या अनुभवापाठोपाठ ज्ञान हे आपोआप येते.''

'द इनक्रेडिबल साईबाबा' या पुस्तकाच्या प्रस्तावनेत ऑर्थर ऑसबोर्न याने साईबाबाच्या या अरण्यातील प्रवासाचा अन्वयार्थ लावला आहे. ते म्हणतात - घनदाट अरण्य म्हणजे मनाची गुंतागुंत. या मनातच सत्याचा शोध घेतला जातो. चार मित्र म्हणजे चार प्रकारचे मार्ग. तो वंजारी म्हणजे गुरू आणि त्याने देऊ केलेली शिदोरी म्हणजे गुरुकृपा. तो तरुण जेव्हा शिदोरी स्वीकारतो, तेव्हा त्याला जाणीव होते, ही शिदोरी ज्यांनी दिली तेच आपले गुरू. म्हणून तो त्यांना लवून प्रणाम करतो. म्हणजे त्यांचं श्रेष्ठत्त्व, वर्चस्व मान्य करतो. त्या तरुणाला झाडावर उलटं टांगण्यात येतं याचा अर्थ त्याच्या ठायी असलेला अहं उलटा करणे, बांधून ठेवणे. शांतीच्या शितल जळाच्या दृष्टिपथात त्याला धरून ठेवणे. त्यामुळे त्याचा हा त्रास सुसह्य होईल. ज्या शेवटाकडे पाहून मनुष्य हा त्रास सहन करत असतो, त्याच शेवटामुळे त्याला तो त्रासही सुखकर वाटतो. बाबा म्हणतात: ''ईश्वरी ज्ञान हे आपोआप प्राप्त होते. ते शिकवता येत नाही. गुरुपुढे नतमस्तक होणे, त्याला प्रश्न विचारणे व त्याची सेवा करणे ह्या मार्गांनी गुरूचे कृपाछत्र प्राप्त करता येते.'' बाबा जगात दोनच गोष्टींची पर्वा करत. एक म्हणजे देव व दुसरे गुरूचे प्रेम. बाबांना प्रसंगोपात सिद्धी प्राप्त झाल्या होत्या. त्यांची त्यांना पर्वा नव्हती. ज्या सिद्धीमुळे लोकांचं लक्ष वेधलं जाईल किंवा लोकांच्या मनाला त्रास पोचेल अशा सिद्धींचीही त्यांना फिकीर नव्हती. त्यामुळे त्यांनी आपल्या सिद्धींची कोणापुढेही वाच्यता केली नाही. त्यात प्रावीण्य मिळवले नाही की त्याचे प्रदर्शन मांडले नाही. बाबांच्या दृष्टीने हरिनामस्मरण हेच सर्वकाही होते. सिद्धी हे त्यांच्या मते मायाजाल होते.

बाबा शिरडीला आल्यानंतर सुरुवातीच्या काळात ते रोज निंबाच्या झाडाखाली एकटेच बसत. तेव्हा लोकांनी त्यांना प्रश्न केला ''बाबा, एकटे का बसता?'' बाबा म्हणाले, ''माझ्या गुरूंची समाधी या झाडाखाली आहे. त्यामुळे हे झाड पवित्र आहे.'' मग बाबांनी गावकऱ्यांना त्या झाडाची नीट काळजी घेण्यास सांगितले. आजूबाजूचा परिसर स्वच्छ ठेवण्यास सांगितला. गावकऱ्यांनी ते मान्य केलं. नंतर बाबांनी एक दिवस लोकांना त्या झाडाखाली खणायला सांगितलं. आणि खरोखरच तिथे एक समाधी होती. ही समाधी आपल्या गतजन्मीच्या गुरूंची आहे असं बाबांनी त्या लोकांना सांगितलं.

बाबांनी आयुष्यात कधीही एखादं पुस्तक हातात धरलं नाही. त्यांना कोणत्याच भाषेची अक्षरओळखही नव्हती. आणि तरीही बैद्धिक दृष्ट्या ते अत्यंत प्रगल्भ होते.

धर्मग्रंथांमधील कोणत्याही भागाचा अन्वयार्थ ते सहजगत्या सांगत. हे ज्ञान त्यांना मिळाले तरी कुठून? नक्की गुरुकृपेमुळेच असणार. गोपाळराव देशमुख हे सेलू येथील जमीनदार होते. ते वेंकटाचलपती किंवा वेंकटेशाचे भक्त होते. बाबांना त्यांच्या स्वाधीन केल्यानंतर त्यांनी बाबांचा शिष्य म्हणून स्वीकार केला. तेच बाबांचे गुरू झाले. १०-१२ वर्षे बाबा यांच्याच बरोबर होते. हा काळ बाबांच्या आयुष्यातील सर्वात महत्त्वाचा काळ होता. गोपाळराव बाबांना संत कबीराचा अवतार मानत. त्यांना एक गोष्ट माहीत होती. ते स्वत: आधीच्या जन्मात काशीचे रामानंद, म्हणजे संत कबीराचे गुरू होते. त्या जन्मात रामानंदांना कबिराबद्दल जे अत्यंत सात्विक, शुद्ध व निर्मळ प्रेम वाटत होतं, ते या जन्मीपण गोपाळराव व बाबा यांच्यात कायम राहिलं होतं. बाबा म्हणत : "मी १२ वर्षे माझ्या गुरूची मनोभावे सेवा केली. माझे गुरू अद्वितीय होते. कृपाळू होते. त्यांना माझ्याविषयी जे काही प्रेम वाटत होतं. त्याचं वर्णन मी कोणत्या शब्दात करू? ते जेव्हा जेव्हा समाधी अवस्थेत बसत, तेव्हा मी जवळ बसून त्यांचं रूप निरखून पाहात असे. माझी नजर त्यावेळी त्यांच्यावर अक्षरश: खिळून राहात असे. अहोरात्र मी त्यांच्या मुखाकडे एकटक बघत त्यांचंच चिंतन करत असे. गुरूविषयी वाटणाऱ्या त्या अपार प्रेमामुळे माझी तहानभूक हरपली होती. गुरू पळभरासाठी जरी नजरेआड झाले तरी मी अस्वस्थ होत असे. मी गुरूशिवाय दुसऱ्या कशाचंही ध्यान, चिंतन करत नसे. गुरूशिवाय माझ्या डोळ्यांसमोर दुसरं कोणतंच ध्येय नव्हतं. माझ्या गुरूच्या अंगचं कौशल्य माझं मन थक्क करून टाकत असे. मला गुरूशिवाय दुसरं काहीच आपलंसं वाटत नसे आणि गुरूंनासुद्धा माझं हे पराकोटीचं प्रेम सोडून दुसरं काहीच नको असे. ते जरी निष्काम भावनेने बसल्यासारखे दिसत तरी त्यांनी माझ्याकडे कधीही दुर्लक्ष केलं नाही. माझी हेळसांड केली नाही. आपल्या कृपाकटाक्षानं त्यांनी माझं सतत रक्षण केलं. माझ्या गुरूंनी माझ्या कानात कधीच कोणत्याही मंत्राचा उच्चार केला नाही. पण त्यांच्या कृपेमुळेच मला हे माझं आजचं स्थान प्राप्त झालं आहे. आपण जर आपल्या गुरूंना आपल्या सर्व विचारांच्या आणि ध्येयाच्या केंद्रस्थानी मानलं तर आपल्याला परमार्थाची प्राप्ती होते. अंतिम ध्येयाची प्राप्ती होते. आणि हे एकमेव सत्य मला माझ्या गुरूंनी शिकवलं. चार प्रकारच्या साधना अथवा सहा शास्त्रे अनावश्यक आहेत. गुरूवर संपूर्ण निष्ठा ठेवली, तरी ते पुरेसं आहे."

बाबांनी अशा प्रकारे प्रेमाची प्रक्रिया वर्णन केलेली आहे. त्यांच्यात व त्यांचे गुरू वेंकुसा यांच्यात जे प्रेम होते तो खरं तर एका शिष्याचं टप्प्याटप्प्यानं गुरूत रूपांतर करण्याचाच एक मार्ग होता. किंबहुना बाबांच्या सेलू येथील वास्तव्याचा जो काही १०-१२ वर्षांचा काळ होता, त्यात त्यांनी गुरुपदाला आणि संतपदाला पोहोचण्याचं प्रशिक्षण घेतलं. त्यासाठी तो काळ त्यांना पुरेसा ठरला. पुढे आयुष्यभर त्यांच्याकडे

लोक येत राहिले. इतकंच नव्हे तर त्यांच्या समाधीनंतरही लोक त्यांच्या पायाशी येत राहिले. त्यांच्यात सखोल असं जे आत्मिक परिवर्तन बाबा घडवू शकले, त्यामध्ये या सेलू येथील त्याच्या वास्तव्याचा मोठाच वाटा होता. बाबा स्वत:च एकदा सेलूच्या संदर्भात बोलताना म्हणाले होते : "माझ्या फकिराच्या पत्नीने मला वेंकुसाकडे सोपवले. त्यानंतर १२ वर्षे मी त्यांच्यापाशी राहिलो व नंतर सेलू सोडले.''

एकदा असंच दासगणूमहाराजांनी बाबांना त्यांचं वय विचारलं. परंतु बाबांनी त्या प्रश्नाची काहीही दखल घेतली नाही. फक्त आपल्या गुरूचं नाव वेंकुसा होतं व आपल्याजवळ जे काही योगसामर्थ्य आहे ते त्यांच्याच कृपेने आहे, असं त्यांनी दासगणूंना सांगितलं.

स्वामी शिवानंदांनी लिहिलं आहे : लोक बाबांकडे अत्यंत तळमळीने जात. जीवनातील सर्वोच्च ध्येय प्राप्त करण्याची इच्छा मनात बाळगून जात. बाबांना गुरू बनवावं आणि जीवनातील सर्वश्रेष्ठ ध्येय प्राप्त करून घेण्यासाठी बाबांचा जास्तीत जास्त उपयोग करून घ्यावा या ओढीने जात, व अजूनही जातात. कोणत्याही जातीच्या, धर्माच्या व कोणत्याही ठिकाणाहून बाबांच्या पायापाशी आलेल्या व्यक्तीला तेथे आपला गुरू भेटतो.'' बाबांची आपल्या भक्तांना शिकवण देण्याची कोणती विशिष्ट पद्धती होती याचा पद्धतशीर अभ्यास कोणीही केलेला आढळत नाही. पण त्यांची एक पद्धत 'दक्षिणामूर्ती पद्धत' या नावाने प्रसिद्ध होती. या पद्धतीत सर्व शिष्य वटवृक्षाखाली गुरूचरणाशी बसतात. गुरू मौन धारण करून बसतात. मात्र शिष्यांच्या मनात ज्या काही शंका अथवा संदेह असतील त्याचे निराकरण केले जाते. हे ऐकून साहजिकच आपल्याला प्रश्न पडतो : हे कसे? याचं स्पष्टीकरण असं देतात - तोंडाने एक अक्षरही न उच्चारता विचार आणि कृतीस प्रेरणा देणारी ही पद्धती आहे. या प्रक्रियेला विचारांचं उत्सर्जन असं म्हणतात. अशा पद्धतीत गुरूसमोर बसलेल्या व्यक्तीला एक विलक्षण अनुभव येतो - तो अनुभव असतो अवघं अस्तित्व चिंब होण्याचा, आपल्यावर कोणाचं तरी नियंत्रण आहे असा, आपण गुरूशी तादाम्य पावत आहोत असा, गुरू आपल्याला अंतर्यामी घडवतोय असा. आणि हे सारं शब्दाशिवाय चालू असतं- कोणत्याही आराधनेशिवाय चालू असतं. या संदर्भात बाबांचा एक शिष्य म्हणाला होता "बाबांनी एक शब्दही न उच्चारता मायेने मला एका विलक्षण भावनेची जाणीव करून दिली. जिवाशिवांमधील भेदाभेद खोटे असतात, सत्य केवळ एकच असते आणि तेच सर्व जीवांमध्ये असते, ही ती भावना होती.''

बाबा आपल्या भक्तांना जे प्रशिक्षण देत, त्यांना जे यश मिळवून देत, त्याची पद्धती सतत बदलत असे. याचं कारण बाबांकडे येणारे लोक भिन्न स्वभावधर्म,

भिन्न प्रकृतीचे असत. त्यानुसार बाबांची पद्धत बदलत असे. बाबा कायमच आपल्या भक्तांसाठी एक मार्गदर्शक म्हणून हजर असत, अजूनही असतात व 'या कार्यासाठी मी जन्मोजन्मी विविध अवतार घेऊन पुन:पुन्हा प्रकट होतच राहीन' असंही आश्वासन त्यांनी आपल्या भक्तांना दिलं आहे. बाबा हा नुसता देह नव्हते. व हे सत्य त्यांना त्याच्या गुरूंनी दाखवून दिलं. सजीवांना ज्या हिताच्या हजार गोष्टींत रस असतो तो बाबांना नव्हता. सजीवांचं जे काही भावनिक व्यक्तिमत्त्व असतं त्याचीही आपण बाबांच्या व्यक्तित्वाशी गल्लत करता कामा नये. बाबांच्या प्रशिक्षणानंतर त्यांच्या भक्तांना सुद्धा ही जाणीव होत असे की आपण केवळ एक मर्त्य देहधारी प्राणी नसून या देहापलीकडे आपल्याला अस्तित्व आहे. हा नरसिंहस्वामींचा अनुभव आहे. बाबा आपल्या भक्तांना इतरांच्या मनात व हृदयात प्रवेश करायला शिकवत. इतर आत्म्यांशी एकरूप व्हायला शिकवत. एकदा हे साध्य झालं की मग माणसाच्या वर्तमानकाळातील गरजा, इच्छा किंवा तिटकारा वगैरेसारख्या भावना आपोआप गळून पडतात. नजरेपुढचे सर्व मानदंड गळून पडतात. जग पूर्वीपेक्षा कितीतरी नेमकं भासू लागलं. मग माणूस उद्योगशील होतो. त्यासाठी जी प्रेरणा आवश्यक असते ती बाबा पुरवतात. प्रत्येक व्यक्तीच्या स्वभावधर्मानुसार आणि कुवतीनुसार तिची प्रगती होत आहे किंवा नाही ते बाबा जातीने बघतात. आता ही प्रगती एखाद्याची तत्काळ होईल की जरा सावकाश हा मुद्दा गौण आहे. कारण जर एका आयुष्यात मानवाची ही प्रगती पूर्ण झाली नाही तर त्याला नंतर अनेक जन्म लाभतात व अखेर ज्ञानसंपन्न झाल्यानंतर त्या माणसाला परमेश्वरप्राप्ती होते.''

बाबांचं सर्व काही गुप्त, गूढ असायचं व गुप्तता बाळगण्याचा नियम ते अगदी कसोशीनं पाळत. त्यांची स्वत:ची आध्यात्मिक प्रगती किती झालेली होती, ते स्वत: किती महान योगी होते हे त्यांनी अपवादात्मक प्रसंग वगळता कधीही उघड केलं नाही. एवढंच काय, त्यांनी आपलं नाव, कुलशील, जातपात, धर्म याविषयी तोंडातून कधी अवाक्षरही काढलं नाही. अगदी ह्या पृथ्वीतलावरून सोडून जाण्याची घडी समीप आल्यावर त्यांनी स्वत:च्या ब्राह्मण कुळाचा उल्लेख केला. त्याचप्रमाणे आपलं पालनपोषण एका फकिरानं केलं आहे हे त्यांनी तेव्हाच सांगितलं. स्वत:च्या गुरूंचा उल्लेखसुद्धा ते फार क्वचितच वेळा करीत. ते आपल्या पूर्वजन्माविषयी कधीही बोलले तरीसुद्धा ते स्थळ, काळ किंवा तारखांचा उल्लेख करीत नसत.

एम्.बी. रेगे म्हणतात - बाबा सर्व भक्तांना सरसकट एकाच प्रकारची योगसाधना किंवा उपासना करायला सांगत नसत. उलट ते प्रत्येकाच्या मनाची स्थिती, परिस्थिती आणि गरजांप्रमाणे स्वत:ला वळवत. बाबा आपल्या भक्तांना सांगत : ''जर तुम्ही श्रीरामाचे भक्त असाल, तर तुम्ही जरूर रामाची भक्ती करा. तुमचा देव अल्ला असेल तर तोच राहू द्या. जो माणूस आपल्या गुरूला आणि ईश्वराला

कोणत्याही प्रकारचा आडपडदा न ठेवता संपूर्णतया शरण गेलेला आहे, अशाच माणसाला आयुष्यात खऱ्या, शुद्ध आनंदाची प्राप्ती होते. यशाची प्राप्ती होते. असा माणूस नकळतच त्यागाला आणि समर्पणाला तयार असतो. हे बाबांनी सोदाहरण दाखवून दिलं. बाबांकडे जे सच्चे भक्त आले त्यांना ईश्वराला शरण जाण्यास बाबांनी साहाय्य केले. ज्या भक्ताने अशा प्रकारे शरण येण्याची नुसती तयारी दाखवली त्याच्या प्रत्येक गरजेकडे बाबांनी जातीने लक्ष पुरवले.

बाबा एकदा दुपारच्या आरतीनंतर एका भक्ताशी बोलत होते. ते म्हणाले : ''तुम्हाला जिथे जायचं तिथे राहा. जे करावंसं वाटेल ते करा. फक्त एक गोष्ट लक्षात ठेवा. तुम्ही जे काही करत असाल याची मला माहिती असते. मी सर्वांच्या अंतर्मनावर राज्य करतो. सर्वांच्या हृदयात वास करतो. मी सर्व प्राणिमात्रांवर, जगातील चर आणि अचरांवर माझ्या मायेची पाखर घालतो. या विश्वाचा मी नियंत्रक आहे.या जगाच्या खेळाचा मी सूत्रधार आहे. मी जगाची माऊली आहे. मी सर्व जीवांचा स्रोत आहे. त्रिगुणांचा मिलाफ आहे. सर्व ज्ञानेंद्रियांना गती देणारा आहे. निर्मिताही मीच. संरक्षणकर्ताही मीच. आणि विनाशकर्ताही मीच आहे. जो कुणी स्वत:चे ध्यान आणि लक्ष माझ्यावर केंद्रित करेल, त्याचं कुणीच नुकसान करू शकणार नाही. पण ज्याला माझा विसर पडेल त्याला माझ्या मायेचे तडाखे बसतील. सर्व कीटकसृष्टी, किडामुंगी, दृश्य चर आणि अचर जगत हे माझेच शरीर, माझेच रूप आहे.'' बाबा अशा भावना व्यक्त करत असताना पराकोटीच्या अत्यानंदाच्या अवस्थेत असायचे. त्यावेळी बहुधा ते स्वत:ला देव मानत असत. बाबांचे हे सर्व शब्द गीतेतील कृष्णोपदेशाची आठवण करून देणारे आहेत.

बाबांच्या मते, जो कुणी भक्त अथवा शिष्य अत्यंत विनम्र होऊन, संपूर्ण शरणागती पत्करून गुरुचरणापाशी येतो, तो अतिशय शुद्ध आणि पवित्र असतो यात शंकाच नाही. त्यानंतर त्याला कोणत्याही प्रकारचे जपजाप्य, आराधना,ध्यानधारणा वगैरे करण्याची गरज नसते. उलट अशा प्रकारची कोणतीही गोष्ट किंवा बौद्धिक प्रक्रिया ही मनाची कमजोरी आहे, कारण ती करत असताना आपल्या मनात आपण 'मी अमुक एक गोष्ट करत आहे', ही भावना गृहीत धरलेली असते. त्यामुळे ती भावना आपल्या प्रगतीच्या आड येऊ शकते. भक्ताच्या ठायी असलेला अहंभाव व अहंकार पूर्णपणे पुसून टाकणे आवश्यक आहे. कारण या अहंकाराचा गुरूला त्रास होतो. त्याच्या कामात अडथळा निर्माण होऊ शकतो. गुरू प्रत्यक्ष काहीच शिकवत नसतो. तो फक्त आपला प्रभाव पाडत असतो. उत्सर्जित करत असतो. हा प्रभाव शिष्याच्या अवघ्या अस्तित्वात झिरपत जातो. त्याचा आत्मा तो पूर्णपणे ग्रहण करतो. त्याचा लाभ घेतो. या आत्म्याने पूर्णपणे शरणागती पत्करलेलीच असते. स्वत्वाला व मीपणाला झाकून टाकलेले असते. मात्र जर त्या शिष्याच्या मनाला

काही कृती करायला लावली, त्याची मीपणाची जाणीव जागृत ठेवली व त्याला स्वत्व दाखवून वागण्यास प्रवृत्त केले तर त्या गोष्टीचा या प्रक्रियेत अडथळा निर्माण होतो.

बाबांच्या भक्तांनी म्हटलं आहे - ''बाबा अनेक प्रकारच्या योगसाधनेत निपुण होते. यांमध्ये धौतियोग अथवा धांतियोग (सुमारे तीन इंच रुंदीच्या व २२.५ इंच लांबीच्या कापडाच्या तुकड्याने स्वत:ची आतडी स्वच्छ करणे), खंड योग म्हणजे स्वत:चे अवयव देहापासून विलग करून ते परत जोडणे, समाधी व इतर काही प्रक्रियांचा समावेश होतो.

बाबांचं वागणं व त्यांची कृती बरेच वेळा लोकांना गोंधळात टाकत असे. ते बुचकळ्यात पडत. उदाहरणार्थ, एकदा बाबा म्हणाले होते : ''मी केवळ शिरडीतच नाही तर सर्वत्र आहे. ज्या कोणाला बाबा शिरडीत राहतात असं वाटतं, त्याला बाबा दिसलेलेच नाहीत, समजलेलेच नाहीत.'' एका प्रसंगी ते म्हणाले : ''मी अल्ला आहे.'' त्यांचे ते विक्षिप्त उद्गार ऐकून लोकांना बाबा वेडे तर नाहीत, असं वाटे. एकाने त्यांच्याविषयी लिहिलंय : बाबांच्या त्या जगावेगळ्या पद्धती, त्यांची सर्वधर्मसमावेशी वृत्ती आणि रूढी व परंपरांना धक्का देणारी त्यांची विलक्षण कल्पकता या सर्वांचा पुरेसा प्रभाव त्यांच्या भेटीला येणाऱ्या अनेकांवर पडत नसे.''

बाबांनीच एकदा त्यांच्या भक्ताला सांगितलं होतं : ''तुला संसारातून मुक्ती हवी आहे. पण मला स्वत:ला सुद्धा तशी मुक्ती मिळत नाही. जोवर हा देह आहे, तोवर संसार आहे. अरण्यात पळून जाण्याने काही माणसाला संसारापासून मुक्ती मिळत नसते.''

बाबांनी स्वत:च्या वागण्यातून जगाला सेवाभावी वृत्तीचं एक सुंदर उदाहरण घालून दिलं. एकदा एका 'जावर अली' नावाच्या मुसलमान साधूने बाबांना जबरदस्तीने पळवून नेलं होतं. त्यांना त्याने स्वत:पाशी ठेवून मुस्लिम धर्मग्रंथांचं ज्ञान दिलं. 'जावर अली' ची योग्यता काही बाबांपेक्षा जास्त नव्हती. परंतु तो कुराण आणि शरीयतचा गाढा अभ्यासक मात्र होता. कोणत्याही दुष्टवृत्तीचा प्रतिकार करायचा नाही हे बाबांचं तत्त्व. त्याचमुळे जावर अलीचं शिष्यत्व पत्करणं त्यांना भाग पडलं. जावर अलीसाठी रानातून सरपण गोळा करून आणण्यापासून ते शेकोटी पेटवणे, रांधणे, जमीन झाडून साफ करणे आणि इतर सर्व प्रकारची शारीरिक श्रमाची कामे केली. बाबांच्या प्रदीर्घ काळ गैरहजेरीमुळे त्यांच्या भक्तांना त्यांची काळजी वाटू लागली. अखेर ते बाबांचा शोध घेत जावर अलीकडे गेले. जावर अलीने बाबांना सोडावे आणि त्यांना शिरडीला परतण्याची परवानगी द्यावी अशी भक्तांनी त्याच्याकडे विनंती केली. जावर अलीने ती गोष्ट मान्य केली. परंतु बाबांबरोबर आपणही शिरडीला येऊन राहू अशी अट त्याने घातली पण तो प्रत्यक्षात शिरडीला मशिदीत

फार काळ राहू शकला नाही. कारण तेथे त्याचा एका हिंदू साधूशी वादविवाद झाला आणि त्यात तो पराभूत झाला.

बाबा नेहमी सनातन व मृतप्राय झालेल्या रूढी परंपरांचा धिक्कार करत व चांगल्या परंपरांचा स्वीकार करत. इतकंच नव्हे तर ते त्या नव्या परंपरांचा नव्याने अन्वयार्थ लावत. पुढील प्रकरणात त्यांनी अतिथी या शब्दाचा अन्वयार्थ कसा लावला आहे ते सांगितले आहे. यावरून ही गोष्ट लक्षात येते. बाबांची रामायणावर गाढ श्रद्धा होती. त्यांचा आणि शामाचा जो संवाद येथे उद्धृत केला आहे, त्यावरून हे समजते.

शामा : रामाचं दुष्ट सैतान रावणाशी युद्ध झालं, तेव्हा एक करोड वानरसेना जमली होती ही गोष्ट खरी आहे का?

बाबा : हो.

शामा : पण एका ठिकाणी एवढे वानर कसे काय जमू शकले?

बाबा : मुंग्या जशा एकमेकींच्या पाठीवर उभ्या राहतात ना, तसे.

शामा : बाबा, त्यावेळी ते दृश्य बघायला तुम्ही तिथे होता?

बाबा : होय.

शामा : मी तर तुम्हाला आत्ता इथे या मशिदीत बघतोय. मग इतक्या वर्षांपूर्वी घडलेल्या गोष्टीचे तुम्ही कसे काय साक्षीदार असू शकाल? आणि जर तुम्ही तिथे असालच, तर ते कसे होता?

बाबा : शामा, तुझे आणि माझे अनंत जन्म झाले. ते तुला जरी ठाऊक नसले, तरी मला मात्र ठाऊक आहेत. मी जसा आत्ता आहे, तसाच तेव्हाही होतो.

बाबांचा स्वीय सहायक अब्दुल याने बाबांविषयी लिहून ठेवलं आहे. त्याच्या म्हणण्यानुसार बाबा देवाच्या अवतारांबद्दल अनेकदा बोलत असत. त्यांच्या उद्गारांवरून एक गोष्ट लक्षात येते, की देवाच्या राम आणि कृष्ण या अवतारांवर त्यांची श्रद्धा होती. अब्दुलच्या रोजनिशीत लिहिल्याप्रमाणे बाबांनी त्याला असंही सांगितलं होतं, की ''जन्ममरणाचा सागर पार करण्यात मी तुझी मदत केलेली आहे.'' काही क्वचित प्रसंगी अत्यानंदाच्या भरात बाबा उद्गार काढत : ''मी परमेश्वर आहे. मी अल्ला आहे.'' पण नेहमी मात्र त्यांची भूमिका एका भक्ताची असायची. फकिराच्या (म्हणजे ईश्वराच्या) इच्छा पृथ्वीतलावर येऊन पार पाडण्यासाठी ज्याच्या अंगी प्रचंड सामर्थ्य आलं आहे, अशा एका भक्ताची. बाबा ब्राह्मणांचा अतिशय सन्मान करत. ते म्हणत, ''ब्राह्मण आपल्या मागनि खूप पुण्य मिळवतात.'' आपण आपल्या गुरूची सेवा कशी केली ते सांगताना बाबा म्हणत : ''मी माझ्या गुरूची आज्ञा शब्दश: पाळली. गुरूंसमोर नुसतं उभं राहायचं म्हटलं, तरी माझ्या अंगाला अक्षरश: कापरं भरत असे.'' पण त्याच बाबांची अशा प्रकारे सेवा शिरडीत कोणीच

केली नाही. बाबाच एकदा म्हणाले होते : ''माझा शिष्य म्हणून घेण्याची कोणाची छाती आहे? माझी सेवा समाधानकारक रीत्या करू शकेल असा कुणी आहे का?''

बाबा हे एक थोर संत होते. पण थोर संत असून सुद्धा समाजात कसं राहायचं, सर्वसामान्य लोकांप्रमाणे जीवन जगून सतत काम करत कसं राहायचं हे उदाहरण बाबांनी लोकांना घालून दिलं. ते स्वत:च्या हाताने जात्यावर दळण दळायला बसत. त्या काळच्या प्रथेनुसार संन्यास स्वीकारून सर्वसंगपरित्याग करून रानावनात जाऊन राहाणं त्यांना मान्य नव्हतं. लोकांनी आपलं गृहस्थाश्रमी जीवन चालून ठेवावं, समाजाचा त्याग करून संन्यास घेऊ नये अशा मताचे ते होते. पण स्वत: मात्र हरतऱ्हेच्या मानवी चित्त भंग करणाऱ्या गोष्टी सभोवार घडत असताना, त्यात राहून अलिप्त होते, नि:संग होते. बाबांचं जीवन म्हणजे वैराग्य, जगाकडे पाहण्याचा अलिप्त दृष्टिकोन आणि माणसाला देवत्वापर्यंत नेऊन पोचवणारा निष्काम कर्मयोग.

बाबा सनातनवादाचा नेहमीच आदर करीत असं मात्र नाही. दासगणूमहाराज सांगतात - त्यांची स्वत:ची विचारसरणी अत्यंत कर्मठ, सनातनी असल्याने ते कांद्याला स्पर्शही करत नसत. पण बाबांना कांदा खूप आवडे. कांद्याशिवाय ते जेवत नसत. एक दिवस बाबांनी दासगणूमहाराजांकडे एक कांद्याचा पदार्थ करून मागितला त्याप्रमाणे त्यांनी करून आणल्यावर त्यातील थोडा त्यांनी बाबांना वाढावा आणि उरलेला आपण खावा, असं बाबांनी त्यांना सुचवलं. बाबांनी तो पदार्थ खाल्ला व दासगणूंना विचारलं: ''तुम्ही खाल्लात ना?'' दासगणूंनी पदार्थाला बोटाने नुसता स्पर्श करून तो खाण्याचा बहाणा केला, पण खाल्ला मात्र नाही. बाबांच्या प्रश्नाला त्यांनी होकार दिला. त्यांना वाटलं, बाबांच्या ते लक्षात येणार नाही. मात्र बाबांना ते पूर्णपणे कळून चुकलं होतं. मग बाबांनी सर्व उपस्थितांसमोर दासगणूंची नक्कल केली आणि म्हणाले : ''तो नुसता खाण्याचा बहाणा करतो. नुसता बोटानं स्पर्श करतो. नंतर ते बोट स्वत:च्या हनुवटीला लावतो.'' मग बाबांनी दासगणूंना कांदा खात जा, असं सांगितलं. जर एखाद्याला कांदा पचवता आला तसेच कांद्याच्या वासना उद्दीपित करण्याच्या प्रवृत्तीवर मात करता आली तर कांदा खाण्यात गैर काहीच नाही असं ते म्हणत. यानंतर दासगणूंनी एकादशीचे दिवस वगळता दररोज कांदा खाण्यास सुरुवात केली.

बाबा धर्माविषयी बोलत. बाबांच्या मते धर्म हा अद्वैत होता. आध्यात्मिक शिकवणुकीचा पाया म्हणजे अद्वैतवाद. ऑर्थर ऑसबोर्न लिहितो, : ''बाबांचे चमत्कार सोडले तरी बाबांच्या ठायी आणखीही काहीतरी विलक्षण अद्भुत शक्ती होती. बाबा ही एक विलक्षण व्यक्ती होती. हिंदु-मुसलमानांना सारख्याच तऱ्हेची शिकवण देणारी, मशिदीत धुनी सतत पेटती ठेवणारी, आपल्या भक्तांवर रागावणारी, कधीतरी त्यांना काठीने फटकेसुद्धा मारणारी, नि:शब्द विचारांना उत्तरे देणारी, जे

लोक अविश्वास दाखवतील त्यांना दगड मारणारी अथवा शिव्या देणारी किंवा त्यांना आकर्षित करून घेण्यासाठी चमत्कार घडवून आणणारी, दुसऱ्यांना दान करण्यासाठी आपल्या भक्तांपुढे हात पसरणारी. बाबा हे आध्यात्मिक क्षेत्रातील एक महान व्यक्तिमत्त्व होतं. इतकं महान, की साक्षात भव्यतेनं त्यांच्यापुढे थिटं व्हावं, शाळकरी पोरासारखं! कधीतरी अचानक, वरकरणी काहीही कारण घडलेलं नसताना बाबा संतापत. तोंडानं शिवीगाळसुद्धा करीत. पण ते वादळ लवकरच शमायचं. मग भेटायला आलेल्या नाहीतर निरोप घ्यायला आलेल्या भक्ताशी ते प्रेमानं बोलायचे. बाबा जी काही गोष्ट करत, ती करत असताना ते अगदी चित्रदर्शी दिसत. ते जेव्हा शिकवत तेव्हा ते शब्दांचा वापर करीत नसत. सांकेतिक चिन्हांचा वापर करत.

प्राध्यापक नरके म्हणतात : ''माझ्या माहितीप्रमाणे बाबा स्वत: कधी मायेविषयी बोलत नसत. बाबांनी व्यावहारिक दृष्टिकोन स्वीकारलेला होता. तो असा, की हे जग तसंच या पलीकडचंही जग सत्य आहे आणि त्याचा आपल्याला आत्ता, तसंच नंतर उपयोग करायचा आहे. आपण आत्ता या जन्मातही चांगलं बीज पेरावं (चांगलं कर्म करावं) अणि नंतरच्याही. बाबा ज्या अनेक कथा सांगत, दाखले देत, त्या सर्वांमध्ये हेच सत्य होतें. या आयुष्यात आपण जी काही चांगली कर्में करू, त्याबद्दल आपल्याला फळ मिळते व दुष्कर्मांची शिक्षापण भोगावी लागते, या संकल्पनेवर त्यांचा विश्वास होता. आणि हे तर हिंदू तत्त्वज्ञान आहे. बाबांनी स्वत:च्या जाती, धर्म व पंथाचा उल्लेख कधीही केला नसला तरी ते करत असलेल्या अनेक गोष्टींमधून किंवा त्यांच्या तोंडच्या असंख्य उद्‌गारांमधून त्यांचा हिंदू धर्माशी असलेला संबंध प्रतीत होत असे. बाबांनी एकदा स्वत:चे गुरू ब्राह्मण असल्याचा उल्लेख केला होता. बाबांना भगवद्‌गीता, रामायण, कुराणे व योगवासिष्ठ्याविषयी आत्यंतिक आदर होता. ते आपल्या भाषणांमध्ये या धर्मग्रंथांचा वारंवार उल्लेख करत.

दासगणूमहाराज बाबांना मूर्तिमंत अद्वैत म्हणत असत. ते एकदा म्हणाले होते- ''बाबांचं चित्त कशानंच विचलित होत नसे. बत्तीस नृत्यांगनांनी त्यांच्या समोर रोज नृत्य केलं तरी ते त्यांच्याकडे ढुंकूनसुद्धा बघणार नाहीत. ते अतिशय अलिप्त होते व स्वत:च्या आनंदाच्या स्थितीत असायचे.''

एकदा एका भक्ताने त्यांना विचारलं, ''बाबा, ब्रह्म कसे असते?'' पण बाबांनी काही या प्रश्नाचं सरळ उत्तर दिल नाही. त्यांनी कोणालातरी बागेचंद मारवाड्याकडे पाठवलं व त्याच्याकडून १०० रुपये मागून आणण्यास सांगितलं. बागेचंद मारवाड्याने पैसे तर काही पाठवलेच नाहीत पण बाबांना नमस्कार कळवला. मग त्या सावकाराकडे बाबांनी अजून एक माणूस पाठवला. परत एकदा तसंच घडलं. मग बाबांनी नाना चांदोरकरांना हे काम दिलं. चांदोरकरांनी मारवाड्याकडे नुसती एक चिठ्ठी पाठवताच

त्याने लगेच बाबांना पैसे पाठवले. त्यावर बाबा इतकंच म्हणाले : ''या जगात हे असंच आहे बरं !'' ज्या भक्ताने बाबांना हा प्रश्न विचारला होता त्याला नंतर दासगणूंनी समजावून सांगितलं – त्या सावकाराकडे वेगवेगळ्या लोकांनी पैसे मागायला जाणं आणि त्यावर त्या सावकाराने दाखवलेल्या प्रतिक्रिया हेच त्या भक्ताच्या प्रश्नाचं उत्तर होतं. सावकाराकडे जेव्हा अनोळखी लोकांनी पैसे मागितले तेव्हा तो पैसे द्यायला तयार नव्हता पंरतु जेव्हा चांदोरकरांनी ते मागितले तेव्हा मात्र त्याने ते लगेच पाठवले. अशाच प्रकारे जर कोणत्याही माणसाला वाटलं, आपण ब्रह्मज्ञान मिळवावं, तर ते त्याला मिळेल असं नाही. याउलट ते ज्ञान मिळवण्याची ज्याची पात्रता असेल त्यालाच ते मिळेल. यातून भक्तांनी एवढाच धडा शिकला पाहिजे, की ब्रह्मज्ञानप्राप्तीची आस धरण्याआधी आपल्या अंगी तेवढी पात्रता आली पाहिजे.

बाबांनी जी १०० रुपयांची मागणी केली होती, त्याचा अन्वयार्थ राधाकृष्ण-स्वामींनी वेगळ्या प्रकारे लावला आहे. जे जग किंवा हा प्रपंच १०० रुपयांप्रमाणे आहे. शंभर हा आकडा लिहिताना आधी एक लिहितात व त्यापुढे दोन शून्ये लिहितात. त्याचप्रमाणे या जगात 'सत्' अथवा 'वास्तव' हे एकमेव असते. व दोन शून्ये म्हणजे त्यापुढे मिळवलेली नावे आणि आकार. शंभर या आकड्यातील शून्ये जरी काढून घेतली तरी त्यात उरलेल्या एकाला मूल्य आहे व ते मूल्य चिरंतन आहे. परंतु शंभरातील एकच जर काढून टाकाल तर जे काही उरेल, ते शून्यवत आहे. निरर्थक आहे, निरुपयोगी आहे. नावे व आकार हे केवळ बाह्यांग आहे, त्यामुळे ते शून्य आहे, मूल्यहीन आहे.

प्रत्येक सजीवाला जी सुखे व दु:खे भोगावी लागतात त्याबद्दल बाबांचं मत काय होतं? बाबा म्हणत : ''जेव्हा दु:खाच्या लाटा उसळतात आणि आपल्या मनात खळबळ माजवतात तेव्हा ते सर्व मिथ्या असते, भासमान असते. त्यामुळे केवळ गोंधळ निर्माण होतो. त्यामुळे अशा गोष्टींना मनात थारा देऊ नये. पाण्याविना लाट नाही आणि दिव्याविना प्रकाश नाही त्याचप्रमाणे सुखदु:खाच्या लाटा निर्माण होण्यासाठी आधी काहीतरी आधार असला पाहिजे. या लाटा सहा अंत:शत्रूंमुळे निर्माण होतात- काम, क्रोध, लोभ, मोह, मद, मत्सर. या लाटांमुळे आपल्या आत्म्याचे खरे स्वरूप झाकले जाते. भ्रम निर्माण होतो व जे खरं नाही, ते खरं वाटायला लागतं. श्रीमंत लोक सोन्याची कडी घालतात. ते पाहून गरीब माणसाच्या मनात सल उत्पन्न होतो. त्यातून मत्सर निर्माण होतो. हाव सुटल्यामुळे ही लाट आणखी उसळते आणि मनात विचार निर्माण होतो. ते कडं मला हवं. अशा रीतीने हे सर्व घडून येते. या सर्वांमुळे किती पराकोटीचा अनर्थ होतो, नैतिकतेचा किती ऱ्हास होतो याचं मी तुम्हाला कसं वर्णन करून सांगू? त्याचमुळे अगदी सुरुवातीलाच

या षड्रीपूंचा आतल्या आतच बीमोड करावा लागतो. त्यांचा जोर एकदा संपला की मग ते आपल्या मनाला सतावणाऱ्या दु:खाच्या लाटा निर्माण करूच शकत नाहीत. पण जर का या षड्रीपूंचा जोर पुरता शमविला गेला नाही, व त्यातील एखादा रिपू जरी किंचित जागा राहिला तर तो उरलेल्या सर्व रिपूंना कामाला जुंपतो. म्हणूनच आपण या सर्वच्या सर्व रिपूंचं दमन करायला शिकलं पाहिजे. आणि ते कसं करायचं याचं ज्ञान एकदा मिळालं की त्यातून तारतम्य मनात बाळगलं पाहिजे.''

एका भक्तानं एक गोष्ट निदर्शनास आणून दिली आहे. हजारो लोक पूर्वजन्मीच्या ऋणाद्वारे बाबांशी बांधलेले होते. यालाच बाबा ऋणानुबंध असे म्हणत. आणि त्यांचं हे ऋण पार पाडण्यासाठी बाबांना स्वत:चा अहंकार जपावा लागत असे. ऋणानुबंध या संकल्पनेत एक गोष्ट अभिप्रेत होती, ती अशी, की बाबा हे एक केंद्रस्थान होतं. एक व्यक्ती. ही व्यक्ती एकाच वेळी असंख्य जिवांशी ऋणाची देवाणघेवाण करीत असे. बाबांनी या ऐहिक जगात प्रवेश केला तोही याच उद्देशाने आणि वयाच्या १६व्या वर्षी त्याचसाठी ते शिरडीला आले. तिथे त्यांनी हजारो लोकांना स्वत:कडे आकृष्ट करून घेतले. यातील असंख्य लोकांचा बाबांशी आधीच्या जन्मात संपर्क आलेलाच होता आणि याही जन्मात परत एकदा बाबांशी संपर्क येऊन त्यांचा फायदाच होणार होता.

बाबांचा आत्मज्ञानाचा जो मार्ग होता, तो गुरुभक्तीतून होता. बाबांचं जीवनकार्य आणि त्यांच्या लोकांचं जर आपण बारकाईने निरीक्षण केलं तर गुरूमार्गाचं महत्त्व किती आहे त्यावर प्रकाशझोत पडतो. गुरूभक्तीतून संतांनी परिपूर्णता प्राप्त केली. आणि त्यांना त्यातून जे काही ज्ञान प्राप्त झालं ते त्यांनी इतरांपर्यंत पोचवण्याचा प्रयत्न केला. बाबांच्या अंगी स्वत:चं खरंखुरं रूप लपवण्याची शक्ती होती. स्वत:च्या देहाचे व मनाचे व्यवहारसुद्धा लपवण्याची शक्ती होती, ते या गोष्टी धर्मग्रंथांच्या आदेशाचं काटेकोर पालन करूनच करत असत. व तो आदेश असा होता - नेहमी स्वत:चं थोरपण झाकून ठेवावं. एक सद्गुरू आणि समर्थ सद्गुरू म्हणून बाबांचं कार्य किती थोर होतं हे त्याचमुळे अनेकांना कधी कळलंच नाही. आणि हे लोक त्यांना प्रत्यक्ष भेटलेले सुद्धा होते. मात्र कालांतराने बाबांच्या असंख्य भक्तांच्या तोंडून त्यांचे स्वत:चे अनुभव ऐकल्यानंतर लोकांना बाबांची थोरवी लक्षात आली. ते समर्थ सद्गुरू असल्याचं लोकांना समजलं. बाबांनी जो मार्ग चोखांळला होता, तो पाहून अनेक लोक बुचकळ्यात पडले होते. आजवर होऊन गेलेल्या कोणत्याच साधुसंतांनी हा मार्ग चोखाळला नव्हता. बाबांनी अंगीकारलेल्या या मार्गाला एक प्रकारचा भक्तिमार्ग म्हणता येईल. पण त्या भक्तिमार्गाचाच जरासा हा निराळा प्रकार होता. गुरुगीतेमध्ये या मार्गाला गुरुमार्ग असं नाव दिलं आहे.

'गुरू' हा एक संस्कृत शब्द आहे. गुरू हा ज्ञानदान करतो, शिष्याला शिक्षण

देतो. 'गु' याचा अर्थ अंधकार व 'रू' याचा अर्थ विनाश करणे. म्हणूनच 'गुरू' याचा अर्थ अज्ञानाच्या अंधकाराचा विनाश करणारा. बाबा एकदा म्हणाले होते : ''माझ्या मुर्शीदाने मला माझ्या देहरूपी घरापासून दूर नेलं आहे.'' याचा अर्थ गुरूने 'स्व' या देहाशी असलेला संबंध नष्ट करून टाकला होता. त्यांनी बाबांना ही जाणीव करून दिली होती, की आत्मा हा काही देह नव्हे. अग्नी हा इंधनाचं ज्वलन घडवून आणत असला तरी तो स्वत: इंधनापेक्षा निराळा असतो. आपण ज्याला बघतो तो बघणारा नसतो.

गुरुगीतेनुसार गुरूंचे सात प्रकार सांगितले आहेत. सूचक, वाचक, बोधक, निषिद्ध, विहित, करण आणि परम. सूचक म्हणजे साधे शाळाशिक्षक. वाचक हे नीतिमत्तेचे पाठ देतात. बोधक हे वेगवेगळ्या उद्दिष्टांच्या पूर्तीसाठी मंत्र शिकवतात. निषिद्ध म्हणजे खून, वशीकरण, स्थानबद्धता इत्यादी. नीच, अधम कृत्यांच्या पूर्तीसाठी मंत्र शिकवतात, विहित म्हणजे मनाचा अलिप्तपणा शिकवणारे व आध्यात्मिक स्वास्थ्य मिळवण्याच्या दृष्टीने मानसिक तयारी करून घेणारे, करण म्हणजे उपनिषदातील बोध शिकवणारे व परम म्हणजे अंतिम, सर्वश्रेष्ठ प्रकारचे गुरू. हे आपल्या शिष्याला धर्मग्रंथांमधील सत्याचं ग्रहण करण्यास शिकवतात. आत्मज्ञानाची प्राप्ती करून घेऊन संसारातून व जन्ममरणाच्या फेऱ्यातून मुक्ती मिळवण्यास शिकवणारे. अशा गुरूंना मोक्षगुरू असंही म्हणतात. काही गुरू दृष्टीला दिसतात तर काही दिसतसुद्धा नाहीत. काही गुरू केवळ ज्ञानदान देण्याचं काम करतात परंतु त्याची परिणती काय होते याविषयी काहीच पर्वा ते करत नाहीत. काही गुरू आपल्या शिष्यांच्या बाबतीतील कोणतीही जबाबदारी घेत नाहीत. परंतु काही गुरू मात्र विशिष्ट जबाबदारी शिष्यांवर टाकतात आणि ती जबाबदारी त्या शिष्याच्या हातून कोणत्याही परिस्थितीत पूर्ण झालीच पाहिजे असे पाहतात. गरज पडली तर त्या कारणासाठी ते आपल्या शिष्यांचा जन्मोजन्म पाठपुरावादेखील करतात. व अशा प्रकारच्या गुरूचं सर्वोत्कृष्ट उदाहरण म्हणजे बाबा.

जो काहीतरी शिकवण देतो तोच गुरू असतो. मग ती शिकवण धर्मनिरपेक्ष असेल नाहीतर धार्मिक असेल. जो गुरू देवाविषयी म्हणजेच 'सत्' विषयी शिकवतो तो सत् गुरू असतो. जो आपल्याला अवगत असलेल्या सर्व सिद्धी व सामर्थ्याचा वापर करून आपल्या शिष्याला त्याच्या ध्येयाकडे उचलून नेतो त्याला समर्थ सत् गुरू असं म्हणतात. बाबा हे अशाच प्रकारचे गुरू होते. परम गुरू हा आपल्या शिष्याच्या संपूर्ण स्वास्थ्याकडे म्हणजे ऐहिक व आध्यात्मिक स्वास्थ्याकडे लक्ष पुरवतो. धर्मग्रंथ तर स्पष्टच सांगतात, की गुरूशिवाय ब्रह्मज्ञान आणि मोक्ष हे दोन्ही मिळणं शक्य नाही. प्रत्येक वेळी शिष्य हाच गुरूच्या शोधात बाहेर पडेल हे मानणेही बरोबर नाही. अनेकदा याच्या अगदी विरुद्ध घडताना दिसतं. बाबांनी तर

स्वत:च शेकडो, हजारो लोकांना आपल्या इच्छाशक्तीच्या बळावर स्वत:कडे खेचून घेतलं. आणि ते त्या लोकांच्या लक्षातही आलं नाही. बाबा म्हणत : ''मी एखाद्याला आकृष्ट करून घेतल्याशिवाय कोणीही आपण होऊन माझ्या जवळ येऊ शकत नाही. मी अनेकविध बहाणे करून लोकांना माझ्याजवळ ओढून घेतो. उदाहरणार्थ, त्यांना हव्या असलेल्या ऐहिक गोष्टी. जर एखाद्या मुलाने एखाद्या पक्ष्याच्या पायाला दोरी बांधली व त्याला स्वत:कडे खेचलं तर तो पक्षी त्याच्याकडे खेचून घेईलच नां.' या लोकांना स्वत:कडे आकृष्ट करून घेण्याच्या कृतीचा संबंध बाबांनी ऋणानुबंधाशी जोडला. (वैयक्तिक बंधने व कर्तव्ये यांच्याशी.) एका शिष्याने या गोष्टीला नियतीचा सर्वशक्तिमान खेळ असे नाव दिले होते.

आपल्याला गुरुमार्गाची थोडक्यात व्याख्या करायची झाली तर ती अशी - ज्या भक्तिमार्गामध्ये गुरूवरील निष्ठा आणि गुरूची भक्ती ही एकमेव साधना असून या साधनेद्वारेच सर्व इष्ट गोष्टी साध्य होतात असा मार्ग. यात मुक्ती, संसाराची वाटचाल, सर्व योगसिद्धींवर विजय मिळवणे व या जगातील ऐहिक स्वास्थ्य इत्यादींचा समावेश होतो. यासाठी एका मार्गदर्शकाची गरज असते हे बाबांनी जाणलं. केवळ पुस्तकी ज्ञान वापरून आणि भाषणबाजी करून त्यानं ईश्वरज्ञान प्राप्त होत नाही. कारण हे काही बौद्धिक स्वरूपाचं काम नव्हे. एखाद्या जिवाला आत्मज्ञान प्राप्त कसं करून द्यायचं ही खरी समस्या होती. यात मुख्य भाग होता तो शिष्याचं मन आणि त्याचा स्वभावधर्म घडवण्याचा. त्यासाठी गरज होती विनयशीलतेची, आकलनशक्तीची आणि गुरूच्या मदतीने ध्येयप्राप्ती करून घेण्याच्या दुर्दम्य इच्छेची. आणि त्याच कारणास्तव गुरूला संपूर्ण शरण जाण्याची मानसिक तयारी असणे जरुरी होते. स्वत: बाबांनी आपल्याजवळचं सारं काही आपल्या गुरूंना अर्पण केलं होतं- तन, मन, धन, सर्वस्व आणि हे सगळं केलं होतं ते गुरूंविषयी वाटणाऱ्या अपार प्रेमामुळेच. पुरातन काळातील जे गुरू असत ते आपल्या शिष्यांच्या या प्रेमाला तेवढ्याच उत्कटतेने प्रतिसाद देत असत. तेव्हा गुरूंच्या अंगी सामर्थ्यही तेवढंच प्रचंड असे. मृत्यूलाही परतवून लावण्याची ताकद त्या काळातील गुरूंजवळ असायची. त्यांना मृत व्यक्तीचं पुनरुज्जीवन करता येत असे. आपल्या शिष्याचं मृत्यूपासून संरक्षण करण्याची जबाबदारीसुद्धा गुरूचीच असे. बाबांवर चाल करून आलेल्या मृत्यूला त्यांच्या गुरूंनीच परतवून लावलं होतं. एकदा कोणीतरी बाबांना वीट फेकून मारली होती, तेव्हा ती त्यांच्या गुरूंनी अध्ध्या वाटेत हवेत थोपवून धरली होती. खुद्द बाबांनी सुद्धा आपल्या असंख्य भक्तांचं मरण परतवून लावलं होतं. शिष्यांकडून विविध क्षेत्रात यश संपादन करून घेण्याची जबाबदारीसुद्धा गुरूचीच असायची.

बाबांनी अनेक प्रसंगी एक गोष्ट सिद्ध करून दाखवली आहे (व यांच्या

तपशीलवार नोंदी आहेत) ती अशी, की ते भक्तांना कोणतीही गोष्ट पुरवू शकत किंवा पुरवण्याची व्यवस्था करू शकत. एकदा त्यांनी एका भक्ताला सांगितलं होतं : ''तुम्ही कसली चिंता करत आहात ? सगळी काळजी मी करीन.'' बाबांनी आपल्या प्रत्येक प्रसंगात व प्रत्येक बाबतीत काळजी वाहिली असल्याचं त्या भक्तानंच सांगितलं आहे.

गुरूचं व्यक्तिमत्त्व कसं आहे हे फारसं महत्त्वाचं नसतं. महत्त्वाची गोष्ट असते ते गुरूच्या ठायी असलेली शिष्याची श्रद्धा. एका स्त्रीला एकदा बाबा म्हणाले होते : ''तू जरी एखाद्या खापरावर श्रद्धा ठेवलीस, तरी त्यातून तुझं भलंच होईल.'' सर्वांत महत्त्वपूर्ण गोष्ट असते ती शिष्याची निष्ठा. त्याच्या गुरूंचा मोठेपणा अथवा चांगुलपणा नव्हे.

पण कधीतरी योग्य गुरूची निवड करताना आपल्या हातून चूक घडते. आणि त्यातून जे काही निष्पन्न होतं, ते फार दु:खदायी असतं. अगदी हाच अनुभव गावातील एका अधिकाऱ्याला आला. हाच कालांतराने बाबांचा भक्त बनला. हा अधिकारी आपल्या घरच्या देवळात देवीच्या जुन्या मूर्तीची पूजाअर्चा करीत असे. परंतु एकदा त्याच्या गुरूंनी त्याला ती जुनी मूर्ती बदलून त्या जागी नवीन मूर्तीची प्रतिष्ठापना करण्याचा आदेश दिला. त्या प्राणप्रतिष्ठेच्या समारंभातून आपल्याला काहीतरी आर्थिक लाभ व्हावा असा त्या गुरूंचा अंत:कोपी हेतू होता. परंतु त्या अधिकाऱ्याच्या मनात या गुरूपदेशाबद्दल शंका उत्पन्न झाली. आणि तो बाबांकडे आला. बाबांनी त्याला ती जुनी मूर्ती न काढण्याचा सल्ला दिला. परंतु त्याला तो सल्ला रुचला नाही. त्याने आपल्या गुरूंच्या आदेशानुसार त्या देवळात नवीन मूर्ती आणून बसवण्याचे ठरविले. बाबांचा सल्ला न ऐकल्यास त्याचे काय दुष्परिणाम होतात त्याची त्याला आधीच व्यवस्थित कल्पना दिलेली होती. त्याला एक जुनी हकीकतही उदाहरणादाखल सांगण्यात आली होती. एकदा 'एक गाय विकत घेऊ नये' असा सल्ला एके ठिकाणी बाबांनी दिला होता. पण तो न मानल्याने त्या गावात साथीचे रोग पसरले होते. त्या अधिकाऱ्याने बाबांचा सल्ला मानला नाही आणि त्याचीच पुनरावृत्ती घडली. त्याच्याही गावात साथीचा रोग फैलावला. व त्या रोगाने सर्वांत पहिला बळी घेतला तो त्या अधिकाऱ्याच्या पत्नीचा. आता त्या अधिकाऱ्याने आपल्या गुरूकडे मदतीची याचना केली. पण त्या मदतीच्या मोबदल्यात गुरूने त्या अधिकाऱ्याकडे त्याच्या मालकीच्या जमिनीतील अर्धा हिस्सा मागितला. हा आपला गुरू किती ढोंगी व लोभी मनुष्य आहे हे त्या अधिकाऱ्याला आता पुरते कळून चुकले व त्याने बाबांकडे धाव घेतली. इथून पुढे आपण बाबांच्या सल्ल्याने वागू आणि मंदिरात नवी मूर्ती बसवणार नाही अशी त्याने बाबांसमोर शपथ वाहिली.

परंतु एखाद्या भक्ताचा गुरू खरोखर सत्शील असेल, दुष्ट व पापी नसेल तर मात्र त्या भक्ताने आपल्या निष्ठा उगीच बदलू नयेत, असेही बाबा त्यांना सांगत.

आपल्या गुरूमध्ये अगदी अल्प गुण असले तरीही लोकांनी गुरूला धरून राहिलं पाहिजे असं बाबा सांगत. उगीच त्याच्याहून थोर, महान गुरूच्या शोधात राहू नये असे त्यांचे म्हणणे असे.

'परम' गुरूमध्येही दोन प्रकार असतात. मौनी आणि वाग्मी. मौनी गुरूंना पूर्णत्व प्राप्त झालेलं असूनसुद्धा ते हे सर्व ज्ञान स्वतःपाशीच ठेवत व त्या ज्ञानाचा प्रसार करत नसत. आपल्याप्रमाणेच इतरांनाही असं पूर्णत्व मिळावं यासाठी साधा प्रयत्नसुद्धा ते करत नसत. वाग्मी मात्र स्वतःचे विचार शक्य तेवढे व्यक्त करत व आपल्या शिष्यांनी ते सर्व विचार समजून घ्यावे आणि आत्मज्ञानाची प्राप्ती करून घ्यावी म्हणून त्यांना मदतही करत. शिष्याच्या प्रगतीच्या प्रथम कालखंडात असे वाग्मी गुरू त्याच्या दृष्टीने निश्चित चांगले पण अखेरीस त्याच्या उद्दिष्ट प्राप्तीच्या दृष्टीने मात्र मौनी गुरूच जास्त चांगला.

शिष्याचे गुण कोणते ? उपदेश किंवा ज्ञान हे कशा प्रकारच्या लोकांना देऊ नये याचा ऊहापोह धर्मग्रंथांमध्ये केलेला आढळतो (१) अधाशी (२) कंजूष (३) चंचल मनोवृत्तीचा (४) श्रद्धा व निष्ठा यांचा अभाव असणारा (५) गुरुसेवेच्या बाबतीत बेपर्वाईने वागणारा. बाबांच्या आयुष्यात घडलेले काही प्रसंग आपण पाहिले, तर त्यांनी आपल्या काही शिष्यांना कसं काय दत्तक घेतलं होतं, ते दिसून येतं. एका प्रसंगी एका श्रीमंत माणसाच्या खिशात २५० रुपये होते. बाबा आपल्या पसंतीनुसार शिष्यांची निवड करून त्यांना ब्रह्मज्ञान देतात व त्याबद्दल एक पैचाही मोबदला घेत नाहीत असं त्यांनं ऐकलं होतं. मग त्या माणसाने शिरडी स्थानकावर उतरल्यावर बाबांच्या दर्शनाला जाऊन परत येण्यासाठी एक घोडागाडी ठरवली. शिरडीत पोचल्यावर गाडीवानाला बाहेर थांबवून ठेवून तो मशिदीत बाबांच्या दर्शनाला गेला. गेल्यावर लगेच त्याने आपण ब्रह्मज्ञान प्राप्तीसाठी आलो आहोत असं बाबांना सांगितलं. एवढंच नव्हे तर ते ताबडतोब हवं आहे असंही म्हणाला. जणू काही ब्रह्मज्ञान दुकानातून विकत आणायचं होतं. "मी तुझी गरज ओळखली," असं बाबांनी त्याला सांगितलं. जवळच उभ्या असलेला एका मुलाला सावकाराकडे पाठवलं व पाच रुपये उसने मागून आणण्यास सांगितलं. तो मुलगा थोड्याच वेळात हात हलवत परत आला. तो सावकार काही कुठे सापडत नव्हता. मग बाबांनी त्या मुलाला दुसऱ्या काही सावकारांकडे पैसे मागायला पाठवलं. तो मुलगा परत तसाच परत आला. 'सावकाराचा पत्ता नाही', असं तो सांगत आला. या सर्व प्रकारात अर्धा तास मोडला होता. तो श्रीमंत गृहस्थ मात्र आता अधिर झाला. हा इतका उशीर होत चालला आहे, आता गाडीवान आपल्याकडे नक्की जादा गाडीभाडं मागणार, असंही त्याच्या मनात येऊ लागलं. त्यापेक्षा बाबांना हवे असणारे पैसे आपण दिले तर..... असाही विचार त्याने केला. पण मग ते परत मिळतीलच याची खात्री नसल्याने त्याने

तोही विचार सोडून दिला. ''आपण मला उपदेश करायला इतका उशीर का करत आहात?'' असा प्रश्न त्याने बाबांना विचारला. बाबा त्यावर म्हणाले : ''हे काय? तुमच्या काहीच ध्यानात नाही आलं ? इतका वेळ मी तुमच्या मनावर ब्रह्मज्ञान ठसवण्याचा तर प्रयत्न करतोय. हे पाहा, तुम्ही मला पाच बाबतीत शरण या. व त्या पाच गोष्टी म्हणजे : मानस (मन), बुद्धी (विवेक), अहंकार (मीपणा), चित्त (विचार) आणि इच्छाशक्ती. जर एखादा माणूस संपूर्णतया शरण आला नाही, त्याचा धनाचा आणि ऐहिक गोष्टींचा हव्यास सुटला नाही, तर त्याला ब्रह्मज्ञानाची प्राप्ती तरी कशी काय होणार? जेव्हा पहाट होईल तेव्हाच प्रकाश पसरेल. त्या आधी नाही.'' बाबांनी आपलं मन वाचलं आहे हे त्या माणसाला आता नीट समजून चुकलं. आपण धनाचे लोभी असल्याने आपल्याला ब्रह्मज्ञान प्राप्त होणार नाही हेही त्याने जाणलं.

बाबांच्या दृष्टीने एका आदर्श शिष्याच्या अंगी दोन गुण असणं अत्यंत महत्त्वाचं होतं – (१) निष्ठा (श्रद्धा), (२) सबुरी (धीर). एकदा बाबांच्या गुरूंनी त्यांच्याकडे दोन पैसे दक्षिणा मागितली आणि ती बाबांनी त्यांच्या हाती ठेवताच त्यांना समाधान वाटले. निष्ठेविषयी बोलत असताना बाबा म्हणत : ज्या शिष्याची आपल्या गुरूवर, आपल्या धर्मग्रंथांवर आणि गुरुमंत्रावर श्रद्धा नसेल त्यांची कधीही प्रगती होऊ शकणार नाही. एखाद्या शिष्याचा दृष्टिकोन व्यवस्थित नसेल, त्याच्या अंगी जोम आणि उत्साहाचा अभाव असेल तसेच निष्ठेचा अभाव असेल, तर कोणताही गुरू त्याचा स्वीकार करणार नाही. कोणत्याही नवीन शिष्याला आधी गुरूच्या परीक्षेला उतरावे लागते. या शिष्याच्या अंगी पुरेशी विनयशीलता आणि ग्रहणशक्ती निर्माण होऊ शकेल किंवा नाही हे गुरूला या परीक्षेतूनच लक्षात येते. जर एखाद्याची आपल्या गुरूवर पुरेशी श्रद्धा नसेल तर तो गुरूपदेशाचा स्वीकार करणार नाही. असंही म्हटलं जातं, मंत्र म्हणणाऱ्याची त्या मंत्रावर जर पुरेशी श्रद्धा नसेल तर तो मंत्र निष्फळ ठरतो.

एक स्टेशनमास्तर होता. त्याची बाबांवर अजिबात श्रद्धा नव्हती. बाबांना लोक वाजवीपेक्षा जास्त मोठेपणा, मानसन्मान देतात असं त्याचं मत होतं. एकदा कोणीतरी त्याला बाबांकडे नेलं. बाबा त्यावेळी भांडी घासून ती न विसळता जमिनीवर पालथी घालून ठेवत होते. लोकांनी त्यांना विचारलं : ''बाबा? असं का करता?'' त्यावर बाबा उत्तरले, ''इथे आलेली सगळी माणसं अशीच पालथ्या घड्यासारखी असतात. पालथ्या घड्याच्या आत जसं पाणी शिरू शकत नाही, तसंच काही माणसांमध्ये जर ग्रहणशक्तीचाच अभाव असेल, काही ग्रहण करायचंच नाही असं ठरवून ती माझ्याकडे आली असतील, तर त्यांना काहीच मिळणार नाही.'' त्या स्टेशनमास्तराच्या बाबतीत अशीच स्थिती आहे हे बाबांनी ओळखलं

होतं. ज्यांची निष्ठा डळमळीत असेल त्यांना बाबांकडे जाण्यापूर्वी आधी आपली निष्ठा मजबूत बनवावी लागे. मगच त्यांना बाबांकडून काही लाभ होई.

असंही म्हणतात की जर शिष्याने गुरूला केवळ एक सामान्य माणूस मानलं तर त्या शिष्याची साधना व्यर्थ जाते. ज्या गुरूला स्वतःला आपल्या आत्म्याचं परब्रह्माशी तादात्म्य झाल्याची जाणीव झालेली असते तोच आपल्या शिष्याच्याही उद्धाराचं काम करतो. परंतु तसं करण्याआधी आपल्या शिष्याची त्या दिशेने पूर्वतयारी झाली आहे किंवा नाही याची गुरू नीट खात्री करून घेतो. व नंतर योग्य वेळ पाहून एखादाच वेचक शब्द अथवा हावभाव असा करतो, की त्याचा परिणाम शिष्यावर तत्काळ होतो. गुरू आपल्या शिष्याला सच्चिदानंद अवस्थेत सामावून घेतो. हे सारं एखाद्या क्षणार्धांत घडतं, असं नरसिंहस्वामीजी म्हणतात. गुरुगीतेमध्ये म्हटलंच आहे, ''गुरू आणि शिष्य क्षणार्धांत त्या ज्ञानस्थितीत जाऊन पोचतात. आणि हा सगळा गुरूची कृती आणि शिष्याची भक्ती यांचा एकत्रित परिणाम असतो.'' नरसिंहस्वामीजी म्हणतात : ''गुरूने शिष्याची मानसिक तयारी कशी करून घ्यावी याचंसुद्धा एक तंत्र आहे. गुरू आधी शिष्याच्या अंतरंगात शिरून त्याच्या आत्म्याशी संवाद साधतो, आत्म्यावर उपचार करतो. नंतर शिष्याला एखाद्या मार्गाने हा महान साक्षात्कार होतो. मात्र हा मार्ग अगदी सूक्ष्म असतो व तो प्रत्येक गुरूचा स्वतःचा, खास असा असतो. बाबांनीही हे तंत्र तसे गुप्तच ठेवले होते. पण थोड्या फार प्रमाणात प्रकट केले होते. एखादी व्यक्ती गुरूंकडे आली आणि गुरूंनी आपल्याला शिष्य म्हणून स्वीकारावे असा आगह धरून बसली, तर त्यावेळी त्यांना हाताळण्यासाठी गुरूंनी वेगवेगळ्या पद्धती अंगीकारलेल्या दिसतात. १९०८ सालानंतर बाबांकडे शिष्य होण्याच्या उद्दिष्टाने जे कुणी येत त्यांच्याजवळ बाबांनी दक्षिणा मागण्यास सुरुवात केली. त्यामागे अशी कल्पना होती की, दक्षिणेचं नाव ऐकताच धनाचा हव्यास असणारी माणसे परत फिरतील. त्याचबरोबर एखादा जर दक्षिणा देण्यास सहज तयार झाला तर त्याचा अर्थ तो ऐहिक गोष्टींचा त्याग करायला तयार आहे हा होतो. इतकंच नव्हे तर आपला दैनंदिन उद्योगधंदा व कामकाज सोडून, नातीगोती, ऋणानुबंधाचे पाश तोडून टाकून गुरूशी नातं जोडण्यास, गुरूवर पराकोटीचं प्रेम करण्यास आणि गुरूवर प्रेम करण्यास तो तयार आहे, असाही याचा अर्थ होतो. (बाबांच्या दक्षिणा मागण्याच्या पद्धतीचं सविस्तर विवेचन पुढे आणखी एका प्रकरणात केलेलं आहे.)

नरसिंहस्वामी म्हणतात : ''बाबांनी कितीही मोठे त्याग केले असले तरी सुद्धा त्यांचा शिष्य म्हणवून घेऊ शकेल इतक्या मोठ्या आध्यात्मिक पातळीचे कुणीही नव्हते. बाबांच्या मागे त्यांचा आध्यात्मिक वारसा चालवू शकेल व अगदी बाबांच्या तोडीचा नसेल तरी त्यांची गुणवत्तेत थोडीफार बरोबरी करू शकेल असेही कुणीच

झाले नाही. गुरूबद्दल शिष्याच्या मनात इतकी निष्ठा असायला हवा की एखाद्या पतिव्रतेला आपल्या पतीविषयी वाटणाऱ्या एकनिष्ठतेलाही तिनं मागे सारलं पाहिजे, असं नरसिंहस्वामीजी म्हणतात. एखाद्याने जर उघड उघड आपल्या गुरूंशी नातं तोडून टाकण्यासारखं निंद्य कृत्य केलं तर त्याचे त्याच्या आध्यात्मिक प्रगतीवर फार गंभीर स्वरूपाचे परिणाम होऊ शकतात. त्याचमुळे आपल्या भक्तांनी आपल्या मूळच्या गुरूंचा कधी त्याग करून माझ्याकडे येऊ नये. अशा मताचे बाबा होते. बाबांविषयी टीका करणारेही अनेकजण होते. त्यावर बाबांचे एकच उत्तर असे. गुरुशिष्यांच्या नात्यामध्ये बाह्यउपचार, तर्ककर्कशता या गोष्टी अजिबात महत्त्वाच्या नसतात. गुरूने शिष्याच्या अंतरंगात शिरून नि:शब्दपणे, अदृश्यपणे त्याच्या मनावर उपचार करणे महत्त्वाचे असते. त्यामुळे शिष्याच्या मनातील तार्किकतेचे सर्व अवशेष पुसून काढले जातात व त्याची जागा पराकोटीच्या विनयशीलतेने घेतली जाते. थोडक्यात असं म्हटल जातं : मी एक किडामुंगीसारखा क्षुद्र जीव आहे. तूच सर्व शक्तिमान आहेस, दयेचा सागर आहेस.

बाबा आणि त्यांचे शिष्य एकमेकांच्या इतके निकट कशामुळे आले? त्यांना बांधून ठेवणारी ती शक्ती कोणती होती? बाबा एकदा जी. एस. खापर्डे यांना म्हणाले होते, तुम्ही, काका, शामा, बापूसाहेब जोग, दादा केळकर आणि मी असे सर्वजण आपल्या पूर्वजन्मात एका बोळात राहात होतो. या बोळातून पलीकडे जायला वाट नव्हती. आपण तिथे आपल्या गुरुसमवेत राहात होतो. आणि म्हणूनच या जन्मात मी तुम्हा सर्वांना एकत्र खेचून आणलं आहे.

करआकारणी करणारे बाबा

बाबांच्या ज्या भाविकांना परवडेल अशांकडून बाबा नेहमी दक्षिणा वसूल करत. हा प्रकार ते दुहेरी उद्दिष्ट डोळ्यांसमोर ठेवून करत असत. एक म्हणजे ज्या कुणाला केवळ ऐहिक लाभ प्राप्त करण्याची इच्छा असेल अशांना चार हात दूर ठेवणे व दुसरे म्हणजे ज्या कुणाची आध्यात्मिक शिक्षण प्राप्त करण्याची योग्यता असेल, त्यांना ते देणे. १९०८ साली बाबांनी सर्वात प्रथम ही दक्षिणा वसूल करण्याची प्रथा सुरू केली. त्यांच्या भेटीसाठी जे भक्त येत त्यांच्याकडे बाबा दोन रुपयांपासून पाचशे रुपयांपर्यंत दक्षिणा मागत. ज्या ज्या लोकांकडे ते दक्षिणा मागत त्यांच्यापैकी जवळजवळ सर्वजण ती देत. काही लोक आपण होऊन पैसे पाठवत. एका भाविकाने तर ६००० रुपये पाठवले होते. दरदिवशी देणगीपोटी जमा होणारी रक्कम प्रचंड मोठी असे. कधीकधी एका दिवसात हजारो रुपये जमा होत. संपूर्ण मिळकत गव्हर्नरच्या पगाराएवढी निश्चितच असे. त्यावर सरकार कर वसूल करू शकेल एवढी असे. पण बाबा त्यापैकी एक पै सुद्धा स्वत:कडे ठेवत नसत. जमा झालेल्या पैशाची विल्हेवाट ज्या त्या दिवशीच लावण्यात येई. बाबा रोज दोनशे भिकाऱ्यांना जेऊ घालत. ज्यांना ज्यांना बाबांनी दान दिलं ते पुढे चांगले श्रीमंत झाले व त्यांनी पुढे जमीनजुमला विकत घेतला व ते आयकरही भरू लागले. पण बाबांच्या मृत्युसमयी मात्र त्यांच्या खिशात केवळ सोळा रुपये होते व त्यांनी स्वत:च्या अंत्यसंस्कारासाठी ते ठेवले होते.

बाबांना धनाची किंचितही आसक्ती नव्हती. त्यांच्या बऱ्याचशा दैनंदिन गरजा त्यांच्या भिक्षा मागण्याच्या धर्मातूनच पुऱ्या होत. ते रोज भिक्षा मागण्यासाठी बाहेर पडत. ते रोज पाच घरांच्या समोर उभं राहून हाळी घालत : "पोरा, पोरी, रोटी-दाल ला दो.'' ते ऐकून घरातील स्त्रिया त्यांना भाकरी आणून द्यायच्या. बाबा सर्व भाकरी

एका गाठोड्यात बांधून घेत व भाजी, आमटी एका पत्र्याच्या डब्यात ओतून घ्यायचे. आयुष्याच्या अखेरच्या क्षणापर्यंत त्यांचा हा शिरस्ता कायम राहिला. क्वचित कधीतरी ते फार आजारी असले, भिक्षा मागायला बाहेर जाणं त्यांना अशक्य असलं, की ते आपल्या भक्तांपैकी कुणालातरी स्वत:साठी भिक्षा मागायला पाठवत.

सुरुवातीला बाबा नुसत्या जमिनीवर झोपत असत. पुढे ते एका हलक्या दर्जाच्या, खरखरीत गादीवर झोपू लागले. त्यांच्यावर ते थोडी धडोती पांघरत असत. त्यांची स्वत:ची अशी काहीच मालमत्ता नव्हती. मालमत्ता गोळा करण्याची खरं तर त्यांना कधी गरजही भासली नाही. त्यांचे भक्तगण त्यांना मोठमोठ्या रकमेच्या देणग्या देत. पण ते त्या रकमेचा त्याच दिवशी कसा विनियोग करून टाकत, हे आधी सांगितलंच आहे.

बाबांची ही जी दक्षिणा मागण्याची सवय होती त्याबद्दल शामाने बी.एस्.रेगे यांना एकदा सांगितले होते : "तुम्हाला कोणालाही बाबा खरे कळलेच नाहीत. तुमच्या पैशाची त्यांना यत्किंचितही किंमत नाही. त्यांना हवं आहे ते तुमचं मन, तुमचं हृदय आणि तुमचा आत्मा. बाबांच्या भक्तिरसात तल्लीन झालेला आत्मा. दक्षिणेचा खरा अर्थ हाच आहे.'' एच्.एस्.दीक्षित यांनी रेग्यांना समजावून सांगितलं, की बाबांनी जेव्हा त्यांना (रेग्यांना) दक्षिणा मागून आणण्यासाठी दुसऱ्याकडे पाठवलं होतं, तेव्हा बाबांना त्यातून काही विशिष्ट शिकवण द्यायची होती. ती अशी, की गरीब असणं, पैशासाठी दुसऱ्यापुढे हात पसरणं, याचना करणं या गोष्टीची कोणासही लाज वाटता कामा नये. त्यातून त्यांना आणखी एक धडा द्यायचा होता तो हा : "आपल्या मालकासाठी (म्हणजेच गुरूसाठी) काहीही करण्याने आपल्या प्रतिष्ठेत कमीपणा येत नसतो.''

एकदा बाबांकडे एक गरीब कारकून आला होता. त्याने बाबांना प्रश्न केला : "मी एक य:कश्चित कारकून आहे. आणि तरीही तुम्ही प्रत्येक वेळी माझ्याकडे दोन रुपये दक्षिणा का मागता?'' त्यावर बाबा म्हणाले: "मला तो पैसा, ती नाणी नको आहेत. मला हवी आहे फक्त निष्ठा, श्रद्धा आणि सबुरी. ती मला तुम्ही द्या.'' बाबांना कधीही राग येत नसे. कोणीही दक्षिणा न आणता रिक्त हाताने त्यांच्यापाशी आला तरी ते चेहऱ्यावर असमाधान दाखवत नसत. ते आपलं प्रेम सर्वांना सारखं देत, सर्वांकडे सारखं लक्ष पुरवत. एखादा मठ अथवा आश्रम स्थापन करण्यास त्यांचा विरोध होता. एखाद्या संस्थेचा आपण प्रमुख असावं, तेथील मालमत्तेचा मुखत्यार असावं, आपल्यानंतर आपली परंपरा पुढे चालू ठेवण्यासाठी आपण एखाद्याची शिष्य म्हणून नेमणूक करावी, वगैरे गोष्टी त्यांना पसंत नव्हत्या. स्वत:च्या पाठीमागे त्यांनी काहीही मालमत्ता ठेवली नव्हती.

बाबा नेहमी दक्षिणेची मागणी करत. त्या कृती पाठीमागे आपल्या भाविकांना

धडा शिकवण्याचा त्यांचा हेतू असे. आपल्या भक्तांना दैनंदिन जीवनात मार्गदर्शन करणे व त्यांना आत्मशोधाच्या रस्त्यावर घेऊन जाणे हाही बाबांचा हेतू होता. एकदा एका भक्ताला वाटत होतं, आपण आपल्या जवळ जे काही पैसे आहेत, ते सगळे बाबांना दक्षिणेपोटी दिले आहेत. पण प्रत्यक्षात तसे नव्हते. बाबा म्हणाले : "तुझ्या खिशात अजून दोन आणे शिल्लक आहेत.'' त्यावर त्या भक्ताने आपले खिसे पुन्हा तपासले आणि खरोखर दोन आणे त्याला सापडले. त्याने ते बाबांना दिले. असाच आणखी एक प्रसंग घडला. बाबांचे एक भक्त न्यायाधीश होते. त्यांचे नाव पुरुषोत्तम अवस्थी. ते पत्नी व मुलासह शिरडीला आले. दुसऱ्या गावात त्यांच्या मुलाचं लग्न होतं. तत्पूर्वी ते बाबांच्या दर्शनाला आले होते. त्यांच्या जवळ चारशे रुपये होते व त्यांच्या पत्नीजवळ ३०० रुपये. बाबांनी हप्त्या हप्त्याने दक्षिणेच्या स्वरूपात अवस्थींकडून त्यांचे सर्व पैसे काढून घेतले. त्यांच्याकडे काहीच शिल्लक उरले नाही. अवस्थी हताश होऊन आपल्या निवासाकडे परत गेले. आता आपला खर्च कसा भागवायचा ते त्यांना समजेना. मग त्यांची गाठ बापूसाहेब जोग यांच्याशी पडली. "तुम्हाला नक्की किती रकमेची गरज आहे?'' जोगांनी विचारलं. "कमीत कमी १०० रुपये,'' अवस्थी उत्तरले. त्यावर बापूसाहेब जोगांनी तत्काळ १०० रुपये काढून त्यांच्या हाती ठेवले आणि म्हणाले : "बाबांनी तुमच्याकडून सहाशे रुपये घेतले आहेत ना? मग आता त्यांच्या कृपेने तुम्हाला नोकरीत नक्कीच बढती मिळेल आणि दरमहा पन्नास रुपयांची पगारवाढ सुद्धा मिळेल.'' बापूसाहेबांचं हे भाकीत अक्षरश: खरं ठरलं आणि अवस्थींना नोकरीत खरोखरच बढती व पगारवाढ मिळाली.

बाबा नेहमी म्हणत: "जो मला एक देईल, त्याला मी पाच परत देईन, जो मला पाच देईल त्याला मी दहा देईन. मी मोफत काही घेत नाही. मी मागताना कधीच तारतम्य सोडून मागत नाही. ज्या व्यक्तीकडे माझा फकीर (गुरू) बोट दाखवतो, त्याच्यापाशीच मी मागतो. आणि त्याच्याकडूनच घेतो. देणारा आधी बीज पेरतो तेव्हा त्याची रसाळ फळे नंतर त्याला मिळतात. धन हे धर्माच्या कामासाठी वापरात आलं पाहिजे. धनाचा उपयोग जर कुणी वैयक्तिक सुखासाठी केला तर तो धनाचा अपव्यय ठरतो. जर तुम्ही पूर्वी दिलं असेल, तरच आत्ता तुम्हाला मिळेल, अन्यथा नाही. त्यामुळे धनप्राप्तीचा उत्तम उपाय म्हणजे आपण सतत देत राहाणं. दक्षिणा दिल्यानं मनातील वैराग्यभावना वृद्धिंगत होते. त्यामुळे आपले ज्ञान आणि आपली भक्ती वृद्धिंगत होते. एक द्या आणि दसपट मिळवा.''

बाबांच्या या शब्दांची त्यांच्या भक्तांना खरोखरच प्रतीती आली. काशीनाथ उपासनी यांचा भाऊ बाळकृष्ण उपासनी यांच्याकडे बाबांनी एकदा दक्षिणा मागितली. पण 'माझ्यापाशी देण्यासारखं काहीही नाही.' असं तो बाबांना म्हणाला. आणि

बाबांचं दर्शन घेऊन निघून गेला. दुसऱ्या दिवशी तो बाबांचा निरोप घेण्यासाठी गेला. बाबांनी त्याच्याकडे दक्षिणेची परत एकदा मागणी केली. पण बाबा त्याच्या चांदीच्या मनगटी घड्याळाकडे निर्देश करून तेच दक्षिणेपोटी त्याच्याकडे मागितलं. उपासनी जरासा घुटमळला. पण मग त्यानं ते घड्याळ काढून बाबांच्या हाती ठेवलं. बाबांनी तत्काळ ते घड्याळ जवळच असलेल्या एका फकिराला देऊन टाकलं आणि उपासनीकडे वळून म्हणाले, "तुझं काहीही बिघडणार नाही. काळजी करू नकोस." उपासनी घरी परतले. त्यांनी हा किस्सा आपल्या एका मित्राला सांगितला. तसलं नवीन घड्याळ घ्यायचं झालं तर काय किंमत पडेल अशीही चौकशी केली. नेमकं त्याच वेळी त्या मित्राच्या भावाने उपासनींकरता एक सोन्याचं घड्याळ भेट म्हणून पाठवलं व त्याचा उपासनींनी स्वीकार करावा अशी त्यांना विनंती केली.

दुसऱ्या एका प्रसंगी गोव्याचे दोन भाविक मुद्दाम बाबांच्या भेटीसाठी आले. त्यांच्यामधील एका माणसाकडे बाबांनी पंधरा रुपये दक्षिणा मागितली. त्याने आनंदाने ती दिली आणि बाबांनी ती घेतली. पण जेव्हा बरोबरच्या माणसाने आपण होऊन पस्तीस रुपये दक्षिणा देऊ केली तेव्हा मात्र ती बाबांनी स्वीकारली नाही. त्यांना त्याचे कारण विचारताच ते उत्तरले : "मी कोणाकडूनही काहीही घेत नाही. ही मस्जिदमाई लोकांकडे कर्जाच्या परत फेडीची मागणी करते. ऋणको ते फेडतात आणि ऋणमुक्त होतात. माझ्याकडे सांभाळायला घरदार, मालमत्ता तरी आहे का? मला कशाचीच गरज नाही. मी कायमचा मुक्त आहे." त्यानंतर बाबांनी घडलेला एक प्रसंग कथेच्या स्वरूपात आपल्या भक्तांना निवेदन केला - बाबांनी एकदा एका माणसाकडून दक्षिणा घेतली होती. पूर्वी तो नोकरीच्या शोधात होता आणि नोकरी लागताच पहिला पगार देवाला अर्पण करण्याची शपथ त्याने घेतली होती. परंतु नोकरी लागून त्यात चांगली पगारवाढ मिळाल्यानंतरसुद्धा तो आपलं वचन पूर्ण करण्यास विसरला. त्यामुळे बाबांनी त्याच्याकडून दक्षिणेच्या स्वरूपात केवळ तेवढीच रक्कम काढून घेतली. हा सर्व प्रसंग तंतोतंत खरा असल्याचं नंतर खुद्द त्या माणसानंच या बाबांच्या भक्तांना सांगितलं. लोक म्हणतात, मी ज्याच्यावर प्रेम करतो, त्याची संपत्ती मी काढून घेतो." असं बाबा नेहमी म्हणायचे.

हेमाडपंत म्हणतात : बराच काळपर्यंत बाबा भक्तांकडून काहीही घेत नसत. ते काड्यापेटीच्या जळक्या काड्या गोळा करत आणि खिशात भरून ठेवत. ते कुणाकडेही काहीही मागत नसत. मग तो त्यांचा भक्त असो की आणखी कुणी. जर कुणी आपण होऊन त्यांच्यापुढे पैसा दोन पैसे ठेवलेच, तर त्यातून ते तेल किंवा तंबाखू विकत घेत. बाबा नेहमी विडी नाहीतर चिलीम ओढत. त्यांना तंबाखू आवडत असे. कालांतराने भक्तांनाच बाबांकडे रिक्त हस्तानं जाणं योग्य नाही असं वाटू लागलं. ते तांब्याचे पैसे दक्षिणा म्हणून बाबांना देऊ लागले. या दक्षिणेत जर पैसा

असेल तर तो बाबा खिशात टाकत पण जर दोन पैसे असतील तर ते मात्र बाबा तत्काळ परत करत. पुढे बाबांची नामकीर्ती दूरवर पसरू लागली आणि बाबांच्या दर्शनासाठी हजारो लोक गोळा होऊ लागले. आता बाबांनी भाविकांकडे दक्षिणा मागण्यास सुरुवात केली. मात्र त्यांचा त्यामागचा उद्देश होता - आपल्या भक्तांना दानशूरता शिकवणे, त्यांच्या मनातील धनलोभ दूर करणे आणि त्यांची चित्तशुद्धी करणे. पण तसं करण्यातही बाबांचं एक खास वैशिष्ट्य होतं. ते म्हणत, : "मी जेवढं घेतो त्याच्या शतपटीने जास्त मी परत देतो.'' आणि खरोखर, अनेकदा असं प्रत्यक्ष घडलं होतं.

सुप्रसिद्ध मराठी नट गणपतराव बोडस यांनी आपल्या आत्मचरित्रात बाबांविषयी लिहिलं आहे. बाबा त्यांच्याजवळ अनेकदा दक्षिणा देण्याची आग्रही मागणी करत. त्यावर गणपतराव बोडस तत्काळ आपली पैशाची थैली बाबांसमोर उपडी करत असत. परिणामस्वरूपी पुढील आयुष्यात त्यांना कधीही पैशाची ददात पडली नाही. बाबांचे आणखी एक भक्त होते, बी.व्ही. देव. त्यांनी म्हटलं आहे : "बाबा कधीच सरसकट सर्वांपाशी दक्षिणेची मागणी करत नसत. कोणी आपण होऊन दक्षिणा देऊ जरी केली, तरी ती बाबा स्वीकारतीलच याची खात्री नसे. काही मोजक्या भक्तांपाशीच ते दक्षिणेची मागणी करत. काही भक्तांना मनापासून वाटे, बाबांनी दक्षिणा मागावी आणि आपण ती द्यावी. पण नेमके अशाच भक्तांकडे बाबा कधीही दक्षिण मागत नसत. काही भक्त मनात नसताना बाबांपुढे दक्षिणा ठेवत. अशावेळी बाबा त्या पैशाला स्पर्शही करत नसत. त्या भक्ताला ते ती दक्षिणा परत घेऊन जाण्यास सांगत. बाबा ज्या त्या भक्ताच्या इच्छेनुसार, भक्तीनुसार आणि सोयीनुसार त्याच्याकडे लहान मोठ्या दक्षिणेची मागणी करत. ते महिलांकडे आणि मुलांकडेही अशी मागणी करत. मात्र प्रत्येक श्रीमंताकडे किंवा प्रत्येक गरिबाकडे ते दक्षिणा मागतीलच असाही भरवसा नव्हता.''

कधीतरी बाबांचा एखादा भक्त आपल्या मित्राकरवी बाबांकडे दक्षिणा पाठवायचा. बाबांच्या दर्शनाला आलेला मित्र जर ते काम विसरला, तर मात्र बाबा त्याला तत्काळ त्याचे स्मरण करून देत. व ती दक्षिणा त्याच्याकडून वसूलही करत. मात्र आपल्या भक्ताने मित्राच्या हाती आपल्यासाठी दक्षिणा पाठवली आहे हे बाबांना कसं आणि कुठून कळत असेल ? या गोष्टीचा उलगडा कधीच होणार नाही. कित्येक प्रसंगी एखाद्या भक्ताने बाबांना जेवढी दक्षिणा दिली असेल, त्याचा काही भाग बाबा त्या भक्ताला परत करीत. ते पैसे त्याने आपल्या घरच्या देवांबरोबर पूजेत ठेवावेत असंही ते त्याला सांगत. या पद्धतीचा त्या दात्याला, त्या भाविकाला तत्काळ फायदा दिसून येई. एखाद्या भाविकाने बाबांना किती दक्षिणा द्यायची. हे आधी मनात नीट ठरवलेलं असे. परंतु प्रत्यक्षात मात्र तो त्याहून अधिक दक्षिणा देऊ लागला तर बाबा

ती ताबडतोब परत करीत असत. तर काही वेळा भक्ताने जेवढी रक्कम देण्याचं मनात ठरवलेलं असेल त्याहून जास्त रक्कम ते त्याच्यापाशी मागत. त्यावेळी भक्ताकडे तेवढे पैसे नसतील तर बाबा त्याला लोकांकडून उसने मागून आणण्याची किंवा भीक मागून आणण्याची आज्ञा करत. काही लोकांकडे तर ते दिवसाकाठी तीन ते चार वेळा दक्षिणा मागत.

दक्षिणेपोटी ही जी काही रक्कम गोळा होत असेल, त्यातील फारच थोडी रक्कम बाबा स्वत:साठी खर्च करत. आधी उल्लेख केलाच आहे. त्याप्रमाणे अपवाद फक्त तंबाखू, दिव्यासाठी तेल किंवा धुनीसाठी इंधन विकत घेण्याचा. उरलेले सर्व पैसे बाबा दानधर्मासाठी खर्च करत. वेगवेगळ्या प्रमाणात वेगवेगळ्या व्यक्तींवर खर्च करत.

बाबांचा एक धनिक भक्त होता. त्याला बाबांनी सांगितलं होतं : "तुम्ही जर तुमची हाव आणि तुमचा लोभीपणा पुरता सोडला नाही, तर तुम्हाला खरं ब्रह्मज्ञान कधीच प्राप्त होणार नाही. ज्याचं मन संपत्ती, संतती आणि भरभराटीसारख्या गोष्टीत गुंतून पडलं आहे त्याने स्वत:च्या मनाला या सर्व मोहपाशातून सोडवल्याशिवाय ब्रह्मज्ञानाची अपेक्षा तरी कशी करावी? धनाविषयी मोह वाटणे हे मायाजाल आहे. दु:खाचा भोवरा आहे. अहंकार, मत्सर इत्यादी मगरीसुसरींचा त्यात मुक्त संचार आहे. ज्याच्या मनात कसलीही वासना, इच्छा शिल्लक नाही तोच फक्त हा भोवरा पार करून पुढे जाऊ शकतो. वासना अथवा लोभ आणि ब्रह्म यांच्यात जमीन अस्मानाचा फरक आहे. हे दोघे नेहमीच एकमेकांच्या विरोधात उभे ठाकलेले असतात. ज्या मनात लोभ, हाव यांना थारा आहे तिथे विचारांना आणि ब्रह्मचिंतनाला जागाच नाही. लोभी मनुष्याला मन:शांती नसते, समाधान नसतं, स्थैर्य नसतं. एखाद्या माणसाच्या मनात लोभाचा पुसटसा मागमूस जरी असेल, तरी त्याची सर्व साधना व्यर्थ जाईल. कर्म करताना जो फलप्राप्तीची अपेक्षा करतो व त्याला तशी अपेक्षा करताना काहीही खंत वाटत नाही, तो माणूस कितीही विद्वान असला तरी त्याची सर्व साधना व्यर्थ आहे. अशा व्यक्तीला कधीच आत्मज्ञान प्राप्त होणं शक्य नाही. ज्या माणसाचं मन अहंकारानं भरलेलं आहे, जो फक्त ऐहिक गोष्टींचाच विचार करतो त्याला गुरूपदेशाचा काहीही उपयोग होत नाही. त्यासाठी चित्तशुद्धी करणं अत्यावश्यक आहे. चित्त शुद्ध नसेल तर मात्र आपले सर्व आध्यात्मिक प्रयत्न म्हणजे पोकळ देखावा आहे. त्याचमुळे आपल्याला जेवढे रुचेल, पचेल, ग्रहण करता येईल, तेवढेच घेणे योग्य असते. माझा खजिना भरलेला आहे. ज्याला जे हवं ते मी त्याला देऊ शकतो. पण त्याचबरोबर ते घेण्याची त्याची पात्रता तरी आहे की नाही हे मला पाहावे लागते. तुम्ही जर माझं बोलणं काळजीपूर्वक ऐकलंत, तर त्याचा तुम्हाला नक्कीच फायदा होईल. या मशिदीत बसून मी कधीही असत्य कथन

करीत नाही.''

एक दिवस एक माणूस बाबांकडे पैसे मागू लागला. बाबांच्या खिशात पैसे होते. पण तरीसुद्धा 'माझ्याजवळ पैसे नाहीत.' असं सांगून बाबांनी त्या माणसाला परत पाठवलं. नंतर तो माणूस निघून गेल्यावर जवळच उभ्या असलेल्या शामानं विचारलं, ''तुम्ही तर एक फकीर. तुमचे कोणाशीच लागेबांधे नाहीत. असं असताना स्वत:जवळचा पैसा दडवून तुम्ही खोटं कसं काय बोललात? तुम्हीच तर नेहमी सत्यकथनाचा आग्रह करत असता.'' यावर बाबांनी उत्तर दिलं. ''त्या माणसाला पैसे देणं योग्य नव्हतं, कारण त्यात त्याचं भलं नव्हतं.'' पण बाबांनी हे जर त्याला स्पष्ट सांगितलं असतं तर त्याचा काही त्या गोष्टीवर विश्वास बसला नसता. अशा रीतीने बाबांनी त्या माणसाला जी काही वागणूक दिली, ती त्याच्याच भल्यासाठी होती.

प्राध्यापक नरके यांनी सांगितलं आहे : ''बाबांची भाषा अत्यंत संदिग्ध व सांकेतिक स्वरूपाची होती. एखाद्या उथळ व्यक्तीने जर त्याचा शब्दश: अर्थ लावायचा ठरवले तर त्यातून बाबा ऐहिक गोष्टीत रस घेणारे होते, अत्यंत लोभी होते, असाही अर्थ निघू शकला असता. एक दिवस बाबांनी माझ्यापाशी अनेकदा पंधरा रुपयांची रक्कम दक्षिणा म्हणून मागितली. माझ्या जवळ पैसे नव्हते आणि ही गोष्ट बाबांना पूर्णपणे ठाऊक होती. मी बाबांना एकटं गाठून विचारलं : ''माझ्याकडे पैसे नाहीत हे तुम्हाला ठाऊक आहे आणि तरीही तुम्ही माझ्याकडे पंधरा रुपये दक्षिणा का मागता?'' त्यावर बाबा म्हणाले, ''तुमची निष्कांचन अवस्था मला पूर्णपणे ठाऊक आहे.'' ते पुढे असंही म्हणाले : ''तुम्ही आत्ता एक पुस्तक वाचत आहात. त्यातला जो भाग तुम्ही आत्ता वाचत आहात तो विशेष महत्त्वाचा आहे. त्यातून तुम्ही माझ्यासाठी पंधरा रुपये दक्षिणा मिळवा.'' मी त्यावेळी योगवासिष्ठ वाचत होतो. त्यातून पैसा मिळवणं याचा अर्थ ज्ञान मिळवणं आणि तो पैसा बाबांना देणं याचा अर्थच ते ज्ञान हृदयावर कोरून ठेवणं.''

बाबा पैशाकडे एक धोका, एक संकट म्हणून पाहात. तो आध्यात्मिक प्रगतीच्या मार्गातील अडथळा आहे अशी बाबांची भावना होती. आपल्या भक्तांनी पैशाच्या कचाट्यात कधीच सापडू नये असा त्यांचा प्रयत्न असे. याचं उत्कृष्ट उदाहरण म्हणजे म्हाळसापतीची गोष्ट. म्हाळसापती हा त्यांचा भक्त अत्यंत गरीब होता. हातातोंडाची मिळवणी करणंही महाकठीण होतं. एकदा एका दयाळू, दानशूर धनिकाने भली मोठी रक्कम म्हाळसापतीला देऊ केली. त्यावेळी बाबा तेथे उपस्थित होते. बाबांनी म्हाळसापतीस ते दान स्वीकारू दिले नाही.

एम्.बी.रेगे हे बाबांच्या अत्यंत निकटवर्ती अशा शिष्यांपैकी एक. ते एक आठवण सांगतात. १९१२ साली ते शिरडीला बाबांच्या भेटीसाठी गेले होते. तेव्हा

त्यांच्या खिशात केवळ शंभर रुपये होते. त्यातील चाळीस रुपये बाबांनी दक्षिणा म्हणून मागितले. ते त्यांनी दिले. नंतर बाबांनी आणखी चाळीस रुपये मागितले. ते सुद्धा रेग्यांनी आनंदाने दिले. अखेर बाबांनी राहिलेले वीस रुपये सुद्धा दक्षिणा म्हणून मागितले व रेग्यांनी ते सुद्धा दिले. थोड्या वेळाने बाबांनी त्यांना परत बोलावून घेऊन दक्षिणा मागितली. पण रेग्यांकडे आता बाबांना देण्यासाठी काहीच शिल्लक नव्हते. तसे त्यांनी बाबांना सांगताच बाबांनी त्यांना लोकांकडून पैसे मागून आणण्यासाठी पाठवले. रेगे त्या गोष्टीलाही तयार झाले. परंतु ''पैसे मागायला मी कोणाकडे जाऊ ते तुम्हीच मला सांगा.'' असं ते बाबांना म्हणाले. बाबा म्हणाले : ''शामाकडे जा'' रेगे शामाकडे पैसे मागायला गेले. शामा म्हणाला : ''बाबांना काय म्हणायचंय ते तुम्हाला नीट कळलंच नाही.'' रेगे परत बाबांकडे आले व त्यांनी शामाशी झालेलं संभाषण बाबांना सांगितलं. त्यावर बाबांनी स्मितहास्य केलं आणि म्हणाले ''दीक्षितांना विचारा.'' दीक्षितांनी बाबांच्या वागण्याचं रेग्यांना स्पष्टीकरण दिलं. ते असं - बाबांनी केलेल्या त्या आज्ञेचा परिस्थितीनुरूप विचार केला तर त्यातून एक धडा मिळतो : ''पैशाचा अभाव असणं, दुसऱ्याकडे पैशाची अथवा इतर काही गोष्टींची याचना करावी लागणं, यात कोणताही कमीपणा नाही. कोणत्याही माणसाने आपण भीक मागण्यापलीकडे आहोत असं समजता कामा नये. नंतर बाबांनी रेग्यांना नाना चांदोरकरांकडे पाठवले. रेगे ज्या काही अडचणीत सापडले होते तशा परिस्थितीत सापडू नये यासाठी नाना चांदोरकर एक युक्ती करत असत. ती युक्ती त्यांनी रेग्यांना सांगितली. ते म्हणाले : ''मी जेव्हा शिरडीला जातो, तेव्हा काही ठराविक पैसे मी स्वत:जवळ ठेवतो व बाकीचे पैसे कोपरगावात ठेवतो. याही खेपेस मी माझ्याजवळ २०० रुपये ठेवले आहेत आणि शंभर रुपये कोपरगावी ठेवले आहेत. बाबांनी दक्षिणा मागितल्यानंतर त्यांना नाही म्हणणं फार जड जातं. त्याचमुळे बाबा जेव्हा दक्षिणा मागतात तेव्हा मी आधी जवळचे पैसे काढतो व ते संपुष्टात आले की कोपरगावाहून आणखी पैसे मागवून घेतो. तुम्ही सुद्धा असंच करत जा.'' हे बोलणं बाबांच्या कानावर गेलं. बाबांनी तत्काळ चांदोरकरांना बोलावणं पाठवलं व चाळीस रुपये दक्षिणा मागितली. चांदोरकरांनी ती दिली व ते निघून गेले. बाबांनी परत एकदा त्यांना बोलावणं पाठवून चाळीस रुपये मागितले. तेही देऊन झाल्यावर बाबांनी चांदोरकरांपाशी उरलेले सर्वच पैसे मागितले. चांदोरकरांनी कोपरगावाहून राखीव पैसे मागवले. पण बाबांना तेही हवे होते. बाबांना नाही म्हणण्याची चांदोरकरांना लाज वाटली, कारण कोपरगावाहून पैसे येण्यास थोडा अवधी होता. रेगे म्हणतात : ''या सर्व प्रकरणातून त्यावेळी मला तसेच इतर सर्वांनाच एक धडा मिळाला, मी सतत बाबांच्या गरजा पुरवतो, मी मोठा आहे, बाबा जे जे मागतील ते पुरवण्यास मी समर्थ आहे. असं कुणीही मनात गृहीत धरून चालणं किती उद्दामपणाचं आहे हेच बाबांनी

दाखवून दिलं. बाबा भक्तांकडे जी दक्षिणा मागत त्याचा अन्वयार्थ त्यांचे वेगवेगळे भक्त वेगवेगळ्या तऱ्हेने लावत. बाबांच्या कृतीनं शामा, चांदोरकर किंवा दीक्षित या प्रत्येकाने वेगळं स्पष्टीकरण देण्याचा प्रयत्न केला. परंतु प्रत्यक्षात मात्र त्यातील काहीच खरं नव्हतं. खरं तर बाबांनी मला, चांदोरकरांना व इतरांना धडा शिकवला होता. बाबांना ना पैशाचं मोल होतं, ना देणग्यांचं, ना भेटवस्तूंचं. त्यांना प्रत्यक्षात हवं होतं ते प्रेम, अत्यंत सखोल, उत्कट, तीव्र आणि समग्र असं प्रेम. असं प्रेम बाबांना देणं हेच माझं ध्येय होतं. बाबांनी ते जाणलं होतं. माझं मन त्यांनी वाचलं होतं. त्या प्रेमाला प्रतिसाद दिला होता. आणि असा हा प्रतिसाद केवळ फक्त बाबाच देऊ शकत होते.''

बाबांचा आणखी एक भक्त होता. त्याच्या जवळ होते नव्हते तेवढे सर्व पैसे बाबांनी दक्षिणेदाखल मागून घेतले. तो भक्त नंतर बोलताना म्हणाला, कोणत्याही माणसाला नम्रपणा आणि विनयशीलता शिकवण्याच्या बाबतीतला हा फार मोठा धडा होता. दक्षिणेची मागणी करण्याच्या बाबांच्या या कृतीमागे अनेकदा फार मोठा प्रतीकात्मक अर्थ दडलेला असतो. पण तो अर्थ समजून घेण्याची कुवत फारच थोड्यांमध्ये असते. परिस्थितीनुसार किंवा सहज येता जाता कानावर पडलेल्या बाबांच्या उद्गारांमधून हा मथितार्थ अचानक प्रकट होतो. बाबा एकदा म्हणाले होते : ''जो जो पैसा चांगल्या कामासाठी खर्च होतो, जो जो पैसा सत्कारणी लावला जातो, तो सगळाच्या सगळा मला पोचतो. आणि हेच सत्य आहे; सत्य आहे, सत्य आहे, असं मी त्रिवार सांगेन.''

६.

साईबाबांच्या सहवासात एक दिवस

साईबाबा सुमारे पाच फूट सहा इंच उंच आणि मध्यम बांध्याचे होते. त्यांचा वर्ण केतकी, गोरापान होता. डोळे निळसर असून अंधारात गूढपणे चमकत. त्यांच्या डोळ्यांकडे पाहून त्यांचे भक्त मंत्रमुग्ध होत असत. त्यांच्या नाकपुड्या विशेषत्वाने नजरेत भरण्यासारख्या होत्या. साईबाबांचं हे वर्णन स्वामी श्रद्धानंदजी यांनी केलं आहे. स्वामींनी बाबांना जेव्हा पाहिलं तेव्हा त्यांचे काही दात पडून गेले होते. शिल्लक राहिलेले दातही पांढरे स्वच्छ नव्हते. ते दात कधी घासत नसत. नुसती रोज सकाळी थोड्या पाण्याने खळखळून चूळ भरत असत. ते स्वत: चहा किंवा कॉफी घेत नसले तरीही आपल्या भक्तांना त्यांनी चहाकॉफी घेण्यावाचून कधी परावृत्त केलं नाही. बाबांना चिलीम ओढण्याची सवय कुठून व कधी लागली हे काही त्यांनी स्पष्ट केलं नाही. ते कायम एकच एक मातीची चिलीम वापरत. त्यांच्या भक्तांनी त्यांना कितीतरी वेगवेगळ्या प्रकारच्या चिलीम भेट म्हणून दिल्या होत्या, पण त्या न वापरता बाबांनी तशाच मंदिराच्या भिंतीतील कोनाड्यात जमा करून ठेवल्या होत्या.

बाबा स्वत:च्या डोक्याभोवती जे फडकं गुंडाळत असत, ते फार क्वचित बदलत. धुवत तर कधीच नसत. एकदा त्यांनी आपली कफनी बदलायची ठरवली. त्यांनी एका शिंप्याला बोलावणं पाठवलं आणि म्हणाले, ''माझ्यासाठी एक कफनी बनवून आण.'' त्याप्रमाणे शिंप्याने कफनी तयार करून आणल्यावर नित्याप्रमाणे त्यांनी त्या शिंप्याला त्याबद्दल अगदी भरमसाट पैसे दिले. बाबा आपण होऊन फारसं कधी बोलतच नसत. बहुतेक वेळा ते शांतपणे, अबोलपणे बसून असत. अगदीच गरज पडली तरच बोलत. बराच काळ ते डोळे मिटून बसलेले असायचे. एखादा भाविक त्यांच्या दर्शनासाठी आला तरच ते त्याच्याकडे दृष्टिक्षेप टाकत. कधीतरी ते तेवढंसुद्धा करत नसत. मात्र मुलांसमोर त्यांचं वागणं अत्यंत खेळकर असे. बाबा

मशिदीत भिंतीला टेकून कधीच बसत नसत. जरी कधीही जमिनीवर पाय पसरून बसले तरीही भिंतीपासून चार हात दूरच बसायचे. दिवसा तर ते कधीच आडवे होत नसत. शिरडीमधील देवळांमध्येही ते अगदी क्वचितच जात.

मार्तंड या म्हाळसापतीच्या मुलाने म्हटले आहे - बाबा कधीतरी न्हाव्याला बोलावून घेत. त्याचं नाव बाळानरी. त्याच्याकडून ते आपल्या डोक्याचा गोटा करून घेत. केस कापून झाले की ते खिशात हात घालत आणि हातात येतील तेवढे पैसे त्याच्या हाती ठेवत. न्हाव्याच्या नेहमीच्या दरापेक्षा कितीतरी अधिक पैशांची प्राप्ती त्याला होत असे. बाबांनी छोटीशी दाढी राखली होती. त्यांचं कपाळ भव्य होतं. ते अगदी साधी एकरंगी कफनी घालत. बाबा जी चिलीम ओढायचे ती सुद्धा इतकी ओबडधोबड आणि हलक्या प्रतीची होती की ती त्यांना वारंवार झटकून साफ करावी लागे. ते आपल्या भक्तांबरोबर गोल रिंगण करून बसत आणि चिलमीचा एक झुरका घेऊन ती एकेकाच्या हाती देत. खापर्डे यांच्या रोजनिशीत एक नोंद आढळते: ''आज मी साईबाबांचे पाय साबणाने स्वच्छ धुतले. त्यांचे पाय किती मुलायम आहेत.''

एका स्त्री भक्ताने बाबांविषयीचं मत लिहून ठेवलंय: ''त्यांच्या नजरेत अशी काही शक्ती आणि धार होती की त्यांच्या नजरेला नजर देणं कुणालाही शक्य होत नसे. असं वाटे, जणू साईबाबा आपल्या अंत:करणाचा ठाव घेऊन आपलं मन वाचत आहेत. थोड्याच वेळाच सर्व लोक नजर झुकवून त्यांच्यापुढे नतमस्तक होत. बाबा केवळ आपल्या हृदयातच नव्हे तर आपल्या शरीराच्या प्रत्येक कणात संचार करून राहिले आहेत अशी भावना होत असे. केवळ काही मोजके शब्द आणि आविर्भाव यांमधून बाबांना भूत, वर्तमान, भविष्य तसेच इतर सर्व गोष्टींचं ज्ञान असल्याचं उघड होत असे. त्याचमुळे अत्यंत निष्ठेने व विश्वासाने बाबांना शरण जाण्यावाचून कोणाला काही गत्यंतरच नसे. आणि त्यानंतर ते अगदी बारीक सारीक बाबतीत लक्ष घालत आणि आयुष्याच्या प्रत्येक वळणावर, प्रत्येक स्थित्यंतराचे वेळी ते आपल्याला मार्गदर्शन करीत. बाबा अंतर्यामी होते. मग त्यांना तुम्ही देव म्हणा नाहीतर सत्पुरुष. काय हवे ते म्हणा. पण त्यांचं व्यक्तित्व जबरदस्त होतं. मंत्रमुग्ध करणारं होतं आणि त्यांच्या सहवासात असताना मनातील भीती, आशंका, चिंता या कशाकशालाही स्थान नव्हतं. माणूस अंतर्मुख होऊन जाई व हा आणि हाच मार्ग आहे हे सत्य त्याला समजून चुके.

बाबांचे शब्द नेहमी मोजके, अर्थवाही, सखोल आशयघन आणि धीरगंभीर, तोलून मोलून उच्चारलेले असत. ते एकदा म्हणाले होते : मी फकीर झालो, मला घरदार नाही, पत्नी नाही व सर्वसंगपरित्याग करून मी एका ठिकाणी वास्तव्य करून राहिलो हे जरी खरं असलं तरी माया काही चुकत नाही. ती मला वारंवार भुरळ घालत असते. मी स्वत:ला विसरुन जातो. पण तिला नाही विसरू शकत.

ती मला वेढून टाकते. हीच माया ब्रह्मदेवाला आणि इतरांनाही भुरळ घालते, तर मग माझ्यासारख्या गरीब बिचाऱ्या फकिराची काय कथा? जे देवापाशी आश्रयाला येतात त्यांना देवाच्या कृपेने मायेच्या मोहपाशातून मुक्ती मिळते.

एक भक्त म्हणाला, अनेक साधुसंत सर्व काही विसरून, तनामनाची शुद्ध हरपून समाधी अवस्थेत जातात आणि ते आपल्या अंगची अतींद्रिय शक्ती आणि ज्ञान यांचं प्रदर्शन घडवून आणतात. पण बाबांना मात्र कोणतीही सिद्धी प्राप्त करण्यासाठी अथवा आध्यात्मिक ज्ञानाची वरची पायरी गाठण्यासाठी कधीही समाधी अवस्थेत जाण्याची गरज भासली नाही. दर क्षणाला ते दुहेरी जागृतावस्थेचा आणि जाणिवेचा अनुभव घेत असत. त्यातील एक म्हणजे साईबाबा नावाचा अहं. आणि दुसरे म्हणजे अंतर्यामी सर्व अहंकाराचा त्याग करून परमात्म्याशी तादात्म्य पावणारे व्यक्तिमत्त्व. या दोन्ही अवस्थांमधील सामर्थ्य आणि वैशिष्ट्य या दोहोंचा वापर करून त्यांचं दर्शन ते एकाच वेळी घडवून आणत असत. ते कायमच सर्वज्ञाच्या अवस्थेत असत. एका भक्ताने म्हटलं आहे : ''मी जेव्हा बाबांच्या सहवासात असतो तेव्हा माझी सारी दु:खं, नव्हे माझं सारं देहभान हरपून जाते.'' सर्व ऐहिक गोष्टींबद्दलच्या चिंता, दैनंदिन काळज्या इ. सर्वांचा विसर पडतो. तासचे तास निघून जातात. आणि मी अत्यानंदाच्या अवस्थेत काळाचं भान विसरून बसून राहतो. बाबा हेच तेव्हा आमचं सर्वस्व बनून जातं. बाबांच्याही काही मर्यादा असू शकतील असं आमच्या कधी मनात सुद्धा येत नाही.''

आलटून पालटून एक दिवसाआड चावडीत तर एक दिवसाआड मशिदीत झोपायचं, असा बाबांचा शिरस्ता असे. सकाळी जाग आल्यानंतर ते धुनीपाशी बसून आपल्या भक्तांशी वार्तालाप करत. आदले रात्री ते ज्या ज्या दूरवरच्या ठिकाणांना भेटी देऊन आले असतील त्या ठिकाणच्या हकीकती ते आपल्या भक्तांना सांगत. गावचे शाळा मास्तर मशिदीच्या जवळच राहात. त्यांच्या म्हणण्याप्रमाणे मध्यरात्री रोज विविध भाषांमधील संभाषणे मशिदीतून ऐकू येत असत. ही संभाषणे केवळ भारतीय भाषांमधूनच नव्हे तर इंग्रजीसारख्या परकीय भाषांमधील सुद्धा असत. आणि इंग्रजीचं ज्ञान बाबांना नव्हतं. या घटनेचा अर्थ त्या शाळामास्तरांना लावता येत नव्हता व बाबांनीही त्या गोष्टीवर कधीच प्रकाशझोत टाकला नाही.

धुनीपाशी बसून बाबा हातवारे करीत हाताची बोटे हलवीत व विविध हावभावही करत. (बघणाऱ्यांना काही त्याचा अर्थ कळत नसे.) बाबा मधूनच 'हक्' असे तोंडाने म्हणत. त्याचा अर्थ देव. बाबा दर तीन दिवसांतून एकदा अंघोळ करत. ते अंघोळ करत असताना त्यांचं स्वत:च्या शरीरावर किती नियंत्रण आहे ते लक्षात येत असे. दर तिसऱ्या दिवशी ते वडाच्या झाडापाशी असलेल्या विहिरीवर जात व तोंड आणि अंग धुवत. त्यांनी आपला चेहरा धुऊन तोंडाने खळखळून चुळा भरल्यानंतर काही

कुष्ठरोगी तसेच इतर व्याधींनी ग्रस्त रुग्ण तेथे येत व बाबांनी चूळ थुंकलेलं पाणी गोळा करून स्वतःच्या मस्तकावर शिंपून घेत. भक्तगण म्हणतात- असे करण्याने त्यांच्यातील एक कुष्ठरोगी पूर्णपणे रोगमुक्त झाला.

बाबांच्या विषयीची एक कथा त्याकाळी अत्यंत प्रसिद्ध होती व ती म्हणजे बाब स्नान करतेवेळी वांती करून स्वतःची आतडी बाहेर काढत व ती स्वच्छ धुऊन परत गिळून टाकत.

सकाळचा नाश्ता झाला की बाबा लेंडीबागेत फेरफटका मारण्यासाठी जात. ही बाग सुरुवातीच्या काळात त्यांनीच लावली होती व जोपासना करून वाढवली होती. बाबा जिथे जातील तिथे त्यांचे भक्तगण त्यांच्यामागे असत. मात्र सर्व भक्तांना बाबांसोबत लेंडीबागेत जाण्यास मनाई होती. बाबा त्या बागेत जाऊन नक्की काय करतात हे गूढच राहिलं. बाबांच्या बरोबर त्या बागेत जाण्याची परवानगी फक्त एकालाच होती आणि तो म्हणजे त्यांचा मदतनीस अब्दुल.

कधीतरी बाबा दिवसांतून दोन वेळा स्नान करीत. एका भक्ताने बाबांच्या अंघोळीसाठी एक दगडी पाटा आणून दिला होता. पण ते त्यावर कधीही बसत नसत.

सुमारे दहा वाजता बाबा मशिदीत परत येत. नंतरचा दीड तास ते भक्तांबरोबर आणि भेटीला आलेल्या माणसांबरोबर घालवीत. याच काळात कधीतरी अचानक उठून ते भिक्षा मागण्यासाठी बाहेर पडत. भक्त बाबांसाठी मुद्दाम स्वतः स्वयंपाक करून जेवण घेऊन येत असत. नाहीतर काही खास पदार्थ बनवून आणत. परंतु बाबा मात्र ते सर्व पदार्थ जमलेल्या उपस्थितांना वाटून टाकत. त्यातील काही भाग त्या भक्ताला प्रसाद म्हणून परत देत. यानंतर ते आपल्या खास निकटवर्ती भक्तांसह मशिदीच्या आत पडद्यामागे भोजनासाठी बसत.

एक वैशिष्ट्यपूर्ण प्रसंग असा सांगतात, की एकदा बाबा आपल्या भक्तांबरोबर मशिदीत भोजनासाठी बसले होते. अचानक मशिदीचा मोडकळीला आलेला भाग जोरात आवाज होऊन ढासळू लागला. बाबांनी हात उंचावून म्हटले : 'सहर, सहर' (थांबा, थांबा) आणि तो आवाज थांबला. भोजन झालं. सर्वजण मशिदीच्या बाहेर आले आणि मगच उरलेला भाग कोसळून खाली पडला. पडला, तो सुद्धा काही वेळापूर्वी बाबा व त्यांचे भक्त जिथे भोजनास बसले होते, बरोबर त्याच जागी.

दुपारच्या भोजनानंतर काही काळ बाबा एकांतात घालवत. या काळात कोणीही भक्त त्यांच्या एकांतात व्यत्यय आणीत नसे. बाबा हा काळ गूढ चिंतनात व्यतीत करतात असा समज होता. मात्र काही मोजक्या भक्तांनी बरोबर याच काळात जर मशिदीत प्रवेश केलाच तर त्यांना असं दिसून येई, की बाबा काही गूढ, चमत्कारिक विधी करण्यात मग्न आहेत.

याचविषयी दासगणूमहाराजांनी लिहून ठेवलं आहे : "दुपारी १ ते २ वाजण्याच्या

दरम्यान बाबा काही विचित्र गूढ करत असत. यावेळी ते मशिदीत एकटे असत. त्यांच्या समोर एक वस्त्र अंथरलेलं असे. ते दहा पंधरा नाण्यांनी भरलेली एक पिशवी काढत आणि त्यातून वेगवेगळ्या किंमतीची नाणी बाहेर काढत. तीन पैसे, एक आणा, दोन, चार आणि आठ आणे व एक रुपया. बाबा त्या नाण्यांवरून बोटे फिरवत. सतत पण हळुवारपणे. त्यावेळी ते तोंडाने मंत्र म्हणत किंवा नाही ते काही मला ठाऊक नाही. त्या सर्व नाण्यांचे पृष्ठभाग झिजून गुळगुळीत झालेले होते. आपली बोटे त्या नाण्यांवरून फिरवत असताना ते "हा नाना..... हा काका" असे काहीबाही पुटपुटत असत. नेमके त्याचवेळी कोणी तेथे गेले तर बाबा घाईघाईने सर्व नाणी गोळा करून पिशवीत भरत आणि ती लपवून ठेवत.

अडीच वाजण्याच्या सुमाराला सर्व भक्त मंडळी व भेटीसाठी आलेले लोक परत मशिदीत गोळा होत. आपल्या मागण्या बाबांपुढे मांडत व त्यांची प्रार्थना करत. त्यांची करुणा भाकत. सायंकाळच्या सुमाराला बाबा मशिदीपुढील अंगणात चालत जात व तिथेच थोडा वेळ मशिदीबाहेरच्या भिंतीला पाठ टेकून उभे राहात आणि येणाऱ्या-जाणाऱ्यांची विचारपूस करीत. पाच वाजण्याच्या सुमाराला ते परत लेंडीबागेत फेरफटका मारण्यासाठी जात आणि सायंकाळच्या आरतीच्या वेळी परत येत. सायंकाळी त्यांचे भक्त त्यांच्यासमोर निरांजने लावून ठेवत व त्यांना ओवाळून त्यांची आरती करत. ते बाबांसमोर कापूरही पेटवत. नंतर बाबा आपल्या भक्तांशी गप्पागोष्टी करण्यात थोडा वेळ घालवत. त्यांना उपदेशात्मक छोट्या गोष्टीसुद्धा सांगत. त्यानंतर लोकांनी बाबांसाठी आणलेल्या भेटवस्तू ते भिकाऱ्यांमध्ये व इतर काही भक्तांमध्ये वाटून टाकत. दिवसभर जमलेले पैसे खिशांमधून काढून खिसे झटकून रिकामे करत. मग भक्तांना तसेच भेटीसाठी आलेल्या इतर लोकांना अंगारा देऊन त्यांना रात्रीच्या जेवणासाठी घरी पाठवत. मात्र त्यांच्यातील काही लोक जरा जास्त वेळ तेथे थांबत. रात्री मात्र बाबांना विश्रांतीसाठी एकटं सोडून सर्वजण आपापल्या निवासस्थानी परत जात.

सुरुवातीला दिवसभर बाबा बसण्यासाठी एका पोत्याचा आसन म्हणून उपयोग करीत. व त्यावरच ते रात्री झोपत असत. काही दिवसांनंतर एका भक्ताने एक चार फूट लांब व पाऊण फूट रुंद अशी फळी बाबांना आणून दिली. ती फळी झोपाळ्यासारखी टांगून त्यावर बिछाना घालून बाबा झोपू लागले. जुन्यापुराण्या जीर्ण चिंध्यांच्या साहाय्याने बाबांनी ती फळी जमिनीपासून सुमारे सात फूट उंचीवर टांगती सोडलेली होती. रात्री त्या फळीच्या चारी कोपऱ्यांमध्ये चार पणत्या पेटवून मध्यभागी ते स्वतः झोपत असत. बाबा इतक्या उंचीवर चढतात तरी कसे याचा त्यांच्या भक्तांना अचंबा वाटत असे. इतकी लहान फळी त्यांना झोपण्यासाठी पुरते कशी, ज्या जीर्ण चिंध्यांनी ती फळी टांगली आहे त्या चिंध्या फाटत कशा नाहीत याचंही

भक्तांना आश्चर्य वाटे. त्या पेट्ट्या पणत्यांना जराही धक्का न लावता, काही न इजा होता ते कसे काय खाली उतरत हेही एक आश्चर्यच होतं. साईबाबा हा सर्व खटाटोप कसा काय करतात हे बघण्याची दासगणूमहाराजांना तसेच बाबांच्या इतर भक्तांना अपार उत्सुकता होती. पण ते दृश्य त्यांना कधीच पाहायला मिळालं नाही. नंतर भक्तांच्या या कुतूहलाचा बाबांना फारच त्रास होऊ लागला, तेव्हा त्यांनी चिडून ती फळी मोडून तिचे तुकडे तुकडे करून टाकले व ते धुनीत फेकून दिले. दीक्षितांनी बाबांना एक खाट देऊ केली पण बाबांनी त्यास नकार दिला. ते म्हणाले : ''मला मुळीच नको. म्हाळसापतीला जमिनीवर झोपवून मी खाटेवर झोपायचं होय? त्यापेक्षा मी जमिनीवर झोपणं व त्याने उंच जागी झोपणं जास्त बरं.'' त्यावर दीक्षित म्हणाले, ''मी तुम्हाला दोन फळ्या आणून देतो. एक तुमच्यासाठी आणि एक म्हाळसापतीसाठी.'' त्यावर बाबा म्हणाले : ''तो नाही फळीवर झोपायचा. तो जमिनीवरच झोपेल. फळीवर झोपणं म्हणजे काय चेष्टा आहे? रात्रभर माझ्यासारखं डोळे उघडे ठेवून कोण झोपणार? असं झोपू शकणाऱ्यालाच फक्त फळीवर झोपता येतं. जेव्हा मी जमिनीवर झोपतो तेव्हा सुद्धा मी म्हाळसापतीला माझ्या शेजारी बसवून घेतो. आणि त्याचा एक हात माझ्या छातीवर ठेवून घेतो. मी अंथरुणावर पडल्या पडल्या मनातल्या मनात ईश्वराचं नामस्मरण करत असतो. व म्हाळसापतीला म्हणतो : ''तूही माझ्या छातीवर हात ठेवून ईश्वराच्या नामस्मरणाचा अनुभव घे. माझा कधी डोळा लागला तर मला लगेच उठव. माझी त्याला नेहमीच अशी आज्ञा असायची आणि अजूनही असते. त्याचमुळे फळीचा त्याला काहीही उपयोग नाही.''

बाबा जेव्हा रात्री मशिदीत झोपायचे तेव्हा त्यांनी कधीही दुसऱ्या कोणाला आपल्यासोबत थांबू दिलं नाही. अपवाद होता तो त्यांचे पट्टशिष्य म्हाळसापती आणि तात्या पाटील यांचा. तिघेही मशिदीच्या पूर्वेला, पश्चिमेला व उत्तरेला डोके करून झोपत असत. त्यावेळी त्यांचे पाय एकमेकांना स्पर्श करीत.

मशिदीत मध्यरात्री १ ते २ च्या दरम्यान बाबा काही अगम्य व गूढ असे विधी करण्यात व्यग्र असत. त्याविषयी ते कधीही काहीही स्पष्टीकरण देत नसत. त्यावेळी त्या ठिकाणी थांबण्याची परवानगी कोणालाही नसे. त्यांच्या भक्तांनाही नाही. बाबा पडद्यामागे जाऊन सर्व उपचार करत असत. बाबांची आणखीही एक सवय होती. एका खांबावर एक दिवा रात्रंदिवस तेवत असायचा. त्या खांबापाठीमागे ते स्वत बसत. त्यांचा मदतनीस पाण्याने भरलेले घडे त्यांच्या जवळ ठेवायचा. बाबा स्वत:च्या दोन्ही बाजूंना दोन घडे ठेवत व त्यातले पाणी सर्व दिशांना शिंपडत राहात. जणू काही ते कसलीतरी शुद्धीच करत असत. या विषयी १९१० साली बाळकृष्ण उपासनी यांनी एक नोंद केलेली आढळते : ''बाबा धुनीजवळ उभे राहून मधूनच स्वत:भोवती फिरत. ''उपासनी''च्या या म्हणण्याचा अर्थ असा की बाबा

प्रदक्षिणा घालत. कोणत्याही हिंदू धार्मिक विधीमधील तो एक भाग असतो. चांदोरकरांनी ठेवलेल्या नोंदीनुसार बाबा जे काही मंत्र म्हणत ते सर्व अरबी किंवा पर्शियन भाषेत असत पण संस्कृतमध्ये मात्र मुळीच नसत. बाबा कधीतरी शंखसुद्धा फुंकीत असत. व त्यातून ओंकाराचा ध्वनी निघत असे, अशी नोंद खापर्डे यांनी केलेली आहे.

बाबा आपल्या भक्तांना सांगत : " मी रात्रीच्या वेळी सूक्ष्म देह धारण करून वेगवेगळ्या कालखंडात, वेगवेगळ्या अवकाशात असलेल्या दूरदूरच्या ठिकाणांना भेटी देण्यासाठी जात असतो.'' प्राध्यापक नरके यांच्या मते त्यांचं बोलणं हे शब्दश: खरं होतं. आणि कधीतरी लोकांनी या विधानाची सत्यता सुद्धा पडताळून पाहिलेली आहे. व बाबांचं ते बोलणं खरंच असल्याचा निष्कर्ष त्यातून निघाला आहे. बाबा मृत्यूनंतरच्या अनुभवांविषयी सुद्धा बोलत असत. बाबांच्या स्वभावधर्माचं महत्त्व अनेक गोष्टींमधून सिद्ध होतं. त्या गोष्टी म्हणजे, सूक्ष्मदेह धारण करून देशोदेशीच्या विविध ठिकाणांना भेटी देण्याचं बाबांचं सामर्थ्य, इहलोक पार करून जाण्याची त्यांची शक्ती, त्या ठिकाणी घडणाऱ्या सर्व गोष्टींची नोंद करून ठेवण्याची व त्या गोष्टी नियंत्रित करण्याची त्यांची क्षमता, भूत व भविष्याचा सारख्याच प्रकारे शोध घेण्याची त्यांची वृत्ती. क्वचित कधीतरी बाबा प्राध्यापक नरके यांना म्हणत: "तुम्ही कुठे आहात? हे जग कुठे आहे?'' कधीतरी हे स्वत:च्या शरीराकडे बोट दाखवून किंवा स्वशरीराला स्पर्श करून त्याचा उल्लेख करून म्हणत. "हे माझं घर आहे. मी इथे नाही. माझ्या गुरूनं मला दूर नेलं आहे.'' प्राध्यापक नरके म्हणतात : बाबा कधीही असत्य कथन करत नसत. वायफळ बडबड कधीच करत नसत. परंतु बाबा जे काही बोलत त्याचा अर्थ काही मोजक्याच लोकांना समजे. बाबांची वागण्याची पद्धत ज्यांना ठाऊक होती, केवळ अशांनाच बाबांच्या या तऱ्हेच्या बोलण्यातील अर्थ समजत असे व ते तशा प्रकारे वागत.

याआधी एका गोष्टीचा उल्लेख केलाच आहे : बाबा दररोज सकाळी उठून भिक्षा मागण्यास जात असत. त्यांच्या या कार्यक्रमात जन्मभर कधीही खंड पडला नाही. फक्त अगदी शेवटच्या काही दिवसांमध्ये त्यांची प्रकृती खूपच खालावली. तेव्हा यात खंड पडला. बाबा कधीही कोणाच्याही घरी अन्नग्रहण करीत नसत. त्याचप्रमाणे नंतरच्या भोजनासाठी अन्न राखून ठेवण्याची सुद्धा त्यांना सवय नव्हती. ते जन्मभर भिक्षेकरीच राहिले. त्यांचे भक्तगण तर त्यांच्या पायाशी पैसा आणून अक्षरश: ओतत असत. अन्नधान्य आणून ओतत असत. पण या सर्व गोष्टी बाबा आपल्या भक्तगणांमध्ये तसंच गोरगरिबांमध्ये वाटून टाकत असत. बाबा रोज काही ठराविक घरी भिक्षा मागण्यासाठी जात. त्यातील एक घर तात्या पाटील यांचं होतं. तात्या पाटील लहान असताना ते आपल्या सोबत्यांसहित मशिदीच्या प्रवेश द्वारापाशी येऊन थांबत व बाबांना चिडवण्यासाठी त्यांना खडे फेकून मारत. बाबा त्यांच्यावर ओरडले की

ती मुले हसत. बाबा त्यांच्या लटकेच मागे लागले की मुले पळून जात. तात्यांच्या आईला बाबांविषयी अत्यंत आदर होता. याआधीच्या एका प्रकरणात आपण पाहिलंच आहे. बाबांच्या सुरुवातीच्या काळात ते एकटेच रानावनात भ्रमंतीला जात. तेव्हा तात्यांची आई त्याच्या मागे जाऊन त्यांना जेऊ घालत असे. बाबांनी भोजन केल्याशिवाय ती स्वत: अन्नाचा कणही तोंडात घालत नसे. बाबा भिक्षापात्र घेऊन दारी आले, की ती त्यांना बसण्यासाठी आसन मांडत असे. ते बसले की छोटा तात्या त्यांच्या पाटुंगळी बसत असे. व त्यांच्याशी खेळत असे, 'घरी आलेल्या साधूमहाराजांशी असे अपमानास्पद वागू नये.' असं त्याची आई त्याला सांगून बाबांपासून दूर करत असे. पण बाबा मात्र अजिबात विचलित होत नसत. कधी कधी तर बाबा तात्या पाटलांच्या घरी पंधरा वेळा भिक्षा मागण्यासाठी जात. जणू काही त्यावेळी त्यांना तात्या पाटलांच्या आईची परीक्षाच घ्यायची असे. ती आपली पूर्वजन्मीची बहीण असल्याचे बाबा वारंवार सांगत. व म्हणूनच बाबांचे तिच्याशी खास लागेबांधे होते.

भक्तांच्या एक खास गोष्ट लक्षात आली होती. दुपारच्या आरतीचे वेळी बाबा आपल्या दोन्ही नाकपुड्यांमध्ये दोन फुले घालीत. व डोक्यावर एक ठेवीत. बाबांना बसण्यासाठी मशिदीत चांदीचं सिंहासन होतं. पण बाबा त्यावर कधी बसले नाहीत. ते आपले जमिनीवर गोणपाट अंथरून त्यावर बैठक मारत. राधाकृष्णमाईने मशिदीच्या प्रवेशद्वारावर बांगड्यांचे हार लावून द्वार सुशोभित केले होते. आंब्याचा मोसम असला की रोज बाबा एक आंबा उष्टावत व तो तसाच नंतर भक्तांना देत. सर्वजण भोजनाला बसले की आधी बाबा एका वाटीत चिमूटभर साखर, चिमूटभर दूध व चिमूटभर रोटी कुस्करून तो प्रसाद आपल्या भक्तांना वाटत. बाबांच्या समवेत केलेल्या दुपारच्या भोजनाचं वर्णन एम.व्ही. प्रधान यांनी केलं आहे. ते म्हणतात, बाबा स्वत:च्या हाताने आमच्या पानात भरपूर अन्न वाढत. ते इतकं भरपूर वाढायचे की ते वाया घालवायला नको म्हणून मी माझ्या पुतणीच्या हाती त्यातील तीन चतुर्थांश भाग घरी पाठवत असे. बाबांसमवेत दुपारच्या त्या जेवणानेच माझं पोट इतकं भरत असे की रात्रीच्या जेवणाची इच्छाच उरत नसे. जेवण झालं की बाबा सर्वांना गोड खाऊ घालत. सर्वांचं जेवण झालं की नंतर दाराबाहेर तिष्ठत उभे राहिलेल्यांनाही प्रसाद वाटला जाई. जेवणानंतर बाबांना कुणीतरी पानसुपारी देई व त्यानंतर ते पेलाभर पाणी पीत असत.

दुपारच्या जेवणानंतर भक्तगण मशिदीत गोळा होत. आता हा वेळ करमणुकीच्या कार्यक्रमाचा असे. मग सर्कशीत काम करणारे कलाकार, नाचणारे, गाणारे आपल्या कलेचं प्रदर्शन करीत. बाबा प्रत्येक कलाकाराला दोन रुपये बिदागी देत.

बाबा जेव्हा मशिदीच्या भिंतीपाशी उभं राहून बाहेर ये-जा करत असलेल्या

लोकांशी जेव्हा बोलत तेव्हा त्यांची भाषा कोड्यात बोलल्यासारखी असे. चमत्कारिक असे. बरेचदा त्यांच्या त्या बोलण्याचा अर्थही लोकांच्या लक्षात यायचा नाही. कधीतरी म्हणत : ''दहा सर्प गेले. अजून कित्येक येतील.'' परत म्हणायचे : ''इथे लोक मुंग्यांसारखे गोळा होतील. वाण्यांनी आणि तेल्यांनी मला खूप त्रास दिलाय. मी या द्वारकामाईत आता जास्त काळ राहणार नाही. मी इथून निघून जाईन.'' अशा वेळी मग तात्या धावत त्यांच्यापाशी येत. व त्यांना शांत करीत. 'ज्या कुणी बाबांना त्रास दिला असेल, त्याला मी शिक्षा करीन, असं म्हणत.' 'मी बाबांना शिरडी सोडून मुळीच जाऊ देणार नाही असंही म्हणत.' नंतर बाबा सावकाश आपल्या आसनावर बसत आणि जणू काही घडलंच नाही अशा आविर्भावात आपल्या भक्तांशी वार्तालाप सुरू करत.

बाबांचे काही रागाचे क्षण असत. कधीतरी त्यांच्या संतापाचा कळस होत असे. त्यांच्या भोवतालच्या लोकांना वाटायचं : ''आता बाबांच्या या रागाला आवर तरी कसा घालायचा?'' मग अशा वेळी म्हाळसापती किंवा प्राध्यापक नरके यांच्यासारख्या भक्तांच्या सुद्धा क्वचित मनात यायचं : या बाबांना वेड तर नाही लागलं? मग जणू नरक्यांचं मन वाचून बाबा त्यांना म्हणत : ''मी वेडा नाही.'' पण एकीकडे बाबांचा राग असा कितीही अनावर झालेला असला तरी सुद्धा भेटीसाठी आलेल्या भक्तगणांशी अगदी शांतपणे सर्व व्यवहार करण्यात बाबांना काहीही अडचण येत नसे. भक्तांच्या प्रश्नांना ते अगदी नीट उत्तरे देत. त्यांना अंगारा सुद्धा देत. बाबांच्या मते क्रोध हा मन:शांतीचा जबरदस्त शत्रू होता. आणि या मन:शांतीची तर आध्यात्मिक विकासासाठी नितांत गरज असते. बाबा म्हणत : ''मी कोणावरही कधी रागावत नाही. एखादी आई आपल्या तान्हुल्याला इजा कधी करेल का? माझंसुद्धा माझ्या भक्तांवर प्रेम आहे. मी त्यांचा गुलाम आहे.'' पण मग कधीतरी बाबांना क्रोध अनावर होत असे. याचं कारण असं सांगतात, की आपल्या भक्तांच्या मनावर मोहिनी टाकणारे विचार आणि दिव्य स्वर्गीय लाटा जर त्यांच्यावर हल्ला चढवत असतील, तर कदाचित त्या परतवून लावून त्यांचा पुरता बीमोड करण्यासाठी या क्रोधाची आवश्यकता असेल. कारण बाबांचा हा क्रोध काही अदृश्य शक्तींच्या दिशेने रोखलेला असायचा हे तर उघडच होतं.

बाबा शिरडीला सर्वांत प्रथम आले ते एका तरुण फकिराच्या रूपात. त्यावेळी ते कधी रागारागाने ओरडत तर कधी मोठ्यांदा हसत किंवा अशा काही गोष्टी करत की लोकांना ते वेडेच वाटत पण अर्थात अगदी सुरुवातीच्या काळापासूनच ते काही अदृश्य शक्तींचा सामना करत होते आणि आपल्या क्रोधाचा रोख त्यांच्याकडे वळवत होते. बाबांच्या एका भक्ताला एकदा साप चावला. व त्याच्या जिवाला धोका उत्पन्न झाला. बाबांची नजर त्या भक्तावर पडताच ते क्रोधित होऊन जोरात

ओरडले. ''चढू नको आणि चढलास तर काळजी घे. खाली उतर, खाली उतर.'' ज्या भक्तानं आराम वाटावा म्हणून बाबांकडे धाव घेतली होती तो बुचकळ्यात पडला. आपल्याला वाचवण्याऐवजी बाबांनी तर आपल्याला हाकलूनच दिलं असं त्याला वाटू लागलं. पण काही वेळाने बाबांनी त्या भक्ताला पायऱ्या चढून वर बोलावलं. 'घरी गेल्यानंतर खूप हालचाल करत राहा आणि चोवीस तास अजिबात झोपू नको.' अशी सूचना त्यांनी त्याला दिली. बाबांच्या सूचनांचं नीट व्यवस्थित पालन केल्यानंतर त्या भक्ताचा जीव वाचला. बाबांच्या त्या रागीट शब्दांचं काम होतं विष उतरवणं, त्या भक्ताच्या शरीरातून ते संपूर्णपणे बाहेर काढून टाकणं. बाबांचा तो क्रोध व संताप त्या भक्ताला उद्देशून नव्हता.

कधी कधी तर बाबा अत्यंत असभ्य ,असंसदीय भाषा वापरत. लोकांना शिवीगाळ करत. पण खरं तर ती सर्व भाषा व शिवीगाळ ही लोकांच्या मनावर राज्य करणाऱ्या दुष्ट शक्तींना उद्देशून असायची.

लोकांची आध्यात्मिक उन्नती बाबा ज्या पद्धतीनं घडवून आणत, ती पद्धती, तो मार्ग कोणाच्या चटकन लक्षात येणारा नव्हता. ईश्वराविषयी बाबा फार क्वचित बोलत. पण जेव्हा बोलत तेव्हा मात्र भावनेने हेलावून बोलत. बाबा जी काही धर्मसाधना करत, तिचं नीटसं वर्णन कोणाला कधी करता आलं नाही. परंतु बाबांच्या अंगी असलेलं पावित्र्य, त्यांचं सामर्थ्य, त्यांचा नेमस्तपणा आणि स्वार्थत्याग या गोष्टी मात्र वाखणण्याजोग्या व ठळक नजरेत भरण्याजोग्या होत्या. बाबांची प्रकृती बरी नसली तरीसुद्धा ते बाहेर पडून भिक्षा मागत. भिक्षेतून जे काही मिळेल त्यातील अगदी थोडंसंच ते स्वत: खात व बाकीचं इतरांना वाटून टाकत. त्यांना ऐहिक सुखाची आणि ऐशारामाची जराशीसुद्धा पर्वा नव्हती.

शिरडीमध्ये दररोज सर्वसामान्य जनतेसाठी बाबांच्या तीन सभा किंवा दरबार भरत. पहिली सभा सकाळच्या नाश्त्यानंतर भरे. दुसरी सभा बाबा लेंडीबागेतून फेरफटका मारून आल्यानंतर आणि तिसरी सायंकाळी पाच वाजता. या सर्व सभांमधून बाबा आपल्या भक्तगणांशी वार्तालाप करत आणि आपण आपलं आयुष्य कसं सुधारावं याविषयी त्यांना मार्गदर्शन करत.

बाबांचा रोजचा दिनक्रम अगदी आखीव, रेखीव, शिस्तबद्ध व नेमस्त असे. ते स्वत: पूजाअर्चादी कोणतेही धार्मिक उपचार करीत नसत. किंवा ग्रंथ, पोथ्या इत्यादी वाचतसुद्धा नसत. बाबांची सर्व शिकवण मौखिक असे. लोक सांगतात बाबा जोराजोरात हातवारे करायचे, बोटे दाखवून आविर्भाव करायचे आणि आपलं म्हणणं खुणांच्या साहाय्याने सांगायचे. बाबांच्या भेटीसाठी आलेल्या व्यक्तींना बाबांपासून पन्नास फुटाच्या आत जाण्यास बंदी होती. बाबांचे मदतनीस त्यांना नेमून दिलेली कामे उदा. फरशी झाडून काढणं, धुनीतील जळण बदलणं इत्यादी अवाक्षरही न बोलत करायचे.

बाबांच्या जवळ एका वेळी एक कफनी अथवा सदरा असायचा. ही वस्त्रे बरेचदा जुनीपुराणी आणि जागोजागी फाटलेली असत. बाबा स्वत:च त्याला पुन: पुन्हा ठिगळं लावून ते दुरुस्त करून अंगात घालत. क्वचित कधीतरी बाबा आपल्या अंगातील कपडा धुवत. अशावेळी ते एक पिवळं धोतर नेसून बसत आणि ओले कपडे धुनीवर सुकवून मग अंगात घालत. बाबांनी चांगले नवे कपडे घालावे अशा प्रयत्नांत त्यांचे भक्त नेहमीच असत. पण त्यांचे ते प्रयत्न व्यर्थ जात. बाबांपाशी कुणाचं काही चालत नसे. अपवाद फक्त तात्याचा. तो कधीतरी बाबांची जुनी कफनी फाडून धुनीत फेकून द्यायचा. मग नाईलाजाने त्यांना नवी कफनी अंगात चढवावी लागायची. कधी कधी बाबा स्वत:च तीन चार महिन्यांनंतर आपली कफनी बदलत. क्वचित कधीतरी ते स्वत:ला नको असलेली कफनी आपल्या भक्ताला प्रसाद म्हणून देत. त्यांनी ती पवित्र म्हणून जपून ठेवावी, यासाठी.

बाबांचा जो फोटो आपण नेहमी बघतो त्यात ते एका मोठ्या दगडावर बसलेले आढळतात. उजवा पाय डाव्या गुडघ्यावर ठेवून. हा फोटोतील दगड आजही शिरडीत मशिदीपुढील प्रांगणात आढळतो. पूर्वी अब्दुल हा बाबांचा मदतनीस तो दगड कपडे धुण्यासाठी वापरायचा. पण एकदाच बाबा त्यावर बसले आणि मग अब्दुलने तो दगड कपडे धुण्यासाठी वापरणं बंद केलं, ती एक पूजनीय वस्तू होऊन गेली.

बरेच वेळा बाबा पायीपायी चालत आजूबाजूच्या खेडोपाडी भेटीसाठी जात. अर्थात त्याबाबत त्यांचा काही विशिष्ट नियम असा नव्हता. ही खेडी म्हणजेच निमगाव आणि राहता. अशा वेळी बाबा नेहमी झऱ्याकडे जातो असं सांगून निघत. बाबांना मशिदीतून बाहेर पडलेलं कोणी पाहताक्षणीच ती बातमी तात्या पाटील यांच्यापर्यंत पोचे. मग ते बाबांपाशी पळत जाऊन म्हणायचे : "जर आता जाल, तर परत येऊ नका. आम्ही आत्ता काही तुम्हाला सोडत नाही. त्यापेक्षा आपण सगळे मिळून उद्या निमगावला जाऊ." "मी गेलो तरी शिरडीला नक्की परत येईन," असं आश्वासन बाबा त्यांना द्यायचे आणि निघून जायचे. निमगावात त्यांचा एक भक्त होता, डेंगळे नावाचा. तो त्यांचं मोठ्या थाटामाटात स्वागत करायचा. त्यांचा आदरसत्कार करायचा. त्यांची पूजा करून त्यांना दूध द्यायचा. मग त्याच्या समवेत थोडा वेळ घालवून बाबा शिरडीला परत यायचे.

बाबांपाशी दररोज शेकडो रुपये दक्षिणा जमा होत असे. ही दक्षिणा ते अत्यंत मुक्तहस्ताने भजनी मंडळी, फकीर अथवा भिकाऱ्यांमध्ये वाटून टाकत. बाबांचा आत्मसंयम आणि त्यांची समतोल वृत्ती खरोखर स्पृहणीय होती. बाबांना स्वत:च्या प्रकृतीची मात्र अजिबात फिकीर नसे. ते कधीही, दिवसाच्या वा रात्रीच्या कोणत्याही प्रहरी आपल्या भक्तांची भेट घेण्यास तयारच असत. ते म्हणत : "माझा दरबार सर्वांना सदासर्वकाळ खुलाच असतो." बाबा अत्यंत न्याय्य आणि नि:स्पृह वृत्तीचे

होते. ते श्रीमंत किंवा उच्चपदस्थ लोकांचं लांगूलचालन कधीच करत नसत. त्याचप्रमाणे हलक्या जातीच्या किंवा खालच्या दर्जाच्या लोकांची उपेक्षाही करत नसत. विविध प्रकारची पदे भूषविणारे लोक नेहमीच त्यांच्या दर्शनासाठी येत. त्याचप्रमाणे भटके, अनाथ, दरिद्री, बेकार व भिकारीसुद्धा त्यांच्या भेटीसाठी येत. तेही शेकडोंच्या संख्येने व बाबा त्या सर्वांना समानतेने वागवत.

बाबांचा एक भक्त होता. बायजी अप्पाजी पटेल. हा रोज बाबांचं अंग चोळून द्यायचा. स्वतःच्या अंगात भीमाचं बळ असल्याची बढाई तो नेहमी मारत असे. तो बाबांना उचलून आणून धुनीपाशी ठेवायचा. एक दिवस नित्याप्रमाणे त्याने बाबांना उचलण्याचा प्रयत्न केला. पण ते काही उचलले जात नाहीत ही गोष्ट त्याच्या लक्षात आली. बाबांनी त्याच्याकडे केवळ एक कटाक्ष टाकला. आणि ते हसले. त्यांचं ते हसणं म्हणजे त्या भक्ताच्या गर्वाची, दुराभिमानाची खरडपट्टी काढल्यासारखं होतं. बाबांचा दिनक्रम, त्यांची जीवन जगण्याची पद्धत ही काहीही तडजोड न करता जीवन जगणाऱ्या तपस्व्यासारखी होती. कटोर आणि खडतर होती. फक्त बाबांचं तंबाखूचं व्यसन हाच त्याला अपवाद होता. ते रोज पाच घरी भिक्षा मागत. हाच नित्याचा प्रघात होता. पाच म्हणजे पाचच घरे. त्यात बदल होणार नाही. ते प्रत्येक घरापाशी जात आणि आरोळी मारत : ''माई, थोडी भाकरी वाढ.'' मग मशिदीत परत आल्यानंतर ते गोळा केलेलं अन्न एका मातीच्या मडक्यात ठेवत आणि ते मडकं मशिदीच्या बाहेरच्या आवारात नेऊन ठेवत. आलेल्या कोणाही मनुष्याला अथवा प्राण्याला त्यातील जे आवडेल ते अन्न घेऊन खाण्याची मुभा होती. त्यानंतरच ते स्वतःच्या वाट्याचं अन्न खात. त्यांच्या त्या अन्नात अनेक वाटेकरी असायचे. त्यात एक झाडूवाली स्त्री, काही भटके कुत्रे आणि कावळे असत. मग त्यातून जे काही उरेल ते बाबा खात.

बाबा ज्या जागी बैठक मांडून बसत ते ठिकाण वरवर पाहता तरी अगदी मोडकळीला आल्यासारखं दिसे. त्या लहानशा लांबुळक्या खोलीत ते ईशान्येच्या कोपऱ्यात बैठक मारून बसत. त्यांच्या समोरील कोपऱ्यात पवित्र धुनी रात्रंदिवस पेटलेली असे. त्याजवळ बाबांना पिण्यासाठी पाण्याचे माठ भरून ठेवलेले असत. त्या पाण्याचाच ते पापक्षालनासाठी सुद्धा उपयोग करत. याच खोलीतील भिंतीत एक कोनाडा होता. त्यात अनेक चिलमी ठेवलेल्या असत. बाबांच्या उजव्या बाजूला धान्य दळण्यासाठी काही जाती ठेवलेली होती. यावर ते स्वतः धान्य, डाळी वगैरे दळत. तिथे शेजारीच एक गव्हाचं आणि एक तंबाखूचं पोतंही असायचं. कधीतरी एखादा मुसलमान भाविक बाबांचं दर्शन घ्यायला यायचा. येताना तो खडीसाखर, फुलं, नारळ वगैरे घेऊन यायचा आणि फतिया म्हणायचा. तेव्हा बाबाही सामील होत. मग ती फुलं खोलीच्या मध्यभागी असलेल्या कोनाड्यावर चढवली जात

आणि साखर उपस्थितांना वाटली जाई. हिंदू भक्तसुद्धा तो फतिया चाललेला बघत आणि साखर खोबऱ्याचा प्रसादही घेत.

मशिदीत सकाळच्या वेळी नित्यनियमाने घडून येणारा एक कार्यक्रम म्हणजे बाबांचा कुष्ठरोगी भक्त भागोजी शिंदे याचं आगमन. हा यायचा, बाबांच्या हातावर गुंडाळलेले फडके स्वत:च्या हातांनी सोडायचा व त्यांच्या जखमेवर लोणी किंवा तुपाचा लेप लावून ती जखम तो पुन्हा नवीन फडक्याने बांधायचा. या जखमेमागेही एक कारण घडलं होतं. एका दूरवरच्या खेड्यात बाबांची एक भक्त स्त्री होती. एक दिवस घरी ती काम करत असताना तिचं तान्हं बाळ तिच्या कडेवरून निसटलं व ते आगीत पडत असतानाच इकडे शिरडीमध्ये बाबांनी समोरच्या पेटत्या धुनीत स्वत:चा हात खुपसला व त्या बाळाचे प्राण वाचवले. त्या प्रकारात त्यांचा हात भाजला होता. त्या हाताची जखम पुरती भरून आल्यानंतरसुद्धा अनेक दिवस ते भागोजीकडून मलमपट्टी करून घेत. पण त्या पाठीमागचं कारण मात्र त्यांनी कधीही कोणाला सांगितलं नाही. भागोजी रोज बाबांना त्यांची चिलीम भरून द्यायचा. त्याचा एक झुरका ओढून बाबा ती भागोजीस परत देत. मग एक झुरका ओढून तो ती परत बाबांच्या हाती ठेवायचा असं पाच ते सहा वेळा झालं की भागोजी परत जाई.

दुपारच्या भोजनानंतर बाबा लेंडीबागेत परत जायचे व पाऊण तास तिथे घालवायचे. आधी उल्लेख केलाच आहे त्याप्रमाणे बाबांनी हा बाग स्वत:च्या हातांनी, आपल्या गरीब व श्रीमंत भक्तांच्या मदतीने फुलवला होता. तो पश्चिम दिशेला मध्यभागी होता व आग्रा मेनरोडला अगदी चिकटून होता. या बागेत जी विहीर होती त्याचं पाणी कालांतराने औषधी व गुणकारी म्हणून प्रसिद्धीला आलं.

बाबांच्या संदिग्ध आणि गूढ बोलण्याविषयी यापूर्वी सांगितलंच आहे. एकदा एक भक्त बाबांचा फोटो घ्यावा या हेतूने मुद्दाम बाबांकडे आला. तेव्हा बाबांनी त्याला परवानगी नाकारली. ते म्हणाले, ''नको. तो भिंतीला भगदाड पाडतोय तेवढं बस आहे.'' हे ऐकून भक्त गोंधळात पडला. बाबांच्या या बोलण्याचा अर्थ नक्की काय? मग त्याला त्याचं स्पष्टीकरण कोणीतरी दिलं. फोटो म्हणजे बाबांची प्रतिकृती. भिंत याचा अर्थ ''मी म्हणजे देह'' अशी संकल्पना आणि हीच संकल्पना नेमकी माणसाच्या प्रगतीच्या आड येते. माणूस चैतन्यरूपाशी एकरूप होण्याच्या मार्गात ही संकल्पना आड येते. एकदा ही संकल्पना उद्ध्वस्त केली की झालं. मग बाबांची खरीखुरी प्रतिकृती उमटेल आणि ही प्रतिकृती मात्र देहरूप नसेल तर चैतन्यरूप असेल.

बाबा अनेकदा स्वत:च्या हाताने भाकरी बनवत व ती भाकरी अत्यंत पौष्टिक असायची, असं लोक सांगत. ही भाकरी ते मशिदीबाहेरच्या चुलीवर भाजत. ज्या कुणाला ती हवी असेल त्याला ते ती देत. त्या काळात बाबांविषयी एक कथा ऐकिवात होती. एकदा काही गावकऱ्यांनी बाबांना कुरणात जमिनीवर झोपलेलं

पाहिलं. त्यांचे हात-पाय आणि मस्तक धडापासून वेगळे झालेले होते. उपासनीबाबांचे शिष्य मेहेरबाबा ही कथा ऐकून म्हणाले ''असं घडू शकतं. परंतु उच्च प्रतीच्या जिवांमध्ये ही गोष्ट अत्यंत विसंगत आहे, असं वाटतं.''

रोज सकाळी आठ वाजण्याच्या सुमारास बाबा दानधर्म करण्यास बसत. असंख्य लोक नित्यनेमाने रोज बाबांच्या हातून दान घेण्यासाठी येत आणि ते मशिदीच्या पुढच्या प्रांगणात जमत. प्रत्येक याचक बाबांसमोर आला की बाबा आपले हात खिशात खुपसत व हातात जेवढी रक्कम येईल तेवढी ते त्या याचकाला देत. यात गमतीची गोष्ट अशी की त्या व्यक्तीला दान म्हणून जी रक्कम देण्याचं बाबांच्या मनात असेल तेवढीच रक्कम त्यांच्या हातात यायची. बाबा ते सर्व धन लोकांना वाटून टाकत, त्या मोबदल्यात ते कशाचीही अपेक्षा धरत नसत. असे पैसे ते दान म्हणून कशासाठी देत, हे कोणासही माहीत नव्हतं. नवीन लग्न झालेली जोडपी त्यांचे आशीर्वाद घेण्यासाठी आली की ते त्या प्रत्येकाला एक रुपया देत. पैशाचं वाटप करण्याचा हा प्रघात त्यांच्या आयुष्याच्या अखेरच्या दिवसापर्यंत चालून होता. रामनवमीच्या सणाच्या दिवशी बाबा आपल्या दोन शिष्यांजवळ एक रुपयाच्या नोटांची दोन बंडले सुपूर्द करत असत. उत्सव संपल्यानंतर गोरगरिबांना वाटण्यासाठी काही भक्त मुद्दाम बाबांसाठी नैवेद्य तयार करून आणत असत. पण तो नैवेद्य बाबा फकीर, भिकारी तसंच जवळपास राहणाऱ्या बैराग्यांमध्ये वाटून टाकत. तसंच या सर्वांना बाबा रोज पंचवीस पैशाचं नाणं देत.

बाबा एक दिवसाआड चावडीकडे जायला निघत. त्यांचं प्रस्थान मोठ्या थाटामाटानिशी, वाजतगाजत निघे. बाबा चावडीकडे अनवाणी पायांनी जायला निघत. तत्पूर्वी अब्दुल आणि रामकृष्णी आई तो रस्ता स्वच्छ झाडून काढत. त्यावर सडा घालत, पांढऱ्या शुभ्र रांगोळ्या घालत. त्यावर नंतर पायघड्या घालण्यात येत, मशिदीपासून थेट चावडीपर्यंत! आणि ही सर्व तयारी झाली की तात्या पाटील मशिदीत येत आणि चावडीकडे निघण्याची बाबांना विनंती करत. बाबांनी मशिदीबाहेर पाऊल टाकताच शहनाईच्या मंजुळ स्वरांनी आसमंत भरून जाई. भक्तगण भजने गाऊ लागत. श्यामकर्ण नावाचा अश्व या मिरवणुकीच्या अग्रभागी असे. त्यानंतर बाबांचे भक्तगण खांद्यावर पालखी घेऊन निघत. मात्र या पालखीत बसण्यास बाबा कधीच राजी झाले नाहीत. ते स्वतः पालखीच्या मागोमाग पायी चालत. पालखीत बाबांच्या पादुका ठेवलेल्या असत. बाबांच्या डोक्यावर छत्र धरलेलं असे. बाजूने हातात दंड, चामरे वगैरे पकडून त्यांचे भक्त चालत.

परंतु याही आधी, बाबा मशिदीबाहेर पडताक्षणीच तात्या पाटील पुढे होऊन त्यांच्या अंगावर जरतारी शाल पांघरत. मशिदीतून बाहेर पडताना बाबांच्या हातात एक पेटलेला लामणदिवा असायचा. बाबांच्या मिरवणुकीला सुरुवात झाली असल्याचं

हे चिन्ह होतं. बरोबर त्याच क्षणाला प्रचंड आवाजात वाद्ये दुमदुमू लागत व फटाके वाजू लागत. स्वयंसेवक पुढे धावून सर्व मार्ग मोकळा करीत. बाबा अत्यंत सावकाश, तात्याचा हात हातात धरून चावडीकडे निघत. दोन्ही बाजूंना भक्तगण हरिनामाचा तसेच बाबांच्या नावाचा जयघोष करत. घराघरातून मिरवणूक पाहण्यासाठी उभ्या असलेल्या स्त्रिया बाबांवर गुलाबाच्या पाकळ्यांचा वर्षाव करीत.

चावडी रस्त्याच्या एका कडेला होती. तिथपर्यंत आल्यावर बाबा क्षणभर मारुती मंदिरासमोर उभे राहून सभोवार सर्व दिशांना हातवारे करत. अचानक त्यांचा चेहरा एका आगळ्यावेगळ्या तेजाने चमकून उठे. भक्तगण परत एकदा नव्या जोमाने त्यांच्या नामाचा जयघोष करू लागत. या भारलेल्या क्षणी बाबांचा हात हातात धरून उभा असलेला म्हाळसापती मंत्रमुग्ध झाल्याप्रमाणे जोराजोरात नाचू लागे. चावडीच्या प्रवेशद्वारातून काकासाहेब दीक्षित बाहेर येत. त्यांच्या हातात फुलांनी भरलेलं एक चांदीचं तबक असे. ते बाबांच्या मस्तकी फुलं वाहात. या संपूर्ण समारंभासाठी चावडीवर सजावट केलेली असे. भिंतीवरून नक्षीदार आरसे सोडलेले असत व सर्वत्र दिव्यांची आरास केलेली असे.

सर्वात प्रथम तात्या पाटील चावडीत प्रवेश करत व बाबांचं आसन तयार करून गाद्यागिरद्यांची व्यवस्थित मांडणी करत. मग ते बाबांना आसन ग्रहण करण्याची विनंती करत. त्यांना तक्क्याला नीट टेकून बसण्यास सांगत. बाबा आसनावर नीट रेलून बसले की तात्या बाबांच्या खांद्यावर वस्त्र पांघरत. मग त्यांच्या मस्तकी मुकुट घातला जाई. गळ्यात हार आणि माळा सुद्धा घातल्या जात. नंतर एकामागून एक भक्तगण त्यांच्याजवळ जात आणि चंदनाची उटी त्यांच्या मस्तकी लावत. नानासाहेब निमोणकर बाबांच्या खांद्यावर शाही छत्र धरून उभे राहात. बापूसाहेब जोग चांदीच्या ताम्हनात बाबांचे पाय समारंभपूर्वक धुवत. शामा बाबांची चिलीम तयार करून तात्यांकडे देई. तात्या ती नीट पेटवून त्याचा एक झुरका स्वत: ओढत व ती व्यवस्थित पेटल्याची खात्री करून बाबांच्या हाती देत. बाबा ती चिलीम म्हाळसापतीकडे देऊन त्याला ओढण्यास सांगत. म्हाळसापती त्या चिलमीचे काही झुरके घेतल्यानंतर ती इतर भक्तांकडे सोपवत असे. बापूसाहेब जोग वासासाठी काही फुले बाबांना देत.

रात्रीच्या आरतीपूर्वी ज्ञानदेव तुकारामांची स्तुतिस्तोत्रे गाण्यात येत. नंतर तुकाराम आणि ज्ञानेश्वरांची आरती करण्यात येई. त्यानंतर बाबा मूकपणे त्यात सहभागी होत व त्या थोर संतांना वंदन करीत. बापूसाहेब जोग तबकात कापूर उजळून बाबांची कापूर आरती करत. नंतर परत भक्तगण बाबांच्या चरणी दंडवत घालत व त्यांचा निरोप घेत. फक्त एक भक्त मागे उरे. तो म्हणजे तात्या पाटील. बाबांची काही आज्ञा आहे का यासाठी ते मागे थांबून विचारत : ''बाबा, मी जाऊ?'' बाबा म्हणत :

"आता हवं तर जा. पण रात्री अधून मधून माझ्यावर पहारा देण्यासाठी चक्कर टाक.' यानंतर रात्रीचा दरबार (असेच त्यावेळी म्हटले जाई) बरखास्त होत असे. बाबा एकटेच थोडा वेळ खोलीत उभे राहात व नंतर स्वत:चा बिछाना ते तयार करीत. एकावर एक अशी पन्नास साठ कापडे घालून मऊ गादीसारखा बिछाना तयार करून त्यावर ते झोपत. त्यावेळी तिथे डासांचा प्रादूर्भाव बराच होता. त्यामुळे एका भक्ताने बाबांच्या बिछान्याला मच्छरदाणी लावण्याची इच्छा प्रकट केली. पण बाबांना काही केल्या ते पटेना. कोणीतरी जबरदस्तीनं मच्छरदाणी आणून लावताच बाबांनी ती रागाने काढून फेकून दिली. एकदा नव्हे अनेकदा. पण अखेरीस बाबांनी हार मान्य केली आणि मच्छरदाणी टिकली. रात्री नऊ वाजण्याचे सुमारास तात्या बाबांना एका भाकरीचा नैवेद्य दाखवे. बाबा त्यातील फारच थोडा स्वत: ग्रहण करत. त्याकाळी बाबा तात्याला रोज पस्तीस रुपये देत असत.

दुसरे दिवशी सकाळी बाबांना परत मशिदीत नेण्यात येई. चावडीत ज्याप्रकारे वाजत गाजत भजनांच्या तालावर गिरवणुकीने आणले जाई, तशाच प्रकारे परतही नेण्यात येत असे.

या मिरवणुकीची वर्णने खापर्डे यांनी लिहून ठेवली आहेत. खापर्डे जेव्हा बाबांची प्रत्यक्ष गाठ घेण्यासाठी गेले तेव्हा बाबा त्यांना खूपच अशक्त वाटले. उठून उभं राहण्यासाठी किंवा चावडीत ये जा करण्यासाठी त्यांना मदतनिसांचा आधार लागे. त्यांच्या पायातील ताकद जणू संपुष्टात आली होती; असं खापर्डे लिहितात. बाबांची मिरवणूक चावडीच्या दिशेने निघाली की जमलेल्या स्त्रिया ''देवा, देवा'' असा गजर करत. बाबांना वाकून नमस्कार करत. मशिदीतून बाहेर पडताना बाबांनी नेहमीप्रमाणे अंगात धोतर व सैलसर कफनीवजा अंगरखा घातलेला असे. त्यांच्या हातात एक जाडसर दंड असायचा. शिवाय ते चिलीम व तंबाखू बरोबर घेऊनच निघायचे. आपल्या अंगरख्यावरून ते एक वस्त्र लपेटून घेत. शिवाय डोक्याला पांढरं फडकं गुंडाळून त्याचा सोगा पील देऊन उजव्या कानावरून पाठीवर सोडलेल असे.

चावडीमधून मशिदीत परतल्यानंतर बाबा आपल्या नित्याच्या कार्यक्रमांना सुरुवात करायचे. भिक्षेची पहिली फेरी आटोपल्यानंर ते त्यातील थोडे अन्न धुनीला अर्पण करत व स्वत: थोडेसे ग्रहण करत. नंतर नऊच्या सुमाराला ते लेंडी बागेत जायला निघत. आपल्या भक्तगणांसमवेत व मिरवणुकीने! आता मात्र ते पायात चपला घालत. त्यांचे अवशेष साई संस्थानाने पवित्र म्हणून आजही जतन करून ठेवले आहेत. कोणीतरी भक्ताने या अशा एका मिरवणुकीतील बाबांचा व त्यांच्या भक्तांचा फोटोसुद्धा काढलेला आहे. हा फोटो आज हजारो घरांमधून दिसतो. लेंडीबागेत एक खड्डा खणून त्यात एक दिवा तेवत ठेवलेला असे. त्याच्यासमोर बाबा बसत. बागेच्या अंतर्भागात मात्र बाबांचा खास मदतनीस अब्दुल यालाच

येण्याची परवानगी होती. त्याला पाण्याचे दोन घडे भरून ठेवण्याची बाबांची आज्ञा होती. बसल्यानंतर बाबा स्वत: सर्व दिशांना पाणी प्रोक्षण करत. ज्या भक्ताने हे सर्व बारीक तपशील लिहिले आहेत त्याने त्याचबरोबर असंही लिहिलं आहे की पाणी प्रोक्षण करताना बाबा मंत्र म्हणत किंवा नाही हे ज्ञात नाही.

नरसिंहस्वामींनी लिहिलंय: जसजशी येणाऱ्या भक्तांची संख्या वाढू लागली तसा संपत्तीचा, ऐश्वर्याचा बडेजाव वाढू लागला. एका साध्यासुध्या फकिराचं (त्याच्या मर्जीविरुद्ध) लोकांनी एका महाराजात, एका राजपुत्रात रूपांतर करून टाकलं. चांदीची पालखी, छत्र-चामरे, रथ, चांदीचा घोडा, राजेशाही थाटमाट. अपार धनाचा ओघ, मुख्यत्वेकरून दक्षिणारूपाने मिळणाऱ्या पैशांच्या स्वरूपात सुरू झाला. बाबांच्या आयुष्याच्या अखेरीच्या काळात दररोज अक्षरश: हजारो रुपये दक्षिणा जमा होई. पण या सर्व ऐश्वर्याचा, या श्रीमंती बडेजावाचा परिणाम एकच झाला. बाबांची विनयशीलता, त्यांची विरागीवृत्ती, अनासक्ती व त्यांच्या जीवनातील शुचितेला सुरुवात झाली. बाबांच्या हातात जो काही पैसा आला तो त्यांनी आपल्या भोवतालच्या लोकांवर अक्षरश: उधळून टाकला. प्रत्येक सकाळ उजाडल्यावर आणि रात्र मावळल्यावर बाबा एक निव्वळ फकीर असत. आयुष्याच्या शेवटच्या क्षणापर्यंत बाबा भिक्षा मागून मिळवलेल्या भाजीभाकरीवर स्वत:चं पोट भरत. त्यांची वेषभूषा म्हणजे फाटकी तुटकी कफनी आणि डोक्याला गुंडाळलेलं फडकं. त्यांचं घर म्हणजे जुन्या पडक्या मशिदीच्या दोन खोल्यांच्या आत असलेली जमीन. इथे येऊनच त्यांचे भक्तगण त्यांचं दर्शन घेत.

चावडीतून बाबा जेव्हा मशिदीकडे परत जाण्यासाठी निघत तेव्हा त्यांचे भक्त भल्या पहाटे त्यांची आरती करत. याला काकड आरती म्हणण्यात येई. दरम्यान इकडे मशीद झाडून पुसून साफ करण्यात येत असे. हे सर्व काम बाबांचाच आणखी एक मदतनीस माधव फसले हा करत असे. फसले याने येऊन बाबांना रीतसर निमंत्रण दिल्याखेरीज बाबा चावडीतून कधीही बाहेर पडत नसत. खापर्डे यांनी या काकड आरतीचं सविस्तर वर्णन आपल्या रोजनिशीत केलं आहे. ते म्हणतात : मी भल्या पहाटे उठून काकड आरतीस वर्णी लावत असे. त्यावेळी बाबा तिथे जी काही कृती करत, त्याने मी खूप भारावून जात असे. चावडीतून बाहेर पडल्यानंतर बाबा आपल्या हातातील छडी पूर्व, उत्तर व दक्षिण दिशांच्या रोखाने सपासप फिरवीत व त्यानंतरच नित्याप्रमाणे कठोर शब्द उच्चारून जायला निघत.

साईबाबांचे अनुयायी

साईबाबांच्या अनुयायांमध्ये सर्वांत प्रसिद्ध म्हणजे उपासनीबाबा. एक काळ तर असा होता की उपासनीबाबाच साईबाबांची गादी पुढे चालवणार आहेत व त्याच दृष्टीने साईबाबा त्यांना तयार करत आहेत, असंही मानलं जाई. पुढे या गोष्टीची सविस्तर चर्चा करणार आहोत. उपासनीबाबांना एक आदर्श शिष्य म्हणून घडवावे व आपल्या अंगचे सर्व सामर्थ्य त्यांना बहाल करावे या दृष्टीने साईबाबांनी पुष्कळ प्रयत्न केले. इतकंच नव्हे तर "ज्याप्रमाणे तुम्ही माझी आराधना करता त्याचप्रमाणे उपासनीबाबांचीही करत जा." असं बाबांनी आपल्या भक्तांना सुचवलं. पण हे घडायचं नव्हतं. तीन वर्षांनंतर उपासनीबाबा शिरडी सोडून गेले. खरं तर त्यांनी आणखी चार वर्ष राहून साईबाबांच्या सहवासाचा संपूर्ण लाभ घ्यावा अशी तर खुद्द बाबांचीच इच्छा होती.

उपासनीबाबांचं संपूर्ण नाव काशीनाथ गोविंद उपासनीमहाराज. त्यांचा जन्म १८७० मध्ये महाराष्ट्रातील सटाणा खेड्यात एका गरीब ब्राह्मण कुटुंबात झाला. त्यांचे आजोबा गोपाळशास्त्री हे बडोद्याच्या गायकवाड महाराजांच्या दरबारी आर्थिक आणि साहित्यविषयक बाबीत सल्लागार होते. त्याचप्रमाणे इतरही काही लहान लहान संस्थानांसाठी गोपाळशास्त्री सल्लागार म्हणून काम करीत होते. उपासनींचे वडील गोविंदशास्त्री हे धुळ्याच्या सिव्हिल कोर्टात जुन्या हस्तलिखितांच्या नकला करण्याचे काम करीत. उपासनी हे पाच भावंडांमधील एक होते. त्यांचं घराणं गावातील पुजाऱ्याचं. त्यांचं शालेय शिक्षण बेताचंच झालं होतं. इ.स. १८८३ मध्ये ते स्वतः चौदा वर्षांचे असताना एका आठ वर्षाच्या मुलीशी त्यांचा विवाह झाला. पुढे एक वर्षानंतर ती वारली. १८८५ साली त्यांनी पुनर्विवाह केला, परंतु अल्पावधीतच त्यांची दुसरी पत्नीसुद्धा निवर्तली.

उपासनी अनेकदा घरातून पळून गेले व दीर्घकाळ आपल्या कुटुंबियांपासून अलग

राहिले. त्यांना योगाचा छंद लागला. ते एका गुहेत जाऊन बसत व दीर्घकाळ तप करत. ते कित्येक दिवस अन्नपाण्याविना राहू शकत. नंतर ते सांगलीस गेले व तेथे त्यांनी आयुर्वेदाचं शिक्षण घेतलं. त्यानंतर इ.स. १८९६मध्ये त्यांनी आयुर्वेदाची वैद्यकी अमरावती येथे सुरू केली. त्याचप्रमाणे मराठी भाषेत एक वैद्यकीय नियतकालिक सुरू केलं. त्या नियतकालिकाद्वारे त्यांनी स्वनिर्मित औषधांची जाहिरात करण्यास सुरुवात केली. इ.स. १९०७मध्ये त्यांनी ग्वाल्हेर येथे काही जमीन विकत घेतली. पण दुर्दैवाने ती जमीन पडीक निघाली व त्यातून अजिबात पीक येईना. आपल्या हातून मोठीच चूक घडल्याचं उपासनींच्या लक्षात आलं पण काही उपाय नव्हता. त्यात त्यांचं सर्वस्व गेलं. त्या आघाताने त्यांची प्रकृतीपण खालावली व खचलेल्या, हताश मन:स्थितीत ते घरी परतले. इ.स. १९१०मध्ये आपल्या तिसऱ्या पत्नीसह ते यात्रेला निघाले. त्यांनी अनेक स्थळांना भेटी दिल्या. १९११ साली राहुरी येथील एक योगी श्री. कुलकर्णी यांनी उपासनींना साईबाबांची भेट घेण्याचा सल्ला दिला. साईबाबा मुसलमान आहेत या कल्पनेने उपासनीबाबांनी साईबाबांकडे जाण्यास नकार दिला. पण पुढे त्यांची नारायणमहाराजांशी गाठ पडली. असं म्हणतात, की नारायणमहाराज हे दत्तात्रेयाचे भक्त असून त्यांच्या अंगी अनन्यसाधारण सामर्थ्य होते. उपासनींनी नारायणमहाराजांना स्वत:च्या खालावलेल्या प्रकृतीविषयी सांगताच नारायणमहाराजांनी त्यांना पानसुपारी चघळण्यास दिली व म्हणाले : ‘‘आता तुमचं छानपैकी आतून बाहेरून रंगकाम झालं आहे, तेव्हा आता तुम्ही गेलात तरी चालेल.’’

परत एकदा उपासनींची गाठ योगी कुलकर्णी यांच्याशी पडली. उपासनीबाबांनी जरूर साईबाबांना भेटलंच पाहिजे असं मत कुलकर्णींनी परत एकदा व्यक्त केलं. अखेर आपण शिरडीला जायचं असं उपासनींनी मनाशी ठरवलं व त्यानुसार १९११ साली ते शिरडीला जाऊन साईबाबांना भेटले. तेथे एक दिवस राहिल्यानंतर त्यांनी साईबाबांकडे जाऊन घरी परतण्याची परवानगी मागितली. बाबा म्हणाले : ‘‘काय? इतक्यात? मग आता परत कधी येणार?’’ परंतु उपासनीबाबा त्यावर म्हणाले, ‘‘मला इतक्या सहजासहजी परत शिरडीला येणं तर काही शक्य होणार नाही.’’ ते ऐकून बाबा म्हणाले : ‘‘असं असेल तर मग तुम्ही थांबायलाच हवं.’’ परंतु उपासनीबाबा अस्वस्थ झालेले पाहून बाबा म्हणाले : ‘‘बरं, जा तुम्ही. आता काय करायचं ते मी बघतो.’’ उपासनींना वाटलं, बाबांनी आपल्याला जाण्याची परवानगी दिली आहे. त्यामुळे ते निघून गेले. ते जेव्हा कोपरगावास परत गेले तेव्हा तेथील दत्तमंदिरातील पुजाऱ्याने त्यांना परत शिरडीला बाबांकडे जाण्यास सांगितलं. त्यावर उपासनीबाबांनी ठाम नकार दिला. ते दोघे बोलत असतानाच तेथे काही प्रवासी येऊन पोचले. ते सर्वजण शिरडीला जाण्यासाठी निघाले होते. पुजारी त्या प्रवाशांना उद्देशून म्हणाले : ‘‘यांनासुद्धा तुमच्यासोबत शिरडीला घेऊन जा.’’ उपासनी म्हणाले, ‘‘मी आत्ताच

शिरडीहून परत आलो.'' त्यावर ते प्रवासी म्हणाले, ''मग तर फारच उत्तम, आम्हीच अजून तिथे कधी गेलेलो नाही. आम्हाला मार्गदर्शन करण्यासाठी कोणीतरी वाटाड्या हवाच होता.'' अशा रीतीने उपासनीबाबांचा विरोध मोडून निघाला आणि त्यांना शिरडीला जाणं भाग पडलं.

ते शिरडीला पोचले तेव्हा बाबांनी त्यांचं स्वागत केलं आणि म्हणाले : ''तुम्ही परत आलात तर ! तुम्ही तर म्हणाला होता, आता आठ दिवसांच्या आत परत येता येणार नाही म्हणून.'' उपासनी म्हणाले : ''बाबा, हे असं कसं घडलं तेच समजत नाही. मी तर घरी जाण्यासाठी इतका उत्सुक होतो. मी गेलो कसा नाही, याचं मलाही नवल वाटतंय. हे कृत्य नक्की तुमचंच असणार.'' त्यावर बाबा म्हणाले : ''हो, हा सर्व काळ मी तुमच्या सोबत होतो. तुमच्या पावलांचा पिच्छा पुरवत होतो.'' यानंतर उपासनी शिरडीतच राहिले. त्यांनी घरी परत जाण्यासाठी अनेकदा प्रयत्न केले. शामाच्या मध्यस्थीने बाबांची परवानगी मागून पाहिली. पण बाबा म्हणत, ''त्याला राहू दे, उपासनींनी काय करावं याविषयी बाबांचं नक्की मत काय ते शामाला हवं होतं. त्यावर बाबा म्हणाले : ''काहीच न करावं.'' उपासनींना एक गोष्ट समजली नाही की 'काहीच न करावं' या शब्दांचा बाबांच्या दृष्टिकोनातून अर्थ फार वेगळा होता. व तो म्हणजे ग्रहण करण्यासाठी उत्सुक असणं आणि बाबांकडून सारं काही घेत राहणं.

भक्ताला घडवणं, पुन:पुन्हा घडवणं, त्याची उन्नती करणं आणि सर्वोच्च कोटीचा आध्यात्मिक अनुभव भक्ताला मिळवून देणं ही गुरूची आणि फक्त गुरूची कामे आहेत. गुरूच्या अलोट सामर्थ्यामुळेच भक्ताची जडणघडण होते. अंतर्बाह्य, परिणामत: शिष्य हा गुरुस्वरूप होऊन जातो. उपासनींच्या बाबतीत बाबा म्हणाले होत, ''त्याला काहीच न करता राहू दे.'' तेव्हा उद्गारांचा हा असा अर्थ होता. उपासनींनी आपल्या कुटुंबियांच्या, मित्रपरिवाराच्या पाशातून मुक्त व्हावं, सर्वसंगपरित्याग करावा अशी बाबांची इच्छा होती. आपण बाबांवर आणि फक्त बाबांवरच अवलंबून आहोत ही जाणीव त्यांना व्हावी, किमान त्यांच्या सुरुवातीच्या उमेदवारीच्या काळात व्हावी, अशी बाबांची इच्छा होती. त्याचमुळे बाबांनी उपासनींसमोर असंख्य अडचणींचा डोंगर उभा केला. उदाहरणार्थ अन्न मिळवणं. हे एक महाकर्मकठीण काम होतं. त्याचप्रमाणे बाबा उपासनींकडे दक्षिणा मागत. पण उपासनींना ते बँकेतील त्यांच्या खात्याचे व्यवहार करूनच देत नसत. अशा रीतीने आपल्या गुरूवाचून इतर कोणताही आधार या ऐहिक जगात नाही याची जाणीव बाबांनी उपासनींना करून दिली. व्यवस्थित जेवणखाण न मिळाल्यामुळे उपासनी दोन दोन, तीन तीन दिवस उपवास काढत. त्यामुळे सर्वजण त्यांना उपवासनी म्हणून हाका मारत. या काळात उपासनींचं शरीर बऱ्याच रोगांचं आगर बनलं.

उपासनींच्या ठायी निष्ठा, सबुरी निर्माण व्हावी अशी बाबांची अपेक्षा होती. व

त्याप्रमाणे हळूहळू घडत होतं. पण तरीही उपासनी समाधानी नव्हते. बाबा आपल्याशी असं का वागतात ते त्यांना नक्की समजत नव्हतं. एखाद्या वेडसर, मूर्ख माणसाचा छळ व्हावा तसा आपला छळ चालला असल्याचं त्यांनी एका मित्राजवळ सांगितलं. आपलं आयुष्य दु:खी कष्टी आहे, निव्वळ व्यर्थ चाललं आहे असं त्यांनी आणखी एकाला सांगितल "माझा भविष्यकाळ फारच वाईट आहे का?" असंही त्यांनी एका ज्योतिषाला विचारलं. उपासनींनी चार वर्ष काहीही न करता शिरडीत राहावं अशी आज्ञा बाबांनी त्यांना केली होती. बाबांनी आपल्याबाबतीत नक्की काय करायचं ठरवलंय, मनात काय बेत आखले आहेत, हे उपासनीबाबांना काही केल्या समजत नव्हतं. ही इतकी मोठी किंमत मोजून पख्रह्माची प्राप्ती करून घेण्याची त्यांची मुळीच तयारी नव्हती. ते शिरडीमध्ये पूर्णपणे परके होते. उपासनींना साईबाबा एवढं महत्त्व आणि इतका मानसन्मान देतात तरी कशाला, तेवढी त्यांची पात्रता तरी आहे का, असं अनेकांना वाटे. काही भक्तांना त्यांचा मत्सर वाटे व त्यातील एकाने बाबांना विचारलं होतं :" बाबा आम्ही इतकी वर्षे मनोभावे तुमची सेवा करत आलो आणि तुम्ही मात्र तुमच्या सर्व सामर्थ्याचा ताम्रपट या परक्या माणसाच्या हाती सुपूर्द करत आहात. त्यामुळे आमच्याकडे दुर्लक्ष करायचं, असं आहे का?" बाबा म्हणाले : "हो. इथे या मशिदीत बसून मी फक्त सत्य तेच बोलतो. मी जे काही बोललो ते बोललो. मी माझं सर्वस्व या व्यक्तीला दिलं आहे. आता तो चांगला निघेल का वाईट, हे माझं माझ्यापाशी. ती जबाबदारी पूर्णपणे माझी. आणि ताम्रपटाचं काय सांगता? मी तर त्याला सुवर्णपटच दिलाय. उपासनींकडे वळून ते म्हणाले : "काय जास्त चांगलं याचा विचार करा. ताम्र की सुवर्ण?" उपासनी म्हणाले : "बाबा मला ठाऊक नाही." बाबा म्हणाले : "ताम्र झिजतं. त्यावर डाग पडतात. सोन्याचं तसं नसतं. ते नेहमी शुद्धच राहातं. तुम्ही सुद्धा भगवान आहात."

अर्थात यानं काही उपासनी खुश झाले नाहीत. बाबा त्यांच्याशी फारसं कधी बोलत नसत. कधी मौखिक शिक्षण अथवा उपदेशही देत नसत. बाबांकडून आपल्याला काय मिळालं आहे, तर त्यांची शिकवण, हे उपासनींच्या फार उशिरा लक्षात आलं. बाबा स्वत:ची शिकवण देताना अनेकदा चित्रांचा अथवा प्रतिमांचा वापर करत. उपासनींना बाबांकडे खूप कष्ट सहन करावे लागले. शारीरिक आणि मानसिक सुद्धा. पण याचंच रूपांतर ज्ञानात भर पडण्यात आणि लाभातही झालं. उपासनींनी एकदा आपल्या मानसिक स्थितीचं बाबांपाशी वर्णन करताच बाबा म्हणाले : "मी सतत तुमच्याबरोबर आहे. तुम्ही मुळीच भीती बाळगू नका. आत्ता तुम्ही जितके कष्ट सहन करत आहात तितकंच सुख आणि समाधान नंतर तुम्हाला लाभणार आहे. तुमचा भविष्यकाळ उज्ज्वल आहे. तुम्ही अवधूत होणार आहात. तुमचं दर्शन घेण्यासाठी शेकडो लोकांची रीघ लागणार आहे."

इ.स. १९२० ते ३५ या काळात बाबांनी पूर्वी वर्तवून ठेवलेलं भाकीत खरं झालं. परंतु ते भाकीत वर्तवण्याच्या क्षणाला उपासनी एका मित्राजवळ म्हणाले होते : ''माझं आयुष्य कठीण व खडतर आहे. मी आता जास्त काळ जगेन असं वाटत नाही. त्यामुळे आता मला माझ्या नातेवाईकांना भेटावंसं वाटत आहे.'' त्यानंतर त्यांच्या बंधूंनी व आईने त्यांची भेट घेतली. त्यांना अंतर्ज्ञानाने डोळ्यासमोर विविध दृश्ये दिसू लागली होती. बाबांनी महासमाधी घेतल्यानंतर अनेक दिवस साकोरी येथे आपल्या भक्तांशी बोलताना उपासनी म्हणत असत : ''माझ्या गुरूने मला शारीरिक दृष्ट्या नपुंसक बनवले असून माझ्या मनातून सर्व लैंगिक विचार व वासना काढून टाकल्या आहेत.''

एक दिवस उपासनींना दृष्टांत झाला. त्यात बाबा कुठल्यातरी गूढ ठिकाणी त्यांच्यापाशी आले व समोर बसले. त्यांनी उपासनींना आपल्याजवळ बोलावले व म्हणाले : ''मी तुम्हाला उपदेश देणार आहे.'' त्यावर उपासनी बाबांपाशी जाऊ लागले. इतक्यात अगदी त्यांच्यासारखाच पण काळा कभिन्न आणि गलिच्छ माणूस उपासनींच्या जवळ आला व म्हणाला : ''गुरूंचं काही ऐकू नका. माझं ऐका.'' असं दोन वेळा घडलं. मग बाबा उठले. त्यांनी उपासनींच्या मागे असलेल्या त्या माणसाला पकडलं आणि त्याला एका काटक्यांच्या मोळीवर ठेवून जाळून टाकलं. सर्व वेळ उपासनी ओरडत होते : ''बाबा, तुम्ही मलाच जाळत आहात.'' पण बाबांनी त्या काळ्याकुट्ट माणसाला पूर्णतया जाळून टाकलं आणि मग ते उपासनींकडे वळून म्हणाले : ''होय. तो तूच होतास हे निःसंशय. पण तू पापरूपात होतास. त्याचा मी नाश केला. आता तू पापमुक्त आहेस, आपणा दोघांच्या एकत्रित प्रयत्नांमधून भविष्यकाळात आपल्याला कितीतरी गोष्टी साध्य करायच्या आहेत. जर पाप शिल्लक राहिलं तर हे कसं काय साधणार?'' असंच एकदा बाबांनी उपासनींना सांगितलं होतं, ''मी तुमचं अर्ध मस्तक काढून घेऊन माझं अर्ध मस्तक तुम्हाला देणार आहे.'' नंतर उपासनींना एक दृष्टांत झाला. त्यात काही गुंडांनी त्यांचा शिरच्छेद केला आणि त्यातील मेंदू खरवडून बाहेर काढून खाऊन टाकला. व ते पळून गेले. आणखी एकदा झालेल्या दृष्टांतात बाबा उपासनींना एका अद्भुत, गूढ जागी घेऊन गेले व त्यांनी त्यांना चांदीच्या रुपयांचा एक प्रचंड मोठा ढिगारा दाखवला. तो २२५ फूट लांब, १२० फूट रुंद व चार फूट उंच होता. त्याच्या वर एक शाही बिछाना अंथरलेला होता. त्यावर एक धनाढ्य, सजलेला माणूस तृप्त मुद्रेनं बसला होता. बाबांनी उपासनींना त्या माणसाकडे नीट निरखून बघण्यास सांगितलं, ''हा कोण आहे?'' बाबा म्हणाले, ''तूच आहेस.'' ते पुढे म्हणाले: ''तुझं पापरूपी शरीर लोप पावलं आहे. पापपुरुष गेला आहे. हा तुझा पुण्यपुरुष आहे.'' त्यानंतर धनाच्या राशीकडे बोट दाखवून ते म्हणाले : ''शेकडो हजारो घरे पैशाने भरलेली असतात. हे सर्व पैसे आपलेच आहेत. हे सर्व काही तुला

आपलं आपणच समजून येईल.''

उपासनींनी बाबांना विचारलं : ''ही आकृती म्हणजे जर माझा पुण्यपुरुष असेल व तुम्ही पूर्वी जाळलेली आकृती हा माझा पापपुरुष असेल तर मग मी कोण?'' त्यावर बाबा म्हणाले: ''तू या दोहोंच्या पलीकडे पोचला आहेस. पापाच्या आणि पुण्याच्या ज्याच्यापासून मी बनलोय, त्याच्याच पासून तूही बनला आहेस. म्हणजे तू मीच आहेस. तुझ्यात व माझ्यात काहीही अंतराय नाही.''

बाबा स्वत:ला एकमेव ईश्वर म्हणवून घेत. सर्वांचा अंतर्यामी असा ईश्वर. बाबा आपली इष्टदेवता असून प्रत्येक चराचर प्राणिमात्राच्या ठायी त्यांचा वास असतो ही गोष्ट आपल्या भक्तांना समजली पाहिजे, तशी अनुभूती त्यांना झाली पाहिजे असा बाबांचा आग्रह असे. एक दिवस उपासनी खंडोबाच्या देवळात आपलं अन्न शिजवत होते. ते अन्न घेऊन बाबांकडे जावं व त्यांचा प्रसाद घ्यावा अशी त्यांची इच्छा होती. उपासनींचा स्वयंपाक चालू असताना एक कुत्रा आशाळभूतपणे ते पाहात उभा होता. उपासनी बाबांचं पान वाढून मशिदीकडे निघाल्यावर त्यांच्या पाठोपाठ तो कुत्राही निघाला. पण नंतर थोड्या वेळाने तो दिसेनासा झाला. बाबांनी अजून अन्नग्रहण केलेलं नाही, मग तत्पूर्वी त्या कुत्र्याला कसं खाऊ घालायचं?'' असाच विचार उपासनींनी केला होता. नंतर त्यांची बाबांशी गाठ पडली. बाबांनी विचारलं, ''इथे कशासाठी आलात?'' उपासनी म्हणाले : ''तुम्हाला नैवेद्य दाखवण्यासाठी'', त्यावर बाबा म्हणाले : ''मी तिथेच तर होतो. इतक्या लांब उन्हातून इकडे कशासाठी आलात?'' उपासनी म्हणाले : ''एका काळ्या कुत्र्याखेरीज तिथे दुसरं कुणीही नव्हतं.'' त्यावर बाबा म्हणाले : ''तेच तर. तो काळा कुत्रा मीच तर होतो. पण तुम्ही तिकडे मला खाऊ घातलं नाहीत. तेव्हा आता मी इथही ते अन्न खाणार नाही.'' उपासनी निराश होऊन परतले. आता आपण परत अशी चूक करायची नाही, असं त्यांनी ठरवलं. ते परत अन्न शिजवू लागेल. तो कालचा काळा कुत्रा कुठे दिसतो का, असे ते आजूबाजूला पाहात होते. पण तो कुठे दिसेना. फक्त विहिरीपाशी भिंतीला टेकून एक रोगजर्जर भिकारी अत्यंत आशाळभूतपणे टक लावून बघत होता. उपासनीबाबांनी त्याला हाकलून दिले. ब्राह्मण अन्न शिजवत आहे व हलक्या जातीचा माणूस त्यास नजर लावतो आहे, हे योग्य नव्हे, अशी त्यांची धारणा होती. मग तो माणूस निघून गेला. उपासनी पान वाढून बाबांकडे गेले तेव्हा बाबा रागात होते. ते म्हणाले : ''काल तुम्ही मला जेऊ घातलं नाही आणि आज तर हाकलून दिलं.'' उपासनी म्हणाले : ''बाबा, तुम्ही कुठे होता?'' बाबा म्हणाले : ''मी भिंतीला टेकून उभा होतो.'' उपासनींनी आश्चर्यचकित होऊन विचारलं : ''बाबा, तो व्याधीग्रस्त रुग्ण तुम्ही होता?'' बाबा म्हणाले : ''होय. मी सर्वांच्या ठायी आहे व त्याहीपलीकडे आहे. अस्तित्वाविषयीची बाबांची संकल्पना बऱ्याच लोकांच्या व उपासनीबाबांच्या आकलनशक्तीच्या

पलीकडे होती. (उदा. एखाद्या काळ्या कुत्र्याच्या किंवा व्याधीग्रस्त भिकाऱ्याच्या ठायी बाबांचं अस्तित्व असणं) बाबांच्या कृपेने उपासनींना हा धडा शिकायला मिळाला.

१९११ सालच्या जून महिन्यात उपासनी जेव्हा शिरडीला आले ते गृहस्थाच्या रूपात होते. ते त्यावेळी अत्यंत खचलेल्या, दुर्भंगलेल्या मन:स्थितीत होते. त्यावेळी त्यांच्या दृष्टीने गृहस्थाश्रमाचा त्याग करून संन्यासी किंवा अवधूत बनून देवाचा महापुरुष म्हणून मानवतेच्या कल्याणाच्या कामी लागणं हाच खरा मार्ग होता, व साईबाबांना त्यांना अगदी असंच बनवायचं होतं. उपासनींनी सद्गुरू बनावं अशी त्यांची इच्छा होती. त्यासाठीच त्यांनी उपासनींना चार वर्ष शिरडीतच राहण्याची आज्ञा केली. त्यांना त्यांच्या सटाण्याच्या घरी जाऊ दिलं नाही. त्यांची तृतीय पत्नी शिरडीस उपासनींना भेटायला आली असता बाबांनी त्या पतिपत्नींना भेटू दिलं नाही. ही सर्व बंधने उपासनींना रुचली नाहीत. ते अजूनही स्वत:ला गृहस्थ समजत होते. त्यांचे विचार, त्यांची तत्त्वे व त्यांचा स्वभाव बदलला नव्हता. शिरडीला येण्यापूर्वी त्यांचा जो काही दृष्टिकोन व ज्या काही भावना होत्या त्या आजही तशाच होत्या. त्यांच्या या भावनांमध्ये बदल व्हावा असा बाबांचा प्रयत्न होता. इतक्यात उपासनींची पत्नी गंभीर आजाराने अंथरुणाला खिळून असल्याची बातमी आली. आपल्या पत्नीला भेटायला जाण्याची उपासनींनी बाबांपाशी परवानगी मागितली. पण बाबांनी त्यांना थांबवून धरलं व म्हणाले : ''तुम्ही खरं तर इथेच थांबा. तुम्ही तिथे जाऊन काही करू तर शकत नाही.'' काही दिवसांनंतर त्यांची पत्नी निवर्तल्याचं एका पत्राद्वारे समजलं. आपल्या पत्नीशिवाय जिणं त्यांना व्यर्थ वाटू लागलं. ते म्हणाले: ''आता माझ्या पत्नीच्या मृत्यूनंतर मी इथे शिरडीला राहण्यात काय अर्थ आहे?'' त्यांना मनोमन एक अशा वाटत होती. जर आपल्याला संतपद प्राप्त झालंच तर त्याचा आनंद व ती कीर्ती या सर्वांत आपली पत्नी सहभागी होईल.

पंचवीस जुलै १९१४ च्या मध्यरात्री ३ वर्षांच्या वास्तव्यानंतर उपासनी शिरडी सोडून निघाले. ते आधी नागपूरला व नंतर शेकडो मैल दूर असलेल्या खरगपूरला गेले. बाबांनी उपासनीसाठी जी काही योजना मनात आखली होती ती केवळ अंशत:च सफल झाली. नरसिंहस्वामी म्हणतात : ''पेरलेल्या बीजापासून झाड उगवलं, पण असं झाड ज्या तऱ्हेने वाढावं तसं ते काही वाढलं नाही. दुसऱ्या बाजूने पाहिलं तर त्यानं एक वळण घेतलं, आपलं स्वत:चं वळण. उपासनींच्या जुन्या स्वभावप्रवृत्ती, विचार करण्याच्या व वागण्याच्या विशिष्ट पद्धती आणि संकल्पना यांच्यात शिरडीतील वास्तव्यानंतर निश्चित बदल घडून आला होता. परंतु तरीही काही प्रमाणात त्याही उपासनीबाबांना घडवत होत्याच. त्यामुळेच त्यातून नव्या उपासनीबाबांचं व्यक्तित्व जन्माला आलं. एकीकडे त्यांच्या वागणुकीतून शिरडीचा प्रभाव जाणवत होता. पण तरीही हे व्यक्तित्व साईबाबांपेक्षा फार वेगळं होतं. एकेकाळी साईबाबांना वाटत असे,

आपल्यानंतर आपलं कार्य पुढे चालू ठेवणारा कोणीतरी उत्तराधिकारी हवा. त्यांचे काही भक्त त्यांना विचारत : "तुमचं संपूर्ण सामर्थ्य व तुमची चितशक्ती कोणाला बहाल केल्याविनाच तुम्ही हे जग सोडून जाणार का?" त्यावर बाबा संदिग्धपणे एवढंच बोलत : "काय? आणखी कोणी पुरुष येणार नाही?" त्यांचे हे अशा तऱ्हेचे उद्गार आणि त्याच बरोबर उपासनीबाबांना ते देत असलेली खास वेगळी वागणूक या दोहोंमुळे काही लोकांना अशी खात्रीच वाटू लागली, की बाबांनी उपासनीबाबांना आपला वारस म्हणून घडवायचं ठरवलं आहे.

परंतु साईबाबांनी उपासनींस जो मार्ग आखून दिला होता तो म्हणजे उपासनींनी मनात केवळ बाबांचा आणि बाबांचा विचार करत राहणं. आणि हाच मार्ग मात्र उपासनींना मानवला नाही. त्यांचे स्वतःचे बाह्य जगाशी जे काही ऋणानुबंध होते ते काही त्यांना संपूर्णपणे तोडता आले नाहीत. त्यांनी आपला विद्याभ्यास व आपली साधना चालूच ठेवली. इ.स. १९१२ मध्ये उपासनींनी संस्कृत भाषेत बाबांची स्तुती करणारी सतरा कवने लिहिली. त्यांनी आपली विद्वत्ता आणि साधना (ज्ञानलालसा) या दोन्ही गोष्टी म्हणजे स्वतःच्या अंगचे महत्त्वपूर्ण गुण समजून जतन केले. बाबांना विद्वत्ता नको होती. एका शिष्याच्या दृष्टीने विद्वत्ता हा आत्मज्ञानाच्या मार्गातील अडसर होता. आपण विद्वान आहोत हे त्यांनी विसरणं गरजेचं होतं, कारण विद्वत्ता ही नेहमी माणसाच्या अहंकाराला खतपाणी घालत असते. स्वतःला शून्यवत मानणं, केवळ बाबांसाठी जीवन सर्वस्व वाहणं, ध्यानीमनी फक्त बाबांचाच विचार करणं ही गोष्ट अत्यावश्यक होती. खुद्द बाबांनी आपल्या स्वतःच्या गुरूंच्या बाबतीत ही गोष्ट करून दाखवली होती. पण शिरडीत राहून सुद्धा उपासनींना मात्र हे करणं काही जमलं नाही. आपली सर्व दुःखे विसरून केवळ बाबांचा ध्यास घेणं, शिरडी येथे घडलेल्या सर्व दुःखद प्रसंगांची आठवण मनातून पुसून टाकणं आणि एकूणच जीवनात भोगलेल्या दुःखाची धार बोथट करणं, भावना मृतप्राय करणं त्यांना जमलं नाही. १९१३ साली उपासनींना मदत करायची असं बाबांनी ठरवलं. लोकांनी उपासनींची आराधना करण्यास सुरुवात करावी यासाठी बाबांनी पद्धतशीर प्रयत्न सुरू केले. चांदबाई बोरकर यांना त्यांनी मुद्दाम खंडोबाच्या देवळात उपासनींची भक्ती करण्यासाठी पाठवलं. लोक जशी बाबांची भक्ती करत तशीच सर्वांनी आता उपासनींची करावी हा त्या मागचा उद्देश होता. पण उपासनींना हे रुचलं नाही. त्यांनी या प्रकारास आक्षेप घेतला. आपली भक्ती कोणी करू नये असं त्यांनी सर्वांना सांगितलं. परंतु त्या भक्त स्त्रीने काही ऐकलं नाही आणि उपासनींची भक्ती चालूच ठेवली. उपासनींच्या देहावर त्यांचा स्वतःचा काही हक्क नसून तो सर्वस्वी त्यांच्या भक्तांच्या मालकीचा आहे, असंही तिने त्यांना सांगितलं.

उपासनींची अशा प्रकारे भक्ती करण्यास साईबाबांच्या काही भक्तांचा विरोध

होता. ती गोष्ट उपासनींना अपमानास्पद वाटली. या सर्वांचा परिणाम म्हणून एक दिवस बाबांचा साधा निरोप सुद्धा न घेता उपासनी शिरडी सोडून निघून गेले. त्यानंतर मात्र आपल्या या वारसदाराविषयी बाबा कधीही बोलले नाहीत. उलट आपल्या भक्तांना ते वारंवार दिलासा देत राहिले : ''माझं स्मरण करा. मी इथे तुमच्यातच असेन. मी कुठेही जाणार नाही. माझ्या समाधीनंतर सुद्धा मी कार्यरत राहीन.''

आपली भ्रमंती संपवून उपासनी शिरडीजवळच्या साकोरी गावात स्थायिक झाले. त्यांना तेथे स्वत:भोवती बरेच भक्तगण जमा करण्यात यश आले. त्यासाठी त्यांच्याजवळ सांगण्यासाठी साईबाबांबद्दलच्या अनेक कथा होत्या. त्याचप्रमाणे त्यांना स्वत:ला काही सिद्धी सुद्धा अवगत होत्या. या दोन्हीचा वापर त्यांनी केला. यातून बऱ्याच लोकांना उपासनीबाबांची महती पटली. ते खरोखरच एक महापुरुष, साधूसंत आहेत अशी लोकांना खात्री वाटू लागली व ते त्यांची भक्ती करू लागले. त्याकाळी उपासनीबाबांच्या नामाचा असा काही महिमा निर्माण झाला की त्यांचं दर्शन दुर्लभ होऊन बसलं. १९२७ साली महात्मा गांधी स्वत: त्यांना जाऊन भेटले. उपासनीबाबांच्या मुखातून साईबाबांची नामकीर्ती सर्वदूर पसरली. साई प्रसाराच्या चळवळीत त्यांचं हे योगदान अत्यंत महत्त्वाचं होतं. उपासनी सुरुवातीला साईबाबांनी घालून दिलेल्या आदर्शांचं काटेकोर पालन करीत होते. धन, संपत्ती, स्त्रिया, विषयवासना यांपासून चार हात लांब राहात होते. त्यांचं सामर्थ्य, त्यांचा प्रभाव दिवसेंदिवस वाढीला लागला होता. १९२७ व १९२८मध्ये त्यांच्या यशाने व कीर्तीने कळस गाठला होता. परंतु कालांतराने त्यांच्या ठायी काही दुष्टप्रवृत्तींचा प्रादूर्भाव दिसू लागला. परिणामी साईबाबांनी घालून दिलेला पाया डळमळीत होऊ लागला. रोकड रक्कम, जमीनजुमला व इमारतीच्या रूपात उपासनींनी मालमत्ता गोळा करण्यास सुरुवात केली. ते स्त्रियांच्या सहवासात रममाण होऊ लागले. नरसिंह स्वामीजींनी दिलेल्या माहितीनुसार उपासनींना पंचवीस बायका होत्या. एक शाही प्रासाद, त्यात एक अंत:पूर व त्यात राहणारा स्त्रियांचा तांडा. नंतर न्यायालयीन खटल्यांमध्येही अडकले. अनेक वर्तुळांमध्ये त्यांना शत्रू निर्माण झाले. त्यांचा स्त्रियांविषयीचा हव्यास वाढतच गेला. ते स्त्रियांचा संग्रह करू लागले. तत्पूर्वी ते त्या स्त्रियांचा कृष्णाच्या मूर्तीशी विवाह लावून देत. पण पुढे मुंबईच्या विधिमंडळाने या अनिष्ट पद्धतीच्या विरोधी कायदा संमत केला. तेव्हा कुठे या गोष्टीला आळा बसला. मग तर ते स्वत:च त्या स्त्रियांशी विवाह करू लागले. इ.स.१९३४मध्ये उपासनींच्या लोकप्रियतेला ओहोटी लागली. त्यांना मोठ्या प्रमाणावर विरोध सुरू झाला. नरसिंहस्वामीजी म्हणतात : ''उपासनींच्या अपकीर्तीने इतकी खालची पातळी गाठली की उपासनींशी आपला दूरान्वयानेसुद्धा काही संबंध असल्याची गोष्ट मान्य करण्यात लोकांना शरम वाटू लागली. १९४१ साली उपासनीबाबांचा मृत्यू झाला.

उपासनीबाबांनी साईबाबांवर अनेक श्लोकी प्रार्थना रचली आहे. ती अशी :

सदा सत्स्वरूपं चिदानंदकंदं,

जगत्संभवस्थानसंहार हेतुम् ।

स्वभक्तेच्छया मानुषं दर्शयंतं,

नमामीश्वरं सद्गुरुसाइनाथम् ।।

(अर्थ : साईबाबा मूलत: सच्चितानंदस्वरूपी आहेत. मूळ अस्तित्वाचा आधार आहेत. विश्वसंहाराचे कारक आहेत. आपल्या भक्तांच्या इच्छेस अनुसरून ते मानवी रूपात अवतीर्ण झाले आहेत)

आठव्या श्लोकात उपासनी बाबा म्हणतात :

अजन्माद्यमेकं परं ब्रम्हसाक्षात्स्वयं संभवं राममेवावतीर्णम्

भवद्दर्शनात्संपुनीत: प्रभोऽहं, नमामी ।।

(साईबाबा हे अजात साक्षात् ब्रह्म आहे)

म्हाळसापती

साईबाबांच्या अगदी पहिल्या काही अनुयायांपैकी हा एक म्हाळसापती. हा बाबांचा सर्वात निकटवर्ती आणि बाबांच्या सहवासात सर्वात दीर्घकाळ राहिलेला. हा जातीने सोनार होता व शिरडीच्या खंडोबाच्या मंदिरात पुजारी होता. तो एक गरीब, असंस्कृत खेडवळ माणूस होता. सुरुवातीला तर बाबा मुसलमान असल्याच्या समजुतीने त्याने बाबांना मंदिरात प्रवेशसुद्धा नाकारला होता. पण लवकरच तो त्यांचा नि:स्सीम भक्त व चाहता बनला. त्याची भक्ती, श्रद्धा व निष्ठा यांनी बाबांना मोहून टाकलं. या म्हाळसापतीने जर कधी बाबांच्या पायाशी चंदन, फुले किंवा इतर काही आणून वाहिलं, तर बाबा स्वीकार करत. अशा प्रकारची भक्ती करण्याची परवानगी अनेक दिवस बाबांनी फक्त म्हाळसापतीलाच दिली होती. त्याच्या जातीमध्ये तो खंडोबा या देवतेच्या भक्तांसाठी प्रसिद्ध होता. खंडोबा म्हणजे आपल्या भक्तांचा प्रतिपाळ करणारी देवता. या खंडोबाचंच दुसरं नाव म्हाळसापती. म्हाळसापती पुराण या ग्रंथालाच हा आपला धर्मग्रंथ मानत असे. व नित्यनेमाने त्याचं पारायण करीत असे. दरवर्षी शिरडीपासून १५० कि. मी. असलेल्या जेजुरीच्या यात्रेला म्हाळसापती जात असे. तेथील मंदिरात असलेल्या देवतांची पूजा करण्यासाठी तो स्वत:च्या खांद्यावर कावड घेऊन चालत जात असे. अनेक वेळा तो ध्यानमग्न अवस्थेत जात असे व अशा वेळी त्याच्या मुखातून खंडोबा बोलतो अशी लोकांची समजूत होती. त्याची पत्नी, तीन मुली व एक मुलगा हे त्याचं कुटुंब होतं. त्याचा मुलगा लग्नानंतर अनेक वर्षांनी साईबाबांच्या कृपेने झाला होता. म्हाळसापती अत्यंत दरिद्री होता. तो मातीच्या घरात राहात असे. त्याच्या मालकीची काही एकर जमीन होती. ती सुद्धा पडीक जमीन होती. त्याचा

आणि बाबांचा सहवास ५० वर्षांचा. बाबांची आणि त्याची पहिली भेट झाल्यावर तत्काळ बाबांविषयी त्याच्या मनात आदरभाव निर्माण झाला. परंतु बाबांचं वागणं काही वेळा अत्यंत विचित्र असे. त्यामुळे शिरडीतील खेडूत लोक त्यांना 'वेडा फकीर' म्हणून ओळखत. या अशा वागण्याने म्हाळसापती गोंधळून जाई.

तर अशा रीतीने म्हाळसापतीने फुले, चंदन वगैरे बाबांना वाहून त्यांची पूजा करण्यास सुरुवात केली. यानंतर काही दिवसांनी हा अधिकार त्याच्याबरोबरीने नानासाहेब इंगळे यांनाही प्राप्त झाला. हळूहळू बाकीचे लोकही बाबांची पूजाअर्चा करू लागले. जसजसे दिवस लोटत होते तसतसा म्हाळसापती बाबांच्या अधिकाधिक निकट जात होता. एव्हाना तो बाबांच्या जीवनातील एक अविभाज्य घटक बनला होता. तो रात्रंदिवस बाबांच्या सोबत असे. मशिदीत तो त्यांच्या बरोबर झोपे. स्वत:चे अंथरूण घाले आणि त्यावर तो व बाबा झोपत. अध्र्या भागात तो आणि अध्र्या भागात बाबा.

अर्थात म्हाळसापतीला फारशी झोप कधीच मिळत नसे. कारण बाबांनी त्याच्यावर एक काम सोपविलं होतं. बाबा त्याला म्हणत : '' तू झोपू नको. उठून बरा. तुझा हात माझ्या हृदयावर ठेव. मी मनात सतत अल्लाचं नामस्मरण करत असतो. त्यावेळी मी ध्यानावस्थेत, अर्ध जागृतावस्थेत असतो. व त्यावेळी माझं हे नामस्मरण व्यवस्थित चालू आहे का नाही हे तुला माझ्या हृदयाच्या स्पंदनांवरून नीट समजून येईल. मध्येच कधीतरी अचानक जर का त्या स्पंदनांमध्ये बदल झाला आणि मला झोप लागली तर माझ्या नामस्मरणात खंड पडेल. त्यावेळी तू मला लगेच उठव.'' त्यामागची संकल्पना अशी, की ध्यानावस्थेतील हृदयाची स्पंदने व निद्रिस्त अवस्थेतील हृदयाची स्पंदने यात फरक असतो. म्हणजेच याचा अर्थ म्हाळसापती आणि बाबा हे दोघेही रात्रभर झोपत नसत. याचा असाही अर्थ होता, की सर्वदूर पसरलेल्या आपल्या भक्तांच्या संरक्षणासाठी बाबा ध्यानधारणा करत असत.

म्हाळसापती खरं तर अत्यंत गरीब होता. परंतु तरीही कोणत्याही स्वरूपातील दानधर्म अथवा आर्थिक साहाय्य स्वीकारण्यास तो राजी होत नसे. या बाबतीत बाबा सुद्धा त्याचं मन वळवू शकले नाहीत. तो नेहमी म्हणे : ''मला दुसरं तिसरं काही नको, मला फक्त तुमच्या चरणांची सेवा करू द्या. त्याने सर्व प्रकारच्या ऐषारामाच्या जीवनापासून स्वत:ला वंचित ठेवलं होतं. तो साध्या पलंगावर सुद्धा झोपत नसे. तो फरशीवर झोपणं पसंत करी. एका रात्री बाबा त्याला म्हणाले : ''आज रात्रभर आपण पहारा ठेवू. आज महामारी नागोजी पाटलाचा बळी घेण्यासाठी येणार आहे. हे असं घडू नये यासाठी मी अल्लाचं नामस्मरण करणार आहे. तेव्हा आज कोणीही मधेच येऊन माझ्या या नामस्मरणात खंड पाडणार नाही, एवढं तू बघ. त्याप्रमाणे म्हाळसापती रात्रभर बाहेर पहारा देत बसून राहिला. परंतु दुर्दैवाने नेमके मध्यरात्रीच्या सुमाराला (गावातील अधिकारी) निवास मामलेदार आणि त्यांचा शिपाई असे

बाबांच्या दर्शनासाठी मुद्दाम आले. म्हाळसापतीने त्यांना थोपविण्याचा बराच प्रयत्न केला. पण त्यात त्याला अपयश आले आणि बाबांच्या साधनेचा भंग झाला. बाबांनी म्हाळसापतीची निर्भर्त्सना केली. ते म्हणाले : ''तुला घरदार, मुलंबाळं आहेत ना? मग नाजोगी पाटलाच्या घरी आता कोणती परिस्थिती ओढवली असेल याची तुला कल्पना करता येत नाही? माझ्या साधनेत खंड पडल्याने मला अपयश आलं आहे. पाटलाची पत्नी मृत्यू पावली आहे. असो. आपण तिकडे जाऊ. जे काही घडलं ते भल्यासाठीच.''

बाबा अनेक प्रकारे म्हाळसापतीचे संरक्षण करीत. त्याच्या आयुष्यातील सर्व गोष्टींकडे, त्याच्या प्रत्येक कामाकडे अगदी बारकाईने लक्ष पुरवत. म्हाळसापतीला थोडी सुद्धा इजा पोचू नये म्हणून अगदी बारीकसारीक बाबतीत सुद्धा ते त्याला वेळीच सावध करत. शिरडीमध्ये सापांचा सुळसुळाट होता. एकदा सायंकाळच्या वेळी म्हाळसापती मशिदीतून बाहेर पडत असताना बाबांनी त्याला इशारा दिला, ''वाटेत तुला दोन चोर भेटण्याची शक्यता आहे.'' आणि खरोखर म्हाळसापतीला दोन साप दिसले. एक त्याच्या स्वत:च्या घराच्या पायरीवर आणि एक शेजाऱ्याच्या घरापाशी. असंच आणखी एकदा बाबांनी त्याला सांगितलं होतं : '' तू दिवा घेऊन परत येशील तेव्हा तुला दरवाज्यात एक चोर भेटेल.'' त्याप्रमाणे म्हाळसापती दिवा घेऊन आला. बाबांनी भाकीत वर्तवलं होतं त्याप्रमाणे त्याला खरोखरच एक साप दिसला. शेजाऱ्यांच्या मदतीने त्याने तो साप मारूनही टाकला. एक दिवस बाबांनी त्याला इशारा दिला: ''जमिनीला पाठ टेकू नको.'' परंतु त्यावेळी म्हाळसापतीने जास्त दारू प्यायलेली होती. त्यामुळे या सूचनेकडे लक्ष न देता तो बेशुद्ध पडला व त्याची पाठ जमिनीला टेकली. तो जेव्हा शुद्धीवर आला तेव्हा त्याच्या असं लक्षात आलं, की आपल्याला आपला पाय मुडपता येत नाही आहे. त्याच्या मुलीने त्याचे गुडघे व पाय चोळून दिले. अखेर त्याला स्वत:च्या पायाने चालता येऊ लागल्यावर तो बाबांच्या भेटीला गेला. तेव्हा बाबा त्याला म्हणाले : ''जमिनीला पाठ टेकू नको असं मी तुला बजावून सांगितलं होतं ना?'' एकदा म्हाळसापतीची पत्नी व मुले आजारी पडली. तीच गत त्याच्या इतर नातेवाईकांची सुद्धा झाली. बाबा म्हाळसापतीला म्हणाले : ''आजारी माणसांनी अंथरुणात पडून राहिलेलं बरं.'' त्यानंतर बाबांनी मशिदीभोवती प्रदक्षिणा घालण्यास सुरुवात केली. त्यावेळी त्यांच्या हातात एक छडी होती. त्यांनी ती हवेत फिरवली आणि धमकावणीच्या स्वरात ते कोणालातरी उद्देशून म्हणाले : ''या, बघू तुमची शक्ती तरी काय आहे ती. तुम्ही बाहेर येऊन मला तोंड तर दाखवा. मग मी या छोट्याशा छडीने तुमची काय गत करतो ती बघाच.'' अशा प्रकारे कोणत्यातरी अज्ञात गोष्टीशी त्यांनी बराच वेळ संभाषण केलं, बाबांची रोगनिवारणाची पद्धत ही अशी होती. दरम्यान म्हाळसापतीच्या

आजारी कुटुंबियांना देण्यासाठी एका डॉक्टरने त्यांच्याजवळ काही औषधे दिली. परंतु औषधे आपल्या कुटुंबियांना देण्यापूर्वी म्हाळसापतीने बाबांचा सल्ला विचारला. बाबांनी त्याला तसे मुळीच करू नको असा सल्ला दिला. आश्चर्याची गोष्ट अशी की म्हाळसापतीचे कुटुंबीय औषधपाण्याविनाच बरे झाले.

आणखी एका प्रसंगी म्हाळसापतीची पत्नी माहेरी गेली असता आजारी पडली. तिच्या मानेत एक गाठ आली. पण तिने त्याविषयी म्हाळसापतीस काहीच कळवलं नाही. परंतु बाबांपासून काय लपून राहणार? त्यामुळे त्यांनी लगेच ती गोष्ट म्हाळसापतीच्या कानावर घातली. ते पुढे असंही म्हणाले : ''ही गाठ फक्त मलाच बरी करता येईल. दुसऱ्या कशानंही ती बरी होणार नाही. आणि मी ती बरी करणार आहे.'' या गाठीविषयी ऐकून म्हाळसापती स्तिमित झाला. तो फक्त एवढंच म्हणाला : ''होय, बाबा.'' काही दिवसांनी त्याला बायकोचं पत्र मिळालं. त्यात तिनं त्या गाठीविषयी लिहिलं होतं. शिवाय ती आता बरी झाल्याचंही लिहिलं होतं. म्हाळसापतीला बाबा प्रेमानं भगत म्हणत. एकदा तो आपल्या मुलीच्या सासरी भेटायला निघाला. तिचं सासर दूरच्या गावी होतं. तो बाबांकडे परवानगी मागण्यासाठी गेला. बाबांनी त्यावेळी त्याला सावधगिरीची सूचना दिली. ते म्हणाले : ''तिथे तुझा अपमान होणार आहे.'' आणि तेच घडलं. म्हाळसापती त्यांच्या घरी गेला तेव्हा म्हाळसापतीच्या सासऱ्यांनी आणि घरातील इतर माणसांनी भोजन करूनही घेतलं होतं. वास्तविक त्यांनी आपल्या जावयाला जेवायला बोलावलेलं होतं. परंतु तो येईपर्यंत वाट पाहण्याचे कष्टही घेतले नव्हते. म्हाळसापतीला त्या गोष्टीचा अपमान वाटला. तिथे न जेवताच घरी निघून गेला. त्याने बाबांपाशी येऊन घडलेली हकिगत सांगितली.

बाबांनी म्हाळसापतीजवळ शिरडीविषयी एक भाकीत वर्तवलं होतं. ते असं : शिरडी एक मोठं शहर होणार आहे. तिथे खूप उंच उंच इमारती असतील. तिथे मोठमोठ्या फकिरांना आश्रय मिळेल. मोठमोठी माणसे तिथे येतील. ते म्हणत : ''माझे ब्राह्मण जमतील. हत्ती घोडे येतील आणि गुरूंना इथे पुरण्यात येईल.'' त्यावेळी बाबांच्या त्या बोलण्यावर कुणीही विश्वास ठेवला नाही. परंतु कितीतरी दशके त्यावर लोटली. आणि बाबांची ती भविष्यवाणी खरी ठरली. शिरडी उंचच उंच इमारतीचं गाव झालं. तेथे आता वार्षिक उत्सव आणि सण साजरे करण्यात येऊ लागले. साईबाबांच्या रोजच्या पूजेसाठी देशाच्या विविध भागातून हजारोंच्या संख्येने लोक इकडे आकृष्ट होऊन येऊ लागले.

म्हाळसापतीने कथन केलेल्या एका प्रसंगामधून बाबांचं सर्व प्राणीमात्रांवर असलेलं प्रेम व्यक्त होतं. म्हाळसापती रोज रात्री एका लंगड्या कुत्र्याला खाऊ घालत असे. एकदा त्याने रात्रीच्या वेळी त्याला खाऊ घातल्यानंतर म्हाळसापतीने कुत्र्याला

जायला सांगितले, तरीही ते जाईना. मग म्हाळसापतीने त्याला काठीने झोडपून काढल्यावर वेदनेने विव्हळत ते कुत्रे पळून गेले. त्या रात्री मशिदीत नेहमीप्रमाणे म्हाळसापती बाबांचे पाय चेपू लागला त्या वेळी बाबा म्हणाले; ''या गावात माझ्याचसारखी आजारी कुत्री आहे. तिला सर्वजण मारतात'' हे ऐकून म्हाळसापतीला स्वत:च्या वागण्याची लाज वाटली.

सुरुवातीला उल्लेख केलाच आहे त्याप्रमाणे हा म्हाळसापती सदासर्वकाळ बाबांच्याबरोबर असायचा. फक्त जेवणापुरता तो घरी जायचा. परत आला की बाबांची चिलीम पेटवून द्यायचा व बाबांची जी कामं पडतील ती कामे करायचा. रात्रीसुद्धा त्यांचा बिछाना तयार करायचा. बाबासुद्धा म्हाळसापतीची सर्वतोपरी काळजी घेत असत. म्हाळसापती ही आपली स्वत:ची जबाबदारी आहे असंच ते मानत. जेव्हा जेव्हा म्हाळसापती मशीद सोडून निघायचा तेव्हा ते त्याला जे काही सांगत ते लक्षात ठेवण्यासारखं आहे. ते म्हणत : ''जी, मी तुझ्या सोबत आहेच.'' याचा अर्थच 'मी तुझं संरक्षण करीन' हा असे.

ऑक्टोबर १९१८ मध्ये बाबांचं महानिर्वाण झाल्यानंतर सुद्धा म्हाळसापतीने बाबांची रात्रीची पूजा करणं चालूच ठेवलं. पुढे चार पाच वर्षांनी त्याचा स्वत:चा मृत्यू ओढवला. दिनांक ११ सप्टेंबर १९२२ रोजी स्वत:ची पूजा आटोपल्यानंतर म्हाळसापतीने आपल्या कुटुंबियांना सांगितले : ''आज माझ्या वडिलांचं श्राद्ध आहे. स्वयंपाक लवकर आटपा. आज मी इहलोकीची यात्रा संपवून परलोकी प्रयाण करणार आहे.'' श्राद्धाचे सर्व सोपस्कार केल्यानंतर त्यांनी भोजन केलं, पानसुपारी खाल्ली आणि आपल्या सर्व कुटुंबियांना प्रभू रामचंद्रांच्या नामाचा जप करण्यास सांगितले. त्यानंतर स्वत:चा दंड मुलाच्या स्वाधीन केला व त्याला उपदेश केला : ''उत्तम भक्तिमार्गाचं पालन करून कालक्रमणा कर. मी तुला जे जे सांगितलं ते होईल.'' नंतर त्यांनी एकच शब्द वापरला : ''राम'' आणि आपला अखेरचा श्वास घेतला. म्हाळसापतीने आपलं संपूर्ण आयुष्य बाबांना वाहून घेतलं होतं. प्रेम, भक्ती आणि समर्पण यांनी त्याचं जीवन परिपूर्ण होतं. बाबांनी म्हाळसापतीला ईश्वरनिर्मित सर्व प्राणीमात्रांविषयी आदरभाव शिकवला. सर्वच प्राणीमात्र ही ईश्वराची रूपे आहेत असं मानण्यास शिकवलं. सर्व प्राणीमात्रांशी तादाम्य पावण्यास आणि अहिंसेचं आचरण करण्यास शिकवलं. म्हाळसापतीने आपल्या आयुष्याच्या अंतिम क्षणी बाबांविषयीची स्मरणगाथा कथन केली.

नारायण गोविंद चांदोरकर

नारायण गोविंद चांदोरकरांना साईबाबांचे सेंट पॉल म्हणण्यात येई. साईभक्तीच्या प्रसारात त्यांचं योगदान फार महत्त्वपूर्ण आहे. चांदोरकर अत्यंत विद्वान होते. मुंबईला

सरकार-दरबारी ते एक उच्च श्रेणीचे वरिष्ठ अधिकारी होते. त्यांची दृष्टी विज्ञाननिष्ठ आणि चिकित्सक होती. चांदोरकरांना बाबांचं देवत्व पटणं हे काम निश्चित कठीण होतं. त्यासाठी बाबांना आपल्या अंगच्या अद्भुत शक्तींचा आविष्कार घडवून आणावा लागला. ते बाबांकडे स्वेच्छेने मुळीच आलेले नव्हते. इतकंच काय पण असे कुणी साईबाबा अस्तित्वात आहेत याची तर त्यांना जाणीवसुद्धा नव्हती. पण बाबांनी आपल्या गूढ पद्धतीनं त्यांना स्वत:कडे आकर्षित करून घेतलं.

चांदोरकर हे एका उच्चभ्रू, धार्मिक प्रवृत्तीच्या हिंदू कुटुंबातील होते. त्यांच्या आईवडिलांना समाजात प्रतिष्ठा होती. त्यांचे वडील निवृत्त सरकारी अधिकारी होते. तत्त्वज्ञान हा विषय घेऊन बी. ए. ही पदवी प्राप्त केल्यानंतर वयाच्या विसाव्या वर्षी चांदोरकर सरकारी नोकरीत रुजू झाले. त्यांनी शंकरभाष्यासहित भगवद्गीतेचा विशेष अभ्यास केला. त्यानंतर ते भराभर डेप्युटी कलेक्टरच्या पदापर्यंत वर चढत गेले. त्या काळी हे पद अत्यंत मानाचं समजलं जाई. आणि नेमकं अशा वेळी चांदोरकरांना साईबाबांचं बोलावणं आलं. त्यावेळी चांदोरकर हे अहमदनगरच्या कलेक्टरांचे स्तीय सहकारी होते. जमाबंदीच्या (करवसुलीच्या) कामानिमित्त ते कोपरगावास मुक्काम ठोकून होते. त्यावेळी त्यांनी शिरडी येथील हिशेबनीस श्री. अप्पा कुलकर्णी यांना कोपरगावास बोलावून घेतलं. परंतु बाबांची परवानगी घेतल्याशिवाय कोणीही शिरडी सोडून जायचे नाही असा प्रघात होता. त्यामुळे कुलकर्णी कोपरगावास जाण्याची परवानगी घेण्यासाठी बाबांकडे गेले. बाबांनी कुलकर्णींना तशी परवानगी तर दिलीच, परंतु त्याचबरोबर चांदोरकरांना शिरडीला येण्याचं आमंत्रण द्या', असंही सांगितलं. बाबांची ती आज्ञा ऐकून कुलकर्णींना फार नवल वाटलं. ते बाबांना नम्रपणे म्हणाले : ''मी चांदोरकरांसारख्या इतक्या वरिष्ठ पदाच्या अधिकाऱ्याला कसा काय निमंत्रण देऊ? मी तर फार खालच्या श्रेणीचा आहे.'' परंतु बाबांनी मात्र त्या गोष्टीचा हट्टच धरला. शिवाय हे निमंत्रण बाबांतर्फे असल्याचं चांदोरकरांच्या कानावर घालण्यासाठी त्यांनी कुलकर्णींना सांगितलं.

कुलकर्णींच्या तोंडून बाबांचा असा निरोप ऐकून चांदोरकरांना फारच नवल वाटले. ''तुमचे ते फकीर बाबा आणि मी एकमेकांना ओळखतही नाही.'', असं त्यांनी अप्पा कुलकर्णींना सांगितलं. इतकंच नव्हे तर या आमंत्रणापाठीमागे कुलकर्णींचाच काहीतरी स्वार्थी हेतू असेल असा त्यांचा समज होऊन त्यांनी कुलकर्णींना परत पाठवले. आपल्या निमंत्रणाचा अव्हेर करून चांदोरकरांनी आपल्याला परत कसं पाठवलं याची हकिगत कुलकर्णींनी ताबडतोब बाबांना सांगितली. पण बाबांनी त्यांना परत एकदा निमंत्रण देण्यासाठी चांदोरकरांकडे पाठवलं. परत एकदा कुलकर्णींना अपयश आलं. पण बाबा ऐकायलाच तयार नव्हते. त्यांनी तिसऱ्यांदा कुलकर्णींना चांदोरकरांकडे पाठवून दिलं. अखेर या खेपेला त्यांना यश आलं. शेवटी हा फकीर

वारंवार आपल्याला निमंत्रण का पाठवीत असेल, त्यात त्याचा काय हेतू असेल, या विचाराने चांदोरकरांनी शिरडीला येणं मान्य केलं.

चांदोरकरांनी दिलेलं वचन पाळलं आणि मुद्दाम सवड काढून ते शिरडीस आले. ''मला भेटण्याची तुमची इच्छा होती ना?'' असं त्यांनी बाबांना विचारलं. ''होय'', बाबा उत्तरले. बाबांनी आपल्याला नक्की कशासाठी बोलावलं असावं, अशा विचारात चांदोरकर असतानाच बाबा म्हणाले, ''या जगात हजारो व्यक्ती आहेत. पण मी त्या सर्वांना बोलावून घेतो का ? मग तुम्हाला ज्याअर्थी मी खास निमंत्रण पाठवलं, त्याअर्थी त्यापाठीमागे काहीतरी हेतू असणारच की नाही?'' चांदोरकर आता बुचकळ्यात पडले. काय हेतू असावा, हे काही त्यांच्या ध्यानात येईना. बाबा म्हणाले : ''तुमचे व माझे चार गतजन्मांमधील ऋणानुबंध आहेत. त्यामुळेच मी आता तुम्हाला इकडे येऊन ते अनुबंध नव्याने प्रस्थापित करण्याचं निमंत्रण दिलं. जेव्हा जेव्हा वेळ मिळेल, तेव्हा जरूर येत जा.'' मात्र या बोलण्याचा चांदोरकरांवर काहीही प्रभाव पडला नाही. इथे आता परत कधीही यायचं नाही असा विचार करूनच ते परत गेले. पण पुढील आयुष्यात ते शिरडीला परत आले, इतकंच नव्हे तर ते साईबाबांचे नि:स्सीम भक्त बनले. पुढे साईप्रचाराच्या महत्त्वपूर्ण कार्यातही त्यांचा हातभार लागला.

साईबाबांसारख्या मुसलमानाशी चांदोरकरांनी संबंध प्रस्थापित केल्याबद्दल त्यांना सुरुवातीला त्यांच्या आईवडिलांकडून फार विरोध झाला. त्याचं कारण, बाबा मुसलमान आहेत अशी त्यांची समजूत होती. परंतु नंतर मात्र स्वसामर्थ्याच्या बळावर बाबांनी त्या आईवडिलांच्या मनावर नियंत्रण केले. अखेर चांदोरकरांच्या वडिलांनी साईबाबांकडे जाण्यास आपल्या मुलाला अनुमती दिली. बाबांना चांदोरकरांमध्ये व्यक्तिगत रस होता ही गोष्ट चांदोरकरांना समजणं महत्त्वाचं होतं. त्याचप्रमाणे बाबांच्या ठायी असलेल्या देवत्वावरही चांदोरकरांचा विश्वास बसणं आवश्यक होतं. त्यामुळे बाबांनी सर्वप्रथम ते काम हाती घेतलं. चांदोरकरांना स्वत:च्या अंगच्या देवत्वाची प्रतीती घडवून आणण्यासाठी बाबांनी पुष्कळ चमत्कार घडवून आणले. एकदा चांदोरकर एका टेकडीच्या माथ्यावर असलेल्या मंदिराकडे पायी चालत पूजेसाठी निघाले होते. या टेकडीचं नाव होतं हरिश्चंद्र टेकडी व ती शिरडीपासून चाळीस मैल दूर होती. चालता चालता अध्या रस्त्यात आल्यावर चांदोरकर थकले. ते तहानेने व्याकुळ झाले. त्यांनी आपल्या सोबत्याला पाणी आणण्यास पाठवलं, पण पाणी कुठेच मिळेना. चांदोरकरांनी हताश होऊन बाबांची करुणा भाकली. ते म्हणाले ''आत्ता जर बाबा इथे असते, तर नक्कीच त्यांनी माझी तृषा शांत केली असती.'' त्यावर त्यांचा सोबती म्हणाला : ''पण बाबा तर इथे नाहीत. मग ते इथे आले असते तर काय झालं असतं, या गोष्टीचा विचार करण्यात काय अर्थ?'' पण

चांदोरकरांना मात्र मनोमन वाटत होतं, बाबा इथेच आहेत आणि ते आपल्याला नक्कीच मदत करतील. हे शब्द त्यांच्या अक्षरश : मनातच असतील इतक्यात एक आदिवासी त्यांच्या दिशेने चालत आला. चांदोरकरांनी त्याला "पाणी कुठे मिळेल ?" असे विचारताच तो म्हणाला : "तुम्ही ज्या खडकावर बसला आहात त्याच्या खालीच पाणी आहे." त्यानंतर तो निघून गेला. चांदोरकरांनी व त्यांच्या सोबत्यानं त्या खडकाखाली खणून पाहताच खरोखरीच त्यांना स्वच्छ पाणी तिथे मिळालं. मग त्यांनी ते पाणी पोटभर पिऊन घेतलं. हा अनुभव घेतल्यानंतर चांदोरकर जेव्हा शिरडीला परत आले तेव्हा बाबांनी त्यांना विचारलं : "नाना, तुम्हाला तहान लागली होती ना? मग पोटभर पाणी प्यालात का? मी तुम्हाला पाणी दिलं होतं." परत आल्यानंतर चांदोरकरांना आणखी एक गोष्ट समजली. इकडे चांदोरकर जेव्हा तहानेने व्याकुळ झाले होते तेव्हा बाबा आपल्या भक्तांना म्हणाले होते : "नानांना तहान लागली आहे. आपण त्यांना ओंजळभर पाणी द्यायला हवं, नाही का?"

एकदा चांदोरकर जवळच्या रेल्वेस्टेशनापासून दोन मैलावर जंगलात असलेल्या एका गणपतीच्या देवळात गेले. गाडीला उशीर झाला होता. त्यामुळे ते जेव्हा स्टेशनवर उतरले तेव्हा चांगलंच अंधारून आलं होतं. देवळात जाण्यासाठी एकही वाहन उपलब्ध नव्हतं. मग त्यांनी पायीच जायचं ठरवलं. अखेर ते निघाले. रात्रीचे नऊ वाजले. अजून निम्मा रस्ता बाकी होता. पुजाऱ्याने मंदिराचा दरवाजा नऊ वाजताच बंद केला असेल व तो घरी निघूनही गेला असेल याचीही त्यांना कल्पना होती. चांदोरकरांना भूक लागली होती. ते फार थकले होते. त्यांनी बाबांचं स्मरण केलं : "बाबा, मला फार काही नको. माझी वाटचाल संपल्यानंतर मला जरी कपभर चहा मिळाला तरी पुरे." चांदोरकर जेव्हा देवळात पोचले तेव्हा रात्रीचे अकरा वाजायला आले होते. आश्चर्याची गोष्ट म्हणजे पुजारी त्यांचीच वाट बघत थांबला होता. "तुम्ही नानाच ना?" तो म्हणाला. चांदोरकरांनी होकार दिला. पण ही गोष्ट त्या पुजाऱ्याला कशी काय कळली हे काही त्यांच्या लक्षात येईना. त्यावर पुजाऱ्याने आपण होऊनच सांगितले : "आत्ताच साईबाबांनी मला दृष्टांत दिला व ते म्हणाले : "माझा नाना येतोय. तो दमलेला, भुकेलेला आणि तहानलेला आहे. त्यांच्यासाठी कपभर चहा ठेवा." पुजारी पुढे म्हणाला : "हा बघा, मी तुमच्यासाठी चहा तयारच ठेवलाय."

बाबा आपल्या भक्तांची सर्वच दैनंदिन लहान सहान बाबींमध्ये सुद्धा काळजी घेत. मग ती गाड्या पकडण्याची गोष्ट असो नाहीतर वरिष्ठांना भेटण्याची. चांदोरकर आपला सहकारी हरिदास याच्याबरोबर शिरडीला आले होते. व त्यांना ताबडतोब अहमदनगरची गाडी पकडायची होती. त्यासाठी त्या दोघांनी रेल्वेस्टेशनवर जाण्याची तयारी सुरू केली. जाण्यापूर्वी दोघेही बाबांचा निरोप घेण्यासाठी गेले. बाबा त्यांना

म्हणाले : ''दोघे आधी जेवून घ्या बघू आणि मगच निघा.'' चांदोरकरांनी बाबांच्या आज्ञेचं तंतोतंत पालन केलं. पण त्यांच्या सहकाऱ्याला मात्र आपली गाडी नक्कीच चुकणार अशी भीती वाटत होती. त्यामुळे तो न जेवताच निघून गेला. चांदोरकर त्याच्यानंतर बऱ्याच वेळाने स्टेशनावर पोहोचले. पाहतात तर काय, त्यांचा सहकारी अजूनही प्लॅटफॉर्मवर तिष्ठत गाडीची वाट बघत थांबलेला होता. गाडीला येण्यास बराच उशीर होता. याच अर्थ एवढाच, की गाडी उशिराने येणार आहे हे बाबांना आधीच समजले होते. आणि म्हणूनच त्यांनी चांदोरकरांना व त्यांच्या मित्राला आरामात जेवून मगच निघण्याची, तसेच घाई न करण्याची सूचना केली होती.

यानंतर काही थोड्याच दिवसात असा आणखी एक किस्सा घडला. चांदोरकर शिरडीला आले होते व त्यांना कोपरगावास जायचं होतं. तिथे त्यांची कलेक्टरांशी भेटीची वेळ ठरली होती. परंतु बाबा त्यांना म्हणाले : ''उद्या जा.'' यावर एक शब्दही न बोलता चांदोरकरांनी आपला प्रवास रद्द केला. दुसऱ्या दिवशी बाबा चांदोरकरांना म्हणाले : ''आता जा, आणि कलेक्टरांना भेटा.'' चांदोरकर कोपरगावास गेले आणि त्यांनी कलेक्टरसाहेबांविषयी चौकशी केली तेव्हा त्यांना आश्चर्याचा धक्काच बसला. ठरलेल्या बेतानुसार कलेक्टरसाहेब आदले दिवशीच परत येणार होते. परंतु काही अडचणींमुळे त्यांनी आपला तो बेत रद्द करून आपण दुसऱ्या दिवशी येत असल्याची आगाऊ सूचना पाठवली होती.

आणखी असा एक प्रसंग चांदोरकरांच्या आयुष्यात घडला की त्यांचा जीव वाचला. चांदोरकर व आणखी एक गृहस्थ पुण्याहून टांग्याने निघाले होते. अचानक त्यांचा टांगा उलटला व दोघे रस्त्यावर फेकले गेले. दूरवर शिरडीत बाबा भक्तांसमवेत बसले होते. त्यांनी अचानक तोंडाने शंख फुंकण्याचा आवाज काढला. (हा आवाज मृत्यूनिदर्शक मानतात, ते भक्तांना म्हणाले : ''नाना लवकरच मरण पावणार आहेत. मी त्यांना मरू द्यावं?'' इकडे चांदोरकर आणि त्यांचा सहकारी दोघेही उठून बसले. त्यांच्या अंगावर साधा ओरखडा सुद्धा उठला नव्हता.

एकदा चांदोरकरांची मुलगी गर्भवती असताना एक प्रसंग ओढवला. बाळंतपणाची घटका नजीक येऊन ठेपली होती. मुलीची परिस्थिती अवघड होती. शिरडीत बाबांना समजलं, चांदोरकरांना आत्ता आपल्या मदतीची गरज आहे. त्यांनी एका माणसाला अंगारा दिला आणि त्याला चांदोरकरांकडे पाठवायचं ठरवलं. त्या माणसाकडे गाडी भाड्यास पुरेसे पैस नव्हते. पण बाबा म्हणाले: ''तू जा. सगळी काही व्यवस्था होईल.'' सुरुवातील थोडा प्रवास रेल्वेने करावा लागे. तो संपवून तो माणूस उभा असतानाच त्याला हाक ऐकू आली. गणवेशातील एक शिपाई त्याच्या नावाचा पुकारा करत होता. जवळ पोचताच समजले, कोणीतरी त्याच्यासाठी टांगा पाठवला होता. तो माणूस त्या टांग्यात बसून चांदोरकरांकडे पोचला. त्याने बाबांचा अंगारा

चांदोरकरांच्या स्वाधीन केला. चांदोरकरांनी तो मोठ्या भक्तिभावाने व कृतज्ञतेने आपल्या मुलीच्या कपाळी लावला. त्यानंतर तिची सुखरूप सुटका झाली. इकडे त्या टांगेवाल्याचे आभार मानावे म्हणून तो माणूस बाहेर आला. बघतो तर काय, ना त्या टांग्याचा पत्ता होता, ना शिपायाचा दोघेही गुप्त झाले होते. त्यात चांदोरकरांनी टांगा पाठवलाच नव्हता असे त्यांच्याकडून समजले. मग तर तो माणूस अधिकच बुचकळ्यात पडला. मग ही सगळी बाबांची करणी असल्याचे दोघांनाही कळून चुकले.

बाबा देव आहेत, सर्वशक्तिमान आणि क्षमाशील आहेत अशी आता चांदोरकरांची तर पुरतीच खात्री पटली. बाबांपाशी अतीन्द्रीय शक्ती आहेत, त्यांच्या ठायी अतिमानवी प्रेम आहे आणि जे त्यांचे स्नेहसंबंधी आहेत, ज्यांच्यावर ते प्रेम करतात, त्यांच्या गरजा पूर्ण करण्यासाठी ते अतिमानवी प्रयत्न करतात असा चांदोरकरांचा विश्वास होता. बाबांनी तर सांगूनच ठेवलं होतं : "जे कुणी माझ्यावर प्रेम करतात, त्यांच्यावर माझी कायम कृपादृष्टी असते. तुम्ही काहीही करत असाल, कुठेही असाल तरी एक गोष्ट ध्यानात ठेवा - तुम्ही जे काही करता त्या प्रत्येक गोष्टीचं मला ज्ञान असतं.'' बाबांनी चांदोरकरांना आध्यात्मिक ज्ञान दिलं. बाबांचा सतत एकच प्रयत्न असे, चांदोरकरांच्या अंगच्या अहंकारापासून त्यांना मुक्ती मिळवून देणे. हा अहंकार माणसाच्या मनातील वासना, राग, लोभ, संभ्रम, गर्व, द्वेष इत्यादी भावनांमधून प्रकट होत असतो. याच भावनांचं संक्षिप्त वर्णन षड्रीपू असं करतात. हे षड्रीपू म्हणजेच : काम, क्रोध, लोभ, मोह, मद, मत्सर. बाबा म्हणत: "परस्त्रीविषयी जर मनात वासना उत्पन्न होत असतील तर त्या संपूर्णपणे नियंत्रित करा. स्वस्त्रीविषयी तशा भावना असतील तर त्या काही प्रमाणात नियंत्रित करा.'' बाबांच्या मते, वैवाहिक सुखाचा आनंद उपभोगण्यास काही हरकत नाही. परंतु माणसाने त्याचा गुलाम होता कामा नये. वासनांमुळे माणसाच्या मनात शांती मिळत नाही. त्याला बुद्धी प्राप्त होत नाही व कोणत्याही गोष्टीचे सर्वांगीण ज्ञान मिळत नाही. यामध्ये स्वतःविषयीच्या ज्ञानाचा सुद्धा समावेश आहे. आध्यात्मिक प्रगतीच्या मार्गामधील हे सर्व अडथळे आहेत.

बाबा म्हणत : "लोभ म्हणजे समाजिक नियमांचा व बुद्धीचा भंग होय. स्वतःच्या स्वास्थ्याविषयी इच्छा बाळगणे योग्यच आहे, परंतु लोभी असणे मात्र वाईट. वाईट हेतू मनात बाळगून इच्छा करणे म्हणजे मोह. मद याचा अर्थ अहंकार, गर्व आणि दुरभिमान. यातून स्वतःविषयी माणूस चुकीचं व अयोग्य मूल्यमापन करतो. दुसऱ्याशी सतत गैरवर्तन करत राहतो. मत्सर ही भावना तर या सर्व भावनांमध्ये सर्वांत वाईट असते.

वासनेमध्ये किती पाप असतं याचा अनुभव घेण्याची संधी चांदोरकरांना चालून

आली. एकदा काही मुस्लिम स्त्रिया बाबांच्या दर्शनासाठी ताटकळत थांबल्या होत्या. त्या पडदानशीन होत्या त्यामुळे त्या चांदोरकरांच्या जाण्याची वाट पाहात होत्या. परंतु चांदोरकर जेव्हा जाण्यासाठी उठले तेव्हा बाबांनी त्यांना थांबण्यास सांगितलं आणि म्हणाले : ''त्या लोकांना यायचं असलं तर येऊ दे.'' हे ऐकताच त्या मुस्लिम स्त्रिया पुढे झाल्या. त्यांनी चेहऱ्यावरचा पडदा दूर केला आणि आदरपूर्वक बाबांच्या पाया पडल्या. त्यांच्यात एक अतिशय सुंदर तरुणी होती. तिच्या सौंदर्याने चांदोरकर घायाळ झाले. ते मनात म्हणाले : ''हे स्वर्गीय सौंदर्य मला परत कधी बरं पाहायला मिळेल?'' नेमकी त्याच क्षणी बाबांनी चांदोरकरांच्या मांडीवर थाप मारली. त्या स्त्रिया निघून गेल्या. बाबा त्यांना म्हणाले : ''मी तुम्हाला चापट का मारली, सांगा पाहू.'' स्वतःच्या मनात हीन दर्जाचे विचार आल्याबद्दलची अपराधी भावना चांदोरकरांच्या मनात होतीच. बाबांच्या सहवासात असताना असे विचार मनात येणं बरोबर नाही, याचीही त्यांना कल्पना होती. त्यांनी विचारलं : ''मी तुमच्या निकट असताना सुद्धा माझ्या मनात या असल्या विचारांनी खळबळ माजवली, हे कसं?'' बाबा म्हणाले : ''अखेर तुम्हीही पुरुषच आहात. तुमचं शरीर इच्छा व कामनांनी भरलेलं आहे. उपभोग्य गोष्ट जवळ पाहिली की त्या इच्छा, त्या कामना उफाळून येतात'' ते पुढे म्हणाले: ''अतिशय सुंदर देवळं नसतात का? त्यांच्या बाहेरील बाजू कशा रंगीबेरंगी आकर्षक रंगात रंगवलेल्या असतात? पण आपण जेव्हा देवळात जातो, तेव्हा त्याच्या बाह्यरूपाची स्तुती करतो की आतील देवाची? त्याचप्रमाणे एक गोष्ट लक्षात घेतली पाहिजे. देव हा काही फक्त देवळात नसतो. तो प्रत्येक प्राणिमात्राच्या ठायी आढळतो म्हणूनच एखादा सुंदर चेहरा पाहताच ते देवाचं देऊळ आहे याचं स्मरण करा. त्याच्या आत असलेला जीव म्हणजे देवाची प्रतिमा. परमात्म्याचाच तो छोटासा भाग आहे. त्यामुळे कोणतीही सुंदर वा कुरूप गोष्ट पाहताच त्याच्या ठायी असलेल्या परमात्म्याच्या रूपाची आठवण ठेवा.''

एकदा बाबांचा एक भक्त एका वेश्येची शय्यासोबत करणार इतक्यात नेमका त्याच वेळी बाबांनी हस्तक्षेप केला. त्यांनी जोरात दार उघडलं व एच. व्ही. साठे याला खूण करून स्वतःच्या आगमनाची सूचना दिली. बाबा म्हणाले: ''तू एवढे कष्ट घेऊन आपल्या गुरूकडे आलास आणि आता तुझं अधःपतन होऊन तू नरकात चालला आहेस.'' साठेची मान शरमेने खाली झाली. तो त्या वेश्यागृहामधून तत्काळ निघून गेला; परत कधीही त्या ठिकाणी न जाण्याची शपथ घेऊनच.

आणखी एक प्रसंग घडला. या प्रसंगातून एक गोष्ट सिद्ध होते, ती अशी, की अखेर चांदोरकरांनी बाबांच्या साहाय्याने आपल्या वैषयिक भावनांवर विजय मिळवला. बानूबाई नावाची एक वीस वर्षांची मुस्लिम स्त्री होती. ती आध्यात्मिक दृष्ट्या अत्यंत प्रगत होती. ती बोडेगाव नामक खेड्यात राहात असे. गावच्या रस्त्यावरून ती

अध्यात्माच्या परमानंदाने तल्लीन होऊन विवस्त्रावस्थेत फिरायची. ती वेडी आहे असा लोकांचा समज होता. परंतु काही लोक मात्र तिला संत मानत. चांदोरकरांना तिचं दर्शन घ्यायचं होतं. त्यासाठी बाबांची परवानगी घेऊन ते तिला भेटण्यासाठी गेले. जाताना काही खाद्यपदार्थ व भेटवस्तूही घेऊन गेले. पण ती कुठेच सापडेना. तिचा ठावठिकाणा कोणालाही सांगता येईना. चांदोरकरांनी बाबांची प्रार्थना केली. अचानक बानूबाई त्यांच्या समोर आली. चांदोरकरांनी तिच्यासमोर दंडवत घातला. रानावनातून हिंडताना तिच्या अंगात काटे घुसले असावेत. चांदोरकरांनी आदरपूर्वक ते काटे काढले. पण तिला त्याचं काहीच नव्हतं. ती परत भटकत दूर निघून गेली. चांदोरकरांना तिचं परत दर्शन घ्यायचं होतं. त्यांनी तिच्यासाठी कपडे व दागिने आणले होते. ते तिने घालावे असे त्यांना वाटत होते. चांदोरकरांनी परत एकदा बाबांची प्रार्थना केली. चांदोरकरांनी तिच्या पायावर डोकं ठेवताच ती परत अदृश्य झाली. परंतु तिच्या दर्शनाची चांदोरकरांना इतकी आस लागली होती, की ती काही त्यांना दडपता येईना. अखेर एका मंदिरात जाऊन दारे बंद करून त्यांनी प्रार्थना सुरू केली. तेव्हा बानूबाईंनं त्यांना परत एकदा दर्शन दिलं.

दानधर्म करण्याच्या बाबतीत कशी वागणूक असावी याविषयी बाबांनी चांदोरकरांना उपदेश केला होता. बाबांच्या मते भिक्षा किंवा दान देणं हे सरळसोट असावं. जर आपल्यापाशी कोणी भिक्षा मागण्यासाठी आलं तर ''माझ्याजवळ पैसे नाहीत'' असं असत्य कथन कधी करू नये. स्वत:पाशी पैसे असतील परंतु त्या याचकाला देण्याची इच्छा नसेल तरीसुद्धा त्याबद्दल काही खोटी सबब सांगू नये. बाबा म्हणत : ''भिकाऱ्याला त्रासदायक किंवा घृणास्पद व्यक्ती म्हणून वागवू नये. हिंदुधर्माच्या तत्त्वानुसार भिकारी हा सुद्धा देवच असतो. त्यामुळं भिकाऱ्याला भिक्षा घालताना सुद्धा ती आदरपूर्वक घातली पाहिजे. तिरस्काराने अथवा उद्दामपणाने नव्हे.

चांदोरकर कुटुंबियांवर काही आपत्ती ओढवल्या. त्यांच्या नातवाचं आणि जावयाचं निधन झालं. त्यांचं संपूर्ण कुटुंब शोकाकुल झालं. अशा वेळी बाबांनी त्यांना सांगितलं: ''तुम्हाला बाळाच्या आणि जावयाच्या मृत्यूचं दु:ख झालं असेल आणि तेच सांगण्यासाठी तुम्ही जर माझ्याकडे आला असाल तर तुम्ही चुकताय. या अशा गोष्टीसाठी माझ्याकडे येण्यात काही अर्थ नाही. कारण या दोन्ही गोष्टी माझ्या हातात नाहीत. बाळाचा जन्म व नातलगाचा मृत्यू या गोष्टी माणसाच्या पूर्वकर्माशी निगडीत असतात. ज्या परमेश्वरानं हे जग निर्माण केलं तो सुद्धा या गोष्टी बदलू शकत नाही. तुम्हाला काय वाटतं, ईश्वर तरी सूर्याला आणि चंद्राला सांगू शकेल का नेहमीच्या जागेपेक्षा हातभर पुढे उगवा असं? नाही. ईश्वराला सुद्धा ते शक्य नाही. आणि तो तसं करणारही नाही. कारण अशाने हाहाकार माजेल. गोंधळ निर्माण होईल.'' चांदोरकरांनी विचारलं : ''पण बाबा, तुम्ही तर एखाद्याला

सांगता, तुला मुलगा होईल व त्याला तो होतो. दुसऱ्याला सांगता, तुला नोकरी मिळेल. आणि त्याला ती मिळते. ते कसं काय?'' बाबा म्हणाले : ''मी काहीही चमत्कार वगैरे करत नाही. तुमच्या गावात ज्योतिषी आहेतच ना? ते तीन चार दिवस अभ्यास करतात किंवा तुमचा हात पाहतात आणि भविष्यकथन करतात. मग त्या भविष्यकथनापैकी काही खरंसुद्धा होतं. मी फक्त भविष्यात डोकावून पाहतो. मी जे काही म्हणतो, ते होतं. ही माझी कलसुद्धा एक प्रकारे ज्योतिषविद्येसारखीच आहे. पण ते तुम्हाला समजत नाही. तुम्हाला माझे शब्द म्हणजे चमत्कार वाटतो, कारण तुम्हाला भविष्य ठाऊक नाही. त्यामुळे मी भाकीत वर्तवलेल्या घटना खरोखरीच्या घडल्या की तुम्हाला माझ्या अंगी चमत्कार घडवून आणण्याची शक्ती असल्याचा प्रत्यय येतो. तुम्ही तेच प्रमाण मानून मला आदर दाखवता. मात्र मी तो सर्व आदरभाव ईश्वराकडे वळवतो आणि त्यातून तुम्हाला खरोखरचा लाभ घडेल असे बघतो.''

एकदा बाबांनी चांदोकरांच्या भगवद्गीता ज्ञानाची परीक्षा घेतली. बाबांना धर्मग्रंथांचं किती सखोल ज्ञान होतं तेच त्यातून सिद्ध झालं. एक दिवस चांदोरकर बाबांचे पाय चेपत होते. ते त्यावेळी तोंडाने एक श्लोक पुटपुटत होते. ''हे तुम्ही काय म्हणता?'' असं बाबांनी त्यांना विचारलं. ''मी गीतेतील एक श्लोक म्हणत आहे,'' चांदोरकर म्हणाले. बाबांनी तो श्लोक चांदोरकरांकडून मोठ्याने म्हणून घेतला. तो श्लोक गुरुशिष्यामधील नात्याचे वर्णन करणारा होता. मग बाबांनी चांदोरकरांना त्या श्लोकाचं शब्दश: भाषांतर करायला सांगितलं. तसेच त्यातील लिंग, विभक्ती, काळ इत्यादी गोष्टींवरून प्रश्न विचारले. बाबांचं संस्कृत व्याकरण एवढं चांगलं आहे, याच्यावर चांदोरकरांचा तर विश्वासच बसेना. त्यानंतर त्या श्लोकात मांडण्यात आलेल्या मुद्द्यांवरून बाबांनी त्यांची चांगलीच उलट तपासणी घेतली. त्यानंतर एक ज्ञानी पुरुष म्हणून गीतेतील कृष्णाची व्यक्तिरेखा कशी आहे यावर बाबांनी भाष्य केलं. त्यांनी असंही विचारलं, की कृष्णासारख्या ज्ञानी व्यक्तीने अर्जुनास ज्ञान देण्याचं काम स्वत: करायचं सोडून त्याला इतर ज्ञानी व्यक्तींकडे का पाठवलं? ते म्हणाले : ''अर्जुन म्हणजेच चैतन्य किंवा ज्ञानस्वरूपी आत्मा आहे हे खरं की नाही? मग जे अगोदरच ज्ञानस्वरूपी आहे त्याला पुन्हा ज्ञान कशासाठी द्यायचं?'' चांदोरकर अवाक् झाले. त्यांना उत्तर देता येईना. त्यांच्या एक गोष्ट लक्षात आली : आपण एका अलौकिक व्यक्तीबरोबर उभे आहोत. त्यांचं धर्मग्रंथाचं ज्ञान मन थक्क करणारं आहे. बाबांनी पुढे विचारलं : सुरुवातीला गुरू जे काही शिकवतो ते प्रामुख्याने अज्ञानच असतं. पुढे याची परिणती ज्ञानात होते. ज्ञान ही काही नवनिर्मिती नसते. ते नेहमीचं असतं. फक्त ते अनुच्चारित असतं. उच्चारित शब्द हा एखाद्या नेत्ररोगतज्ज्ञाच्या शस्त्राप्रमाणे काम करतो. डोळ्याच्या बाहुलीतील मोतीबिंदू काढून

टाकण्याचं काम पार पडल्यानंतर माणूस स्वत:ला निखळ ज्ञानी अवस्थेत पाहू शकतो. ओळखू शकतो.

त्यानंतर गीतेच्या एका पूर्ण अध्यायाचा अर्थ बाबा समजावून सांगू लागले. सांगत असताना त्यांनी शिष्यांच्या कर्तव्यांचाही संदर्भ दिला. ते म्हणाले : ‘‘सेवा ही काही साधीसुधी शिकवण नाही. तुम्हाला त्यासाठी तनमनधन अर्पण करावं लागेल. आणि जेव्हा आपण अशा पद्धतीने गुरूची सेवा करू तेव्हा ‘आपण सेवा करत आहोत’ ही भावना किंवा विचार मनात आणता कामा नये. याचं कारण असं, की आपण आपलं शरीर आधीच गुरूच्या स्वाधीन केलेलं आहे. ते त्यांच्या मालकीचं झालेलं आहे. तेव्हा आपण त्यांची जी काही सेवा करू त्यात स्वत:चा मोठेपणा मानण्याचं काहीच कारण नाही. जे शरीर तुमच्याच मालकीचं आहे, त्याच शरीराला हे गुरू, मी तुमची सेवा करावयास सांगत आहे.’’

आणखी एका प्रसंगी चांदोरकरांच्या मनात आलं : ‘‘धर्मग्रंथांनी आपल्याला शिकवण दिलेली आहे, स्वत: भोजन करण्याआधी अतिथीची वाट पाहावी. परंतु हा नियम पाळणं फारच कठीण आहे. याच बाबतीत बाबांजवळ तक्रार करत चांदोरकर म्हणाले : ‘‘कधी कधी अतिथी मिळणं अतिशय अवघड जातं. असं असताना वेदांनी तरी इतकी अवघड अट कशी काय घालून ठेवली?’’ त्यावर बाबा म्हणाले : ‘‘अतिथी येतात. बिचारे नेहमीच येतात. पण खरोखर जेव्हा ते येतात तेव्हा तुम्ही त्यांच्याकडे अतिथी म्हणून पाहतच नाही. यात चूक वेदांची नाही. अतिथी हा नेहमी ब्राह्मणाच्या रूपात येईल, तुमच्या घरी येऊन तुमच्याबरोबर भोजनाला बसेल असं काही नाही. तुमची पूजा झाली की थोडं अन्न हातात घ्या आणि ते एखाद्या कोपऱ्यात ठेवून द्या. हजारो अतिथी एकामागोमाग एक येतील. आपापली वेळ झाली की येतील व आपल्या हिश्श्याचा घास घेतील. त्यांच्यात कुत्री असतील, गाई, माश्या, मुंग्या असतील. तुमच्या दृष्टीला ते अतिथी वाटणारही नाहीत. पण ते अतिथीच असतात. कारण त्या सर्वांच्या ठायी देव असतो. तुम्ही जर ते कराल, तर आपोआपच वेदातील आज्ञेचे पालन कराल व तुमच्या वाटणीचं पुण्य तुम्हाला मिळेल.’’

नरसिंहस्वामीजी म्हणतात : चांदोरकर बाबांच्या इतके जवळचे होते, इतके परिचयाचे होते, इतके निकटवर्ती होते की त्यांना बाबांच्या अंगी असलेलं देवत्व कळू शकलं नाही. बाबांचं हे देवत्व फक्त त्यांच्या स्वत:च्या देहापुरतं मर्यादित नव्हतं. ते त्यांच्या अवतीभोवती असलेल्या सर्व प्राणीमात्रांपर्यंत पोचलेलं होतं. कारण बाबाच या सर्वांचे अंतर्यामी, त्यांचं स्वस्त्व, त्यांचा अंतरात्मा होते. बाबा म्हणत : ‘‘मी काही केवळ शिरडीतच नसतो. मी प्रत्येक प्राणीमात्राच्या, किडामुंगीच्या ठायी असतो.’’ पण हे चांदोरकरांना समजत नसे. त्यांना ते नीट समजावून द्यायचं

असं बाबांनी ठरवलं. एक दिवस त्यांनी चांदोरकरांना बोलावून आठ लाडू करायला सांगितले. त्यानंतर भोजन करण्यास सांगितलं. चांदोरकरांनी लाडू केले आणि समोर ठेवले तरी बाबांनी त्यांना स्पर्शही केला नाही. पण काही माश्या मात्र त्यावर येऊन बसल्या. बाबांनी चांदोरकरांना बोलावून सांगितलं : ''प्रसाद घेऊन जा.'' (प्रसाद- ज्या नैवेद्याचा काही भाग गुरूने ग्रहण केलेला असतो तो) परंतु त्या आधी त्यातील काही लाडू बाबांनी खावेत असा चांदोरकरांनी आग्रह धरला. बाबा म्हणाले : ''मी तुमचा नैवेद्य खाल्ला.'' त्यावर चांदोरकर म्हणाले ''कसा काय? सगळे लाडू तर इथेच आहेत.'' चांदोरकर निराश होऊन परत जाऊ लागले. तेव्हा बाबा त्यांना हाक मारून म्हणाले : ''आता गेली १८ वर्षे तुम्ही माझ्या सहवासात आहात. हेच माझं मूल्यमापन केलंत वाटतं तुम्ही? बाबा म्हणजे हा केवळ साडेतीन हाताचा देहच होय? त्या लाडूंवर ज्या माश्या आणि मुंग्या होत्या, त्यांच्यामध्ये मी नाही का?''

चांदोरकर म्हणाले : ''मला खरं तर हे ठाऊक होतं. पण मला त्याचं आकलन झालं नाही. मी ते लाडू प्रसाद समजून खाईन.'' त्यावर बाबांनी एक हात वर उचलून काहीतरी आविर्भाव केला. नरसिंहस्वामीजी म्हणतात : ''त्यानंतर बाबांनी चांदोरकरांच्या मनातील एक गुपित उघडं केलं. हे गुपित गेले अनेक दिवस चांदोरकरांनी आपल्या मनात, हृदयात दडवून ठेवलं होतं. आपलं ते गुपित बाबांनी जाणलं आहे, हे चांदोरकरांना समजून चुकलं. याचं स्पष्टीकरण असं होतं, बाबा हे अंतर्यामी होते. बाबा जर त्यांचे (चांदोरकरांचे) अंतर्यामी असतील तर ते माशी आणि मुंगीचेही अंतर्यामी असणार असं चांदोरकरांना वाटलं. व त्यांनी ते लाडू प्रसाद म्हणून भक्षण करण्याचं मान्य केलं. एक गोष्ट उघड होती. बाबांना चांदोरकरांकडून जे काही अपेक्षित होतं ती बुद्धिमत्ता अथवा विद्वत्ताप्रचुरता नव्हती. उलट चांदोरकरांपाशी मूळचं स्वत:चं जे अपरंपार ज्ञान होतं, ते आता पुसून टाकण्याची आवश्यकता होती. मगच बाबा त्यांना काही ज्ञान देऊ शकले असते. बाबांना हवी होती विनम्रता, ग्रहणशीलता आणि बाबांनी दिलेलं ज्ञान सत्वर ग्रहण करण्याची उत्सुकता. या सर्व बाबातीत म्हाळसापती कुठेही कमी नव्हता. किंबहुना त्याच्यापाशी चांदोरकरांपेक्षाही अधिक विनयशीलता व ग्रहणशक्ती होती. उदाहरणार्थ बाबांना गीतेचं ज्ञान नाही, ते उपनिषदाच्या अर्थावर प्रकाश झोत टाकू शकणार नाहीत, अशी चांदोरकरांची समजूत होती. त्यामुळेच बाबांनी चांदोरकरांची गीतेतील त्या श्लोकाविषयी उलटतपासणी घेतली. त्यातून चांदोकरांना एक गोष्ट कळून चुकली. ज्ञान हे काही केवळ नुसती पुस्तके वाचून प्राप्त करायचं नसतं. त्यासाठी मोकळं मन हवं आणि प्रकाशाचा स्रोत शोधायला हवा. जे जे उपयुक्त आहे ते शिकण्यापूर्वी जे जे हानिकारक आहे, ते विसरायला हवं, अशी बाबांची शिकवण होती.

म्हाळसापती आणि चांदोरकर या दोघांचाही बाबांच्या निकट जाण्याचा प्रकार भिन्न होता. म्हाळसापती विनम्र वृत्तीचा होता त्यामुळे तो बाबांना संपूर्णतया शरण गेलेला होता. तो अत्यंत दरिद्री असल्याकारणाने त्याला अनेक बाबतीत (उदा. उदरनिर्वाह, आश्रय इ.) बाबांवर अवलंबून राहावं लागत असे. त्याचं स्वत:चं दैवत खंडोबा होतं. परंतु बाबांकडेही तो जवळजवळ त्याच दृष्टीने पाहात असे. बाबांच्या लीलांच्या पाठीमागे कोणतेही तार्किक, वैज्ञानिक वा तात्त्विक स्पष्टीकरण शोधण्याचा प्रयत्न त्याने कधीच केला नाही. तसेच त्याबद्दल स्वत:च्या मनाला कधी त्रासही करून घेतला नाही. याच्या बरोबर उलट चांदोरकरांचं होतं. त्यांना बाबांच्या सहवासाचा लाभ सातत्याने मिळत गेला. तो सर्व काळ ते बाबांची कार्यपद्धती नक्की कशी काय चालते याचा शोध घेण्याचा प्रयत्न करीत राहिले. बाबांच्या लीलांच्या पाठीमागचा कार्यकारणभाव शोधत राहिले. स्वत:च्या धर्मविषयक संकल्पना आणि बाबांच्या सिद्धी परस्परांशी मिळत्याजुळत्या आहेत की नाही याचा ताळमेळ जमवत राहिले. केवळ चांदोरकरच नव्हे तर त्यांच्यासारखे इतरही काही निद्वान शिरडीला येत आणि या संदर्भात प्रदीर्घ विवेचन करू पाहात. पण त्यावेळी बाबा हस्तक्षेप करून त्यांना त्यापासून परावृत्त करत. ते तसं करण्यात काहीही अर्थ कसा नाही, ते समजावून सांगत. नरसिंहस्वामीजी म्हणतात, चांदोरकर वा त्यांच्यासारखे इतर विद्वज्जन अगदी अखेरच्या क्षणापर्यंत अस्थिर, डळमळीत होते. म्हाळसापती जसा अगदी सहजगत्या बाबांना संपूर्णपणे शरण गेला तसं शरण जाणं यांच्यापैकी कोणालाच जमलं नाही. बाबा हे एक चालतंबोलतं विश्वविद्यापीठ होतं. त्यांच्या कार्यपद्धती मुलखावेगळ्या होत्या. अगणित होत्या. ते प्रत्येक शिष्यानुसार स्वत:ला वळवीत व प्रत्येक शिष्यासाठी खास वेगळा अभ्यासक्रम निर्माण करीत. बाबांना सर्व प्रकारच्या सिद्धी अवगत होत्या व जेव्हा जसा प्रसंग येईल, जो काही हेतू त्यांनी स्वत: दृष्टिक्षेपात ठेवला असेल, त्यानुसार ते त्या सिद्धीचा वापर करीत. नरसिंहस्वामीजी म्हणतात : "हजारो भक्तगणांना स्वत:कडे आकर्षित करून घेणे, त्यांना आपल्या स्वत:पाशी खिळवून ठेवणे, त्यांना आपला लाभ घेऊ देणे या गोष्टी बाबांना साध्य करायच्या असत. त्यासाठी आधी त्यांना आपल्या भक्तांना सुखी करावे लागे. व सुखी करण्यासाठी स्वत:च्या अंगच्या अतींद्रिय शक्तींचाही त्यांना वेळप्रसंगी वापर करणे भाग पडे. बाबांच्या अंगच्या या अनैसर्गिक शक्ती, त्यांचे गूढ ज्ञान हे त्यांच्या हातातील उत्कृष्ट साधन होते. याच साधनाचा वापर करून आधी ते लोकांना स्वत:कडे आकृष्ट करून घेत, स्वत:पाशी खिळवून ठेवत व नंतर त्यांना आध्यात्मिक सोपानाची एकेक पायरी चढवून वर वर नेत. बाबांनी जेव्हा चांदोरकरांना स्वत:कडे आकृष्ट करून घेतले तेव्हा त्यांनी स्वत:च्या आणि चांदोरकरांच्या गतजन्मातील ऋणानुबंधांचा हवाला त्यांना दिला. त्यांना आपल्या सुरुवातीच्या शिष्यांमधील

पट्टशिष्य बनवले. याच चांदोरकरांनी दासगणूमहाराजांच्या बरोबरीने साईभक्तांचं एक प्रचंड मोठं जग बनवण्याचं महान कार्य केलं. साईभक्तीचा पुढे वणव्यासारखा झपाट्याने प्रसार झाला.

दासगणूमहाराज

दासगणूमहाराज हे साईबाबांच्या निकटवर्तीयांपैकी एक. महाराष्ट्रात बाबांच्या नामकीर्तींचा जो झपाट्याने प्रचार झाला त्याला मुख्यत्वेकरून तेच जबाबदार होते. त्यांनी बाबांवर पोवाडे रचले, कीर्तने केली व त्यातून हे कार्य केले. दासगणूंचं संपूर्ण नाव गणपतराव दत्तात्रय सहस्रबुद्धे. ते चांदोरकरांचे चपराशी होते. चांदोरकरांच्या बरोबरीने शिरडीला जाऊन बाबांचं दर्शन घेण्याची संधी त्यांना मिळाली. नरसिंहस्वामीजींच्या म्हणण्यानुसार दासगणूंना बाबांबद्दल आत्यंतिक आदर होता. पण अस असून सुद्धा बाबांचा गुरू अथवा देव म्हणून स्वीकार करणं त्यांना सुरुवातीला जड गेलं. पण बाबांनी त्यांच्या मनात आमूलाग्र परिवर्तन घडवून आणलं. बाबांच्या आध्यात्मिक तेजापुढे जराशा अनिच्छेनंच दासगणूंनी शरणागती पत्करली. १८९० साली गणू शिरडीला आले. त्यांचं शालेय शिक्षण बेताचंच होतं. त्यांना गावातील नाटक कंपनीत नट म्हणून काम मिळालं. ते नृत्य गायन असलेल्या स्त्रीभूमिका करू लागले. स्वत:च्या नोकरीत वरच्या पदाला पोचून चपराशाचे (कॉन्स्टेबल) निदान सबइन्स्पेक्टर तरी व्हावे अशी त्यांची मनोमन इच्छा होती. परंतु बाबांनी त्यांच्यासाठी काहीतरी वेगळंच योजून ठेवलं होतं. गणूचा स्वभाव, त्याची नोकरी, उपजीविकेचं साधन यात आमूलाग्र परिवर्तन घडवून आणायचंच असा बाबांनी दृष्टनिश्चय केला होता.

गणूला बाबांनी एकदा सांगितलं : ''तू तुझी पोलीसखात्यातील नोकरी सोड.'' त्यावर गणूने बाबांची विनवणी केली : ''बाबा, मी आमच्या खात्याची सबइन्स्पेक्टरची परीक्षा उत्तीर्ण झालो आहे, तेव्हा मला सबइन्स्पेक्टर होऊ द्या. त्या जागेवर मला निदान वर्षभर काम करू द्या. मगच मी ही नोकरी सोडून देईन.'' पण बाबांनी त्यांना स्पष्टच सांगितले : ''हे बघ गणू, तू काही सबइन्स्पेक्टर होणार नाहीस आणि तुला ते काम मिळतंच कसं ते मी बघतो.'' बाबांनी असं म्हटलं आणि त्या क्षणापासून त्याच्या ऑफिसच्या कामात अनंत अडचणींचा सामना करण्याची त्याच्यावर वेळ आली. अर्थात त्या प्रत्येक वेळी बाबांनी त्याला स्वत:च त्या संकटातून बाहेर सुद्धा काढले. गणूने नोकरी सोडलीच पाहिजे असा बाबांनी हट्टच धरला होता आणि प्रत्येक वेळी गणू बाबांकडे त्यासाठी मुदत मागत होता. एकदा गणू आपल्या पोलिस ठाण्याच्या अखत्यारीबाहेरील ठिकाणी यात्रेसाठी गेला. जाण्याआधी त्याने आपल्या वरिष्ठांची परवानगी घेतलेली नव्हती. गणूच्या काही सहकाऱ्यांना त्याच्याविषयी

द्वेष आणि असूया वाटत होती व ते वरिष्ठांपाशी जाऊन गणूची कागाळी करण्याचा बेत आखत होते. गणूला ते समजलं. हे एवढं मोठं संकट आपल्या समोर आ वासून उभं आहे हे पाहताच गणू गोदावरी नदीकडे गेला आणि हातात ओंजळभर पाणी घेऊन त्याने बाबांची आराधना केली : ''बाबा, फक्त या खेपेला मला या संकटातून सोडवा. त्यानंतर मी माझी पोलीस खात्यातील नोकरी नक्की सोडून देईन, अशी मी आत्ता शपथ घेतो.'' त्यानंतर अगदी थोडा वेळ गेला आणि गावकर्‍यांनी बातमी आणली. काही दरोडेखोर गावात शिरले होते व लुटून आणलेल्या मालाची वाटणी करण्यात ते गुंगले होते. दासगणूंनी तडकाफडका तेथे जावं आणि त्या टोळीला अटक करावी असं त्या गावकर्‍यांचं म्हणणं होतं. गणू तत्काळ गावात गेला व त्याने दरोडेखोराला अटक केली, लूट जप्त केली व सुटकेचा नि:श्वास सोडून तो आपल्या ठाण्याकडे परतला. परत आल्यावर वरिष्ठांनी पूर्वपरवानगीशिवाय ठाण्याची हद्द सोडून जाण्याचं गणूला कारण विचारलं. दरोडेखोरांविषयी आपल्याला बातमी लागल्यामुळेच त्यांना अटक करण्यासाठी आपल्याला जावं लागलं, असं सांगून गणूनं वेळ मारून नेली.

पुढे आणखी एक प्रसंग घडला. आपल्या सहकार्‍यांसमवेत गणू एका खतरनाक डाकूला अटक करण्यासाठी गेला. पण दुर्दैव असं की गणू काही हालचाल करणार इतक्यात त्या डाकूनेच गणूवर हल्ला चढवला आणि त्याचा गळा दाबण्यास सुरुवात केली. गणूने मनोमन बाबांची प्रार्थना केली : ''बाबा मला वाचवा. मी पोलीसखात्यातील नोकरी सोडून देईन.'' अचानक आश्चर्य घडलं. त्या दरोडेखोराने गणूवरील पकड ढिली करून त्याला नुसती धमकी दिली आणि सोडून दिलं.

आणखी एका प्रसंगात गणूला निष्कारण एका अपहाराच्या प्रकरणात गोवण्यात आलं. त्याच्यावर तुरुंगात जाण्याची पाळी आली. परत एकदा त्याने बाबांची करुणा भाकली. परत एकदा या प्रसंगातून सुटल्यानंतर ही नोकरी सोडून देण्याचं बाबांना मनोमन आश्वासन दिलं. तसेच त्या खटल्याची चौकशी जो अधिकारी करत होता, त्याचीही त्याने मनधरणी केली. आपण अपहृत रकमेची भरपाई करू तसेच नोकरीचाही राजीनामा देऊ असं वचन दिलं. त्या अधिकार्‍याने ते मान्य केलं. ही नोकरी गणूच्या आध्यात्मिक प्रगतीच्या आड येत आहे असं बाबांचं स्पष्ट मत होतं. गणू नोकरी सोडल्यानंतर बाबांना म्हणाले : ''मी आता सरकारी नोकरी तर सोडली. पण मला आणि माझ्या पत्नीला रस्त्यावर येण्याची वेळ आली आहे. आमची काही मालमत्ता नाही. उपजीविकेचं साधन नाही.'' त्यावर बाबा म्हणाले : ''तुझ्या व तुझ्या कुटुंबाच्या गरजा मी पुरवीन.'' आणि त्यांनी खरोखर तसं केलं. पुढील आयुष्यात गणूंची खूप भरभराट झाली. त्यांच्यापाशी पैसाअडका, जमीनजुमला आला. ''पोवाडे रचण्याचं काम चालूच ठेवा,'' असं बाबांनी त्यांना सांगितलं. कीर्तनं करत राहण्यास

सांगितलं. गणू फार मोठे कीर्तनकार होते. त्यांचा आवाज नादमधुर होता. आपल्या गायनाने ते श्रोतृवर्गाला अक्षरशः मंत्रमुग्ध करीत. कधीतरी त्यांचं गाणं आठ आठ तास चाले. गाताना आणि भाषण करताना गणू नेहमी बाबांचं चित्र जवळ ठेवत. त्यांनी तुकाराम, ज्ञानेश्वर किंवा नामदेव यांच्यापैकी कोणावरही कीर्तन सुरू केलं तरी संधी शोधून ते बाबांचं नाव घेत व 'फार मोठे संत' असा त्यांचा उल्लेख करत. 'बाबा हे सत्पुरुष आहेत. व जो कोणी त्यांचं दर्शन घेण्यास जाईल त्यास बाबांचे आशीर्वाद प्राप्त होतील,' असंही ते सांगत. याचा परिणाम असा झाला, की शिरडीला बाबांचे आशीर्वाद प्राप्त करण्यासाठी शेकडो लोकांची रीघ लागली.

बाबांनी गणूंच्या स्वभावाची जडणघडण केली. ते जेव्हा जेव्हा शिरडीला जात, तेव्हा तेव्हा बाबा त्यांना तेथील देवळात बसून विष्णुसहस्रनामाचा जप करायला लावत. त्यातून त्यांनी त्यांचं मन आणि त्यांचा स्वभाव शुद्ध व निर्मळ केला. बाबा आपल्या सर्वच भक्तांना विष्णुसहस्रनामाचा जप करायला सांगत. जर निपुत्रिकाने हा जप केला तर त्याला पुत्रप्राती होते आणि निर्धनाने हा जप केला तर त्याला धनलाभ होतो. धन, सत्ता, कीर्ती, यश यांच्यापैकी जे काही त्याच्या जवळ नसेल ते त्याला मिळते. युगानुयुगे जी पापे माणसाच्या हातून घडली असतील, ती सर्व धुऊन निघतात. या विष्णुसहस्रनामातील एक नाम म्हणजे रामनाम. या केवळ एका रामनामाचा जरी जप केला तरी त्यातून सर्वच्या सर्व सहस्रनामांचा जप केल्याचे पुण्य प्राप्त होते. बाबांनी एकदा एका भक्त स्त्रीला सांगितले होते, ''सतत 'राजाराम' 'राजाराम' असं नामस्मरण करत राहिलीस तर तुझी सर्व दुःखे दूर होऊन तुला परमेश्वरप्राप्ती होईल.'' आणखी एका भक्ताला त्यांनी 'श्रीराम जयराम जयजय राम' असा जप करण्यास सांगितले होते.

''मी सतत हरिनामाचा जप करत राहिलो आणि हरी माझ्यासमोर अवतीर्ण झाला,'' असं एकदा बाबांनी एच.एस.दीक्षित यांना सांगितलं होतं. व त्याचमुळे बाबांनी रुग्णांना औषधपाणी देणं बंद करून टाकलं होतं. व त्याऐवजी त्यांनी अंगारा देण्यास सुरुवात केली. अंगारा देत असताना ते हरिनामस्मरण करत. त्यामुळे त्या अंगाऱ्याच्या योगाने कोणतीही व्याधी बरी होत असे. बाबा म्हणत : ''मला हृदयरोग होता. पण मी विष्णुसहस्रनामाचा जप करण्यास सुरुवात केली. त्यातून हरी माझ्या हृदयात उतरला व त्यानेच माझा हृदयरोग बरा केला.'' ही गोष्ट ते कदाचित प्रतीकात्मक स्वरूपात म्हणत असावेत. इथे एका गोष्टीची प्रामुख्याने नोंद केली पाहिजे. साईबाबांचे पट्टशिष्य होते राधाकृष्णस्वामीजी. हे सुद्धा विष्णुसहस्रनामाचा महिमा आपल्या भक्तांच्या मनावर बिंबवण्याचा प्रयत्न करीत असत. विष्णुसहस्रनामाच्या जपाने आपल्या भक्तांना सुख समृद्धीची प्राप्ती होऊन त्यांची सर्व दुःखे दूर होतील असंही ते म्हणत.

दासगणूमहाराजांबद्दल बोलायचं तर ते बाबांचे अत्यंत निकटवर्ती शिष्य बनले होते. ज्या गोष्टी जनसामान्यांना सहजासहजी आकलन होणार नाहीत, त्या गोष्टी बाबा त्यांना लीलया समजावून देत असतं. काही खास प्रसंगी बाबा त्यांना मदत सुद्धा करीत असत. उदाहरणार्थ दासगणूंच्या मनातून 'अमृतानुभव' या ग्रंथावर मराठीतून टीका लिहायची होती. हे काम नुसतं अवघडच नव्हे तर अशक्य कोटीतील आहे, असं त्यांना अनेकांनी सांगितलं होतं. पण दासगणूंनी बाबांची करुणा भाकली आणि त्यांच्या आशीर्वादाने लेखनाला सुरुवात केली. त्यांनी जी टीका लिहून पूर्ण केली ती इतकी सुंदर होती, की त्यांच्या समीक्षकांनी ती अक्षरश: डोक्यावर घेतली. नंतर त्यांना ईशावास्य उपनिषदाचा मराठी भाषेत अनुवाद करण्याची इच्छा झाली. परंतु अनेकांनी त्यांना त्या गोष्टीपासून परावृत्त केलं. लोकांच्या मते उपनिषदाचा अनुवाद करणं महाकठीण काम होतं. मग दासगणू बाबांचा सल्ला विचारण्यासाठी गेले. त्यात विशेष कठीण काहीच नाही असं सांगून बाबांनी त्यांना काका दीक्षितांकडे पाठवलं. तिथे मलकर्णी नावाची मोलकरीण होती. ही मलकर्णी दासगणूंना उपनिषदाचा अर्थ समजावून सांगेल अशी बाबांनी त्यांना ग्वाही दिली. बाबांच्या आदेशानुसार दासगणू सकाळी उजाडत दीक्षितांच्या घरी गेले. तिथे ती मुलगी तल्लीन होऊन गात होती. त्या गाण्यातून ती एका नारिंगी रंगाच्या रेशमी साडीचं वर्णन करत होती. साडीवरील सुरेख फुलांचे भरतकाम व साडीचे काठ यांच्याविषयी ती आळवून आळवून गात होती. परंतु तिच्या स्वत:च्या अंगावर मात्र फाटकेतुटके कपडे होते. रेशमी साडी तर नव्हतीच. दासगणूंना तिची दया आली व त्यांनी आपल्या मित्राकरवी तिच्यासाठी एक स्वस्तातील पण नवी कोरी साडी मागवून घेतली. मलकर्णीनं ती केवळ एकच दिवस नेसली व दुसऱ्या दिवशी फेकून दिली. परत एकदा त्याच जुन्या फाटक्या साडीत ती त्याचप्रमाणे आनंदाने बेभान होऊन रेशमी साडीचं गाणं गाताना आढळली.

ह्या प्रसंगाने दासगणूंना उपनिषदाचा अर्थ लक्षात आला. त्या मुलीच्या आनंदाचं मूळ तिने परिधान केलेल्या नव्या कोऱ्या साडीत नसल्यामुळेच तिने ती टाकून दिली होती. तो आनंद तिच्या अंतर्यामी होता. उपनिषदातील पहिल्या श्लोकाचा अर्थच मुळी असा आहे : सर्व जग ईश्वराच्या मायेने झाकलेलं आहे. त्यामुळे बाह्य गोष्टींचा स्वीकार करण्यात नव्हे तर बाह्य गोष्टींचा त्याग करण्यात परमानंद आहे. गणूंनी तर स्वत:च डोळ्यांनी ते पाहिलं. ती मुलगी दारिद्र्यातही सुखी समाधानी होती. अशा रीतीने बाबांनी एका धुणीभांड्याचे काम करणाऱ्या मुलीच्या द्वारे गणूंना उपनिषद शिकवलं.

बाबा ईश्वर आहेत या संकल्पनेवर गणूंचा विश्वास नव्हता. आणि हे बाबांनी ओळखलं होतं. त्यांच्या श्रद्धेमध्ये सखोलता नव्हती. मग बाबांनी स्वत:च्या अंगच्या

अतींद्रिय सिद्धी वापरून त्यांना स्वत:च्या देवत्वाचा साक्षात्कार घडवला. एकदा गणूंनी गोदावरी (गोदावरीस गंगा म्हणत असत) कडे जाण्याची इच्छा व्यक्त केली. गोदावरी शिरडीपासून चार मैल दूर होती. बाबा म्हणाले : ''तिथे कशाला जाता? गंगा इथे नाही का?'' गणूंनी पाहिलं तर बाबांच्या पायाच्या आंगठ्यातून पाणी वाहात होतं. गणूंनी ते पाणी आपल्या ओंजळीत घेतलं व माथ्यावर शिंपून घेतलं. परंतु इतर भक्त जसे गंगाजल तीर्थ समजून प्राशन करत तसं मात्र त्यांनी केलं नाही. असाच आणखी एक प्रसंग नंतर लगेच घडला. त्याचं वर्णन पुढे केलेलंच आहे.

गणूंनी भागवताचं वाचन सात दिवसात पूर्ण करावं (सप्ता) अशी बाबांनी त्यांना आज्ञा केली. गणूंनी ते मान्यही केलं. पण त्यांची अट एकच होती. समाप्तीनंतर त्यांना खरोखर ईश्वराचा साक्षात्कार व्हायला हवा होता. बाबा त्यावर म्हणाले : ''जर तुमच्या चित्ताची पराकोटीची एकाग्रता असेल, तर साक्षात्कार जरूर होईल. पण तरीही साक्षात्कार काही झाला नाही. त्यांनी बाबांना विचारलं : ''मला साक्षात्कार कधी घडवून आणणार?'' बाबा म्हणाले : ''तुम्ही मला पाहताच आहात. हाच साक्षात्कार आहे. कारण मीच ईश्वर आहे.'' गणू म्हणाले : ''तुम्ही असंच म्हणाल असं मला वाटलं होतं. पण त्यानं माझं काही समाधान झालेलं नाही.'' गणूंच्या मते फक्त पंढरपूरचा विठ्ठल हाच देव होता. साईबाबा नव्हे. बाबांच्या महासमाधीनंतर अनेक वर्षांनी गणू एका संतपुरुषाच्या दर्शनासाठी गेले. हे संतपुरुष फार मोठे आध्यात्मिक गुरू होते. आधी या संताने गणूंची भेट घेण्यास नकार दिला. पण गणूंनी फारच आग्रह धरल्यानंतर त्यांना आत सोडण्यात आलं. ते संत गणूंना म्हणाले : ''तुम्ही स्वत:ला मोठे कीर्तनकार म्हणवून घेता. मग तुमच्या अंगी इतका अहंकार कसा?'' त्यावर गणू म्हणाले : ''अहंकार तर प्रत्येकालाच असतो आणि तो टाळणं तर अशक्यच आहे.'' त्यावर ते संत म्हणाले : ''तुमचा अहंकार कोणत्या प्रकारचा आहे सांगू? साईबाबा तर तुमचे गुरू होते ना? मग त्यांच्याशी तुम्ही कसे वागलात? साईबाबांनी तुमच्या समोर पायाच्या अंगठ्यातून पाणी काढलं. त्या पाण्याचं तुम्ही काय केलंत बरं? ते तुम्ही स्वत:च्या माथ्यावर शिंपून घेतलंत पण मुखी मात्र घातलं नाहीत. कारण काय? तर तुम्ही एक ब्राह्मण आणि बाबा मशिदीत राहणारे फकीर. तेव्हा त्यांच्या पायातून निघालेलं पाणी कसं काय प्यायचं? हा अहंकारच नाही तर काय? हे ऐकून गणू त्या संतांच्या पाया पडले आणि म्हणाले : ''आपण जे काही बोललात ते सत्य आहे.''

गणू हे केवळ शाहीर आणि कथाकार एवढंच म्हणून प्रसिद्ध पावलेले नव्हते. ते एक साहित्याची जाण असलेले प्रतिभाशाली कवीसुद्धा होते. त्यांनी शिवाजी महाराजांवर जे पोवाडे रचले होते, ते ऐकून लोकांच्या अंगी देशभक्तीचा संचार होत असे. ते स्वत: सरकारी नोकर होते. त्यामुळे साहजिकच परकीय सरकारवर मोठा

कठीण प्रसंग ओढवला. गण्णूंनी लिहिलेली पुस्तके मुंबई विद्यापीठाने पाठ्यपुस्तके म्हणून लावली. मराठी संतमहात्म्यांच्या जीवनावर दासगण्णूंनी अनेक पुस्तके लिहिली. या पुस्तकांमधील एक दोन प्रकरणे बाबांचे जीवन, त्यांचे कार्य, त्यांची शिकवण यावरही आहेत. बाबांच्या आयुष्याच्या पूर्वार्धाचा शोध घेण्याचा प्रयत्न त्यात दिसून येतो. त्यांनी बाबांविषयी आणखी एक पुस्तक लिहिलं. सेलू येथे बाबांनी वेंकुसा यांचं शिष्यत्व पत्करलं होतं. त्या विषयाची चर्चा त्यात आढळते. दासगण्णू स्वतः १९०३ साली सेलू येथे गेले. त्यांनी श्रीनिवास राव यांच्याशी संपर्क साधला. ते सेलूचे सुभेदार होते. त्यांचे खापरपणजोबा गोपाळराव देशमुख ह्यांनी बाबांचा संभाळ केला होता, कारण फकिराच्या पत्नीने बाबांना त्यांच्या पाशीच आणून सोडले होते. या भेटीतून गोपाळराव देशमुखांचा संदर्भ असणाऱ्या काही कौटुंबिक नोंदी आणि पोवाडे दासगण्णूंना मिळाले. हे पुस्तक १९०६ साली प्रसिद्ध झालं. आजही शिरडीला ज्या काही आरत्या म्हणण्यात येतात त्यात गण्णूंनी बाबांविषयी लिहिलेल्या अनेक कवितांचा समावेश आहे. या आरत्या भाविकांच्या अंतःकरणाला स्पर्शून जातात.

दासगण्णूंनी बाबांवर जी काही पुस्तके लिहिली त्यातील सर्वांत पहिलं पुस्तक म्हणजे 'संतकथामृत' हे १९०३ साली प्रकाशित झालं. त्यानंतर १९०६ मध्ये 'भक्तिलीलामृत' हे प्रकाशित झालं. शेवटचं पुस्तक म्हणजे 'भक्तिसारामृत' हे १९२५ साली प्रसिद्ध झालं. बाबांविषयी लिहिल्या गेलेल्या एका पुस्तकाची दोन प्रकरणे जेव्हा कोणीतरी बाबांच्या हाती ठेवली तेव्हा बाबा फक्त एवढंच म्हणाले : ''ठीक आहे.'' या पुस्तकांपैकी कोणतेही पुस्तक कोणीही बाबांना कधी वाचून दाखविले नव्हते अथवा बाबांविषयी ही पुस्तके लिहिण्याआधी त्यांना कोणीही कधी माहिती विचारलेली नव्हती. बाबांनी बोलण्याच्या ओघात आपण होऊन जे काही सांगितलं तेवढं मात्र घेण्यात आलं. बाबा क्वचित कधीतरी सेलू येथील आपल्या आयुष्याविषयी बोलत. त्याचप्रमाणे दासगण्णू यांनी सेलू येथे जाऊन बाबांच्या पूर्वेतिहासाबद्दल चौकशी केली होती. प्रत्येक पुस्तक तयार झाल्यावर बाबांना लिहितावाचता येत होतं की नाही, इतकंच काय पण स्वतःची सही तरी करता येत होती की नाही हेही स्वतःला माहीत नसल्याचं दासगण्णूंनी म्हटलं आहे.

एका कीर्तनकाराची वेशभूषा कशी असावी याविषयी दासगण्णूंना बाबांनी उपदेश केला होता. ते म्हणाले होते : ''कीर्तन करायला नवरदेवाचा पोशाख घालून कशाला जातोस? कमरेच्या वर घातलेला तो पोशाख, उपरणे, झिरमिळ्यांची पगडी वगैरे सर्व काढून टाक. कीर्तनपद्धती नारदाने सुरू केली. त्यामुळे नारदाचा पोशाख घातला पाहिजे. कमरेपर्यंत उघडे राहावे. कमरेखाली धोतर नेसावे आणि हाती तानपुरा व चिपळ्या घ्याव्या.''

एच. एस. दीक्षित

हरी सीताराम दीक्षित, मुंबईचे नामवंत वकील. हे साईबाबांचे निकटवर्ती होते. साई संस्थानाच्या स्थापनेत त्यांचा फार महत्त्वाचा वाटा आहे. बाबांच्या समाधीनंतर साई संस्थानाची जी भरभराट झाली तीही त्यांच्याचमुळे. १९२६ साली त्यांचा मृत्यू झाला. तोपर्यंत शिरडी संस्थानचे मानद सचिव म्हणून त्यांनी काम पाहिले. 'साईलीला' हे मासिकही त्यांनीच सुरू केले. हे मासिक दरमहा साईसंस्थानतर्फे प्रसिद्ध होत असे व त्यामध्ये बाबांच्या भक्तांनी आपल्या अनुभवांचे निवेदन प्रसिद्ध केलेले असे.

दीक्षित हे उच्चवर्णीय ब्राह्मण. ते अत्यंत विद्वान होते. मुंबईतील नामांकित वकिलांमध्ये त्यांची गणना होऊ लागली. त्यांचे नाव वारंवार वृत्तपत्रांमधून झळकत असे. परकीय सरकार विरुद्ध देशद्रोहाचा आरोप ज्या लोकांवर ठेवला जाई अशांचे खटले ते चालवत असत. यात लोकमान्य बाळ गंगाधर टिळकांचाही समावेश होता. ते सामाजिक आणि राजकीय कामात व्यस्त असत. १९०१ साली ते मुंबईच्या विधानसभेत निवडूनही आले होते. पुढे त्यांनी जेव्हा अध्यात्माचा मार्ग स्वीकारला तेव्हा आपल्या या पदाचा राजीनामा दिला. ते इंग्लंडच्या दौऱ्यावर असतानाच त्यांना अपघात होऊन त्यांच्या एका पायास गंभीर स्वरूपाची इजा झाली. अनेक प्रयत्न करूनसुद्धा तो पाय काही ठीक होईना. त्यांना लंगडत चालावे लागे. त्यांना नैराश्याने घेरले होते. १९०९ साली चांदोरकरांनी त्यांना साईबाबांचे दर्शन घेण्यास सांगितले. कदाचित बाबा त्यांचं हे व्यंग्य दूर करू शकले असते. त्यामुळे माधवराव देशपांडे ऊर्फ शामा यांनी १९०९ साली दीक्षितांना बाबांकडे नेलं. दीक्षितांवर बाबांचा इतका प्रभाव पडला, की ते वारंवार शिरडीस जाऊ लागले. १९१० साली त्यांनी शिरडीला घर बांधायचं ठरवलं. त्याच घराला पुढे लोक 'काका वाडा' या नावे ओळखू लागले. दीक्षितांना 'काका' असे नाव बाबांनीच मोठ्या प्रेमाने दिले. आपल्या लंगड्या पायावर उपचार करण्याची कल्पना पुढे दीक्षितांनी सोडूनच दिली व ते म्हणू लागले : ''शारीरिक अपंगत्वाला एवंढ महत्त्व देण्याचं कारण नाही.'' मात्र बाबांनी आपल्या आत्म्याचं अपंगत्व दूर करावं अशी त्यांची इच्छा होती.

बाबांनी दीक्षितांमध्ये खूप रस घेण्यास सुरुवात केली आणि त्यांना सांगितले : ''मी माझ्या काकाला विमानात बसवेन.'' याचा अर्थ दीक्षितांना सद्‌गती मिळावी यासाठी बाबा प्रयत्न करणार होते. त्यावेळी दीक्षित अठेचाळीस वर्षांचे होते. त्यांची वकिली जोरात चालत होती. पण त्यांनी तिचा त्याग केला व बाबांच्या मार्गदर्शनाखाली स्वत:च्या आध्यात्मिक कारकीर्दीला सुरुवात केली. 'मी तुमची व तुमच्या कुटुंबियांची काळजी घेईन,' असे दीक्षितांना बाबांनी वचन दिले. ते म्हणाले : ''तुम्हाला भीती किंवा काळजी कसली? सर्व काळजी आणि जबाबदारी घेणारा मी आहे ना?''

बाबांनी इकडे अशी शपथ दिली आणि दीक्षितांच्या आठ वर्षाच्या मुलीची मुंबईस एका अपघातातून सही सलामत सुटका झाली. बाहुल्यांनी भरलेलं एक जड कपाट तिच्या अंगावर पडत असताना ती त्यातून वाचली. या अपघाताची बातमी दीक्षितांना नंतर समजली. आपल्या मुलीचे प्राण नक्कीच बाबांनी वाचवले हे त्यांना समजून चुकलं.

इ.स. १९१२ नंतर दीक्षितांनी शिरडीमध्ये आपले ऊर्वरित आयुष्य वानप्रस्थाश्रमात व्यतीत करण्याचं ठरवलं. बाबांनी त्यांना आज्ञा केली : ''घराच्या वरच्या मजल्यावर एकांतवासात राहावं. एकदाही बाहेर पडू नका.'' दीक्षितांनी नऊ महिनेपर्यंत ती आज्ञा तंतोतंत पळली. त्यानंतर त्यांची पत्नी त्यांना भेटण्यासाठी जेव्हा मुंबईहून आली तेव्हा बाबांनी तिला सांगितलं : ''काकांविषयी कोणत्याही प्रकारची चिंता करू नको. त्यांची काळजी मी स्वत: घेत आहे.'' बाबांच्या इच्छेखातर दीक्षितांनी हा जो एकांतवास स्वीकारला त्यात त्यांनी बाबांच्याच आज्ञेनुसार वेद व इतर धर्मग्रंथांचा अभ्यास केला. त्यांच्या मुलीचा मृत्यू झाला तेव्हा भावार्थ रामायणाची एक प्रत पोस्टाने त्यांना मिळाली. त्यांनी ती बाबांना नेऊन दिली. बाबांनी ते पुस्तक उलट धरून त्याची पाने भराभर उलटली व नंतर ते पुस्तक दीक्षितांच्या हाती दिलं. त्यातील नेमकं एक पान काढून ते त्यांना मोठ्यांदा वाचण्यास सांगितलं. तो प्रसंग असा होता श्रीरामांच्या हातून वालीचा वध झाल्यानंतर त्याची शोकाकुल पत्नी तारा हिचं सांत्वन श्रीराम करतात.

नऊ महिन्यांच्या एकांतवासानंतर बाबांनी दीक्षितांना मुंबईला जाण्याची परवानगी दिली. पूर्वी जेव्हा त्यांची वकिली व्यवस्थित चालू होती तेव्हा एक दिवस त्यांनी नोटा व नाण्यांनी भरलेली पेटी बाबांसमोर ठेवली होती आणि ते म्हणाले होते : ''हे सर्व तुमचंच आहे.'' हे ऐकताच बाबांनी आपले हात त्या पेटीत घातले व हाताला येतील तेवढ्या नोटा आणि नाणी काढून लोकांच्यात वाटण्यास सुरुवात केली. लवकरच लोकांचा घोळका त्यांच्याभोवती जमा होऊन पेटी रिकामी झाली. एकदा दीक्षित तापाने आजारी होते. बाबांनी त्यांना मुंबईला घरी पाठवले. त्याआधी सांगितले : ''ताप चार दिवस टिकेल. पण घाबरू नको. तो जाईल आणि तू ठीक होशील. सारखं अंथरुणात पडून राहण्याची गरज नाही.'' परंतु या उलट त्यांना जेव्हा मुंबईतील डॉक्टरांनी तपासले तेव्हा मात्र त्यांना झोपून राहण्यास व सांगितलेली औषधे व्यवस्थित घेण्यास सांगितले. पण दीक्षित उठून बसले व त्यांनी शिरा खाण्यास सुरुवात केली. वास्तविक ताप आलेल्या रुग्णाला शिरा खाऊन चालत नाही. दीक्षितांचा ताप त्यानंतर वाढू लागला. दिलेला सल्ला मानला नाही तर परिस्थिती हाताबाहेर जाईल असा इशारा डॉक्टरांनी दिला. दीक्षितांची प्रकृती अधिकाधिक बिघडत होती. आणि एक दिवस पारडे उलटे फिरले. दीक्षित एकाएकी खडखडीत

बरे झाले. सर्वांना आश्चर्याचा धक्का बसला.

'मी तुमच्या कुटुंबियांची संपूर्णतया काळजी घेईन,' असे आश्वासन दीक्षितांना बाबांनी पूर्वीच दिले होते. त्याची परत एकदा दीक्षितांच्या बंधूंना प्रतीती आली. अशीच एक दिवस दीक्षितांना बातमी कळली. त्यांचे नागपूरचे बंधू आजारी होते. त्यांची काही सेवा आपण करू शकत नाही अशी खंत दीक्षितांना वाटत होती. व ती त्यांनी बाबांपाशी व्यक्त केली. बाबा संदिग्धपणे म्हणाले : ''मी सेवा करतोय.'' दीक्षितांना बाबांच्या त्या बोलण्याचा अर्थ समजेना. नेमके त्याचक्षणी नागपुरामधे एका साधूने दीक्षितांच्या बंधूंना फोन करून तंतोतंत तेच शब्द उच्चारले : ''मी सेवा करतोय.'' आणि ते त्या दुखण्यातून बरे झाले. दीक्षितांचा बाबांवर इतका विश्वास जडला होता की बाबांकडे जाऊन सल्लामसलत केल्याशिवाय ते कोणताही निर्णय घेत नसत. बाबांनी दिलेली आज्ञाही ते अगदी तंतोतंत पाळत. क्वचित प्रसंगी आपण ही जी बाबांची आज्ञा आत्ता पाळत आहोत, ते खरं तर योग्य नाही, असं मनोमन वाटत असूनसुद्धा.

एकदा बाबांनी त्यांची परीक्षा घेतली. एक बकरा व्याधीग्रस्त होता आणि वेदनांनी तळमळत होता. तेव्हा सुरीने त्याची मान कापून कोणीतरी त्याला व्याधीमुक्त करावे अशी बाबांनी भक्तांना आज्ञा केली. इतर सर्व भक्तांनी माघार घेतली. केवळ दीक्षित तेवढे या आज्ञेचं पालन करण्यास तयार झाले. त्यांनी सुरा हाती घेतला व ते त्या बकऱ्यावर घाव घालणार इतक्यात बाबा त्यांना थांबवून म्हणाले : ''सोडा त्या प्राण्याला. मी स्वतःच त्याला मुक्ती देईन. पण या मशिदीत मात्र नाही.'' मग बाबांनी त्या बकऱ्याला मशिदीपासून लांबवर नेले व तिथे तो मरण पावला.

आत्मप्रतीती येण्यासाठी माणसाला गुरूची किंवा मार्गदर्शकाची आवश्यकता असते, असं बाबा वारंवार ठासून सांगत. एकदा कोणीतरी त्यांना विचारलं; ''बाबा कुठे जायचं ?'' बाबा उत्तरले, ''वर.'' याचा अर्थ स्वर्गात किंवा देवाकडे. मग त्यांना विचारण्यात आलं; ''जाण्याचा मार्ग कोणता ?'' बाबा उत्तरले : ''पण जर वाटाड्या असेल तर ?'' त्यावर बाबा म्हणाले : ''तसं असेल तर मग काही धोका नाही. काही कठीण नाही. वाघ आणि अस्वले दूर पळून जातील.''

काही प्रसंग मात्र असे घडत की एखादी गोष्ट करण्यावाचून आपल्याला परावृत्त केलं जात आहे, असा अनुभव बाबांना येई. दीक्षितांची मुलगी वत्सली हिच्या बाबतीत नेमकं तेच घडलं. एकदा तिच्या अंगावर कपाट कोसळण्याची वेळ आली असता बाबांनी तिचा जीव वाचविला होता. पण पुढे शिरडीला आली असताना ती आजारी पडली. बाबा त्या दुखण्यातून नक्कीच बरं करतील अशी आशा दीक्षितांना मनोमन वाटत होती. पण त्याऐवजी बाबा तिच्या स्वप्नात आले आणि म्हणाले : ''तू इथे खाली कशाला झोपतेस? तिकडे जा आणि कडुनिंबाच्या झाडाखाली

झोप.'' बाबाचं हे भाष्य अत्यंत अनिष्टसूचक होतं. पण पुढे ते सत्य ठरलं. कारण बाबांनी शामाला विचारलं : ''ती मुलगी वारली का?'' ते ऐकून शामाला धक्काच बसला. तो म्हणाला, ''असं अशुभ का बोलता बाबा?'' त्यावर बाबा फक्त इतकंच म्हणाले : ''आज दुपारी तिचं निधन होईल.'' व तसंच घडलं.

दुसरा एक असाच प्रसंग. एका वृद्धाच्या मुलाचा सर्पदंशाने मृत्यू ओढवला. बाबांनी त्या मुलाला परत जिवंत करावं अशी विनंती दीक्षितांनी केली. त्यावर बाबा म्हणाले : ''तुम्ही यात पडू नका. जे काही घडलंय ते चांगल्यासाठीच आहे. त्या मुलाने आता नवीन शरीरात प्रवेश केला आहे. त्या देहात तो नक्कीच चांगलं कार्य करेल. इथे जे मृतशरीर तुम्हाला दिसतंय, त्यात राहून त्याला ते कार्य करणं जमलं नसतं. मी जर परत त्याला खेचून याच शरीरात आणलं तर त्याने आता नव्याने धारण केलेलं शरीर मृत होऊन जाईल व हे शरीर परत जिवंत होईल. मी हे सारं तुमच्याप्रीत्यर्थ समजा केलं, तरी त्याचे काय परिणाम होतील याचा विचार तुम्ही केला आहे का?'' हे ऐकून दीक्षितांनी हट्ट सोडला.

दीक्षित बाबांच्या प्रभावाखाली येण्यापूर्वी फार संतापी स्वभावाचे होते. परंतु बाबांच्या कृपेने त्यांनी आपल्या या स्वभावावर मात केली. स्वत:वर नियंत्रण मिळवलं. बोलण्यात सभ्य व नम्र, वागण्यात गोड आणि समजूतदार झाले. बाबांच्या महासमाधीनंतरची एक गोष्ट सांगतात. दीक्षितांना एका मारवाड्याचं ३०,००० रुपयांचं कर्ज होतं. पैसे चुकते करण्याची तारीख जवळ येत चालली होती. आता हे देणं कसं काय फेडायचं तेच दीक्षितांना समजत नव्हतं. नंतर त्यांना एक स्वप्न पडलं. त्या स्वप्नात त्यांचा घेणेकरी पैशासाठी त्यांना सतावत होता. मात्र त्यानेच दीक्षितांना असंही सांगितलं, की पैसे चुकते करण्याच्या कामी त्याचा एक मित्र दीक्षितांच्या मदतीला धावून येईल. झोपेतून उठल्यावर दीक्षित स्वत:ला दोष देऊ लागले. त्यांनी बाबांचा कौल घेतला नव्हता व आता या गोष्टीचा त्यांना पश्चात्ताप होत होता. मग ते खुर्चीत नुसते बसून राहू लागले. पैसे फेडण्याची मुदत संपून जाण्यापूर्वी नक्की काहीतरी घडेल या आशेवर. पण तसं काहीच घडलं नाही. शेवटचा क्षण आला आणि आश्चर्य घडलं. एक तरुण दीक्षितांचा पत्ता शोधत त्यांच्याकडे आला. तो त्यांच्या मित्राचा मुलगा होता. त्याच्याजवळ ३०,००० रुपये होते आणि त्याला ते व्याजी लावायचे होते. त्याच संदर्भात दीक्षितांचा सल्ला मागण्यासाठी तो आला होता. ''मला ते पैसे व्याजी दे. मलाच त्याची गरज आहे,'' असे दीक्षितांनी त्याला सांगितले. त्याच्याशी व्यवहाराची बोलणी सुद्धा केली. अशा प्रकारे बाबांच्या कृपेने कठीण परिस्थितीतून त्यांची सुटका झाली.

दीक्षितांनी अनेक मांजरे व कुत्री पाळली होती. शिरडीस राहात असतानाही. शिरडीला असताना सुद्धा अनेक मांजरे त्यांच्या भोवती गोळा होत व ते त्यांना तूप

भात खाऊ घालत. ''मी प्रत्येक प्राणीमात्राच्या ठायी आहे.'' हे बाबांचे शब्द त्यांनी व्यवस्थित लक्षात ठेवले होते. पूर्वी एकदा त्यांनी बाबांना विचारलं होतं : ''सर्पदंशानं जर इतकी माणसे मृत्यू पडतात तर मग साप मारण्यास काय हरकत आहे?'' ते ऐकून बाबा म्हणाले : ''नाही. तुम्ही त्यांना मारणं योग्य नव्हे. सापांना जर देवाने आज्ञा केली तरच ते माणसाला दंश करतात. आणि देवाची आज्ञाच तशी असेल तर त्यापुढे आपलं कोणाचंही काही चालत नाही.'' त्यामुळेच शिरडीमध्ये विंचू आणि सापांचा अखंड सुळसुळाट असून सुद्धा दीक्षित त्यांना मारत नसत. एकदा एक काळा विंचू दीक्षितांच्या नजरेस पडला. जवळपासचे लोक त्या विंचवाला मारायला धावले. पण दीक्षितांनी एक लांब काठी आणली आणि त्या विंचवाला काठीवर चढू दिलं. त्यानंतर त्याला त्यांनी दूरवर नेऊन सोडून दिलं. अशाच प्रकारे किडामुंगी, ढेकूण वा माश्यासुद्धा दीक्षित मारत नसत. शिरडीतील त्यांच्या घरात ढेकणांचा प्रादूर्भाव होता. पण झोपल्यावर दीक्षितांना त्यांचा कधीच त्रास होत नसे. ते म्हणत : ''त्यांच्यामुळे माझी झोपमोड होत नाही. ते फार तर अर्धा औंस रक्त पीत असतील. आणि तेवढं रक्त भरून काढणं माझ्या शरीराला काही जड नाही. ढेकणांमध्ये सुद्धा देव आहेच ना?''

बाबांच्या महासमाधीनंतरही दीक्षित अनेक बाबतीत बाबांचा कौल घेत राहिले. त्यासाठी ते आरती झाल्यावर चिठ्ठ्या टाकत आणि एखाद्या लहान मुलास त्यापैकी एखादी चिठ्ठी उचलण्यास सांगत. त्यांना जे काही प्रश्न पडत, त्या प्रश्नांची उत्तरे अशा रीतीने त्यांना बाबांकडून नेहमीच मिळत . त्यांचा भाऊ नागपूरला वकील होता. परंतु त्याची वकिली विशेष चालत नसे. मग त्यांनी त्या संदर्भात बाबांचा कौल घेतला व बाबांनी दिलेल्या आदेशानुसार आपल्या भावाला मुंबईला आणले. परंतु तिथेही त्याचे बस्तान नीट बसले नाही. बाबांनी आपल्याला हा चुकीचा सल्ला कसा काय दिला असेल असे दीक्षितांच्या मनात सारखे येऊ लागले. परंतु त्या नंतर अगदी थोड्याच दिवसात कच्छ प्रांतातील एका वरिष्ठ शासकीय अधिकाऱ्याला कच्छसाठी दिवाणाची नियुक्ती करायची होती. त्याबाबत त्याने दीक्षितांना सल्ला विचारला. दीक्षितांनी त्यास आपल्या भावाचे नाव सुचविले. आणि त्यांचा भाऊ कच्छचा दिवाण बनला.

दीक्षित हिंदू व मुसलमान असा भेदभाव कधीच करत नसत. बाबा गेल्यानंतर या गोष्टीचा पडताळा आला. बाबांचा एक मुसलमान भक्त होता. त्याचं नाव बडे बाबा ऊर्फ फकीर बाबा. त्याची शिरडीला राहण्याची इच्छा होती. परंतु शिरडीत बहुतांशी घरे हिंदूंची असल्याने मुसलमानास खोली भाड्याने देण्यास कोणीच तयार होईना. पण दीक्षितांनी मात्र पुढे होऊन त्याला राहण्यास जागा दिली. याबद्दल अनेक हिंदू यात्रेकरूंनी निषेध नोंदवला.

दीक्षितांचा मृत्यू एकादशीच्या दिवशी झाला. एकादशी हा दिवस शुभ मानला जातो. बाबांनी दीक्षितांविषयी हे भाकीत आधीच वर्तवून ठेवलं होतं. दीक्षित आपल्या मित्रांसह मुंबईला जाण्यासाठी रेल्वेस्थानकावर गेले होते. तत्पूर्वी तेथे त्यांना एका मित्राची गाठ घ्यायची होती. त्यांनी उशीर झाला होता. परंतु नेमकी गाडीपण वेळानेच आली आणि त्यांना गाडी पकडता आली. ते म्हणाले ''बाबा किती दयाळू आहेत पाहा. त्यांच्यामुळे नेमकी गाडी आत्ताच आली. आपल्याला क्षणभरही प्रतीक्षा करावी नाही लागली. बाबांनी गाडीला उशीर केला व आपल्याला गाडी पकडू दिली. नाहीतर आपण इथे असेच भरकटत राहिलो असतो.'' समोर बसलेल्या मित्राशी ते इतकंच बोलले आणि त्यांना झोप लागली. दीक्षित झोपले आहेत अशा समजुतीने त्यांचे मित्र दाभोळकर त्यांच्या जवळ आले आणि त्यांना हलवून म्हणाले : ''झोपलात काय?'' पण उत्तर आलं नाही. कारण दीक्षितांनी कायमचेच डोळे मिटले होते. बाबा आपल्या वचनाला जागले आणि त्यांनी दीक्षितांना विमानात बसवून स्वर्गाला नेलं.

अण्णासाहेब दाभोळकर

दीक्षितांची धुरा आता गोविंद रघुनाथ ऊर्फ अण्णासाहेब दाभोळकर यांच्या खांद्यावर येऊन पडली. त्यांना लोक हेमाडपंत म्हणूनही ओळखत असत. दाभोळकर सरकारी नोकर होते आणि दीक्षितांचे चांगले मित्र होते. त्यांनीच दीक्षितांना साईबाबांविषयी सांगितले होते. ते स्वतःच्या जिवावर सरकारी नोकरीत उच्चपदाला पोचलेले स्वयंसिद्ध होते. एका ग्रामीण अधिकाऱ्यापासून ते प्रथम श्रेणीच्या न्यायाधीशाच्या पदापर्यंत त्यांची उन्नती झाली होती. माणसाला गुरू असणं चांगलं, या गोष्टीवर त्यांचा विश्वास नव्हता. विशेषतः त्यांच्या एका मित्राच्या मुलाचा मृत्यू झाला. मृत्यूसमयी त्या मित्राचे गुरू त्या मुलाच्या उशाशी बसलेले असतानासुद्धा हे घडलं या घटनेमुळे तर त्यांची ही भावना अधिकच दृढ झाली.

असेच एकदा त्यांना शिरडीला जावे लागले. त्यावेळी दीक्षित त्यांना बाबांकडे घेऊन गेले. बाबांनी दाभोळकरांना सांगितले : ''काका फार चांगला माणूस आहे. त्याचं ऐकत चला.'' दीक्षितांच्या सहवासात प्रदीर्घ काळ राहिल्यानंतर मात्र दाभोळकरांच्या अंगी श्रद्धाभाव व तळमळ निर्माण झाली. त्यांना बाबांचे चरित्र लिहावे, असे वाटू लागले. त्यांची ती इच्छा त्यांच्या एका मित्राने बाबांच्या कानावर घातली. तो बाबांना म्हणाला : ''अण्णासाहेब तुमच्या जीवनावर एक पुस्तक लिहू इच्छितात. मी एक गरीब भिक्षेकरी फकीर आहे, किंवा माझ्या आयुष्याबद्दल काही लिहिण्याची गरज नाही, वगैरे म्हणू नका. तुम्ही संमती दिलीत आणि त्यांना मदत केलीत तर ते लिहितील. किंबहुना तुमच्या कृपेने त्यांच्या हातून ते कार्य पूर्ण होईल. तुमच्या

आशीर्वादाशिवाय आणि संमतीशिवाय काहीच यशस्वीरीत्या पार पाडणं शक्य नाही.'' बाबांनी दाभोळकरांना अंगारा दिला व आशीर्वाद दिले. त्यांच्या मस्तकावर हात ठेवून बाबा म्हणाले : ''त्यांना कथा गोळा करू दे, त्याची टिपणे काढू दे. मी त्यांना मदत करीन. ते तर केवळ बाह्य साधन आहेत. खरं तर मी स्वत:च माझ्याविषयी लिहायला हवं. माझ्या भक्तांची इच्छा पूर्ण करायला हवी. त्यांनी (दाभोळकरांनी) स्वत:च्या अहंकाराचा त्याग करून माझ्या पाया पडायला हवं. जो या जीवनात असं वागेल त्याला मी सर्वांत जास्त मदत करेन. त्याच्या घरात ज्या काही मार्गांनी शक्य असेल त्या मार्गांनी मी त्याचा सांभाळ करेन. पण त्यासाठी त्याच्या अहंकाराचा नाश व्हायला हवा. त्या अहंकाराचा मागमूससुद्धा त्याच्यापाशी राहता कामा नये. मी स्वत:च त्याच्यात शिरून त्याच्याशी एकरूप होईन आणि माझ्या आयुष्याबद्दल लिहीन. माझ्या कथा आणि माझी शिकवण ऐकून माझ्या भक्तांची माझ्यावरील श्रद्धा वाढीस लागेल व त्यांना आत्मज्ञान आणि परमानंदाची प्राप्ती होईल. पण हे लिहीत असताना लेखकाने आपला स्वत:चा दृष्टिकोन मांडण्याचा प्रयत्न कधीही करू नये. त्याचप्रमाणे इतरांचे मत संकुचित करण्याचाही प्रयत्न करू नये.''

दाभोळकरांचा हा उपदेश अगदी तंतोतंत पाळण्याचं आश्वासन दाभोळकरांनी दिलं. १९१६ साली बाबांनी 'साई सत चरित' या पुस्तकासाठी परवानगी दिली. परंतु १९१८मध्ये बाबांचं महानिर्वाण झालं तेव्हापर्यंत या पुस्तकाची केवळ दोन तीनच प्रकरणे लिहून झाली होती. राहिलेलं पुस्तक बऱ्याच प्रमाणात १९१८च्या नंतर पूर्ण झालं. त्यांनी एकंदर ५२ प्रकरणे लिहिली आणि १९२९मध्ये दाभोळकरांचं निधन झालं. तत्पूर्वी त्यांनी जे काही लिहून ठेवलेलं होतं ते साईलीला मासिकात प्रसिद्ध झालं. साईलीला हे साईसंस्थानचं अधिकृत मुखपत्र होतं. दाभोळकरांच्या मृत्यूनंतर ५३वे प्रकरण त्यांच्या पुस्तकाला जोडण्यात आलं आणि नंतर संपूर्ण पुस्तक प्रकाशित करण्यात आलं. हे काम मोठं प्रचंड होतं. त्याचमुळे दाभोळकरांना बाबांचे फार मोठे अनुयायी मानण्यात येतं. ओवीबद्ध स्वरूपाच्या या मराठी ग्रंथाला एकंदर १००० पृष्ठे होती. महाराष्ट्रातील घराघरांतून रामायणाचं जे काही धार्मिक व आध्यात्मिक स्थान आहे तेवढंच महत्त्वपूर्ण स्थान आज या ग्रंथास आहे. हजारो लोक साईबाबांचे भक्त होण्यास हा ग्रंथच कारणीभूत आहे. या ग्रंथामध्ये असंख्य साईभक्तांनी वर्णन केलेल्या कथा आणि अनुभव वर्णन केलेले आहेत. दाभोळकर म्हणतात : ''अगदी सुरुवातीच्या काळापासून बाबांच्या हाताने उघडपणे माझी जडणघडण केलेली दिसून आली आहे.''

या ग्रंथाच्या लेखनानंतर दाभोळकरांचा जीवनविषयक दृष्टिकोन व विचारप्रवाह संपूर्णपणे बदलून गेला. बाबांच्या सेवेला त्यांनी स्वत:स वाहून घेतलं. ते म्हणाले

: "ज्या क्षणी मी बाबांच्या चरणाला स्पर्श केला. त्या क्षणी माझ्या जीवनातील एक नवीन पर्व सुरू झालं. ज्यांनी मला बाबांकडे नेलं त्यांचे माझ्यावर अपरिमित उपकार आहेत. मी त्यांनाच माझे नवे नातलग मानतो. मी त्यांचं ऋण कधीही फेडू शकणार नाही. बाबांच्या दर्शनाचं असं एक वैशिष्ट्य मला असं जाणवलं की, त्यांच्या दर्शनानानंतर आपल्या विचारात परिवर्तन घडून येते. पूर्वसुकृताची शक्ती (कर्म) निष्प्रभ होते व हळूहळू ऐहिक गोष्टींविषयीची अनासक्ती व अनिच्छा वाढीस लागते. बाबांचं दर्शन घडण्यासाठी अनेक जन्मांची पुण्याई गाठीस असावी लागते. जर तुम्ही बाबांना खऱ्या अर्थाने पाहिलं तर संपूर्ण जगच साईबाबांचं स्वरूप धारण करतं."

शामाशी संभाषण करत असताना दाभोळकरांना त्याच्या तोंडून राधाबाई देशमुखांची एक कथा ऐकायला मिळाली. राधाबाई देशमुख बाबांकडे आल्या. बाबांनी मंत्रोपदेश द्यावा असा हट्ट धरून बसल्या. त्यासाठी त्यांनी तीन दिवस उपोषणही केलं. त्यावर शामाने बाबांपाशी रदबदलीसुद्धा केली. पण बाबा राधाबाईंस म्हणाले : "आई! तू फुकाचा त्रास सहन का करतेस? मृत्यूला निमंत्रण का देतेस? तू माझी आई आहेस आणि मी तुझं लेकरू आहे. तू माझ्यावर दया कर. मी तुला माझी कथा सांगतो. तू जर ती नीट लक्षपूर्वक ऐकलीस तर तुझं भलं होईल."

ते पुढे म्हणाले : "मला गुरू होते. ते फार मोठे संत होते. करुणेचे सागर होते. मी त्यांची खरोखरच फार प्रदीर्घ काळ सेवा केली. पण तरीही त्यांनी मला कोणताही कानमंत्र दिला नाही. मला त्यांना सोडून जाण्याची कधीच इच्छा नव्हती. उलट त्यांच्या जवळ राहावं, त्यांची शिकवण घ्यावी अशीच माझी इच्छा होती. पण त्यांची स्वतःची पद्धती होती. एकदा त्यांनी माझं डोकं तासून गुळगुळीत केलं आणि माझ्याकडे दोन पैसे दक्षिणा मागितली. मी ती तत्काळ त्यांना दिली. आता तुम्ही म्हणाल : जो गुरू परिपूर्ण असेल तो दक्षिणा मागेल काय? आणि तरीही त्याला काही इच्छा, वासना नाहीत हे तुम्ही कसं काय म्हणता?" तर त्याचं उत्तर मी देतो. त्यांनी जे काही मागितलं होतं, ती नाणी नव्हेत. त्यांनी दक्षिणेतील पहिला पैसा निष्ठा, प्रगाढ श्रद्धा आणि त्यांना हवा असलेला दुसरा पैसा म्हणजे सबुरी, धीर आणि प्रयत्नशीलता. हे सर्व मी त्यांना दिलं आणि ते संतुष्ट झाले. मी माझ्या गुरूंची बारा वर्षे सेवा केली. त्यांनी मला लहानाचं मोठं केलं. अन्नवस्त्राची कधीही कमतरता भासू दिली नाही. त्यांच्या ठायी आकंठ प्रेम होते. माझे गुरू ही जणू प्रेमाची प्रतिमूर्ती होती. त्यांचं प्रेम अवर्णनीय होतं. असा गुरू लाभणं विरळाच. माझं चित्त नेहमी त्यांच्या भोवती केंद्रित झालेलं असे. हाच तो पहिला पैसा होता - निष्ठा. दुसरा पैसा म्हणजे सबुरी. माझ्या गुरूसाठी मी वाट बघत थांबणं, धीर धरणं आणि त्यांची सेवा करणं. ही सबुरीच तुम्हाला संसार पार करून नेणार आहे. सबुरी म्हणजे पुरुषांच्या अंगचं पौरुषत्व. त्याने सर्व पापे धुऊन निघतात. दुःख व भोग संपतात. संकटांमधून

निरनिराळ्या मार्गांनी मुक्ती मिळते. मनातील सर्व भीती निघून जाते व अखेर तुम्हाला यशप्राप्ती होते. सबुरी ही तरी सद्‌गुणांची खाण आहे. ते सर्व सुविचारांचं निधान आहे. निष्ठा आणि सबुरी नेहमीच बरोबरीने राहतात. माझ्या गुरूंनी माझ्याकडून खरोखरच कसलीही अपेक्षा केली नाही. त्यांनी माझं सतत रक्षणच केलं. मी कधी त्यांच्या संगतीत, सहवासात असे तर कधी त्यांच्यापासून दूर असे. तरीपण त्यांच्या प्रेमाची कमतरता मला कधीच भासली नाही. जसा एखाद्या कासवाने त्याच्या छोट्या पिलांचा सांभाळ करावा तद्वत त्यांनी माझा सांभाळ केला. तोही नुसत्या दृष्टिक्षेपाने.

"आई, माझ्या गुरूनं मला कधीही कोणताही मंत्र दिला नाही. तर मी तुला कुठून देऊ? आपल्याला कधी कोणाकडून मंत्रापदेश मिळेल अशी अपेक्षा बाळगू नये. तुझ्या आचारविचारांचं लक्ष्य मला बनव, तुझं मन माझ्यावर केंद्रित कर. त्यातूनच तुझ्या परमार्थाची प्राप्ती होणार आहे हे नि:संशय. परमार्थ हेच जीवनाचं आध्यात्मिक ध्येय आहे. या मशिदीत बसून मी सत्य तेच सांगतो आहे. केवळ सत्य. भक्ताला कोणत्याही साधनेची किंवा एखाद्या शास्त्रविद्येत पारंगत होण्याची गरज नाही. आपल्या गुरूविषयी श्रद्धा ठेवा. विश्वास बाळगा. आपला गुरू हाच एकमेव कर्ता आहे याची खात्री बाळगा. ज्याला गुरूची महती कळली आणि जो आपल्या गुरूला हरी, हर व ब्रह्म अशा त्रिमूर्तींचा अवतार मानून त्याची आराधना करतो, तो भाग्यवंत असतो."

हे ऐकून त्या स्त्रीने बाबांचा उपदेश मानला व उपोषण सोडून दिले. दाभोळकर जेव्हा बाबांकडे गेले व शामाने सांगितलेली ही कथा त्यांनी बाबांना ऐकवली, तेव्हा बाबा म्हणाले : "कथा तर विलक्षण आहे. पण त्याचं महत्त्व आलं तुमच्या लक्षात?" त्यावर दाभोळकर म्हणाले : "होय, माझ्या मनाची अस्वस्थता संपुष्टात आली आहे. मला खरीखुरी शांती प्राप्त झाली आहे. खरा मार्ग गवसला आहे." बाबा म्हणाले : "माझी पद्धती आगळी वेगळी आहे. आत्मज्ञान मिळवण्यासाठी ध्यान आवश्यक आहे. व त्याचा जर तुम्ही नेहमी सराव ठेवला तर तुमची वृत्ती शांत होईल. जेव्हा मनात काहीही इच्छा उरली नाही अशी स्थिती येईल, तेव्हा तुम्ही ईश्वराचं ध्यान करा. ईश्वर सर्व प्राणीमात्रांच्या ठायी आहे. जेव्हा मनाची एकाग्रता होईल तेव्हा ध्येयसिद्धी होईल. नेहमी माझ्या निराकार स्वरूपाचं ध्यान करा. तेच मूर्तिमंत ज्ञान आहे, जाणीव आहे व उच्च कोटीचा आनंद आहे. पण जर हे करणं तुम्हाला जमणार नसेल तर मग तुम्हाला इथे माझं जे नखशिखांत रूप दिसतंय, त्याचंच ध्यान करा. हे असंच सतत करत गेलात की तुमच्या वृत्ती एकलक्षी होती. साधक, ध्यान आणि ध्यानाचे लक्ष्य या सर्वांमधील अंतराय नष्ट होईल व हे सर्व ब्रह्माशी एकरूप होतील. नदीच्या एका काठावर कासवीण आहे तर दुसऱ्या काठावर तिची पिले आहेत. ती त्यांना दूधही देत नाही आणि ऊबही. पण तिच्या एका प्रेमाच्या कटाक्षाने त्यांचे रक्षण होत

असते. ती पिले आपल्या मातेचं स्मरण, तिचं ध्यान करण्याव्यतिरिक्त दुसरं काहीही करीत नाहीत. त्या कासविणीचा तो कटाक्ष तिच्या पिलांसाठी मधुवर्षावासारखा आहे. सुखानं जगण्यासाठी, तो एकमेव स्रोत आहे. गुरू आणि शिष्यामधील नातंसुद्धा हे असंच आहे.

बाबा जात्यावर स्वत: गहू दळायला बसत असत. असा उल्लेख दाभोळकरांनी केलेला आहे. त्यांनी जात्याची दोन तळी म्हणजेच कर्म आणि भक्ती असं वर्णन केलं आहे. आणि जात्याचा लाकडी दांडा म्हणजेच ज्ञान. याच्या साहाय्यानेच आपले जाते फिरवून बाबांनी असंख्य भक्तांच्या पापांचा आणि दु:खाचा विनाश केला. सत्त्व, रज आणि तमस या गुणत्रयींमुळे निर्माण झालेली आपली पापे आपण जोपर्यंत या जात्यावर दळून त्या पापांचा विनाश करत नाही तोपर्यंत स्व किंवा आत्मज्ञान प्राप्त होणे कदापि शक्य नाही. बाबांच्या संदर्भात आणखी एक नोंद आढळते - एक दिवस बाबा जात्यावर दळण्यासाठी बसले असता चार भक्त स्त्रिया तेथे आल्या आणि बाबांच्या विरोधास न जुमानता स्वत: जात्यावर दळायला बसल्या. मग बाबा त्यांना म्हणाले : ''ते गहू माझ्या मालकीचे आहेत. दळलेली कणीक तुम्ही घरी नेऊ नका. त्याचे ढिगारे करून ते रस्त्यावर जाऊन हवेत भिरकावून द्या.'' त्याच वेळी अशीही एक नोंद आढळते, की त्या सुमारास शिरडीत कॉलऱ्याच्या साथीचा धोका होता. ती साथ परतवून लावण्यासाठीच बाबांनी ही उपाययोजना केलेली असावी.

दाभोळकर बाबांचं वर्णन करताना म्हणतात : ''आपण जेव्हा बाबांच्या चेहऱ्याकडे टक लावून पाहतो तेव्हा आपली सर्व तहानभूक हरपते. दुसऱ्या कोणत्यातरी आनंदाशी याची तुलना होऊ शकेल का? या पृथ्वीतलावरील अस्तित्वाबरोबर वाट्याला येणारी सर्व दु:खे आपण विसरून जातो. आपल्या अंतरंगातून उच्चकोटीचा आनंद झिरपू लागतो आणि आपलं चित्त एका अतिमधुर अशा आनंदसागरात बुडून जातं.''

दीक्षितांच्या निधनानंतर दाभोळकर साई संस्थानाचे सचिव म्हणून तसेच 'साई लीला' मासिकाचे संपादक म्हणून काम बघू लागले. त्यांच्या स्वत:च्या आयुष्याच्या अखेरीपर्यंत त्यांनी ही दोन्ही पदे सांभाळली.

जी. एस. खापर्डे

साईबाबांच्या निकटवर्ती भक्तांमधे मध्यप्रदेशातील एक राजकारणी होते. (मध्य-प्रदेशला त्यावेळच्या ब्रिटिश राजवटीत सेंट्रल प्रॉव्हिन्सेस असे म्हणत.) त्यांच्या रोजनिशीमध्ये बाबांच्याविषयी सुरस माहिती आढळते. देशभक्त स्वातंत्र्यवीर नेते लोकमान्य टिळक यांनी बाबांची भेट घेतल्याचा उल्लेखही त्यात आहे. बाबांच्या या राजकारणी भक्ताचं नाव जी. एस्. खापर्डे. त्यांचं संपूर्ण नाव दिवाण बहादूर गणेश श्रीकृष्ण खापर्डे. ते वकील असून अमरावती येथे वकिली करत असत. तत्कालीन

भारतीय राजकारण, मध्यप्रदेशातील न्यायालये आणि प्रांतीय विधानसभा या क्षेत्रात हे एक बडे प्रस्थ होते. ते स्वत: लोकमान्य टिळकांच्या जहाल मतवादी पक्षाचे होते. त्यांचे टिळकांशी घनिष्ठ संबंध होते. अटक होण्याचे किंवा परकीय सत्तेकडून खटला चालवण्यात येईल याचे त्याचमुळे त्यांना सतत भय असे. साईबाबांविषयी त्यांच्या कानावर आल्यावर स्वत:च्या आध्यात्मिक व ऐहिक स्वास्थ्यासाठी बाबांची भेट घेतलीच पाहिजे, असे त्यांना मनोमन वाटले.

१९१० साली त्यांनी शिरडीला भेट दिली. बाबांना त्यांच्या भक्तगणांनी वेढून टाकलं होतं. ते त्यांनी पाहिलं. या भक्तगणांमध्ये अनेक वरिष्ठ आणि कनिष्ठ सरकारी अधिकाऱ्यांचा समावेश होता. त्यांच्याशी बोलताना बाबा उपदेशात्मक लघुकथांचा वापर करत होते. संकटात सापडलेल्या लोकांच्याही मदतीला ते धावून जातात असं खापर्डे यांना समजलं. बाबांचा एक भक्त कॉन्स्टेबल होता. त्याच्यावर लोकांची पिळवणूक केल्याचा आरोप ठेवण्यात आला होता. परंतु बाबांच्या कृपेने त्याची या आरोपातून मुक्तता झाली. शिरडीत आठवडाभर राहून हे सर्व पाहिल्यानंतर खापर्डे परत निघाले. ते अमरावतीला परत गेले आणि त्यांच्या संकटांना सुरुवात झाली. अमरावतीस त्यांची वकिली खरं म्हणजे चांगली चालली होती. परंतु आता अटक होण्याची शक्यता निर्माण होताच त्यावर परिणाम झाला. त्यांच्या उदरनिर्वाहात अडचण येणार अशी परिस्थिती दिसू लागली. चिंता, मानसिक तणाव यांचा त्यांच्या प्रकृतीवर प्रतिकूल परिणाम होऊन पूर्वीइतकं काम आता त्यांना झेपेना. परिणामी त्यांच्या वकिली व्यवसायास अधिकच उतरणीची कळा लागली. १९११ साली परत एकदा ते शिरडीस गेले. बाबा त्यांना म्हणाले : ''हे तुमचंच घर आहे. मी जर इथेच असतो तर तुम्हाला भय बाळगण्याचं काय कारण आहे?'' बाबांचा उपदेश मान्य करून खापर्डे घरी न जाता शिरडीतच मुक्काम करून राहिले. त्यांनी ताबडतोब घरी निघून यावं असा त्यांच्या नातलगांचा आग्रह सुरू झाला.

खापर्डे यांना अटक होऊ नये अशी बाबांची इच्छा होती. ते म्हणाले : ''जे कुणी माझ्यावर प्रेम करतात, त्या सर्वांवर माझी करडी नजर असते.'' बाबांनी खापर्ड्यांच्या पत्नीला विश्वासात घेऊन सांगितलं : ''राज्यपाल तसेच सेंट्रल प्रॉव्हिन्स सरकारच्या सदस्यांची मनेसुद्धा मी नीट बारकाईनं न्याहाळत आहे.'' खापर्डे यांच्या अनेक भाषणांच्या आधारावर त्यांच्याविरुद्ध देशद्रोहाचा आरोप ठेवून खटला चालविण्याचा सरकारचा विचार चालू होता ही गोष्ट तर सर्वश्रुतच होती. खापर्डे त्यानंतर तीन महिने सलग बाबांपाशी राहिले. लगेच त्यांच्याविषयी अफवांचं पेव फुटलं. खापर्डे यांनी वकिली सोडून दिली आहे, ते एका फकिराच्या सहवासात राहू लागले आहेत इत्यादी. खापर्डे यांनी आपल्या रोजनिशीत नोंद केली आहे. बाबांनी माझिया पत्नीस जी हकीकत सांगितली ती अशी : राज्यपाल बाबांकडे भाला घेऊन (वादविवाद

करण्यासाठी) आले होते. साईमहाराजांचे व त्यांचे एकमेकांशी युद्ध झाले व अखेर बाबांना राज्यपालांचे मन वळवण्यात यश आले. खापर्डे यांनी असंही लिहिलं आहे : ''भाषा अत्यंत अलंकारिक असल्यामुळे समजण्यास व अर्थ लावण्यास कठीण आहे.''

खापर्डे यांनी आपल्या रोजनिशीत इंग्रजीत नोंद केलेली आढळते. आपल्या शिरडी येथील वास्तव्यात जे काही घडलं ते तर त्यांनी लिहिलं आहे, पण बाबांनी सांगितलेल्या कथा तसंच बाबांच्या भक्तांचं चित्रदर्शी वर्णन त्यात केलेलं आहे. ही रोजनिशी म्हणजे बाबांविषयीच्या माहितीचा फार मोठा स्रोत आहे. नरसिंहस्वामीजी त्यांना ''Pepys of Shirdi.'' म्हणतात. त्या रोजनिशीत बाबांविषयी इतरही अनेक गोष्टींचा उल्लेख आहे. बाबांच्या कृपाकटाक्षांनी भक्तांच्या आयुष्यात आमूलाग्र परिवर्तन होत असे असं त्यांनी लिहिलंय. खापर्डे यांच्या मते हा कटाक्ष योगिक सामर्थ्याचा असे. अशा दृष्टिक्षेपाचा ज्यांना लाभ होई ते तासन्तास परमानंदाच्या महासागरात पोहू लागत. १२ जानेवारी १९१२ साली खापर्डे यांनी आपल्या रोजनिशीत लिहिलं आहे : ''बाबांनी माझ्यावर योगदृष्टीचा कटाक्ष टाकला. त्यानंतर मी अत्युच्च प्रकारचा आनंद दिवसभर अनुभवला.'' पुढे १७ जानेवारीस त्यांनी लिहिलं आहे : ''या केवळ एका कृपाकटाक्षासाठी वर्षानुवर्षे शिरडीत राहावं लागलं तरी हरकत नाही. त्या कटाक्षाच्या प्रभावाखाली देहभान हरपून मी आनंदाचे भरते येऊन वेड्यासारखा एकटक पाहात बसलो होतो.'' आणखी एका नोंदीत खापर्डे यांनी म्हटलंय : ''बाबांनी मला अनेक गोष्टींचं आकलन घडवून आणलं. स्वत:च्या चिलमीचा एक झुरका मला ओढायला लावून माझे अनेक प्रश्न बाबांनी सोडवले.''

नरसिंहस्वामीजी म्हणतात, खापर्डे यांना ऐहिक गोष्टी आणि बाह्य नात्यागोत्यांपासून, अनुबंधांपासून दूर खेचण्याच्या दृष्टीने बाबांचे हे कटाक्ष उत्तेजना देणारे ठरले. खापर्डे यांनी आपल्याला शरण यावे व ऊर्वरित आयुष्य स्थितप्रज्ञाप्रमाणे जगावे असा बाबांचा प्रयत्न होता. एकदा खापर्डे यांचा मुलगा प्लेगने आजारी होता. त्यावेळी खापर्डे यांच्या पत्नी बाबांकडे गेल्या आणि बाबांनी आपल्या मुलाचे प्राण वाचवावे अशी विनंती त्यांनी बाबांना केली. ''तुमच्या मुलाचा प्लेगचा रोग मी माझ्यावर घेतला आहे,'' बाबा म्हणाले. त्यांनी आपल्या अंगावर उठलेल्या प्लेगच्या गाठीसुद्धा त्यांना दाखवल्या. खापर्डे यांनी आणखीही अशाच एका प्रसंगाचं वर्णन केलं आहे. पुण्याहून बाबांच्या भेटीला एक भक्त स्त्री आली. ती डोळ्यांच्या जुनाट विकाराने त्रस्त होती. बाबांनी तिच्याकडे केवळ एक कृपाकटाक्ष टाकला मात्र तिच्या डोळ्यातून पाणी येणं किंवा डोळ्यांची आग होणं पूर्णपणे थांबलं. त्याच वेळी बाबांच्या डोळ्यातून झराझर पाणी येत असलेलं तिला दिसलं. याचाच अर्थ तिचं दुखणं बरं झालं होतं.

१९१७ रोजी खापर्डे यांनी लोकमान्य टिळकांना शिरडीला बाबांच्या भेटीसाठी

आणलं. आध्यात्मिक आणि राजकीय अशा दोन वेगवेगळ्या क्षेत्रातील महापुरुषांची ती भेट होती. त्या भेटीत नक्की काय घडलं त्याचा तपशील खापर्डे यांनी दिलेला नाही. पण इतर सूत्रांकडून अशी माहिती मिळाली, की टिळक ज्या काही तत्त्वांच्या आधारे भारतीय स्वातंत्र्याचा लढा लढत होते त्या तत्त्वांविषयी बाबांचं मत काय हे जाणून घेण्याची उत्सुकता टिळकांना होती. परंतु बाबांनी मात्र त्यांच्या प्रश्नांना सरळ उत्तर दिलं नाही. ते एवढंच म्हणाले : "तुमचं वय होत चाललं आहे. तुम्हाला विश्रांतीची गरज आहे. तुम्ही विश्रांती का नाही घेत?" पुढे याचं महत्त्व लक्षात आलं कारण इ.स. १९२० मध्ये लोकमान्य टिळकांचा देहांत झाला.

धनलोभी माणसाची मन:स्थिती कशी क्षुद्र होत जाते हे खापर्डे यांना पटवून देत असताना बाबा म्हणाले : "संपत्ती ही क्षणभंगुर असते. तेव्हा तुम्हाला संपत्तीची प्राप्ती होणार तरी कशी? असंख्य लोकांचे उपकार घेतल्याशिवाय व त्याच बरोबर असंख्य लोकांना असंतुष्ट केल्याशिवाय संपत्तीची प्राप्ती कधीच होत नसते. हे सगळं करण्यात वेळ तर फुकट वाया जाईलच पण विनाकारण क्षुद्र प्राण्यांवर लक्ष केंद्रित करण्यात श्रमही वाया जातील. त्याऐवजी तोच वेळ ईश्वराच्या सेवेच्या कारणी लावता येईल. कारण ईश्वर जे काही देतो ते चिरस्थायी असतं, पण माणूस जे देतो ते मात्र चिरस्थायी असत नाही."

नरसिंहस्वामीजी म्हणतात : "खापर्ड्यांना ऐहिक जगाविषयी अपार आसक्ती होती. त्यांची रोज पूजा अर्चा चालायची. त्यांनी असंख्य प्रवचने ऐकली होती, भजने कीर्तने ऐकली होती आणि तरीही त्यांना इतकी आसक्ती असावी हे दुर्दैव होते. व या आसक्तीपायीच त्यांना साईमहाराजांच्या सहवासातून पुरेसा लाभ प्राप्त करून घेता आला नाही. १९१२ साली खापर्डे जे शिरडी सोडून गेले, ते १९१७ सालापर्यंत परतच आले नाहीत. १९१७ साली आले ते सुद्धा लोकमान्य टिळकांबरोबर व फक्त काही तासांसाठीच. एच्. एस्. दीक्षितांसारखं खापर्डे यांनी मात्र आपलं जीवन बाबांच्या सेवेला वाहिलेलं नव्हतं. ऐहिक जगाचे व्यवहार, राजकारण, धनसंपदा व यशकीर्ती प्राप्त करणं या अनेक गोष्टींमध्ये त्यांना अतोनात रस होता. त्यांचा मुलगा प्रथितयश वकील होता. कालांतराने तो मंत्री झाला. खुद्द खापर्डे स्वत: सुद्धा कौन्सिल ऑफ स्टेट (अप्पर हाऊस ऑफ द सेंट्रल लेजिस्लेचर) चे सदस्य झाले. त्यांना प्रदीर्घ आयुष्य लाभलं. यश आणि कीर्तीचा मनमुराद उपभोग घेतल्यानंतरच त्यांना मृत्यू आला.

जी. जी. नरके

प्राध्यापक जी. जी. नरके हे पुणे येथील भूगर्भशास्त्र विषयाचे एक प्राध्यापक. साईबाबांचे नि:स्सीम भक्त होते. बाबांनी घडवून आणलेल्या काही चमत्कारांचं

तपशीलवार वर्णन त्यांनी लिहून ठेवलं आहे. त्याचप्रमाणे बाबांनी इहलोकांच्या पार जाऊन जे काही प्रवास केले त्याचेही वर्णन त्यांनी केले आहे. नरके हे अत्यंत बुद्धिमान असे शास्त्रज्ञ होते. त्यांनी इंग्लंडला जाऊन उच्च शिक्षण प्राप्त केले होते. मात्र काही काळ ते बेकार होते. त्यांच्या विद्वत्तेला साजेल अशी यथायोग्य नोकरी काही त्यांना मिळत नव्हती. त्याचमुळे तात्पुरत्या स्वरूपाच्या बारीक सारीक नोकऱ्या पत्करणे त्यांना भाग पडत होते. बाबा त्यांना एकदा म्हणाले : "पुण्याला जा." परंतु तसे सांगण्यामागे बाबांचा नक्की काय हेतू असावा हे काही नरके यांस समजेना. पुण्याशी त्यांचा काहीच संबंध नव्हता. पण एक दिवस ते रेल्वेने प्रवास करत असताना त्यांच्या कानावर आले : पुण्यातील एका महाविद्यालयात भूगर्भशास्त्राच्या प्राध्यापकाची जागा भरावयाची होती. नरके तत्काळ तेथे गेले व त्यांनी त्या जागेसाठी अर्ज केला. ती नोकरी त्यांनाच मिळाली. बाबांना ही गोष्ट आधीच समजली होती हे नरके यांना कळून चुकले.

त्यांनी आपल्या आठवणी लिहून ठेवल्या आहेत. त्यात त्यांनी लिहिलंय : "बाबा या इहलोकापलीकडच्या एका वेगळ्याच विश्वातसुद्धा कार्यरत होते. त्या ठिकाणी ते सूक्ष्मदेहाने वावरत असत. बाबा बोलताना जी शब्दयोजना करत, ती अत्यंत संदिग्ध, सांकेतिक व रूपकात्मक असे व ती सामान्यजनांना समजणारी नव्हती. पण बाबांनी वापरलेले शब्द जर आपण काळजीपूर्वक ऐकले तर मात्र त्यातील अर्थ स्पष्ट होई." बाबा जेव्हा या अशा गूढ भाषेत बोलत, तेव्हा अनेकदा त्याचा चुकीचा अर्थ कसा लावला जाई याचंही उदाहरण नरके यांनी दिलं आहे. एक दिवस बाबांकडे एक भक्त आला आणि त्याने आपला एक नातेवाईक क्षयरोगाने मरण पावला असल्याचे सांगितले. त्यावर बाबा म्हणाले : "तो असा कसा मरेल? उद्या तो जिवंत होईल." हे ऐकून नातेवाईकांनी त्याच्या मृतदेहाभोवती पणत्या लावून ठेवल्या व तो परत जिवंत होण्याची वाट बघत बसून राहिले. पण प्रत्यक्षात तसे काहीच घडले नाही. बाबांनी आपल्याला खोटी आशा लावली अशा गैरसमजुतीने सर्वजण त्यांच्यावर फार रागावले.

या प्रसंगानंतर काही दिवसांनी बाबा त्या मृताच्या एका नातेवाईकाच्या स्वप्नात आले. त्यांच्या स्वतःच्या मस्तकावर त्यांनी त्या मृत माणसाचं मस्तक धारण केलं होतं. ते म्हणाले : "त्या बिचाऱ्याची फुफ्फुसे सडून गेली होती. या सर्व यातनांमधून मी त्याची मुक्तता केली. बाबांनी आधी जे काही भाष्य केलं होतं. त्याचा अर्थ त्या मृताच्या नातेवाईकांना आता स्पष्ट झाला. बाबा जे काही बोलले होते त्याचा संदर्भ या जीवनाशी नव्हता. मनुष्याच्या शरीराने जरी वेगवेगळे अवतार धारण केले तरीही त्याचा आत्मा अमरच असतो हा तो संदर्भ होता.

नरके यांनी लिहिल्यानुसार बाबा एक तर मशिदीत तरी झोपत नाहीतर चावडीत

तरी. दिवसा मशिदीतील धुनीसमोर बसून ते विविध कथा सांगत. आदल्या रात्री आपण कोणकोणत्या दूरदूरच्या स्थळांना भेटी दिल्या त्यांचे संदर्भ त्यात अनेकदा असत. ते ऐकून लोक स्वाभाविकच बुचकळ्यात पडत. रात्रभर त्यांचं शरीर जर इथेच होतं तर ते दूरच्या स्थळांना भेटी द्यायला कसे काय जाणार असा प्रश्न सर्वांना पडे. इतर जगांमधे पाहिलेल्या विविध गोष्टींचे वर्णन बाबा करत. एकदा एका मारवाडी मुलावर अंत्यसंस्कार करून त्याचे नातेवाईक परत येत असताना त्यांनी बाबांचं बोलणं ऐकलं. ते म्हणत होते : ''तो आता नदीपाशी पोचला असेल किंवा नदी पार करत असेल.'' नरके यांच्या मते सर्वच मृताम्यांना जी वैतरणी नदी पार करून जावे लागले त्याविषयी हा संदर्भ असावा.

नरके म्हणतात : ''माणसांचा एक घोळका बाबांसमोर बसला असला व त्यातील फक्त एका विशिष्ट व्यक्तीला काही विशिष्ट माहिती द्यायचं बाबांच्या मनात असलं तर ती माहिती बाबा त्याच्यापर्यंत अशा काही खुबीने पोचवत, की ती फक्त त्यालाच समजत असे. इतरांना नाही.'' 'मी मृतात्म्यांच्या नियतीवर नियंत्रण करतो' असं खुद्द बाबांनीच नरके यांना एकदा सांगितलं होतं. त्यांचं हे कार्य खरोखर अत्यंत महत्त्वाचं होतं.

बाबांनी आपल्या गुरूंची अत्यंत मनोभावे सेवा केली. पण त्या पद्धतीनं बाबांची सेवा करणारं मात्र शिरडीत कोणी नव्हतं, याची बाबांना खंत वाटे, असं नरके सांगतात. बाबा म्हणत : ''माझ्या गुरूंच्या सहवासात येण्यापूर्वी मी थरथर कापत असे. एकदा बाबा म्हणाले होते : माझं शिष्यत्व पत्करण्याची आहे कोणाची हिम्मत? माझी समाधानपूर्वक सेवा कोण करू शकेल का?'' नरके म्हणतात, बाबा ही एक शक्ती होती. ही शक्ती इथे या जगात आपल्या नियतीचं नियंत्रण करी. इतकंच काय पण या जगातील आपला भविष्यकाळ व त्यात आपल्याला मिळणाऱ्या अनुभवांवर सुद्धा याच शक्तीचं नियंत्रण होतं. इतरही अनेक जगांवर तिचं नियंत्रण होतं. बाबांच्या शिष्याचं कर्तव्य म्हणजे बाबांच्या कृपेसाठी स्वत:ला सिद्ध करून ठेवणं.

नरके म्हणत : ''बाबांच्या भक्तांच्या दृष्टिकोनातून ते जरी ईश्वर असले तरी ते हाडामासाचे माणूस आहेत. मानवी शरीरात अडकून पडलेल्या आत्म्याला जी काही शरीराची बंधने पडतात ती त्यांनासुद्धा होती. दोघेही एकमेकांबरोबर असून दोघेही तितकेच खरे. प्रत्येकाची स्वत:ची निराळी तऱ्हा.'' बाबांचे काही भक्त एकदा बाबांपाशी तक्रार घेऊन आले : ''नरक्यांचा पुराणावर विश्वास नाही. पण बाबा, पुराणे खरीच आहेत ना?'' बाबा म्हणाले : ''होय. राम व कृष्ण हे महात्मे होते कारण ते अवतारी पुरुष होते.'' त्यावर भक्त म्हणाले : ''बाबा देव अस्तित्वात नाही, असं नरके मानतात'' त्यावर बाबा म्हणाले ''नरके म्हणतात ते खरंच आहे.

पण मी तुमचा पिता आहे. आणि तुम्ही असं बोलता कामा नये. तुम्ही माझा लाभ घ्यायला हवा.''

नरके म्हणत : ''बाबा भक्तिमार्गाचा पाठपुरावा करतात. त्या मार्गाची वैशिष्ट्ये गुरुभक्ती, गुरुसेवा, गुरुप्रेम व देव. आपल्या गुरूची भक्ती करणे या गोष्टीला बाबांनी फार महत्त्व दिलं आहे. त्याला देवस्थानी मानावं, असं सांगितलं आहे. गुरूमध्ये देव पाहणे, गुरूच्या माध्यमातून देव पाहणे व गुरूलाच आपला देव मानणे, गुरू व देव यांना एकरूप मानणे हीच बाबांनी दाखवून दिलेल्या भक्तिमार्गाची वैशिष्ट्ये आहेत. बाबांची अनुग्रह देण्याची पद्धत बदलती असे. ते कधीतरी एखाद्या भक्ताच्या मस्तकाला हाताच्या तळव्याने केवळ स्पर्श करीत. या स्पर्शाचा विशिष्ट प्रभाव असे. मात्र कधीतरी ते एखाद्या भक्ताच्या मस्तकावर हाताच्या तळव्याने इतका प्रचंड दाब देत की जणू काही त्याद्वारे त्या भक्ताच्या अंतर्यामी असलेल्या हिणकस भावनांना व विचारांना घालवून देऊन ते त्यांच्या चिंधड्या उडवून टाकत असावे. कधीकधी ते आपल्या भक्ताच्या पाठीवर थोपटत किंवा आपल्या हाताचा तळवा त्याच्या हातावर दाबत. या प्रत्येक कृतीचा काही ना काही परिणाम हमखास दिसून येई. या व्यक्तीच्या संवेदना व भावना यांच्यावर तो परिणाम घडून येई. एक स्पर्श वगळता ते आणखी एक अदृश्य प्रक्रियाही घडवून आणत व त्या योगे त्या भक्ताच्या अंतरंगात फार मोठे परिवर्तन घडून येई.

नरक्यांनी एका प्रसंगाचं वर्णन केलेलं आहे. बाबांचा एक भक्त होता. कुसाभाऊ बाबा. त्याला बाबांनी एक अमूल्य देणगी दिली होती. एक दिवस ते त्याला म्हणाले : ''आजपासून तू अंगारा निर्माण करू शकशील. शिरडीची ही जी धुनी माई आहे त्यातून तू हा अंगारा काढायचा. त्यासाठी फक्त आपले दोन्ही हात पुढे पसरून माझं नामस्मरण करायचं परंतु हा अंगारा मात्र तू मोफत वाटला पाहिजेस. मगच लोकांना त्याचा फायदा होईल आणि तुला पुण्य मिळेल.'' हे कुसाभाऊ पुढे नरसिंहस्वामींना भेटले. त्यांनी स्वामीजींना अंगारा काढून दिला. कुसाभाऊंनी डोळे मिटले आणि चेहरा उंचावून हात पुढे पसरले व अचानक त्यांची ओंजळ अंगाऱ्याने भरून गेली. ते स्वामीजींना म्हणाले : ''तुमचे हात पुढे करा. या अंगाऱ्याचा स्वीकार करा.'' नरसिंहस्वामीजींनी त्या अंगाऱ्याचा स्वीकार केला. तो गरम होता. थंडीच्या दिवसात शिरडीच्या धुनी माईतून आला असावा असा गरम.

नरके अशीच आणखी एक आठवण सांगतात. बाबांचं पंचमहाभूतांवर कसं नियंत्रण होतं हे या आठवणीतून दिसू येतं. एकदा एक भक्त बाबांचं दर्शन घेतल्यानंतर शिरडीहून परत निघाला. एवढ्यात वादळवारा व जोराचा पाऊस सुरू झाला. आता मुंबईला कसं काय जायचं या चिंतेने तो त्रस्त झाला. तो बाबांचा सल्ला विचारण्यासाठी गेला तेव्हा बाबा एकवार आभाळाकडे पाहून म्हणाले : ''अरे

अल्ला, बस. पाऊस थांबव. माझ्या मुलांना घरी जायचं आहे. त्यांना काही अडचण न येता घरी जाऊ दे.'' बाबांचं हे बोलणं चालू असतानाच पाऊस कमी कमी होऊ लागला व नुसती बारीकशी भुरभूर शिल्लक उरली. त्या भक्ताला प्रवासात काहीच त्रास झाला नाही.

बाबांची एक भक्त स्त्री फार रागीट स्वभावाची होती. तिला बाबांनी एकदा सल्ला दिला : ''जर कोणी आपल्याशी दहा शब्द बोललं तर उत्तरादाखल आपण फक्त एक शब्द बोलावा. कोणाशी भांडू नये, वाद घालू नये.''

नरके यांनी नरसिंहस्वामीजींना सांगितलं होत : ''मी जेव्हा १९१३ साली इंग्लंडहून परत आलो, तेव्हा माझी व बाबांची गाठ झाली. त्यावेळी बाबा म्हणाले होते : ''त्यांची व माझी ओळख करून द्या. मी त्याला गेल्या तीस पिढ्यांपासून ओळखतोय.'' नरके यांनी असंही लिहिलंय : ''बाबा आरतीच्या वेळी अतोनात संतापले होते. ते धुमसत, शिव्याशाप देत होते. वरकरणी काहीही कारण नसताना उगीचच खूप धमक्याही देत होते. हे वेडे तर नाहीत, अशी शंका त्यावेळी मला आली. अर्थात हा विचार अगदी ओझरताच माझ्या मनाला स्पर्शून गेलेला होता. दुपारी त्यांनी माझ्या डोक्यावरून हात फिरवला आणि म्हणाले : ''मी वेडा नाही.'' बाबांपासून काहीच लपून राहात नाही. त्यांच्या आवाक्यापलीकडचं असं काहीच नसतं; भूत, वर्तमान किंवा भविष्य.'' ते पुढे म्हणतात : ''१९१४ सालातील गोष्ट. एकदा फकिराच्या अनेक कफन्या बाबांनी शिवून घेतल्या होत्या. त्या त्यांनी अनेक लोकांना बक्षीस दिल्या होत्या. मी लांबूनच तो सोहळा बघत होतो. मला पण त्यातली एखादी कफनी मिळाली तर बरं, असं वाटत होतं. ''त्या फकिराने (म्हणजे अर्थातच देवाने) तुला कफनी देण्याची परवानगी दिली नाही, त्यामुळे तू मला दोष देऊ नको.'' असं बाबा मला खूण करून म्हणाले.

नरके यांच्या नातेवाईकांनी बाबांना विचारलं : ''नरक्यांचं काय होणार?'' बाबा म्हणाले : ''मी त्याची पुण्यात नीट व्यवस्था लावेन.'' चार वर्षांनी म्हणजे इ.स. १९१७ मध्ये पुण्याच्या अभियांत्रिकी महाविद्यालयात भूगर्भशास्त्राचे प्राध्यापक म्हणून त्यांची नियुक्ती झाली.

नरके यांनी बाबांविषयीचं मत मांडलं आहे. ते म्हणतात : ज्या कुणी बाबांचं परीक्षण बाह्य रूपावरून अथवा वरवरचं केलं ते वस्तुस्थितीला फारच सोडून असे. बाबांकडे जे लोक मदतीची याचना करत येत त्या लोकांच्या आकलनशक्तीशी मिळतंजुळतं बाबांचं वागणं असे. त्यांच्यापैकी अनेक लोक उथळ प्रवृत्तीचे असत व केवळ ऐहिक सुखाच्या ओढीने बाबांकडे येत. अशा लोकांसमोर बाबा स्वतःचं खरंखुरं स्वरूप कधीच उघड करीत नसत. पण जर एखाद्या माणसाच्या अंगात बाबांच्या अंतरंगात खोलवर डोकावण्याची कुवत असली तरी ते त्याच्यासमोर

स्वत:चं खरंखुरं स्वरूप उघड करीत. खऱ्या शक्तींचं दर्शन घडवून आणत. बाबांसमोर बसलेल्या घोळक्यातील नेमक्या एखाद्याच व्यक्तीला काही विशिष्ट माहिती देण्याचं बाबांनी ठरवलं तर ते ती माहिती त्या व्यक्तीस अशा पद्धतीने देत की ती फक्त त्यालाच कळावी आणि बाकीच्यांना त्या गोष्टीचा पत्ताही लागू नये. नवलाची गोष्ट अशी की ते एक वेळी आपल्या शब्दाने वा कृतीने अनेकांचा फायदा करून देत. जो कुणी बाबांचे बारकाईने निरीक्षण करील त्याच्याच फक्त एक गोष्ट लक्षात यायची. व ती गोष्ट अशी की बाबा या जगाव्यतिरिक्त पलीकडे आणखी कुठल्यातरी जगात वावरत असत व व्यवहार करीत. तेही सूक्ष्म देह धारण करून. ते मोठ्यांदा काही गोष्टींचा उच्चार करत. जे कुणी बाबांना नीट ओळखत नसत त्यांना बाबांचे ते बोलणे निरर्थक व असंबद्ध वाटे. पण बाबा कधीच असत्य बोलत नसत. निरर्थक, बाष्कळ परिभाषाही वापरत नसत. पण त्यांच्या कार्यपद्धतीशी जे कुणी परिचित होते त्यांनाच त्यांच्या या बोलण्यामागचा व कृतीमागचा अर्थ स्पष्ट होई. अर्थात बाबांनी त्यांना उद्देशून भाषण केले असेल तरच.

एम. बी. रेगे

एम. बी. रेगे हे इंदौर उच्च न्यायालयाचे न्यायाधीश होते. बाबांची कृपादृष्टी ज्यांना लाभली अशा मूठभर भाविकांमध्ये यांचा समावेश होता. बाबांविषयीच्या जुन्या आठवणी त्यांनी नरसिंहस्वामीजींपाशी कथन केल्या आहेत. ते म्हणत : ''साईबाबा हे निर्मिते, रक्षणकर्ते आणि विनाशकर्ते आहेत, अशा नजरेने मी त्यांच्याकडे बघतो. १९१८ साली त्यांच्या महानिर्वाणापूर्वीही मी हेच म्हणालो होतो आणि आताही हेच म्हणत आहे. माझ्यापुरतं बोलायचं तर साईबाबा असीम होते. माझ्या दृष्टीने साईबाबा ही एक आध्यात्मिक व मानसिक प्रतिमा होती. या प्रतिमेच्या ठायी परिमित व अपरिमित यांचे सुयोग्य मिश्रण झालेले होते. पण तरीही क्वचित कधीतरी त्यांच्यातील केवळ परिमिताचा साक्षात्कार आपल्याला घडवून येत असे. पण आता मात्र त्यांचा पार्थिव देह त्यांनी त्यागला असल्यामुळे साईबाबांचे केवळ अपरिमित स्वरूपच शिल्लक उरले आहे.

रेगे पहिल्या प्रथम विद्यार्थिदशेत साईबाबांना भेटले तेव्हा बाबांनी त्यांना आलिंगन देऊन म्हटले : ''तू माझं मूल आहेस.'' बाबांनी त्यांना राधाकृष्णी आईकडे पाठविलं. ही बाबांची शिष्या. तिनं आपलं संपूर्ण जीवन बाबांच्या चरणी, त्यांच्या सेवेस वाहिलं होतं. ती केवळ बाबांसाठीच जगली, असं लोक म्हणत. बाबांच्या गरजा पुरवण्यातच तिला अपरिमित समाधान मिळे. ते आपल्या भक्तांना तिच्याकडे पाठवत. ते भक्त जेवढे दिवस शिरडीत राहतील, तेवढे दिवस ती त्यांची काळजी घेई. त्यांचा आपल्या मुलासारखा सांभाळ करी. ती एक प्रगत श्रेणीची साधिका होती. तिच्या

भक्तीमुळे तिला काही दिव्य शक्ती प्राप्त झाल्या होत्या. तिला संगीतात विलक्षण गती होती. त्याचमुळे तिच्या चित्ताची एकाग्रता चटकन होत असे. तिला सतारवादनाचे ज्ञान होते. तिने व रेग्यांनी जप करायचे असे ठरवले. जपासाठी साईनामाचा सर्वत्र पुरस्कारही त्यांनीच केला.

एकदा सकाळच्या वेळी बाबा रेग्यांना म्हणाले :

''रेगे काय चाललं आहे?''

रेगे म्हणाले : ''जप.''

''कुणाच्या नावाचा जप?'' बाबांनी विचारलं.

''माझ्या देवाच्या नावाचा,'' रेगे म्हणाले.

''तुमचा देव कोण?'' बाबांनी विचारले.

रेगे : ''तुम्हाला माहीत आहे.''

बाबा : ''मग ठीक आहे.''

बाबांनी एकदा रेगे यांना सांगितलं : ''या लोकांना ईश्वराचा शोध घ्यायचा आहे. या ग्रंथात लिहिल्याप्रमाणे ईश्वर म्हणजे पख्रह्म. ग्रंथ वाचू नका. पण मला तुमच्या हृदयात ठेवा. जर तुमचं डोकं आणि हृदय या दोन्हीचा संगम झाला तर तेवढं पुरेसं आहे. मात्र रामायण, भगवत्गीता आणि भागवत या ग्रंथांचा अभ्यास करण्यास बाबांनी नकार दिला नाही. एकदा बाबा रेग्यांना म्हणाले : ''तुम्हाला जे काही हवं असेल ते मला सांगा. ते मी तुम्हाला देईन.'' हे असं वारंवार सांगून बाबांनी अखेर रेग्यांचं मन वळवलं. त्यावर रेगे म्हणाले : ''बाबा माझं एकच मागणं आहे. या जन्मात अथवा पुढील कोणत्याही जन्मात तुम्ही मला अंतराय देऊ नये. तुम्ही नेहमीच माझ्या बरोबर राहावं, असं मला वाटतं.'' बाबा म्हणाले : ''होय.'' मी तुमच्याबरोबर असेन. तुझ्या अंतरी, तुझ्या बाहेर, तू जे काही असशील अथवा करशील त्यात मी असेन.''

रेग्यांच्या म्हणण्यानुसार आपल्या भक्तांशी संवाद साधण्याच्या बाबांच्या तीन पद्धती होत्या. पहिली पद्धत क्रियाशील जागरणाची. एखादा भक्त संकटग्रस्त असेल अथवा त्याने एखादा विशिष्ट मार्ग अंगीकारावा असं बाबांना वाटत असेल तर त्या मार्गाविषयी त्या भक्ताला अंत:प्रेरणा मिळत असे. आणि ही अंत:प्रेरणा आपल्याला बाबांकडूनच मिळाली आहे याची जाणीवही त्याला होत असे. खुद्द रेगे यांच्या बाबतीत सुद्धा हेच घडलं. ते राधाकृष्णी आईच्या घरी असताना त्यांना कधीतरी आतून (स्वत:च्या मनातून) बाबांची हाक ऐकू येई व ते मशिदीत जात. आश्चर्य म्हणजे बाबा खरोखर तेथे त्यांची वाट पाहात असत. बाबांची दुसरी पद्धती म्हणजे निद्रा अथवा ध्यान पद्धती. ही पद्धत सर्वात परिणामकारी व अचूक मानली जाई. बाबांच्या तिसऱ्या पद्धतीत ते आपल्या भक्ताला इतर कोणातरी व्यक्तीकडे

जायला सांगत. बाबांचा तो भक्त आपल्याकडे कशासाठी आला आहे याची त्या व्यक्तीला यत्किंचितही कल्पना नसे. आणि तरीही ती व्यक्ती बाबांच्या भक्ताला मदत करीत असे. त्यासाठी त्या व्यक्तीला बाबांचं आतून नकळत मार्गदर्शन मिळे. कधी कधी तर बाबांनी आपल्या भक्ताला ज्या व्यक्तीकडे पाठवलं असेल ती व्यक्ती मदत करण्याच्या योग्यतेची सुद्धा नसे. उदाहरणार्थ दासगणूंना इसा उपनिषदाचा अर्थ समजून घ्यायचा होता तेव्हा बाबांनी त्यांना एका अडाणी खेडवळ मुलीकडे पाठवलं होतं.

रेगे म्हणतात : ''बाबा पुराणमतवादी होते व त्यांचा धार्मिक दृष्टिकोन सर्वसमावेशी होता. त्यामुळे ते त्यांच्या भक्तांना आपापल्या धर्माचं पालन करण्याचा आदेश देत परस्परांच्या धार्मिक बाबतीत त्यांनी दखल देता कामा नये, असेही त्यांना आवाहन करीत. धार्मिक अथवा इतर कोणत्याच बाबतीतील असहिष्णुता त्यांना सहन होत नसे. बाबांच्या मते विठ्ठल व अल्ला हे एकच होते. तीच गोष्ट सर्व संतांच्या बाबतीत होती.'' एकदा बाबा म्हणाले : ''मी आजपर्यंत कधीही असत्याचा उच्चार केला नाही आणि यापुढे कधी करणारही नाही.'' बाबा कोणत्याही माणसाचं मन त्यांच्या स्वतःच्या मर्जीनुसार वळवू शकत. उदाहरणार्थ, एकदा त्यांचाच एक भक्त इतर अनेक लोकांबरोबर एका खून खटल्यात गोवला गेला होता. परंतु खटल्याची सुनावणी होण्यापूर्वीच न्यायाधीशाने निर्दोष म्हणून त्याची मुक्तता केली. बाबांनी त्या न्यायाधीशाच्या मनाचे व्यवहारच नियंत्रित केले. याला 'मनस्तंभम्' असे म्हटले आहे.

रामकृष्णांची आई ही शिरडीमध्ये आठनऊ वर्षे राहिली. वयाच्या पस्तिसाव्या वर्षी तिचं निधन झालं. तिचं संघटना कौशल्य फार मोठं होतं. ती जेव्हा बाबांची सेवा करत होती तेव्हा बाबांसारख्या महान संताच्या दैनंदिन कार्यक्रमांमध्ये ऐश्वर्य, समृद्धी व थाटमाट यांची भरती करण्यात तिनं थोडीही कुचराई केली नाही. ती अत्यंत दृढनिश्चयी बाण्याची व आग्रही स्वभावाची स्त्री होती. चावडीमध्ये रात्रीच्या शेजारतीची तसेच काकडआरतीची पद्धत सुद्धा तिनेच सुरू केली. तिची वागण्याची पद्धत जराशी विचित्र होती. ती कधीतरी एकदम जोराजोरात हसत सुटायची. भजने गात असताना कधीतरी रडू लागायची. मग तिच्याबरोबर गाणारे लोक गहिवरल्या आवाजात ते गाणं पुढे गायचे किंवा हुंदके देत गाणं थांबवायचे.

आर. बी. पुरंदरे

आर. बी. पुरंदरे हे महिना पस्तीस रुपयांवर काम करणारे एक सामान्य कारकून होते. पाचजणांचं कुटुंब पोसण्याची त्यांच्यावर जबाबदारी होती. ते स्वतः, आई,

भाऊ, पत्नी व मूल. पुरंदरे यांच्या आयुष्यातील प्रत्येक टप्प्यावर साईबाबा त्यांना मार्गदर्शन करीत. कधीतरी बाबांचे ते मार्गदर्शन अतार्किक व धोकादायक सुद्धा असायचं. एक दिवस बाबांनी पुरंदऱ्यांना सांगितलं : ''नाशिक येथे मुक्काम करा व दुसऱ्या दिवशी जा. मग ते नाशिकला गेले तर त्यांचे काही नातलग तेथे कॉलऱ्याने ग्रस्त झाले होते. कॉलरा साथीचा रोग असल्याने पुरंदऱ्यांच्या नातलगांनी त्यांना तेथून निघून जाण्याची विनंती केली. परंतु पुरंदऱ्यांनी बाबांचा आदेश मानला आणि ते आपल्या कुटुंबियांसमवेत राहिले. मग त्यांनी सर्वांना दुसऱ्या दिवशी मुंबईला सुरक्षितपणे हलवले.

पुरंदरे हे अत्यंत भावनाप्रधान होते. अनेकदा त्यांचा संताप उफाळून येई व त्यांची लोकांशी वारंवार भांडणे होत. पण बाबांनी मात्र त्यांच्या या स्वभावात प्रेमपूर्वक सुधारणा घडवून आणली. पुरंदरे यांना स्वतःचं एक घर असावं असं बाबांच्या मनात होतं. पण घर बांधण्यासाठी अथवा विकत घेण्यासाठी आपल्याजवळ काहीही पैसा अथवा साधन नाही असं पुरंदऱ्यांनी बाबांना सांगितलं. पण तरीही घराविषयीचा हट्ट बाबांनी सोडला नाही. एकदा तर बाबा संतापून असंही म्हणाले : ''जा, त्या माणसाला (पुरंदऱ्यांना) जाऊन विचारा, मी माणूस आहे का जनावर आहे ते. माझ्या म्हणण्याप्रमाणे ते वागत का नाहीत?''

अखेरीस पुरंदऱ्यांनी एका मित्राची मदत घेऊन जमीन खरेदी केली. त्या मित्राने त्यांची एक सहीसुद्धा न घेता त्यांना लागतील तेवढे पैसे दिले. मग त्यावर घर बांधण्याचा आदेश बाबांनी त्यांना दिला. आता त्यासाठी लागणारा पैसा आणायचा कुठून, हे काही पुरंदऱ्यांना समजेना. या गोष्टीच्या सततच्या विचाराने त्यांना डोकेदुखीची व्याधी जडली. बाबा म्हणाले : ''घर बांधून पूर्ण झालं की मगच ही डोकेदुखी नाहीशी होईल.'' पण अखेर त्यांना कचेरीतून घर बांधण्यासाठी कर्ज मिळाले व त्यांनी घर बांधण्यास सुरुवात केली.

वर उल्लेख केलेला हा जो प्रसंग आहे, तो नरसिंहस्वामीजींच्या मते बाबांच्या प्रेमाची प्रतीती आणणारा प्रसंग आहे. एखाद्या माणसाला घर बांधायला परवडत नसताना त्याला घर बांधायला लावणं. पुरंदऱ्यांच्यापुढे खूप मोठ्या आर्थिक अडचणी आ वासून उभ्या होत्या. आणि बाबा प्रत्येक बारीक सारीक अडचणीला ओळखून पुरंदऱ्यांच्या स्वप्नात जाऊन किंवा त्यांना दृष्टांत देऊन सावधगिरीची सूचना द्यायचे व त्या अडचणीवर मात करण्यास त्यांना साहाय्य करायचे. पुरंदऱ्यांचे बाबांशी इतके ऋणानुबंध होते की आपण सततच बाबांच्या सहवासात राहावे, असे त्यांना वाटे. त्याकरता ते कधीतरी आपल्या कार्यालयीन कर्तव्याकडे सुद्धा कानाडोळा करीत. एकदा असेच ते शिरडीला जाण्यासाठी अस्वस्थ झाले होते. त्यावेळी एका रात्री बाबा त्यांच्या स्वप्नात येऊन त्यांना म्हणाले : ''सांभाळून. तू इकडे आलास तर मी तुला

चांगला तडाखा देईन. इतकं सारखं कशाला यायला हवं तुला ? मी काही तुझ्यापासून दूर नाही. मी तुझ्या जवळच आहे. मूर्खासारखं वागू नको.'' शिरडीला येण्यापासून बाबांनी आपल्याला परावृत्त का केलं, अशा संभ्रमात ते पडले होते. तेवढ्यात त्यांच्या कार्यालयात संप घडून आला. नेमके या प्रसंगी ते शिरडीला गेले असते तर त्यांचा त्या संपात सहभाग आहे व ती गोष्ट छपवण्यासाठीच ते मुद्दाम निघून गेले आहेत असा आरोप त्यांच्यावर झाला असता.

१९१५ साली बाबांना गंभीर स्वरूपाचा आजार झाला. इतरांच्या मदतीशिवाय त्यांना हलता सुद्धा येईना. त्यांना खूप थकवा जाणवू लागला. अत्यंत शारीरिक यातना होऊ लागल्या. नेमके त्याच वेळी पुरंदरे आपल्या कुटुंबियांबरोबर गावी निघाले होते. अचानक त्यांना शिरडीला जाऊन बाबांना भेटण्याची अंत:प्रेरणा झाली. त्यांनी लगेच आपल्या कुटुंबियांना गावी पाठवून दिले व आपण स्वत: तातडीने शिरडीला निघून आले. तेथे बाबा त्यांची वाटच पाहात होते. ते पुरंदऱ्यांना म्हणाले : ''मी थकलो आहे, मला सोडून जाऊ नकोस. मी तीन-चार दिवसांपासून तुझी वाट पाहात आहे.'' बाबांची ती अवस्था पाहून पुरंदऱ्यांना गहिवरून आले. पण बाबा म्हणाले : ''रडू नको. दोन-तीन दिवसांत मी बरा होईन. अल्लाने मला ज्या यातना दिल्या आहेत, त्या मला सहन केल्याच पाहिजेत.''

पुरंदऱ्यांचं बाबांवर इतकं प्रेम होतं, की त्यासाठी त्यांनी बाबांच्या इच्छेविरुद्ध वागण्यासही पुढे मागे पाहिलं नाही. बाबांना मिरवणुकीनं नेण्यासाठी भक्तांनी चांदीची पालखी आणली होती. पण बाबांनी तिचा वापर कधीही केला नाही. त्या पालखीसाठी एक शेड उभारावी असा पुरंदऱ्यांचा आग्रह होता. त्यासाठी त्यांनी मशिदीत खांब उभारावे म्हणून खड्डे खणण्यास सुरुवात केली. बाबांनी त्या गोष्टीला खूप विरोध केला. ते म्हणाले : ''तुला माझ्या मशिदीची भिंत पाडायची आहे.'' परंतु पुरंदऱ्यांनी मात्र त्यांना आश्वासन दिले : ''बाबा, भिंत सुरक्षित राहील. त्याला काहीही इजा होणार नाही.''

■

८.

धर्मनिरपेक्षता

बाबा धर्मनिरपेक्ष वृत्तीचे होते. ते साक्षात ईश्वर होते. आणि ईश्वर हा नेहमीच सर्व धर्मांच्या पलीकडे असतो. बाबांना आपण मुसलमान म्हणून संबोधणं म्हणजे कोणत्याही सबळ पुराव्याचा आधार नसलेलं निराधार बोलणं झालं. बाबा स्वत: ब्राह्मण मातापित्याच्या पोटी जन्माला आले ही वस्तुस्थिती खुद्द बाबांनी स्वत:च्या तोंडानेच कबूल केलेली आहे व आपल्या ऊर्वरित आयुष्यात किंवा संत म्हणून व्यतीत केलेल्या आयुष्यात कधीही त्यांनी धर्मांतर केल्याचा उल्लेखही नाही. पुरावा तर राहोच. बाबांची एखाद्या फकिराला साजेशी वेशभूषा, भग्न मशिदीतील वास्तव्य आणि अल्लाचं अखंड नामस्मरण यामुळे शिरडीतील भोळ्याभाबड्या जनतेने बाबांना मुसलमान मानलं. परंतु तरीही तेथील हिंदूंनी अत्यंत श्रद्धेने, जणू काही आपल्या धर्मांतील साधुपुरुषाची पूजा करावी एवढ्या भक्तिभावनेने बाबांची उपासना केली. काहीही असलं तरी बाबांच्या संदर्भात धर्म वगैरे विषयावर बोलणंच मुळी विसंगत ठरेल. ते धर्मातीत होते. त्यांचं कार्यक्षेत्र इतकं प्रचंड होतं आणि त्या कार्यक्षेत्रात होता फक्त निर्गुण, निराकार ईश्वर, त्याला धर्म नव्हता, चिन्हे नव्हती. होते ते फक्त अपार प्रेम आणि दया. बाबांना आपल्या दत्तक पित्याविषयी अतोनात प्रेम होते. बाबांचे दत्तक पिता एक मुसलमान फकीर. त्यांनी बाबांचा प्रतिपाळ केला. बाबांना त्यांच्याविषयी पराकोटीचा आदर होता. हेच बाबांचे पहिले गुरू व आपल्या गुरूंविषयी वाटणाऱ्या आदरभावनेतूनच बाबा अनेकदा अल्लाचं स्मरण करीत. फकिराचं नाव घेत व ईश्वराचा अथवा गुरूचा उल्लेखही ते 'माझा फकीर' असा करीत. बाबांच्या मते अल्ला, राम व रहीम हे एकच होते. बाबा भिन्न धर्मियांमध्ये भेदभाव करीत नसत. स्वत: बाबा हे एक वैश्विक चैतन्यतत्त्व होते. जे कोणी त्यांच्याकडे धाव घेईल, त्याचं ते रक्षण करीत. मग त्याची जात, पात, वंश अथवा

धर्म कोणताही असो. बाबांचं प्रेम, त्यांची दयावृत्ती यांनी सर्वांना घेरलेलं होतं. बाबांच्या दृष्टीने सर्वच ईश्वराची लेकरे होती. आणि स्वत: बाबा त्या ईश्वराचे भूतलावरील प्रेषित होते.

त्यांचं आयुष्य निर्मळ, विशुद्ध आणि पवित्र होतं. सर्व जनतेसमोर नैतिकतेच्या परिपूर्णतेचं प्रतीक म्हणून ठेवावं असं होतं. ते स्वत: एक महान एकीकरण करणारा घटक एक वैश्विक शक्ती होते व ते त्यांनी स्वत:च्या उदाहरणावरून सर्वांना दाखवून दिलं. माणसामाणसांमधील निरर्थक भेदभाव काढून टाकून त्यांनी माणसांना संपूर्ण मानवजातीविषयी बंधुभाव शिकवला. बाबांची सहिष्णुता, समान दृष्टी आणि वैश्विकता खरोखर एकमेवाद्वितीय होती. प्रत्येक प्राणीमात्राच्या ठायी ईश्वरी अस्तित्व कसे ओळखावे हे त्यांनी लोकांना शिकविले. मात्र बाबांच्या जीवनकाळात त्यांचं महत्त्व व खरंखुरं मूल्य फारच थोड्यांना समजलं. बाबांच्याच एका समकालीन संताने त्यांचं वर्णन ''शेणाच्या ढिगाऱ्यावर पडलेला हिरा.'' अशा यथार्थ शब्दात केलं आहे.

बाबा स्वत: तर कोणत्याच धार्मिक तत्त्वप्रणालीचा पुरस्कार करीत नसत. ते कोणत्याही संप्रदायाचे संस्थापक नव्हते. त्यांनी कोणतीही आध्यात्मिक परंपरा स्थापन केलेली नाही. त्यांनी फक्त आयुष्याचा मार्ग दाखवला. अत्यंत सूक्ष्म पण परिणामकारक रीतीने त्यांनी लोकांच्या हृदयामध्ये एक चिरंतन सत्य बिंबवलं आणि ते असं की, जीवनाचं सर्वश्रेष्ठ कार्य म्हणजे ईश्वराची अनुभूती घेणं, त्याला पाहणं, त्याच्या सहवासात राहणं, जणू देवाच्या सोबतीने वाटचाल करत लहानाचं मोठं होणं व अखेर त्याच्याशी तादात्म्य पावणं.

बाबांना सर्व धर्मविषयी आत्यंतिक आदर होता. त्यांनी फतियाचा पुरस्कार केला, मुसलानांचं कुराण पठण ऐकलं आणि हिंदूंबरोबर रामनामाचं स्मरण केलं. हिंदूंना बाबांनी भगवद्‌गीतासुद्धा शिकवली. परस्परांशी वादविवाद अथवा चर्चा न करता प्रत्येकाने आपापल्या धर्माला चिकटून असावे असा उपदेश ते भक्तांना करत. मुसलमानांना प्रार्थनेसाठी लागणारे 'निंबर' त्यांच्या मशिदीत असे. हिंदू आणि पारशी ज्या अग्निदेवाची पूजा करतात, तो अग्नीही तेथे असे आणि हिंदू ज्याला पवित्र मानतात ते तुलसीवृंदावनही तेथे होतं. बाबा मशिदीला द्वारकामाई म्हणत किंवा ब्राह्मण मशीद म्हणत. एक भक्त म्हणतो. एक संत म्हणून बाबांची जी महती आहे ती एक नवीन विचारधारा पुढे आणण्यात, नवीन तत्त्वज्ञान मांडण्यात अथवा एका नव्याच धार्मिक पद्धतीची पायाभरणी करण्यात नाही. परंतु असंख्य लोक असे होते की जे कोणताच धर्म मानत नव्हते, कशावरच विश्वास ठेवत नव्हते, पुरातन व्यवस्थेवर, परंपरांवर विश्वास ठेवत नव्हते व या अशा लोकांनासुद्धा स्वत:कडे आकर्षित करून घेण्यात बाबांचा खरा महिमा दिसून येतो.

साईबाबांनी अनेक लोकांना धर्मांतर करण्यापासून परावृत्त केलं. कोणी धर्मांतराचा विचार मनात आणला तर ते सांगत : ''वरकरणी धर्म बदलण्याला काहीच महत्त्व नाही. महत्त्वाचं आहे ते तुमचं हृदयपरिवर्तन, कारण यातूनच माणूस आपल्या पापी प्रवृत्तींचा त्याग करून ईश्वराच्या सन्निध जाऊन पोचतो. सर्वच लोकांचं अशा प्रकारे हृदयपरिवर्तन व्हावं असं बाबांचं स्वप्न होतं. त्यांच्या हृदयात देव असावा, त्यांचं देवाशी घट्ट नातं जुळावं, सर्वजण देवाच्या श्रद्धेने चिंब भिजून जावे आणि शेवटी अशा प्रकारे चिंब झालेल्या दोन व्यक्तींमध्ये कोणत्याही प्रकारचं वैमनस्य असू नये, असं त्यांना वाटे.

बाबा म्हणत : ईश्वर महान आहे. तो सर्व शक्तिमान आहे. त्राता आहे. (अरबी भाषेत ईश्वराला अल्ला मालिक असं म्हणतात व हे शब्द बाबांच्या ओठावर नेहमी असत.) ईश्वर किती महान आहे. कोणाशीच त्याची तुलना होऊ शकत नाही. देवच सारे निर्माण करतो. साऱ्यांचा आश्रयदाताही तोच आणि विनाशकर्ताही तोच. त्याची लीला अगाध आहे. त्याने आपल्याला जसं निर्माण केलेलं आहे त्यातच समाधान मानावं. आपल्या सर्व इच्छा त्याच्याच चरणी अर्पण कराव्या. जे जे होईल त्याला सामोरे जावे, समाधानी व आनंदी असावे. कधीच चिंता करू नये. त्याच्या संमती व इच्छेशिवाय झाडाचे पानही हलत नाही. आपण नेहमी प्रामाणिक, सरळमार्गी, न्याय्य आणि सद्गुणी असावे. आपल्याला भल्याबुऱ्याची परीक्षा करता यायला हवी. आपल्यापैकी प्रत्येकाने स्वत:चे कर्तव्य पूर्ण केले पाहिजे. पण त्याचबरोबर अहंकाराने आपल्या मनाचा ताबा घेता कामा नये. जे जे घडतं त्या सर्वांस केवळ आपण कारणीभूत आहोत असं मानणं योग्य नव्हे. कारण कर्ता करविता तर तो भगवंत आहे. त्याची स्वयंपूर्णता व आपलं त्याच्यावर अवलंबून असणं आपण समजून घेतलं पाहिजे. केवळ असं केलं तरच आपण बंधमुक्त राहू आणि कर्मांच्या दास्यत्वातून आपल्याला मुक्ती मिळेल.

माणसाने सर्व चराचर सृष्टीवर प्रेम केलं पाहिजे, असं बाबांचं म्हणणं होतं. ते म्हणत : ''प्राणिमात्रांवर प्रेम करा. कोणाशीच तंटा अथवा झगडा करू नका. कोणाचा बदला घेऊ नका की कोणाच्या भावना दुखवू नका. जेव्हा कोणी तुमच्याविषयी बोलेल, विशेषत: तुमच्या विरुद्ध, तेव्हा मनावर यत्किंचितही परिमाण घडू न देता निघून जा. त्याच्या शब्दाने तुमच्या शरीराला क्षते तर पडणार नाहीत. त्याच्या त्या कृतीने नुकसान त्याचेच होणार आहे, तुमचे नव्हे. निष्क्रियपणे स्वस्थ बसू नका. कृती करा आणि ईश्वराचं नामस्मरण करा.'' बाबांनी एका भक्ताला सांगितलं होतं : ''माणसानं कधीही मनात हेवादावा, शत्रुत्व किंवा इतरांविषयी द्वेषाची भावना मनात आणता कामा नये. इतरांनी जरी आपला द्वेष केला तरी आपण मात्र सरळ ईश्वरनामस्मरण करत राहावे व अशांशी संपर्क टाळावा.'' त्यांच्याकडे आलेल्या

एका लहान मुलाला ते म्हणाले होते : "तुझ्या मात्यापित्यांचं ऐकत जा आणि आपल्या आईला कामात मदत कर. नेहमी सत्यच बोल."

बाबा नेहमी भक्तांना कार्यमग्नतेचं आणि धीराचं शिक्षण देत. ते म्हणत : "जर योग, तप आणि ज्ञानार्जन केलं नाही तर आयुष्य निष्फळ गेलं." ते आपल्या भक्तांना असा उपदेश करत. "कोणताही माणूस अथवा प्राणीमात्र तुमच्यापाशी आला तर त्यांचा अपमान करून त्यांना हाकलून देऊ नका. उलट त्यांना यथोचित आदराने वागवा. जर तुम्ही तहानलेल्याला पाणी, भुकेलेल्यास भाकरी, निर्वस्त्रास कपडा आणि भरकटलेल्यास तुमच्या घराच्या ओसरीत निवारा दिलात तर श्रीहरी तुमच्यावर निश्चितच संतुष्ट होईल. तुमच्यापाशी कुणी पैसे मागितले व तुमच्या मनात ते द्यायचे नसले, तर देऊ नका. पण त्याच्या अंगावर कुत्र्यासारखं भुंकूही नका. तुमच्या विरुद्ध कोणी शंभर गोष्टी जरी बोललं तरी त्यावर उलट उत्तर देऊन तुमची चीड व्यक्त करू नका. तुम्ही असल्या गोष्टी जर सहन करायला शिकलात तर तुम्ही सुखी व्हाल. जगात कितीही उलथापालथ घडू दे. तुम्ही आपल्या जागी ठाम असा व तुमच्या डोळ्यासमोर जे काही घडेल ते बघा. तुमच्या माझ्यात दुरावा उत्पन्न करणारी मतभेदांची भिंत काढून टाका. म्हणजे आपल्या भेटीचा मार्ग सुस्पष्ट व खुला होईल. तू - मी अशी वेगळेपणाची, परकेपणाची भावना असली म्हणजे गुरू व शिष्याच्या नात्यामधे दुरावा निर्माण होतो. ही भावना नष्ट केल्याशिवाय एकात्मतेची व प्रायश्चित्त केल्याची भावना निर्माण होणार नाही. अल्ला मालिक किंवा ईश्वर हाच एकमेव त्राता आहे. आपला आणखी कुणीही त्राता नाही. त्याची कार्यपद्धती विलक्षण आहे. अनमोल आहे. अतर्क्य ही आहे. त्याची इच्छा सफल होईल. तोच आपल्याला मार्ग दाखवेल. आपल्या हृदयात दडलेल्या कामनाही तोच पूर्ण करेल. आपण जे सारे इथे एकत्र आलो आहोत त्याला आपले गतजन्मीचे ऋणानुबंध कारणीभूत आहेत. आपण एकमेकांवर प्रेम करू, एकमेकांची सेवा करू आणि सुखी होऊ. ज्या कुणाला, आयुष्यातील सर्वोच्च ध्येयांची प्राप्ती होईल, तो अमर होईल, सुखी होईल. उरलेले मात्र नुसते जगतील, श्वासोच्छ्वास करत राहतील."

एकदा एक श्रीमंत मनुष्य बाबांकडे गेला आणि म्हणाला, "देव कसा असतो?" त्याच्या प्रश्नाचं सरळ उत्तर देण्याऐवजी बाबांनी आपल्या आजूबाजूला उभ्या असलेल्या भाविकांना निरनिराळ्या लोकांकडे पाठवलं, दक्षिणा मागण्यासाठी, परंतु ते सगळे रिक्तहस्ताने परत आले. त्यांच्यापैकी फक्त चांदोरकरांनी ज्या ज्या लोकांकडे दक्षिणा मागितली त्यांनी ती दिली. या घटनेमधून त्या श्रीमंत माणसाच्या प्रश्नाचे उत्तर आपोआपच मिळाले. "देव कसा असतो?" हा प्रश्न विचारणाऱ्या माणसाची तेवढी योग्यता असावी लावते. केवळ सत्पात्र माणसालाच या प्रश्नाचे उत्तर मिळू शकते.

बाबा म्हणत : ''मला पाचही ज्ञानेंद्रियांची शरणागती हवी. पंचप्राण म्हणजेच मानस, बुद्धी, अहंकार (मन, प्रज्ञा आणि अहंभाव) या सर्वांची परिणती वैराग्यामध्ये, मनाच्या अलिप्ततेत होते. ब्रह्मज्ञानापर्यंत पोहोचण्याचा मार्ग फार कठीण आहे. प्रत्येकजण काही त्यावरून वाटचाल करू शकत नाही. जेव्हा पहाट होईल तेव्हा या मार्गावर प्रकाश असेल. ज्याला स्वर्गीय व भौतिक गोष्टींविषयी अलिप्तता वाटते तोच ब्रह्मज्ञानाची प्राप्ती करून घेण्यास प्राप्त असतो.'' ते पुढे असंही म्हणत: ''आत्मज्ञान मिळवण्यासाठी ध्यानाची आवश्यकता असते. म्हणजेच आत्मअनुष्ठानाने (सरावाने) मन:शांती मिळते आणि हीच शांती मनाला समाधी अवस्थेत नेऊन पोचवते. म्हणूनच सर्व इच्छा-आकांक्षांचा त्याग करा आणि आपल्या मनात ईश्वराचं चिंतन करा. चित्ताची अशी एकाग्रता जर आपल्याला जमू शकली तरच ध्येयसिद्धी होते.''

बाबा नेहमी म्हणत : ''ध्यान करत असताना तुम्ही माझ्या साकार स्वरूपाचं ध्यान करा अथवा निराकाराचं. ज्या योगे तुम्हाला सर्वाधिक आनंद मिळेल ते तुम्ही करा, जर निराकाराचं ध्यान करणं अवघड जात असेल तर त्याऐवजी मी तुमच्या डोळ्याला जसा दिसतो ते माझं रूप कल्पनेने नजरेसमोर आणा. व त्याचं ध्यान करा. या अशा ध्यानामुळे मनाची एकरूपता होते. (म्हणजेच मनाला लय प्राप्त होते.) कर्ता आणि कर्म यांच्यातील (म्हणजे माझ्यातील व तुमच्यातील) फरक नष्ट होईल.'' ते म्हणत : ''गुरुकृपेचा एक कटाक्ष शिष्याला दूधभाकरीसारखा असतो.''

जे कुणी संसाराचा त्याग करून संन्यासी होण्याची इच्छा करत, त्यांना बाबा म्हणत : ''समाजापासून दूर रानावनात निघून जाऊन मानवाला त्याच्या आयुष्यातील दु:खे टाळता येतात ही कल्पनाच असंबद्ध आहे. तुम्ही जिथे कुठे जाल तिथे तुमचा देह आणि तुमचं मन तुमच्या बरोबरच असणार आणि सुख-दु:ख तेच तर तुम्हाला देणार मग तुम्ही कोणत्याही ठिकाणी असा. देह जोपर्यंत आहे तोपर्यंत सुखदु:खाचं प्रारब्ध कर्म तो निर्माण करतच राहणार आणि म्हणूनच वस्तुस्थितीला सामोरं जाणं आणि सुयोग्य प्रकारे आयुष्य घालवणं हाच खरा मार्ग आहे.''

कौटुंबिक बंधने बाबांना कधीच अमान्य नव्हती. प्रपंचाच्या त्या बंधनांना ते पायातील बेड्या वगैरे म्हणून त्यांची हेटाळणी कधीच करत नसत. त्यांना स्वत:ला वडील, बहीण, भाऊ, चुलत भावंडे असल्याचा उल्लेख त्यांच्या बोलण्यात येई व त्या सर्वांच्या संदर्भात अत्यंत जबाबदारीची जाणीव ठेवून ते प्रत्येक जन्मात वागत असत. वडील, बहीण, भाऊ इत्यादी नातेवाईकांचा हा संदर्भ नक्कीच त्यांच्या गत-जन्माविषयीच असला पाहिजे कारण बाबांना या जन्मी जन्मदाते आईवडील वगळता कोणीही आप्तेष्ट असल्याचं ज्ञात नाही.

बाबांचे पट्टशिष्य दासगणूमहाराज एकदा बाबांना म्हणाले : ''तुम्ही मला संपूर्ण

भगवत्गीतेचे सात दिवसांत पारायण करायला सांगत आहात. मी ते करीनही, पण सातव्या दिवसाच्या शेवटी मला खरोखर ईश्वराचं दर्शन घडायला हवं.'' त्यावर बाबा म्हणाले, ''होय विठ्ठल नक्कीच अवतीर्ण होईल, पण त्यासाठी मनात पुरेसा भाव असायला हवा. ईश्वराची भक्ती करत असताना तुमच्या मनाची पुरेशी एकाग्रता असली पाहिजे. ते पुढे म्हणाले : ''जर तुम्हाला निराकाराचं ध्यान करता येणार नसेल तर तुम्ही माझ्या समूर्त साकार स्वरूपाचं ध्यान करा. (मी ईश्वर आहे असं माना) एच्. एस्. दिक्षीत हे विठ्ठलाचे परमभक्त होते. त्यांना वाटे, ईश्वराचं अस्तित्व फार क्षणभंगुर आहे. तेव्हा आपल्याला जे काही दिसलं, तो खरोखरीचाच ईश्वर आहे हे कशावरून ओळखायचं ? अशी शंका बाबांना विचारण्यासाठी ते गेले. बाबा त्यांना म्हणाले : ''तुम्ही जो पाहिला आणि अनुभवला, तो विठ्ठलच होता.'' आपल्या प्रत्येक भक्ताच्या मनात काय घडत असतं ते सर्व बाबांना माहीत असतं असंही त्यांनी सांगितलं. मात्र बाबा असं म्हणाले : ''विठ्ठल गुंगारा देणारा आहे. आधी त्याला बांधून ठेवा, नाहीतर तो हातावर तुरी देऊन पळेल.''

खापर्डे लिहितात : '' बाबांनी या भूतलावरील देवाची माझी संकल्पना पुरी केली. ज्या क्षणी मी त्यांच्या चरणांना स्पर्श केला, त्या क्षणी माझ्या मनावरील सर्व भौतिक चिंतांचं ओझं नाहीसं झालं, खरंतर त्यापूर्वीचे काही क्षण मी त्या ओझ्यानं इतका वाकलो होतो, की मला आयुष्याविषयी घृणा निर्माण झाली होती. हा केवळ माझा एकट्याचाच अनुभव आहे असं नव्हे तर १९११-१२ च्या दरम्यान माझ्या शिरडी येथील वास्तव्यात मी अक्षरश: हजारो भाविकांना भेटलो असेन व त्या सर्वांचाच अनुभव हा असाच होता. तो सर्व भूखंडच बाबांची पूजा करत असे. साईबाबांच्या दर्शनासाठी आलेला प्रत्येकजण समाधानाने परत जाई. ते दृश्य बघून मन आनंदाने भरून येई.''

प्राध्यापक नरके म्हणतात : ''आम्ही घरी देव्हाऱ्यात पूजेसाठी जे देव मांडले आहेत, त्यात मी साईबाबांचीही प्रतिष्ठापना केली आहे. साईबाबा साक्षात् ईश्वर आहेत. कुणी सामान्य सत्पुरुष नव्हते. साईबाबांच्या डोळ्यामधील तेजावरून ते सत्पुरुष आहेत हे लगेच ओळखता येतं. त्यांचं सामर्थ्य आणि त्यांच्या लीला विलक्षण आहेत. १९१६ साली नरके जेव्हा शिरडीला गेले तेव्हा तिथे त्यांना एक किस्सा ऐकायला मिळाला. वामनराव पटेल नामक एक वकील बाबांची उपासना करत होते. ते बाबांच्या वतीने संपूर्ण गावात हिंडून भिक्षा मागत असत. ते पाहून प्राध्यापक नरक्यांना वाटले, ''मी सुद्धा अशाच प्रकारे बाबांची सेवा का करू नये? बाबांसाठी भिक्षा मागण्याचं हे काम जर मला मिळालं तर?'' त्यावेळी नरक्यांनी पाश्चात्य पोशाख परिधान केला होता. त्यांना कपडे बदलण्यास वेळ नसल्याने ते तसेच बाबांच्या भेटीसाठी आले होते. बरोबर त्याच वेळेला तेथे वामनराव पटेलांसाठी

भिक्षा मागण्याची परवानगी देण्याबाबत बोलणं चाललं होतं. नेमके त्यावेळी नरके तेथे पोचताच बाबा त्यांच्याकडे बोट दाखवून म्हणाले, ''आज या माणसाला भिक्षा मागायला पाठवा.'' ते ऐकताच नरक्यांनी हातात कटोरा घेतला व आहे त्याच पोशाखात ते भिक्षा मागण्यासाठी गेले. अशा प्रकारची ही सेवा ते सलग चार महिने करत राहिले. बाबांच्या वतीने भिक्षा मागण्याचा सन्मान केवळ मोजक्याच काही लोकांना प्राप्त होतो'' असे ते म्हणत.

बाबा आपल्या भक्तांसमोर मोठमोठी प्रवचने कधीच देत नसत. विशेषत: इ.स. १९०८ सालानंतर बाबांच्या भक्तांची संख्या दिसामासाने वाढू लागली. त्यांनी जी काही अगदी थोडी प्रवचने दिली आहेत, त्यांचा दासगणूंच्या पुस्तकात उल्लेख आहे. बाबा कधीही एका विशिष्ट तत्त्वप्रणालीचा पुरस्कार करत नसत. पण ते जो काही उपदेश करत, तो म्हणजे विविध तत्त्वप्रणालींचं मिश्रण असे. नरसिंहस्वामीजी म्हणतात त्याप्रमाणे बाबांचा आशीर्वाद घेण्यासाठी येणारे लोक कोणतंही उच्च तत्त्वज्ञान वगैरे समजणाऱ्या गटातील नसतच. लोकांशी बोलताना बाबा कोणत्याही प्रश्नाच्या आंतरिक स्वरूपाबद्दल बोलत असत. उदा. मालमत्तेचा प्रश्न. बाबा म्हणत : ''साधकाने स्वत:ची उन्नती करत असताना 'मी' आणि त्या संदर्भात वापरले जाणारे 'माझे' इत्यादींचे विश्लेषण करायला हवे. हे 'माझे' म्हणजेच मालमत्ता. ही मालमत्ता व माणसाचा अहंभाव यामुळे माणसाला दृष्टिभ्रम होतो. माणसाच्या खऱ्याखुऱ्या दृष्टीमुळे त्याला आपण खरोखरीचे कोण आहोत हे समजण्यास मदत होते. 'स्वत:' आणि 'मी' हे 'स्वत:'चेच अहंभावी स्वरूप असते हे समजणे आवश्यक आहे. खरे 'स्व' हे जास्त खोल अंतर्मनात असते. आणि तो 'मी' चा पाया असतो जसे परमात्मा आणि परब्रह्म. आणि हाच देव.

बाबांच्या मते ज्याला स्वत:चं खरं स्वास्थ्य हवं असेल त्यानं पुन: पुन्हा 'मी' आणि 'माझं' च्या जाळ्यात गुंतून जाता कामा नये. साधकाच्या दृष्टीने सर्वात महत्त्वपूर्ण जर काही असेल तर ते म्हणजे देहाच्या संकल्पनेपासून स्वत:ला मुक्त करणे. 'मी' व 'माझे' हे दोघेही देह संकल्पनेचे प्रतिनिधी आहेत.

देहाच्या अथवा ब्रह्माच्या शक्तीद्वारे जे काही मूर्तस्वरूपात प्रकट होईल त्या सर्वांचा उल्लेख बाबा माया असा करीत आणि आध्यात्मिक साधनेतील सर्वोच्च ध्येय कोणतं असेल तर ते म्हणजे आपले देखाव्याचे जग पार करून देवापर्यंत पोचणे. कारण याच देखाव्याच्या जगाने आपल्यामध्ये आणि ईश्वरामध्ये अंतराय निर्माण केला.

तात्त्विक स्वरूपाचे निर्णय देणे अथवा विविध तात्त्विक सिद्धांतांमध्ये वादविवाद चर्चा करणे या गोष्टींत बाबांना कधीही रस नव्हता. त्यांच्याकडे मार्गदर्शनासाठी आलेल्या लोकांना व्यावहारिक स्वरूपाचा सल्ला देण्याकडे त्यांचा कल होता.

बाबांनी त्यांना सांगितलेल्या काही गोष्टी खापर्डे यांनी रोजनिशीत लिहून ठेवल्या आहेत. बाबा म्हणत : "हे जग मजेशीर आहे. हे सर्वजण माझे प्रजाजन आहेत. मी सर्वांकडे सारखीच नजर ठेवून असतो. पण तरीसुद्धा काही चोर होतात. त्यांच्यासाठी मी काय करू शकणार? जे स्वत:च मृत्यूच्या समीप पोचलेले असतात, ते दुसऱ्याच्या मृत्यूची इच्छा करतात व त्यासाठी पूर्वतयारी पण करतात. ते माझ्या शिकवणीच्या विरुद्ध वागून अनेकदा त्रासही देतात. पण मी काहीच बोलत नाही. ईश्वर महान आहे. त्याचे अधिकारी सर्वत्र असतात. ते सर्वच महाशक्तिमान असतात. मी सुद्धा अत्यंत शक्तिमान आहे. आठ ते दहा हजार वर्षांपूर्वी मी इथे होतो.''

बाबांच्या मते कर्माचा नियम कुत्री वा इतर प्राण्यांनासुद्धा लागू होता. नरसिंह स्वामींनी कर्माच्या नियमाचे स्पष्टीकरण दिले आहे. ते असे- कर्माचा हा सिद्धांत परिणामांची कारणमीमांसा करणारा आहे. एखादा विशिष्ट दृष्टिकोन मनात ठेवून कृती केली असता तो दृष्टिकोन दृढ होतो. व ज्या गोष्टी साध्य करण्यासाठी ती कृती केली, केवळ त्याच गोष्टी साध्य होतील असे नव्हे तर परत सतत तसाच विचार करत राहण्याची, तशीच मानसिकता ठेवण्याची अधिकाधिक सवय लागते. त्याचं उदाहरण म्हणून त्यांनी वीरभद्रप्पा आणि बसप्पा यांची कथा उद्धृत केली आहे. हे दोघेही पूर्वजन्मी बाबांना शरण आले होते. त्यांचे परस्परांशी कडवे वैमनस्य होते. वीरभद्राला धनाची आसक्ती होती. त्याच्यापाशी पुरेशी सत्ता होती व प्रभावशाली व्यक्तिमत्त्वही होते. त्याचा बसप्पावर आकस होता. त्याचं कारण वीरभद्रप्पाची पत्नी गौरी हिच्याकडे वारसाहक्काने आलेल्या मालमत्तेवर बसप्पा मालकी हक्क सांगू इच्छित होता. बसप्पा हावरट असल्या कारणाने त्याला जरी मालमत्तेची हाव असली तरी तो भेकडपण होता. वीरभद्रप्पाने बसप्पाच्या नरडीचा घोट घेण्याची शपथ वाहिलेली होती आणि बसप्पा घाबरून बाबांच्या आश्रयाला आला होता, परंतु हा सूड घेऊन होण्यापूर्वीच वीरभद्रप्पा आणि बसप्पा या दोघांचा मृत्यू ओढवला. वीरभद्रप्पाला नागाचा जन्म प्राप्त झाला आणि बसप्पाला बेडकाचा. आता हा नाग बेडकाला गिळणार एवढ्यात बाबा मधे पडले आणि त्यांनी त्या नागाला (वीरभद्रप्पाला) सांगितले: "मनातील द्वेष काढून टाक. तुझा वैरी बसप्पा याला त्रास देण्याचा प्रयत्न थांबव. मग वीरभद्रप्पा नागाने बसप्पा बेडकापुढे हार मानली.'' बाबा म्हणाले : "जोपर्यंत एखाद्या माणसाचा एखाद्या सत्पुरुषाशी संपर्क येत नाही आणि पुढील परिणामांपासून त्याला वाचवता येत नाही, तोपर्यंत त्याची दुष्कर्मे चालूच राहतात.''

चांगल्या व सद्गुणी लोकांसाठी हा कर्माचा नियम चांगल्याची भलावण करतो आणि दुर्जनांसाठी तो दुष्कृत्यांची भलावण करतो. बाबा म्हणत : "ज्याने शिरडीच्या भूमीवर पाय ठेवला त्याचं पूर्वकर्म संपुष्टात आलं.'' जेव्हा काही घटना घडतात

तेव्हा त्या घटना म्हणजे आपल्या पूर्वसंचिताचा परिपाक असतो आणि त्या आपल्याला बदलता येत नाहीत. परंतु त्या घटनांना काही वेगळं वळण देण्यात मात्र बाबा यशस्वी होत असत. घटना घडत असताना त्यातील काही टप्प्यात त्यांच्यात थोडासा बदल घडवून आणून त्या त्या भाविकांच्या फायद्याच्या गोष्टी घडवून आणणे त्यांना शक्य होते. ही गोष्ट दोन प्रसंगांमधून स्पष्ट होते. पहिल्या उदाहरणात त्यांचा एक दाक्षिणात्य भक्त एका विशिष्ट प्रकारच्या कृमींच्या दुखण्याने बेजार होता. "इथून पुढील आणखी दहा जन्मांमध्ये मी या यातना भोगायला तयार आहे, पण आता माझी या यातनांमधून सुटका करा,'' अशी विनंती त्याने बाबांना केली. बाबा म्हणाले : "काय? तुला आणखी दहा जन्म हवेत? अरे, सत्पुरुषाच्या सामर्थ्याने दहा जन्मांच्या यातना केवळ दहा दिवसात भोगून संपवता येतात.'' मग बाबांनी त्या भक्ताला द्वारकामाईत पाय लांब करून बसवून ठेवलं. ते म्हणाले : "एक कावळा येऊन चोचीने तुझी जखम टोकरेल आणि तुला बरं करेल.'' काही दिवसातच बाबांचा मदतनीस अब्दुल याचा अपघाताने चुकून त्या रुग्णाच्या जखमेवर पाय पडला व जखमेतील सर्व कृमी चिरडून गेले. बाबा म्हणाले : "अब्दुल हाच तो कावळा. आता आणखी दुसऱ्या कावळ्याने येऊन जखम टोकरण्याची गरज नाही.'' मग त्या भक्ताला घरी पाठवण्यात आलं. दहाच दिवसात तो खडखडीत बरा सुद्धा झाला आणि त्याच्या यातनांचा अंत झाला.

दुसरा असाच प्रसंग घडला. भीमजी नावाचा एक क्षयरोगी बाबांपाशी आला. बाबा त्याच्याबरोबर आलेल्या लोकांना म्हणाले : "ह्याला माझ्याकडे आणून तुम्ही माझ्यावर केवढी मोठी जबाबदारी टाकली आहे म्हणून सांगू. बाबांच्या म्हणण्याचा अर्थ असा, की क्षयामुळे त्या माणसाला जे काही भोग भोगायला लागत होते, ते त्याच्या पूर्वजन्मीच्या कृत्यांचे फळ होते. त्या जन्मात त्याने चोरी केली होती. बाबा त्याला म्हणाले, "फकीर दयाळू आहे. तुझा रोग बरा होईल.'' मग त्याला एका घराच्या ओल्या पडवीत झोपायला पाठवण्यात आलं. त्याप्रमाणे तो झोपला व त्याला दोन भयंकर दुःस्वप्ने पडली. त्यापैकी एका स्वप्रात एका शाळेचे शिक्षक त्याला निर्दयपणे झोडपून काढत होते. दुसऱ्या स्वप्रात कोणीतरी त्याच्या छातीवर खडी दाबण्याचे यंत्र ठेवत होते. मृत्यू समोर आ वासून उभा ठाकला की माणसाला जी भीती वाटत असेल त्या भीतीचा अनुभव त्याने स्वप्रात घेतला. अशा प्रकारे बाबांनी त्याच्या शिक्षेत थोडा बदल घडवून आणला. काही दिवसांतच तो भक्त पूर्णपणे बरा झाला.

बाबा म्हणाले: "मी माझ्या पूर्वजन्मात पूर्णपणे विरागी वृत्तीचा, आत्मत्यागी आणि इतरांसाठी काम करणारा होतो. त्यांच्याच सांगण्याप्रमाणे त्यांनी आपल्या सर्व इच्छा, कामनांवर विजय मिळवला होता. ते आपल्या स्वतःच्या फायद्याचा विचार

कधीच करत नसत. ते स्वार्थत्यागी व दुसऱ्याचा विचार करणारे होते. त्यात त्यांचा भाऊ, सावत्र आई आणि शेजारी यांचा समावेश होता. या सर्वांसाठी बाबांनी निरपेक्षबुद्धीने काम केले. या सर्व व्यक्तींविषयी त्यांच्या मनात प्रचंड अनुकंपा आणि आदरभाव होता. गत आयुष्यातील त्यांचीही जी स्वभाववैशिष्ट्ये होती त्यांचा बाबांच्या आत्म्यावर परिणाम झाला होता. त्यामुळे त्यांच्या सध्याच्या जन्मामध्ये स्वभाववैशिष्ट्यांची देणगी त्यांना जन्मजातच मिळाली होती. पुढे या वैशिष्ट्यांना खतपाणी मिळून त्यांची पुरेपूर वाढसुद्धा झाली. बाबांच्या आईवडिलांनी अगदी बालवयातच त्यांचा त्याग केला. बाबांचा सांभाळ एका फकिराने केला. हा फकीर अत्यंत प्रगल्भ विचारांचा सुफी संत होता. त्याच्या मृत्यूनंतर त्याच्या पत्नीने बाबांना सेलू येथील जमीनदार गोपाळराव देशमुख यांच्या ओटीत घातले. या सर्व घटना म्हणजे बाबांच्या जीवनातील अतिमहत्त्वपूर्ण टप्पे होते. या टप्प्यांमुळेच बाबांच्या ठायी विश्वास, श्रद्धा, शुचिता, वैराग्य आणि देवत्व या सद्गुणांचा विकास झाला. त्यातूनच त्यांची जडणघडण झाली. त्यांच्या मनात प्रेमाचा उगम झाला व त्यांचा आत्मा प्रेमभावनेने ओतप्रोत भारावून गेला. आत्म्यावर जे काही वैरभावनेचे प्रहार झाले असतील ते सर्वच्या सर्व त्याने या प्रेमरसाने गारद करून टाकले. बाबा जेव्हा प्रथम शिरडीला आले, तेव्हा खोडकर मुले त्यांना खडे फेकून मारत. पण बाबा कधीच रागावले नाहीत. उलट ते त्यांना क्षमा करत आणि ज्या छोट्या हातांनी त्यांना दगड मारले असतील त्या हातात ते खडीसाखर ठेवत. प्रेमाने आपल्या मनाचं एकीकरण होतं. ते मन घट्ट होतं आणि शक्तिमान होतं. आपलं नैतिक चारित्र्य दृढ होतं. विशेषत: आपल्या मनाची इतरांच्या मनाशी तादात्म्यता होते तेव्हाच हे शक्य होतं. बाबांच्या बाबतीत आचरणाचे नियम होते, तत्त्वे होती. आपल्या अंतरी जे प्रेम दडलेलं आहे त्याचे अस्तित्व कोणालाही जाणवू नये, त्याचा थांग कोणाला लागू नये यासाठी लागणारी गोपनीयता त्यांच्यापाशी होती. असं म्हणतात- साधकाने वा संताने आपल्या प्रगल्भतेचं संपूर्ण दर्शन कोणालाही कधीच घडवून आणू नये. स्वत: विद्वान असूनसुद्धा एखाद्या बालकासारखं आचरण करावं. बुद्धिमान असूनसुद्धा अडाणी खेडुतासारखं वागावं. सुशिक्षित असूनसुद्धा वेड्या माथेफिरू माणसासारखं वागावं. वेदविद्याशास्त्रात प्रवीण असूनसुद्धा एखाद्या रानटी आडदांड माणसाप्रमाणे वागावं. असे केल्याने त्याच्या चित्ताची एकाग्रता इतरांमुळे भंग पावत नाही.

बाबांनी एकदा शामाला सांगितलं : "गेल्या ७२ जन्मांमध्ये तू माझा सांगाती होतास." याचा अर्थच असा की बाबांनी आपल्या भक्तांवर गेली दोन हजार वर्षे मायेची पाखर घातली होती. या जन्मात शामा हा एक अत्यंत गरीब, खेडवळ माणूस होता. त्याला प्रत्येक बाबतीत बाबांवर अवलंबून राहणं प्राप्त होतं. त्याला आणि त्याच्या मुलाबाळांना बाबा उदरनिर्वाहासाठी मदत करत. सुखसोयी पुरवत.

त्यांचं रक्षण करत. इतरही अनेकांसाठी ते या सर्व गोष्टी करत असत. बाबांचे दुसरे एक शिष्य प्राध्यापक नरके बाबांना जेव्हा प्रथम भेटले, तेव्हा बाबा म्हणाले: ''मी तुम्हाला गेले तीस जन्म ओळखतो.'' तात्याची आई ही बाबांच्या म्हणण्याप्रमाणे गतजन्मी त्यांची बहीण होती. ती नेहमी बाबांना पोटाला अन्न घालत असे, आणि ते कधीही उपाशी राहणार नाहीत याची काळजी घेत असे. बाबांच्या गतजन्मी कोणी त्यांची अगदी लहान सहान जरी सेवा केली असली, तरी बाबांना त्या गोष्टीचा विसर पडत नसे. दादा कोल्कर, जी. एस्. खापर्डे, बापूसाहेब जोग, एच्. एस्. दीक्षित, शामा आणि बाबा हे सर्वजण गतजन्मी एकाच गुरूंचे शिष्य होते, असं बाबा सांगत आणि त्याचमुळे या जन्मात परस्परांशी संपर्क साधण्याच्या दृष्टीने बाबांनी त्यांना एकत्र आणले होते. त्यांच्यापैकी प्रत्येकाला बाबांनी फार विलक्षण रीतीने मदत केली होती.

बाबांचे गतजन्मातील जे खेळसवंगडी होते, त्यांना सुद्धा बाबा बरोबर ओळखून काढत. त्यांची पूर्वजन्माची एक मैत्रीण होती. तिला जिथे पुरले होते ते थडगे बाबांना बरोबर सापडले. त्यांनी तिथे थोडा वेळ घालवला. बाबांचे पूर्वजन्मी काही प्राण्यांशी सुद्धा ऋणानुबंध होते व ते बाबांना अजून आठवत असत. खापर्डे यांची पत्नी गेल्या जन्मी गाय होती. या गाईने त्यावेळी बाबांना पुष्कळ दूध दिले होते. तसेच त्यांचे गतजन्मीतील दोन खेळसवंगडी होते. परंतु त्यांनी त्यावेळी केलेल्या काही नीच कृत्यांमुळे त्यांना आता बोकडांचा जन्म प्राप्त झाला होता. या दोन बोकडांना बरोबर ओळखून बाबांनी त्यांना कसे विकत घेतले, खाऊ पिऊ घातले आणि सोडून दिले ते आपण मागील प्रकरणात पाहिलेच आहे. त्याचप्रमाणे वीरभद्रप्पा याला सर्पाचा व बसप्पा याला बेडकाचा जन्म कसा प्राप्त झाला त्याचप्रमाणे वीरभद्रप्पाने या जन्मात आपल्या पूर्वजन्मीच्या वैरभावनेची जोपासना करू नये म्हणून बाबांनी त्यांचे मन कसे वळवले हेही आपण पाहिलेच आहे.

बाबा कधीतरी अगदी सर्वसामान्य माणसासारखे वागत. भावनावेगाने त्यांना रडूसुद्धा कोसळत असे. इ.स. १९१२ मध्ये त्यांचा प्रियभक्त मेघा याचे निधन झाले. तेव्हा बरोबर असेच घडले. या प्रसंगाची आठवण काढताना खापर्डे म्हणतात: ''बाबा आपला चेहरा दाखवेनात की डोळे उघडेनात. ते कोणावर कृपाकटाक्षसुद्धा टाकेनात. मेघाचा मृतदेह लोकांनी बाहेर उचलून आणताच बाबा तिथे आले आणि जोरजोरात आक्रोश करू लागले. त्यांचा तो आक्रोश जमलेल्या सर्वांच्याच हृदयाला पाझर फोडून गेला. गावाच्या जवळ मुख्य रस्त्याचे जे वळण आहे तोपर्यंत बाबा मेघाच्या प्रेतयात्रे-मागोमाग चालत आले आणि नंतर आपल्या नेहमीच्या वाटेने निघून गेले. वटवृक्षाखाली मेघाच्या देहावर अग्निसंस्कार करण्यात आले. एवढ्या लांब अंतरावरून सुद्धा बाबांच्या रडण्याचा आवाज स्पष्ट ऐकू येत होता. ते जोरजोरात हात हलवून जणू

काही मृतात्म्याचा निरोपच घेत होते.

बाबा 'शैव' किंवा 'वैष्णव' यापैकी नक्की कोणत्या संप्रदायाचे होते याविषयी परस्परविरोधी मते व्यक्त केली जातात. ह्या वादाला सुरुवात होण्याचं कारण काही भक्त येऊन बाबांना विचारत : ''बाबा तुम्हाला नाव का नाही?'' या सर्वांना बाबा एकच उत्तर देत. ''मी काय करू? माझे उपासक मला गुरू मानतात. त्यांच्या गुरूच्या शरीरावर जी काही चिन्हे त्यांना लावावीशी वाटतात, ती ते लावतात.'' खरं तर बाबा शैवही नव्हते आणि वैष्णवही, हेच या मागचं सत्य होतं. परंतु बाबांचा दृष्टिकोन, त्यांचे विचार व त्यांचं बाह्यरूप लक्षात घेतलं तर असंच दिसून येतं, की ते सर्व पंथांमध्ये सारखाच रस घेत. त्यांच्यापैकी कोणत्याही विशिष्ट पंथात बाबांचा समावेश नव्हता. परंतु आपल्या भक्तांचं मन दुखावू नये म्हणून ते सर्वांच्या इच्छेला सारखाच मान देत. शिव वेगळा, विष्णू वेगळा असं बाबा कधीही मानत नसत. त्यांच्या मते ईश्वर हा एकच होता. मग त्याला तुम्ही शिव म्हणा, विष्णू म्हणा, विठ्ठल किंवा राम किंवा अल्ला किंवा हरी म्हणा. ईश्वराच्या जवळ जाताना उरात भरून भक्ती घेऊन जायचं असतं. प्रेमानं जायचं असतं. मग भक्ती करण्याची पद्धती, नावे किंवा इतर उपचार वेगवेगळे असले तरीही चालतील.

बाबांविषयी आणखी एक वादग्रस्त मुद्दा होता - बाबांची भक्ती कशी करावी, या संदर्भात. बरेच लोक असंही म्हणत, की हिंदू अथवा इतर कोणत्याही धर्माच्या लोकांना आपली भक्ती करून देण्याचा अधिकार पोचत नाही. एका ख्रिस्ती धर्मोपदेशकानं तर असंही म्हटलं आहे बाबा लोकांना स्वत:ची ही अशी भक्ती करून देतात त्यावरून बाबांनी स्वत:ला देवाच्या पायरीवर नेऊन बसवलंय हेच यातून सिद्ध होतं. आणि असं करणं महाभयंकर पाप आहे. पुराणमतवादी हिंदूंचासुद्धा हाच आक्षेप होता. लोकांना आपली भक्ती करण्याची परवानगी देऊन बाबांनी स्वत:विषयीची आदरभावना पूर्णपणे नष्ट केली आहे असं ते म्हणत. अर्थात या आक्षेपालासुद्धा उत्तर देता येईल. बाबा किंवा बाबांसारखे काही महान गुरू आपल्या असंख्य भक्तांना आपली उपासना करून देतात त्यालाही दुसरी बाजू आहेच. कोणताही प्रचंड जनसमुदाय जेव्हा ईश्वराच्या समीप जातो, तेव्हा त्याला एखाद्या गुरूच्या अथवा सत्पुरुषाच्या माध्यमातून जाऊ शकतो. अशीच ईश्वरी योजना असते. व त्यातूनच त्या सर्व लोकांच्या इच्छित कामनांची (ऐहिक आणि पारमार्थिक) पूर्तता होते. हिंदूंच्या उपचारांना व धार्मिक सोहळ्यांना, विशेषत: मृत्यू-नंतरच्या संस्कारांना बाबा कधीच विरोध करत नसत. उलट नुकत्याच देह सोडून निघालेल्या आत्म्याला अशा धार्मिक विधींपासून निश्चितच काहीतरी लाभ मिळतात अशी बाबांची धारणा होती. प्रत्यक्ष मृत्यूची घडी आल्यानंतर आत्मा देह जेव्हा सोडून जातो, त्याक्षणी तसेच त्यानंतरही आत्म्याला मार्गदर्शन करण्याची वैशिष्ट्यपूर्ण शक्ती त्यांच्यापाशी होती. ते म्हणत: ''एखादा भक्त जरी

माझ्यापासून हजारो मैलावर निधन पावला तरी मी त्याचं चैतन्य माझ्याकडे खेचून घेतो.'' कालांतराने साईभक्तीबद्दल हिंदू पुराणमतवाद्यांचा विरोध मावळला. कारण त्यांच्यापैकीच अनेक लोकांनी साईप्रचाराच्या चळवळीच्या कामी जबाबदारीच्या जागा सांभाळायला सुरुवात केली. आणि ते स्वत:च बाबांस आपले आध्यात्मिक गुरू मानू लागले.

बाबा हे प्रत्यक्ष भगवान आहेत, असं त्यांचे भक्त शपथेवर सांगत. आणि का सांगू नये? बाबा जरी मनुष्यप्राणी असले तरी त्यांच्या अंगी देवाचे सर्व गुण सामावलेले होते. बाबा सर्वज्ञ होते. जगात कुठे काय चाललंय ते त्यांना ज्ञात असे. इतकंच नव्हे तर मनुष्य आणि इतर प्राणीमात्रांच्या अंतर्मनात कोणत्या वेळी काय चाललंय याविषयी (मनुष्य व प्राणीमात्रांच्या मनोव्यापाराविषयी) त्यांना सर्व काही ज्ञान होतं. ते आपल्या भक्तांचा भूतकाळ आणि भविष्यकाळ वर्णन करत. बाबा हे चराचरात भरून राहिले होते. आपल्या भक्तांसाठी ते एकाच वेळी अनेक वेगवेगळ्या, दूरदूरच्या ठिकाणी अवतीर्ण होत. ते पाहून त्यांच्या भक्तांच्या आश्चर्याला पारावार राहात नसे. काही भक्तांनी हे शपथेवर सांगितलं आहे. बाबा एका प्रसंगी तर एकाच वेळी मुंबईला एका भक्ताच्या देवघरात व त्याचवेळी शिरडीतही उपस्थित असल्याचं लोक सांगतात. 'मी माझ्या शिरडीत वावरणाऱ्या देहात बंदिवान नाही' असं बाबा स्वत:ही अनेकदा सांगत. त्यांचा सदासर्वकाळ सर्वत्र संचार असायचा. पंचमहाभूतांवर त्यांचं वर्चस्व होतं. सर्वसामान्य परिस्थितीत काळाच्या ओघात ज्या काही दैनंदिन घटनांचा क्रम घडत असतो त्या घटनांमध्येही बाबा स्वत:च्या मर्जीनुसार बदल घडवून आणीत असत. शेकडो, हजारो मैल दूर असलेल्या माणसांच्या मनातील विचार बाबा स्पष्टपणे वाचू शकत. कधी द्वारकामाईत बाबांच्या भेटीला माणसे आली तर त्यांच्या मनात चालू असलेले विचार बाबांना लगेच समजत. ते स्वत: सर्व देवाशी व महान संतांशी एकरूप झालेले होते व ते त्यांनी अनेकदा सिद्धही केलं होतं. आणि त्या सर्वांपेक्षाही अधिक म्हणजे सर्वच ईश्वरनिर्मित गोष्टींविषयी त्यांना वाटणारी माया, जिव्हाळा आणि करुणा इतकी सखोल होती, सर्वांना इतकी वेढून टाकणारी होती, की इतक्या पराकोटीच्या मायेचा वर्षाव केवळ ईश्वरच तेवढा करू शकेल. दुसरा कुणी नाही. बाबांचे भक्त स्वत:च्या घरी किंवा देवळात जाऊन आपापल्या इष्ट देवतांचं पूजन करून त्यांची आराधना करून जे काही मागणं मागत, त्याची पूर्तता या देवमाणसाच्या नुसत्या एका कृपाकटाक्षाने होई. तो त्यांचं रक्षण करी, त्यांच्या सर्व इच्छा आकांक्षा पूर्ण करून त्यांना सुखी करे. मग हे बाबा म्हणजे या भूतलावर चालणारा देव आहेत असं त्यांनी मानलं तर त्यात नवल ते काय? बाबांकडे पाहून ते कोणत्यातरी वेगळ्याच धर्माचे आहेत असं भासत असलं तरी बाबांच्या भक्तांना त्यांची फिकीर नव्हती. (खुद्द बाबासुद्धा इतके पराकोटीचे अलिप्त होते, की स्वत:चं कूळ आणि मूळ इत्यादी

भक्तांसमोर उघडं करण्याची त्यांना कधीही गरज वाटली नाही) पण काहीही असलं तरी भक्तांच्या दृष्टीने बाबा हाच देव होता आणि कुणीतरी त्यांना मुसलमान विष्णू सुद्धा म्हणत. त्यांच्या बाबतीतल्या सर्वच गोष्टी गूढ होत्या. त्यांचे विचार आणि त्यांचं वागणं कोणाच्याही आकलनशक्तीच्या पलीकडचं होतं, अतर्क्य होतं. बाबांच्या अंगच्या देवत्वाची खूण पटवणारं होतं. मात्र केवळ शिरडी आणि परिसरातील अडाणी अशिक्षित लोकच बाबांना देव मानत असं मात्र नाही. बुद्धिमान उच्चशिक्षित स्त्री पुरुष, सत्तेवर असणारे नेते, उच्चपदस्थ अधिकारी या सर्वांनी बाबांचा स्वीकार एक महात्मा म्हणून केला होता.

बाबांच्या परिवाराचं वर्णन करताना दासगणूमहाराज म्हणतात : ''धैर्य हा त्यांचा पिता होता. करुणा ही भगिनी. न्यायीपणा हा त्यांचा बंधू होता. ही पृथ्वी म्हणजे त्यांची शय्या होती.'' गंगाजीनामक साधूंची व बाबांची एकदा भेट झाली असता बाबांनी त्यांना सांगितलं होतं :'' आपण लोकांना स्वर्गातील अमृत पाजण्याची इच्छा केली तरीसुद्धा लोक आपल्यापाशी येऊन विषप्राशनाची भीक मागतात. सत्याबद्दलची निष्ठा आणि सत्याविषयीचा आदर लोप पावला आहे. असत्याचीच कास धरून त्याचा जयजयकार केला जातो.'' आपलाही अनुभव जवळपास असाच असल्याचं गंगाजींनी त्यांना सांगितल. ''मी काही मूठभर लोकांना सन्मार्गाला लावण्याचा प्रयत्न केला. पण माझी फसगत झाली. त्यामुळे मी आता त्या दिशेचे सर्व प्रयत्न सोडून दिले आहेत.''

एकदा गोदावरी नदीच्या काठी राजमहिंद्री येथे राहात असलेल्या वासुदेवानंद नामक साधूकडे एक माणूस गेला. तो शिरडीला बाबांच्या दर्शनासाठी निघाला होता. त्यानं तसं सांगताच त्या साधूने बाबांना देण्यासाठी एक नारळ त्याच्या हाती ठेवला. परंतु शिरडीला जात असताना वाटेत त्या माणसाने व त्याच्या मित्रांनी स्वयंपाक करताना त्या नारळाचा वापर करून टाकला. त्यानंतर ते सर्वजण शिरडीला बाबांच्या दर्शनासाठी गेले. त्यांना पाहताच बाबा म्हणाले : ''माझा नारळ कुठे आहे? आणा तो इकडे. लगेच मला द्या पाहू.'' त्या भक्ताने व त्याच्या मित्राने त्या नारळाचं जे काही केलं होतं ते बाबांना व्यवस्थित माहीत होतं. ते म्हणाले ''तुमच्याकडे मोठ्या विश्वासानं माझी मालमत्ता सोपवण्यात आली होती. पण तुमच्या सहवासात जे दुर्जन आले, त्यांच्या पायी ती मालमत्ता गेली'' हे ऐकून त्या भक्ताने आपली चूक कबूल केली. तो बाबांना दुसरा नारळ आणून द्यायला निघाला. पण बाबांनी त्याला थांबवलं आणि म्हणाले : ''त्या नारळाला काही वासुदेवाने दिलेल्या नारळाचं मोल नाही. विहिरीतील पाण्याची तुलना गोदावरीच्या पाण्याशी कधी होईल का? असो. जे काही घडलं ते घडलं. पण तुम्ही माझी मुलं आहात. त्यामुळे तुमच्यावर राग धरण्यात काहीच अर्थ नाही.''

बाबा हे हिंदु-मुसलमानांच्या ऐक्याचं चालतं बोलतं उदारहण होतं, असं नरसिंह

स्वामी म्हणतात. त्यांचं आयुष्य आणि त्यांची शिकवण म्हणजे तर भारतातील वैविध्यपूर्ण धार्मिक परंपरांमध्ये असलेल्या अंतर्गत एकवाक्यतेचं मूर्तिमंत व ज्वलंत उदारहण होतं. बाबा हिंदू होते की मुसलमान, ते कोणत्या संस्कारात वाढले हे त्यांच्या अखेरच्या श्वासापर्यंत त्यांनी कोणलाही सांगितलं नाही. ते स्वत: कोणत्याच धर्माचा पुरस्कार करत नसत. त्यांच्या अंगी हिंदू आणि मुसलमान धर्माच्या सर्व तत्त्वांचं इतक्या बेमालूमपणे मिश्रण झालेलं होतं की त्यातून कोणत्याही स्वरूपाचा निष्कर्ष काढता येणं शक्यच नव्हतं. तरीही लोक काही ना काहीतरी निष्कर्ष काढतच असत. आणि बाबा त्यांना हसत. मात्र एकदाच असा प्रसंग घडला की अत्यंत संतप्त मन:स्थितीत रागारागाने त्यांनी अंगावरचे सर्व कपडे फेडून टाकले व निर्वस्त्र अवस्थेत उभे राहून ते जोरात किंचाळले : "तुम्ही सारे कुचकामाचे आहात. जरा प्रयत्न करा, मी हिंदू का मुसलमान ते ओळखण्याचा." चांदोरकर हे बाबांचे निकटतम अनुयायी होते. त्यांनी दिलेल्या माहितीनुसार मुस्लिम धर्माच्या प्रथेनुसार जशी सुंता करण्यात येते तशी बाबांची केलेली नव्हती. परंतु इतर काही लोकांचं या बाबतीत दुमत आढळलं. नरसिंहस्वामीजी म्हणतात : बाबांचं संगोपन एका मुसलमान फकिरानं केलेलं असल्यामुळे त्यांची सुंता झाली असल्याची शक्यता अधिक संभवते. पण अर्थात हा प्रश्नच मुळी बाबांच्या बाबतीत अत्यंत विसंगत आहे. बाबांच्या लेखी या गोष्टीला काहीच महत्त्व नव्हतं. काही भक्तांच्या नजरेला आल्याप्रमाणे बाबांचे कान टोचलेले होते. बाबा हिंदू असावे असं सूचित करणारी ही खूण होती. परंतु स्वत: बाबांनी मात्र आयुष्याच्या अखेरच्या क्षणापर्यंत स्वत:च्या जन्माची वा धर्माची कधीच वाच्यता केली नाही. नरसिंहस्वामीजी म्हणतात : "बाबांची सदसद्विवेक बुद्धी अत्यंत स्वच्छ व निर्मळ होती. देह नव्हे तर चैतन्य महत्त्वाचे. देहाचा उपयोग फक्त काही विशिष्ट हेतूपुरताच करणे हे महत्त्वाचे. बाबा म्हणत : "मैं अल्ला हूँ ! मी लक्ष्मीनारायण आहे." अर्थात हे असे उद्गार बाबा क्वचित कधीतरी आपल्या भक्तांच्या मनावर प्रभाव पाडण्यासाठी काढत असत. कारण त्यांचे काही भक्त ईश्वराच्या काही विशिष्ट रूपांनाच ओळखू शकत असत. मशिदीतील किंवा द्वारकामाईतील सर्व वातावरण प्रेमाच्या शिकवणीने भरलेलं असे. ही शिकवण केवळ सर्व धर्मांनाच नव्हे तर सर्व गटांना एकत्र आणणारी होती. बाबा आंतरजातीय ऐक्याचे निर्माते होते आणि त्याच ऐक्याचे प्रतीकही होते, असं नरसिंहस्वामीजी म्हणतात.

हिंदू आणि मुसलमानांचं ऐक्य घडवून आणून त्यांना एका सामायिक धर्मिने, आध्यात्मिक व ऐहिक ध्येयाने बांधण्याचा बाबांचा प्रयत्न होता. आपल्या मुसलमान भक्तांना मार्गदर्शन करण्यासाठी त्यांना एका मौलाकरवी मुस्लिम धर्मग्रंथांची ओळख करून देणं आवश्यक होतं. म्हणून त्यांनी गोपाळराव देशमुख यांच्या व्यतिरिक्त आणखी एका गुरूचा स्वीकार केला. त्यांचं नाव जावर अली मौलाना. हे शिरडीला

आले होते व त्यांनी मशिदीत हिंदूंद्वारे बाबांची कशी भक्ती आणि पूजाअर्चा होते ते पाहिलं होतं. त्यांनी बाबांना विचारलं. ''तुम्हाला कुराण आणि शरीयतची माहिती आहे का?'' पण बाबांनी ते दोन्हीही वाचलं नव्हतं मग तो मौलाना बाबांना आपल्या गावी घेऊन गेला आणि त्याने त्यांना गूढ, आध्यात्मिक अशा इस्लामच्या साहित्याची ओळख करून दिली. एखाद्या शिष्याला शोभेलसे काबाडकष्ट बाबांनी आपल्या गुरूंसाठी खरोखर केले. परंतु शिरडीतील लोकांना बाबांचा विरह सहन होईना. म्हाळसापतीच्या नेतृत्वाखाली ते त्या मौलानाकडे गेले. त्यांनी जावरअलीकडे बाबांच्या मुक्ततेची मागणी केली. मौलानाने बाबांना मुक्त केलं खरं- पण ते एकाच अटीवर. तो स्वत: बाबांबरोबर शिरडीस येऊन राहणार होता. लोकांनी ते मान्य केलं व मौलानाने बाबांसह शिरडीला येऊन मशिदीत मुक्काम ठोकला. परंतु काही काळानंतर बाबांच्या एका भक्ताबरोबर त्याचा वादविवाद होऊन त्या भक्ताने त्याला पराभूत केलं. त्यामुळे तो मौलाना निघून गेला.

हिंदू आणि मुसलमानांना एकत्र आणण्यातील अडचणी बाबांना समजून चुकल्या. या दोन्ही धर्मांच्या लोकांना एखादा संत महात्मा, गुरू किंवा देव म्हणून काम करणारं एखादं व्यक्तिमत्त्वच एकत्र आणू शकलं असतं. मात्र हे व्यक्तिमत्त्वच तटस्थ असणं आवश्यक होतं. सर्व जाती, धर्म, पंथ आणि वंश यांना आपापल्या पद्धतीचं पालन करू देणारं पण तरीही त्या सर्वांना एका व्यासपीठावर एकत्र आणणारं असं हे व्यक्तिमत्त्व असणं गरजेचं होतं. व हे व्यासपीठ भक्तीचं असणार होतं. परस्परांमधील भेदभाव हे किती क्षुद्र, क्षुल्लक व मूर्खपणाचे आहेत हे या लोकांना समजण्याचा हाच एक मार्ग होता. गंभीर व ज्ञानी माणसांनी ज्याचा विचारसुद्धा मनात आणू नये असेच हे भेदभाव होते. आणि हा महात्मा म्हणजे बाबा होते. बाबांच्या संपर्कात हिंदू, मुसलमान, ख्रिस्ती आणि इतर अनेक जातींचे लोक येत व आपण एका अत्यंत प्रभावशाली व्यक्तिमत्त्वाच्या अंमलाखाली आहोत असे त्यांना वाटे. या महात्म्याच्या आपण नक्कीच जवळ पोहोचू आणि त्यांच्या द्वारे आपण ईश्वरापर्यंत जाऊन पोहोचू असा विश्वास त्यांना वाटे. त्यांनी आपण होऊनच बाबांना आपला त्राता मानलं होतं.

मशिदीमध्ये वेगवेगळ्या जातिधर्माच्या लोकांना एकत्रित स्वरूपात आपली आराधना करू देऊन बाबांनी हळूहळू एक एकसंध संप्रदायच निर्माण केला व त्यातील प्रत्येकजण एकाच प्रकारची आराधना करू लागला. साईभक्त याचा अर्थच सर्वधर्मसमावेशी वृत्ती आणि सर्व धर्मांमध्ये जी काही मूलभूत तत्त्वे मांडलेली आहेत त्या सर्वांचा स्वीकार. आपण स्वत: गतजन्मी कबीर असल्याचं एकदा बाबांनी सांगितलं होतं. याच कबिराने स्वत:च्या नेतृत्वाखाली हिंदू व मुसलमानांना एकत्र आणण्याचं महान कार्य केलं होतं. त्याच्या भक्तांना कबीरपंथी म्हणण्यात येई. बाबांच्या भक्तांना त्यांनी हेच सांगितलं होतं. ''तुम्ही मलाच अवतार माना, इष्टदेवता अथवा गुरू माना.''

बाबांचे मुसलमान भक्त कुराण व शरीयतचं पठण करीत, त्याचप्रमाणे ते बाबांना अवलिया मानत. बाबांना ते मंजूर होतं. सर्वच भक्तांचं एका बाबतीत एकमत होतं- बाबा हा प्रेम आणि पावित्र्याचा आत्मा होता. अतींद्रीय शक्तींना साठा होता आणि मानवातीत ज्ञानाचा खजिना होता. बाबांच्या हिंदू भक्तांच्या दिवसभर पूजा अर्चा आणि इतर धार्मिक उपचार चालत. मुसलमान लोक त्यात ढवळाढवळ करत नसत. ईदगाहच्या दिवशी मशिदीमध्ये मुसलमानांच्या प्रार्थना चालत. त्यात हिंदू कधीही हस्तक्षेप करीत नसत. दिवसा हिंदू पुराणांचं आणि धर्मग्रंथांचं वाचन होई तर रात्री कुराण आणि शरीयतचं पठण. बाबा स्वत: नमाज पढत नसत. परंतु मुसलमानांनी मात्र स्वत:च्या धर्माला अनुसरून दिवसातून पाच वेळा नमाज पढावा असा बाबांचा आग्रह असे. धार्मिक बाबतीत जर कुणी असहिष्णुता दाखवली तर बाबा संतापत असत. आपला राग ते अगदी उघडपणे व्यक्त करीत.

बाबांचा संदेश हाच होता : ''एकमेकांवर प्रेम करा. मी तुम्हा सर्वांवर प्रेम करतोच आहे तसंच तुम्हीही परस्परांवर करा. या अशा प्रेमाच्या आणि सहिष्णुतेच्या शिकवणुकीतून त्यांनी शिरडीत धार्मिक एकोप्याचं वातावरण निर्माण केलं होतं. हिंदू आणि मुसलमान उत्सवांच्या वेळी इतरत्र कितीही जातीय दंगली झाल्या तरी शिरडीत संपूर्णपणे शांतता असे. सर्वांना काही काटकोर नियमावलीचं पालन वगैरे करावं असा काही बाबांचा आग्रह नसे. कोणी कशा पद्धतीनं उपासना करावी याविषयी सुद्धा त्यांचं काहीही खास म्हणणं नव्हतं. बाबांचे बहुतांशी भक्त हिंदू असत. ते पंढरपूरच्या विठ्ठल मंदिरात चालत आलेल्या रूढी व परंपरांच्या आधारावरच बाबांची पूजा अर्चा करीत. भक्तांना ज्या ज्या देवाची आराधना करण्याची इच्छा असेल त्या देवदेवतेचं रूप त्यांना बाबांमध्ये दिसे. बाबांचा एक भक्त दक्षिण आफ्रिकेतून आला होता. त्यांचं दैवत श्रीराम होतं. तो जेव्हा बाबांना भेटण्यासाठी मशिदीत आला तेव्हा बाबांना वाकून नमस्कार करण्याआधी त्याच्या मनाची थोडीशी चलबिचल झाली. त्याला वाटलं, बाबा मुसलमान आहेत. मग तो मशिदीबाहेरच थांबला. परंतु थोड्या वेळाने मात्र पळत पळत तो मशिदीत जाऊन घुसला. त्याने बाबांच्या पायावर डोकं ठेवलं आणि म्हणाला : ''बाबांच्या रूपात मला प्रभू श्रीरामाचं रूप दिसलं. बाबांच्या ठायी मला माझा राम भेटला. म्हणून मी बाबांची आराधना केली.'' एक पोलिस अधिकारी असलेल्या भक्ताची हनुमानावर गाढ श्रद्धा होती. त्याच्या म्हणण्याप्रमाणे त्याच्या नजरेला बाबा हनुमानाच्या रूपात दिसले. आणखी एक भक्त दत्तात्रेयाचा उपासक होता. त्यालाही बाबांमध्ये आपल्या या इष्ट देवतेचं दर्शन झालं. बाबांकडे जे कोणी येत त्या सर्वांमध्ये श्रद्धाभाव निर्माण करण्याची विलक्षण शक्ती बाबांकडे होती.

शिरडीला दुपारच्या वेळी रोज जी आरती म्हणण्यात येते त्यात म्हटलं आहे : ''मूलत: हिंदू आणि मुसलमानांमध्ये काहीही फरक नाही हे दाखवून देण्यासाठीच

हे देवा तू या जगात मानावाचा देह धारण करून आला आहेस. हिंदू आणि मुसलमान या दोघांवरही तू सारखीच कृपादृष्टी ठेवत असतोस. हा साई चराचरात भरून राहिलेला परमात्मा आहे.''

'' भेद न तत्त्वी हिंदू यवनांचा काही

दावायासी झाला पुनरपि नरदेही

पाहसि प्रेमाने तू हिंदू यवनाही

दाविसि आत्मत्वाने व्यापक हा साई ''

वेगवेगळ्या धर्मांमधील व गटांमधील वैमनस्य नष्ट करून परस्परांविषयी प्रेमभावना निर्माण करणं हे बाबाचं ध्येय होतं. बाबांना हिंदू व मुसलमान भक्तांना एकत्र आणायचं होतं. ते सर्वजण एकाच प्रेमळ पित्याच्या छत्राखाली काम करत आहेत हे त्यांना पटवून द्यायचं होतं. त्यांच्यातील भेदाभेद किती क्षुल्लक आहेत व म्हणूनच त्यांना अजिबात महत्त्व देऊ नये हे पटवून द्यायचं होतं. बाबांचं प्रमुख कार्य एका समर्थ सद‌गुरूचं होतं. मानवता धर्माचा प्रसार करणाऱ्या चांगल्याला मदत करून वाइटाचा बीमोड करणाऱ्या सद‌गुरूचं.

बाबांच्या मुसलमान भक्तांची संख्या त्यांच्या हिंदू भक्तांच्या तुलनेने फारच कमी होती. त्यांच्याकडे जे कोणी मुसलमान येतं त्यांना बाबांच्या अतिमानवी शक्तीमुळे आपल्याला धनलाभ प्राप्त होईल अशी आशा त्यांना वाटत असे. बाबांकडून काही आध्यात्मिक शिकवण वगैरे प्राप्त करण्याचा त्यांचा मुळीच मानस नसे. बाबांचं अंतिम ध्येय होतं, दोन्ही धर्माच्या लोकांना एकत्रित आणणं. एकामेकांविषयीची संशयाची भावना, अविश्वासाची भावना मनातून दूर करणं. आणि सर्वांच्या भल्यासाठी त्यांना एकत्रितपणे काम करण्यासाठी प्रवृत्त करणं. बाबांनी स्वत: उल्लेख केला होता त्याप्रमाणे त्यांचा जन्म हिंदू कुटुंबात झाला. त्यांचे कान टोचलेले होते. या गोष्टीवरूनही हेच सिद्ध होतं. कारण कोणत्याही मुसलमान व्यक्तीचे कान टोचलेले नसतात. बाबांना ज्या फकिराने दत्तक घेतलं तो पत्रीजवळीक एका ठिकाणी राहात असे. याच पत्री गावात बाबांचा जन्म झाला. बाबांचा हा फकीर नक्कीच अत्यंत धार्मिक व श्रद्धाळू वृत्तीचा असणार, त्याचप्रमाणे त्याच्या अंगी वैराग्यभावना सुद्धा भरपूर असणार. बाबांच्या बाळपणीच त्यांना या सर्व सद‌गुणांचं बाळकडू नक्कीच मिळालं असेल. या फकिराला बाबांनी नक्कीच गुरुस्थानी किंबहुना देवस्थानी मानलं असावं. कारण आपला प्रतिपाळ करून मायेची पाखर घालणाऱ्या देवाला किंवा गुरूदेवाला उद्देशून बाबा नेहमीच 'माझा फकीर' असे शब्द वापरत. नरसिंहस्वामींच्या अंदाजाप्रमाणे हा फकीर सुफी असावा. हे सुफी अनेकदा ध्यानावस्थेत जातात. तशा त्या ध्यानस्थितीत स्वत:ची मनोवस्था व्यक्त करताना ते अनेकदा 'अनलहक्' असे शब्द

वापरतात. बाबाही असे शब्द वापरत असल्याचे ऐकिवात आहे. परंतु बाबांच्या काही भक्तांनी मात्र या गोष्टीचा इन्कार केला आहे. बाबा जेव्हा जेव्हा देवाचा उल्लेख करत तेव्हा देवाला उद्देशून ते अल्ला, फकीर किंवा हरी हे शब्द एकाच अर्थाने वापरत. नामजपाचा उल्लेख ते कधी अल्लास्मरण तर कधी हरिनामस्मरण असे करत. बाबा एकदा म्हणाले होते, ''हरी हा विष्णुसहस्त्रनामांतून उतरून खाली आला आहे. त्याला मी माझ्या छातीवर ठेवले असून त्यामुळे मला अतिशय आराम वाटला आहे.'' त्यांनी एकदा दीक्षितांना असंही सांगितलं होतं. ''मी हरी, हरी, हरी असा जप केल्यावर हरी खरोखरच माझ्यासमोर अवतीर्ण झाला.'' ह्यानंतरच बाबांनी औषधे देणं बंद केलं व फक्त अंगारा देण्यास सुरुवात केली. बाबांच्या मते हरी व अल्ला हे एकच होते. नरसिंह स्वामी म्हणतात, ''बाबा आपले गुरू वेंकुसा यांना सोडून शिरडीस येऊन स्थायिक झाले. त्यावेळची बाबांची मानसिक स्थिती वर्णन करायची झाली, तर अल्ला आणि हरी यांचं अत्यंत परिपूर्ण असं एक रूप त्यांच्या मनात झालं होतं असं म्हणता येईल.'' ते वरकरणी मुसलमान फकिरासारखे भासत. पण हिंदू त्यांच्या बाजूचे होते. हिंदू साधूना बाबांविषयी कौतुकमिश्रित आदर होता. बाबांची वेशभूषा मुसलमानासारखी असे. त्यांचं बोलणंसुद्धा एखाद्या मुसलमानाला साजेसं हिंदुस्थानी अथवा उर्दू भाषेत असे. बोलताना वारंवार अल्लाचा संदर्भ देत. आणि तरीही हिंदूंनी त्यांना गुरू किंवा देव मानून त्यांची उपासना करणं सोडलं नाही. आपण हेही पाहिलं, की मुसलमान लोक त्यांना अवलिया मानत. अवलिया म्हणजेच अनंत सिद्धी प्राप्त असलेला व ईश्वरचरणी लीन होऊन ईश्वराची सेवा करत राहणारा महापुरुष मानत. मशिदीत रामनवमीच्या उत्सवाच्या बरोबरीने मुसलमान धर्मीयांचा चंदनोत्सवही साजरा होत असे. मुसलमान लोक स्वत:च्या हाताने अनेक गोष्टींवर चंदनाचे लेप चढवत. जुन्या थोर मुसलमान संतांविषयी वाटणाऱ्या आत्यंतिक आदरभावनेतून त्यांच्या मोठमोठ्या मिरवणुका काढल्या जात. मोठ्या मोठ्या थाळ्या घेऊन त्यावर चंदनाचे लेप चढवण्यात येत आणि जळणाऱ्या उदबत्त्या घेऊन वाजत गाजत शिरडीच्या गल्ल्या-बोळांमधून मिरवणूक निघे. ती मिरवणूक गावात सर्वत्र हिंडून परत आली की त्या थाळ्यांमधील गोष्टी मशिदीच्या भिंतीवरून फेकल्या जात. एकदा तर रामनवमीचा उत्सव व हा सण असे एकाच दिवशी आले. पण तरीही जराही गडबड-गोंधळ न होता दोन्ही मिरवणुका शेजारी शेजारी निघाल्या. पण परंपरेत खंड काही पडला नाही.

शेकडो व हजारोंच्या संख्येने भक्तगण मशिदीत येत. या मशिदीला बाबा 'ब्राह्मण मशीद' म्हणत. याच मशिदीला त्यांनी द्वारकामाई हेही नाव दिलं होतं. नरसिंहस्वामीजी म्हणतात. ''हिंदूंना बाबांविषयी अपार भक्तिभाव वाटत असे. परंतु ती भक्तिभावाची पातळी त्यांच्या मुसलमान भक्तांना कधीच गाठता आली नाही. बाबा नेहमी पैशाची खैरात करत असत. त्याच आशेने अनेक मुसलमान त्यांच्या भोवती गोळा होत.

यावेळी कधीतरी बाबा स्वत:च्या अंगी असलेल्या अतींद्रिय शक्तीचं दर्शनही घडवून आणत. पण त्यांच्या भोवती असलेला एकही माणूस बाबांची आध्यात्मिक पातळी गाठून त्यांच्याशी त्या पातळीवर सुसंवाद घडवू शकला नाही. पण बाबांचा एक नि:स्सीम भक्त आणि मदतनीस होता. त्याचं नाव अब्दुल. हा मात्र शेवटपर्यंत बाबांची सेवा करत राहिला. तो बाबांच्या मृत्यूनंतरही ३६ वर्षे बाबांचा भक्त म्हणून शिरडीतच वास्तव्य करून राहिला. अब्दुल गुजरातेतील तापी नदीच्या काठावरच्या नांदेड गावचा रहिवासी. तो अमीरुद्दीन नामक एका फकिराच्या छायेत वाढला. बाबांनी त्या फकिराकडून अब्दुलला स्वत:कडे बोलावून घेतले. अशा रीतीने वयाच्या विसाव्या वर्षी अब्दुल बाबांच्या सेवेसाठी रुजू झाला. तो जेव्हा शिरडीत आला तेव्हा बाबा त्याचं स्वागत करून म्हणाले, ''माझा कावळा आला.'' अब्दुलने स्वत:ला पूर्णपणे बाबांच्या सेवेसाठी वाहून घेतले होते. मशिदीत, तसेच चावडीवर अखंडपणे तेवत राहणाऱ्या पणत्यांमध्ये तेलवात करण्याचं काम तो करे. बाबांप्रमाणेच तोही गावात जाऊन भिक्षा मागता असे. मशिदीजवळील एका तबेल्यात त्याचा मुक्काम असायचा. मशिदीत बाबांच्या शेजारी बसून तो कुराणाचं पठण करायचा. कधीकधी बाबा एखादं पान उघडून त्याला त्यातील एखादा विशिष्ट परिच्छेद वाचायला सांगत. बाबा स्वत: कधीकधी कुराणातील काही परिच्छेद उद्धृत करीत असत. अब्दुलने बाबांचे हे उद्गार लिहून काढण्यासाठी एक वही सुद्धा घातली होती. ही वही म्हणजे अब्दुलचं जणू कुराणच होतं. मशिदीतील सर्व शारीरिक श्रमांची कामे तो स्वत:च करायचा. अगदी झाडू मारण्याचं काम सुद्धा. अब्दुलनं लिहिलंय : ''बाबांची आशीर्वाद देण्याची पद्धत फार विचित्र होती. कधीकधी तर हे आशीर्वाद शिवीगाळ अथवा मारहाणीच्या स्वरूपातही असत. त्यांनी मला आणि दुसरे मदतनीस जोग यांना अनेकदा झोडपून सुद्धा काढलं आहे. बाबांच्या आशीर्वादामुळेच त्यांनी मला जे काही म्हटलं किंवा मला आणि इतरांना जो काही उपदेश केला त्यावर माझी गाढ श्रद्धा आहे. बाबांचं जेव्हा निधन झालं तेव्हा मशिदीच्या व्यवस्थापक मंडळात केवळ अब्दुल हाच काय तो मुसलमान होता. त्याचं काम होतं- बाबांच्या मशिदीची सजावट करणं आणि बाबांपुढे ठेवलेल्या पहिल्या प्रसादाचं भक्षण करणं यावरच त्याचं पोट भरायचं. या अब्दुलला बाबांच्या कृपेनं भविष्यकथनाची कला प्राप्त झाली होती. याविषयी अब्दुलने आपल्या वहीत लिहिले आहे: ''ज्या कोणाला आपल्या भविष्यात दृश्य अथवा अदृश्य स्वरूपात काय काय घडणार आहे हे जाणून घ्यायचं असेल तो माझ्यापाशी येतो आणि आपला प्रश्न माझ्यापुढे मांडतो. मग मी अत्यंत भक्तिभावाने बाबांच्या उद्गारांची माझी वही उघडून वाचतो. आणि आश्चर्य म्हणजे मी त्यावेळी जे कोणतं पान उघडेन व त्यावर बाबांचे जे काही उद्गार लिहिलेले असतील त्यावरून मला त्या प्रश्नाचं योग्य उत्तर मिळतं. ही गोष्ट अनेकदा सिद्ध झालेली आहे. मला भविष्य वर्तवण्याची ही जी सिद्धी प्राप्त

झाली आहे ती केवळ बाबांच्याच कृपेने हे निश्चित.''

अब्दुलची ही वही मराठी भाषेत लिहिलेली होती. नरसिंहस्वामींनी त्या वहीतील उद्गारांचा अर्थ स्पष्ट करून सांगितला आहे. त्या वहीत बाबा म्हणत असलेली मारुतीची स्तोत्रे होती. त्याचप्रमाणे ईश्वराचे विविध अवतार, प्रेषित महंमद आणि विष्णूच्या दशावतारांची त्यात वर्णने होती. बाबांच्याप्रमाणे अब्दुल हा सुद्धा मारुतीचा उपासक होता. विष्णूच्या अवताराची आराधना सुद्धा तो करायचा. तो बाबांच्या भक्तांना अंगारा द्यायचा आणि त्यांच्या मनोकामना पूर्ण होण्यासाठी प्रयत्न करायचा. बाबा अब्दुलला उपदेश करत : ''अगदी कमी खावे. विविध खाद्यपदार्थांचा समाचार एकाच वेळी घेऊ नये. एकच पोटभरीचा पदार्थ पुरे झाला. फार झोपू नये.'' अब्दुलच्या वहीवरून नीट लक्षात येते. बाबांनी आणखी एक महत्त्वपूर्ण भाकीत वर्तवलं होतं : भारतात ब्रिटिश साम्राज्याचे केवळ नऊच राज्यकर्ते होऊन जातील. आणि १९४७ साली नववा ब्रिटिश राज्यकर्ता भारतावर राज्य करत असताना खरोखरच भारताला स्वातंत्र्य मिळालं.

अब्दुलच्या अप्रकाशित साहित्यामधून एक गोष्ट स्पष्ट होते : बाबांना इस्लामचं परिपूर्ण ज्ञान होतं. बाबा हिंदू धर्मग्रंथांवर भाष्य आणि टीका करीत. परंतु तेवढ्याच अधिकारवाणीने ते मुस्लीम परंपरा व नियमावलीवरही बोलत असत. बाबा हे या सर्व धर्म व परंपराचं एक अजब मिश्रण होतं.

सौ. काशीबाई काणीकर या पुण्याच्या एका विद्वान स्त्रीने 'साईलीला' मासिकात आपले अनुभव लिहिले आहेत : ''साईबाबांच्या चमत्काराविषयी ऐकल्यानंतर आमच्या साक्षात्कारी तत्त्वप्रणालीच्या परंपरेनुसार आम्ही त्याविषयी चर्चा करत असू. तेव्हा साईबाबा श्वेत संप्रदायाचे की कृष्ण संप्रदायाचे हा प्रश्न उभा राहिला. तशातच मी शिरडीला गेले. का कोण जाणे पण त्या विलक्षण विचारांनी माझ्या मनात त्यावेळी घर केले होते. मी ज्या क्षणी मशिदीच्या पायऱ्यांपाशी जाऊन पोचले त्याच क्षणी बाबा पुढे झाले आणि स्वत:च्या छातीकडे बोट दाखवून माझ्याकडे बघत जोरात ओरडले : ''हा ब्राह्मण आहे, गरीब ब्राह्मण. काळ्या गोष्टींशी त्याचे काहीही देणंघेणं नाही. कुणीही मुसलमानानं इकडे येण्याचं धाडस करू नये. कुणी करू नये.'' मग परत एकदा स्वत:कडे निर्देश करून म्हणाले, ''हा ब्राह्मण लाखो लोकांना श्वेतमार्गावर आणेल व त्यांना त्यांच्या ध्येयाकडे घेऊन जाईल. ही एका ब्राह्मणाची मशीद आहे. आणि इथे मी कोणत्याही काळ्या मुसलमानाची सावली सुद्धा पडू देणार नाही.''

एका चारित्रकाराच्या म्हणण्याप्रमाणे साईबाबांनी आपला देह ठेवण्याच्या काही तास अगोदर तात्या पाटील याला सांगून ठेवले होते : ''माझ्या समाधीची निगा राखण्याचं काम फक्त ब्राह्मणांनीच करावं.'' प्राध्यापक नरके हे बाबांचे नि:स्सीम भक्त. खुद्द बाबांनीच त्यांचे गुरू ब्राह्मण होते ही गोष्ट नरके यांना सांगितली होती. बाबा

जर जन्मानं ब्राह्मण नसते तर कोणत्याही ब्राह्मण गुरूने त्यांना आपला शिष्य म्हणून स्वीकारलं नसतं, ही गोष्ट स्पष्टच आहे. बाबा आपल्या हिंदू अनुयायांप्रमाणे शाकाहारी होते. बाबांकडे एखादा हिंदू भक्त आला तर ते त्याला पटवून देत : ''मी विष्णू, लक्ष्मीनारायण, विठ्ठल आहे.'' शिवाच्या मस्तकातून गंगा वाहते तद्वत् ते आपल्या चरणांखालून पवित्र पाण्याचा झुळूझुळू वाहणारा झरा काढत. त्या काळात लोकांच्या मनावर पूर्वग्रहाचा इतका विलक्षण पगडा होता, की बाबांना विष्णू मानणारा त्यांचा एक भक्त त्यांना 'मुसलमान विष्णू' म्हणत असे. बाबांविषयी भिन्न भिन्न लोकांच्या अगदी जमीन अस्मानाइतक्या विभिन्न कल्पना होत्या. त्याचमुळे बाबांविषयीच्या विविध भ्रामक कल्पना आणि खरेखुरे बाबा यांच्यातील फरक ओळखून खऱ्या बाबांना सत्यस्वरूपात मांडणं फार कठीण काम आहे. बाबांचे भक्त तसेच इतर अनेक परके लोकसुद्धा एकमुखाने सांगत :''बाबांना खरंखुरं समजून घेणं अशक्यच. आणि साईबाबांची गूढ गुपिते तर कोणालाच कधी उमगली नाहीत.''

साईबाबांवर सर्वसाधारणपणे फक्त हिंदूंन हक्क सांगत राहिले आणि शिरडी येथील साईसंस्थानचे व्यवस्थापन आजही हिंदूंकडेच आहे. बाबांविषयी जी काही पुस्तके, नियतकालिके अथवा पत्रिका आहेत त्यासुद्धा सर्वच्या सर्व हिंदूंनीच लिहिल्या आहेत.

राधाकृष्ण स्वामींनी साईबाबांचं मूल्यमापन अशा शब्दात केलं आहे : ''साईबाबा हा क्वचित आढळून येणारा चमत्कार आहे. बाबांनी मानवजातीची जी काही सेवा केली तिचा नीट शांतपणाने अभ्यास केला तर आपल्या मंदिरांमध्ये सर्व देवतांबरोबरच साईबाबांसाठीही एक कोपरा राखून ठेवण्यास हरकत नसावी, इतकी त्यांची योग्यता आहे. बाबा अतीव बुद्धिमान श्रेष्ठ सत्पुरुष होते. आपल्या एकमेव अस्तित्वाने बाकी सर्व गोष्टी धूसर करून टाकणारे महान व्यक्तित्व होते. सर्वोच्च कोटीच्या सर्वसंग-परित्यागाचे उदाहरण होते. ते पराकोटीचे ज्ञानी होते. प्रेम, मातृत्व आणि वात्सल्य भावनेचे मूर्त स्वरूप होते. ते एक अवतारी पुरुष, एक संत होते. सुमारे ४४ वर्षांपूर्वी त्यांनी जरी त्यांच्या पार्थिव देहाचा त्याग केला असला (हे १९६२ साली लिहिण्यात आलं आहे) तरीही त्यांच्या भक्तांच्या अंत:करणात ते अजूनही जिवंत आहेत. सहिष्णुतेचा, सत्याचा आणि परमात्म्याच्या इच्छेला संपूर्णतया शरण जाण्याचा आपला संदेश संपूर्ण जगाला देण्याचं काम ते आजही करत आहेत. या जगात व्यक्तिगत, सांघिक व धार्मिक अतिरेक्यांच्या संकुचित वृत्तीचा आज बुजबुजाट झाला आहे. त्या पार्श्वभूमीवर परस्परसामंजस्य व संयमाच्या बाबांच्या या शिकवणीचं महत्त्व फार मोठं आहे. भारतातील थोर संतांमध्ये बाबांचं स्थान आगळं वेगळं आहे. एक थोर तपस्वी म्हणून आपल्या स्वत:च्या कोषात ते कधीही राहिले नाहीत. अत्युच्च अशा परमानंदाच्या अवस्थेतही ते कधी देहभान हरवून बसले नाहीत. ते जेव्हा जगले

तेव्हा देहाची बंधने असल्यासारखे जगले. देहातीत माणूस म्हणून जगले नाहीत. म्हणून कोणीही, कधीही त्यांच्या निकट जाऊ शकत होते. सर्व मनुष्य व प्राण्यांशी ते सतत दयाभावनेने वागले. मर्त्य मानवात कधीही न आढळू शकणारं असामान्य सामर्थ्य त्यांच्या अंगी होतं. पंचमहाभूतांवर त्यांचं नियंत्रण होतं. भुताखेतांचा व दुष्ट शक्तींचा ते बीमोड करत, इतकंच काय पण स्वत:च्या जवळ किंवा स्वत:पासून शेकडो योजने दूर असलेल्या स्त्री पुरुषांच्या मनोव्यापारांवर त्यांचं नियंत्रण होतं. माणसांच्या मनातील विचार बाबांपासून कधीच लपून राहात नसत. आणि या विलक्षण शक्तीचा वापर ते केवळ मानव जातीच्या कल्याणासाठीच करत असत. ■

९.

मी इथे असताना भीती कशाची?

''मी इथे असताना तुम्हाला भीती कशाची?'' असं साईबाबा देशभर पसरलेल्या आपल्या हजारो भक्तांना सांगत. केवळ त्यांच्या स्वत:च्या हयातीतच नव्हे तर त्यांच्या महासमाधीनंतरही ते भक्तांना असा दिलासा या ना त्या मार्गाने देत. बाबांची शिकवण, त्यांचा उपदेश सर्वच दैनंदिन गोष्टींमध्ये उपयोगी पडणारा होता. बाबा जे काही बोलत ते नेहमी उपदेशात्मक लघुकथांच्या माध्यमातून. त्यांच्या त्या कथांमागे फार सखोल असा गर्भित अर्थ असे. त्याचं महत्त्व त्यांच्या भक्तांना समजल्याशिवाय राहात नसे. या प्रकरणात आम्ही बाबांचा उपदेश आणि त्यांच्या लघुकथा सांगणार आहोत. प्रथम बाबांचा निवडक उपदेश पाहू या.

द्वारकामाई आपल्या मुलांपासून सर्व संकटांना आणि धोकादायक गोष्टींना दूर लोटते. ही मसजिद आई फार कनवाळू आहे. ज्या कोणाची तिच्यावर श्रद्धा आहे अशांची ती माऊली आहे. ते संकटात सापडले तर ही माऊली त्यांचे रक्षण करते. जर कुणी मनुष्य तिच्या मांडीवर चढून बसला तर त्याचे सर्व क्लेश दूर होतील. जो कुणी तिच्या छायेत झोपेल त्याला मन:शांती प्राप्त होईल.

एखाद्याने जर द्वारकामाईच्या पायऱ्या चढल्या तर त्याचे कर्माचे योग संपुष्टात येतील. फकीर (देव) फार दयाळू आहे. आणि तो तुमची संकटे दूर करेल.

जे कोणी माझ्यावर प्रेम करतात, त्या सर्वांवर माझी संरक्षक दृष्टी सतत असते.

तुम्ही काहीही करत असा वा कधीही कुठेही असा, एक लक्षात ठेवा तुम्ही जे काही कराल त्या सर्वांची जाणीव मला असते.

जो कोणी माझं ध्यान करून आणि माझी स्तोत्र गाऊन माझ्याशी एकरूप होईल त्याच्या कर्माचा नाश होईल. मी सतत त्याच्याजवळ राहीन.

तुम्ही नेहमी सत्याची कास धरा म्हणजे तुम्ही जिथे कुठे असाल तिथे सदासर्वकाळ मी तुमच्याबरोबर राहीन.

जर कुधी मनात सतत माझ्याबद्दल विचार केला व मला नैवेद्य दाखविल्याशिवाय अन्नाचा घासही कधी घेतला नाही, तर मी त्याचा गुलाम होईन. त्याने तहानभूक विसरून जर माझा धावा केला आणि माझ्याशिवाय इतर सर्व गोष्टींचं अस्तित्व तो विसरून गेला, तरीही असेच घडेल.

तुम्ही माझ्याकडे पाहा आणि मी तुमच्याकडे पाहीन. गुरूंवर पूर्ण विश्वास टाका. तीच एकमेव साधना आहे. गुरू म्हणजे सर्व देवता देवता.

अंत:करणापासून, ऊर भरून फक्त 'साई साई' असा जप करा. आदराचा देखावा आणि बाह्योपचार यांत मला कधीही रस नाही. मी भक्तांच्या अंतरी असतो.

मी निराकार आहे. सर्व चराचरात भरून आहे.

जर कुणी त्याचं सर्व ओझं माझ्यावर टाकून सतत माझा विचार करत राहिलं तर त्याच्या सर्व चिंता व काळज्या मी माझ्या शिरावर घेतो.

माझ्या भक्तांच्या घरात अन्नवस्त्राची कमतरता कधीही भासणार नाही.

मी इथे असताना कुणाला कशाची भीती आहे?

एखादा भक्त पडू लागला तर मी माझे हात पसरून त्याला आधार देतो. मी त्याला पडू देत नाही.

मला कोणाचाही राग येत नाही. आईला कधी आपल्या मुलांचा राग येतो का? समुद्र आपलं पाणी शेकडो नद्यांकडे कधी परत पाठवून देईल का? मला भक्ती प्रिय आहे. मी माझ्या भक्तांचा गुलाम आहे.

लोक येतात आणि म्हणतात : ''बाबा द्या.'' त्यावर मी त्यांना घ्यायला सांगतो. पण कुणीच घेत नाही.

जे माझ्या आश्रयाला येतील त्यांच्याशी माझी समाधीसुद्धा बोलेल. त्याच्याबरोबर चालेल.

जेव्हा कोणी भक्त मला प्रेमाने हाक मारेल तेव्हा मी अवतीर्ण होईन. मला प्रवास करायला आगगाडीची गरज पडत नाही.

तुमच्या नजरेला जे जे काही दिसतं, ती सगळी माझीच रूपे आहेत. मुंगी, माशी, कुत्रा, विदूषक इत्यादी. कधी मी कुत्रा म्हणून येतो तर कधी रानडुक्कर म्हणून.

मी सर्वांच्याकडे समानतेच्या दृष्टिकोनातून पाहतो. माझ्या कृपेशिवाय एक पानही हलू शकत नाही. मी सर्वांकडे समभावाच्या दृष्टीने पाहतो.

देवाचे प्रेषित सर्वत्र असतात. त्यांच्या अंगी अनंत शक्ती असते. माझं सामर्थ्य अचाट आहे.

माझ्या एखाद्या भक्ताची मृत्युघटिका आली की मी त्याला माझ्याकडे खेचून घेतो. मग त्यावेळी तो माझ्यापासून (शिरडीपासून) हजारो कोस दूर असला तरीही.

देवाच्या परवानगीशिवाय माझ्या हातून काहीही घडू शकत नाही.

मी देवाचा पूर्वज आहे. एक शुद्ध निरंकार आनंद असं कल्पून माझं ध्यान करा आणि ते जर जमत नसेल तर हा जो साईबाबाचा देह आहे, त्या देहाचं ध्यान करा.

मला जर नीट समजून घ्यायचं असेल तर सतत 'मी कोण आहे?' असा विचार करा. श्रवणातून आणि मननातून. आपण कोण आहोत? हे सगळं जग कुठे आहे? विचार करा. विचार करा. वास्तविक तुम्ही देवापेक्षा वेगळे नाहीच आहात.

एखाद्या माणसाला आपला शत्रू कधीच मानू नका. कोण कुणाचा शत्रू? कोणाविषयीही दुष्टभाव मनात बाळगू नका. सगळे एकच आहेत. सगळे तेच आहेत.

मी तुम्ही आहे. तुम्ही मी आहात. तुमच्यात आणि माझ्यात काहीच फरक नाही. ज्याने माझी घडण झाली आहे त्यानेच तुमचीही घडण झाली आहे.

सुख आणि दु:ख हा सारा भ्रम आहे. ऐहिक सुखाचा नुसता भास म्हणजे काही खरे सुख नव्हे. या जन्ममरणाच्या फेऱ्यातून जाणे म्हणजे दु:ख. संसाराची सर्व सुखे आणि दु:खे मिथ्या आहेत.

देव सर्वत्र आहे. कोणत्याही जागेमध्ये देवाचे अस्तित्व नाही, असे कधीच नसते.

जोपर्यंत मन जिंकलं जातं तोपर्यंत माणसाचा पुनर्जन्म होत असतो. पण सर्व जन्मांमध्ये मानवाचा जन्म सर्वांत मौल्यवान असतो.

देवाची आराधना त्याच्या मूर्तस्वरूपात केल्याने मनाची एकाग्रता होते. मनाला स्थैर्य येते. एखाद्या मूर्तीची जर नि:स्सीम भक्तीने पूजा केली तर मनाला एकाग्रता प्राप्त होते. एकाग्रतेविना मन स्थिर होऊ शकत नाही.

नीतिमान आयुष्य जगा म्हणजे तुम्ही मरतानासुद्धा पवित्र असाल. मरतेसमयी कोणतीही इच्छा मनात बाळगू नका. देवावर, तुमच्या इष्ट देवतेवर लक्ष केंद्रित करा. जर तुमचं मन इष्ट देवतेच्या ध्यानात गुंग असताना तुम्हाला मृत्यू आला तर मुक्ती मिळते.

माझ्याकडे जी घागर येते तिचं तोंड जमिनीकडे असतं. ती पालथी असते. (याचा अर्थ ती काहीही ग्रहण करण्यास अनुकूल नसते.)

काळ नष्ट होत चाललाय. लोक मनात वाईट विचार आणतात आणि दुसऱ्यांविषयी वाईट बोलतात. पण मी मात्र त्याचा प्रतिकार करत नाही. या असल्या बोलण्याकडे मी लक्षसुद्धा देत नाही. लोक दिवसेंदिवस अधिकाधिक संशयी होत चालले आहेत. त्यांच्या दृष्टीला कोणत्याही गोष्टीमधून वाईट तेवढं पटकन दिसतं.

ज्या ठिकाणी संतांविषयी किंवा आपल्या स्वत:च्या गुरूविषयी अनुदार उद्गार

काढले जात असतील, अशा ठिकाणी जास्त काळ थांबू नये.

अज्ञान हे संसाराचं बीज आहे. जर गुरुकृपेचं अंजन डोळ्यात घातलं तर मायेचा पडदा दूर होतो आणि केवळ ज्ञान शिल्लक उरतं. ज्ञान हा काही परिणाम नव्हे. त्याला स्वत:चं स्वतंत्र असं अस्तित्व आहे. या उलट अज्ञानापाठीमागे कारण असतं आणि त्याला शेवट सुद्धा असतो. देव एक आहे तर भक्त दुसरा आहे. हेच सगळ्या अज्ञानाचं मूळ आहे. ते काढून टाका म्हणजे केवळ ज्ञान शिल्लक उरेल. अज्ञानामुळे दोरीच्या ठिकाणी साप दिसतो. हे अज्ञान जर काढून टाकले तर दोर जसा असेल त्याच रूपात तो आपल्याला दिसेल.

ज्या माणसाने वासनांवर विजय मिळवला नाही, त्याला देव भेटणार नाही. देव भेटणं म्हणजेच देवाविषयीची जाणीव होणं.

जर एकाला दुसऱ्याचा राग आला तर त्यामुळे मला यातना होतात आणि मी घायाळ होतो. जर एकाने दुसऱ्याला शिवीगाळ केली तर मला वेदना होतात आणि जर कुणी धैर्याने त्या शिवीगाळीचा सामना केला तर मला अत्यंत आनंद होतो.

दुसऱ्याचे कष्ट किंवा मालमत्ता कधीही मोफत घेऊ नका. हा तुमच्या आयुष्याचा नियम बनवून टाका. (एका माणसाने बाबांना एका घराच्या छपरावरून खाली उतरण्यासाठी शिडी आणून दिली तेव्हा बाबांनी त्याला त्याबद्दल २ रु. दिले होते.)

देव जे काही देतो ते कधीही न संपणारे असते. माणूस जे देतो ते कधीही टिकत नाही.

सर्व प्राणिमात्रांवर प्रेम करा. कोणाशीही भांडणतंटा करू नका. कोणाचा बदला घेऊ नका किंवा कोणाच्या भावना दुखवू नका. जरी कोणीही तुमच्याविषयी (विरोधात) बोलत असेल तरी त्या गोष्टीचा तुमच्या मनावर यत्किंचितही परिणाम होऊ देऊ नका व पुढे निघून जा. त्याच्या शब्दांनी काही तुमच्या मनाला भोके पडणार नाहीत. दुसऱ्याच्या वागण्याचा परिणाम त्यांच्यावर स्वत:वरच होईल, तुमच्यावर नाही. तुमच्या स्वत:च्या कृतीचाच तेवढा तुमच्यावर परिणाम होईल.

आळशी आणि निष्क्रिय बनू नका. काम करा. ईश्वराचे नामस्मरण करा. धर्मग्रंथांचे पारायण करा.

आपल्याशी जर कुणी दहा शब्द बोलले आणि आपल्यावर उत्तर देण्याची वेळ आलीच तर आपण फक्त एकाच शब्दात उत्तर द्यावे. भांडू नका, जशास तसे वागू नका, सूड किंवा बदला घेऊ नका, उत्तराला प्रत्युत्तर देऊ नका. जर तुम्ही कोणाशी शत्रुत्व पत्करणं टाळलं, क्षुल्लक कारणांवरून भांडण आणि कुरबूर टाळली तर देव तुमचं रक्षण करील.

वाइटाची परतफेड वाइटानं कधी करू नका. वाइटाच्या बदल्यात चांगल्याची परतफेड करा.

जसं पेरावं तसं उगवतं. तुम्ही जे देता, तेच तुम्हाला परत मिळतं.

सत्संग म्हणजे सुष्टांच्या सहवासात राहणं चांगलं. दु:संग म्हणजे दुष्टांच्या सहवासात राहणं वाईट असतं व ते टाळलं पाहिजे.

वैवाहिक सुखाचा उपभोग घेणं योग्य आहे परन्तु माणसानं त्याचा गुलाम होता कामा नये. वासनेच्या आहारी गेलेल्या व्यक्तींना कधीही मुक्ती मिळत नाही. वासनेने मनाचा समतोल ढळतो. मनोधैर्य आणि निग्रह लयाला जातो.

मरण आणि जन्म हे देवाच्या कार्याचे दृश्यस्वरूप आहे. त्या दोघांना विलग करता येत नाही. देव सर्वत्र भरून राहिलेला असतो. तुम्ही फक्त तुमच्या अंत:चक्षूंनी त्याच्याकडे पाहा. आपण स्वत:च देव आहोत व देवापासून निराळे नाही, हे तुमच्या तत्काळ लक्षात येईल. जीर्ण झालेल्या वस्त्राप्रमाणे या देहाचा आपण त्याग करत असतो.

लाभ आणि हानी, जन्म आणि मृत्यू हे देवाच्या हाती असते. जोपर्यंत आयुष्य आहे तोपर्यंत त्याची काळजी घ्या. मृत्यू जेव्हा येईल तेव्हा शोक करत बसू नका. शहाणे लोक मृत्यूचा शोक करत नाहीत. फक्त मूर्खच तसे करतात.

आपल्याला आत्ताच्या क्षणापर्यंत पंचप्राण उसने मिळाले होते. पण आता मात्र ज्याने आपल्याला ते दिले तोच ते परत मागतो आहे. ते आपण त्याला देतो. वायू वायूकडे जातो, अग्नी अग्नीकडे. पंचमहाभूतांमधील प्रत्येक तत्त्व आपापल्या जागी परत जाते. शरीर मातीपासून बनले आहे. ते मातीला जाऊन मिळते. मग ही शोक करण्याची घटनाच नव्हे.

त्याचप्रमाणे जन्म झाल्यावरही अति उल्हसित होऊन जाऊ नका. ही नवनिर्माणाची प्रक्रिया आहे. त्याने द्रवून जाऊ नका.

पृथ्वी बीज धारण करते. ढग त्यावर पावसाचा वर्षाव करतात. सूर्य आपली किरणे पाठवून बीजाला कोंब आणतो. पृथ्वी, ढग आणि सूर्य आपापली कामगिरी बजावतात आणि दशदिशांना सुखाची निर्मिती करतात. पण त्या कोंबाच्या जन्माचा ना त्यांना हर्ष असतो ना त्या कोंबाच्या नष्ट होण्याचा त्यांना खेद असतो. अशाच प्रकारे तुमचं मनसुद्धा असंच अलिप्त असावं. जर तुम्ही तसे झालात तर मग दु:ख तुमच्यापर्यंत कधी पोहोचूच शकणार नाही, दु:खाचं नसणं म्हणजेच मुक्ती.

सर्व सुखदु:खांचं मूळ कर्म असतं. आणि म्हणूनच जे काही घडत आहे त्याला सामोरं जाऊन त्याचा स्वीकार करा. सर्वांचा नियंत्रक व संरक्षक देव आहे. नेहमी त्याचाच विचार करा. तोच तुमचा सांभाळ करेल. त्याला संपूर्णतया शरण जा म्हणजे तो काय करतो ते तुम्हाला दिसेल.

आपण गेल्या जन्मात जे काही केलं असेल त्याची फळे या जन्मात आपण भोगत असतो. म्हणूनच नियतीकडे बघून आपण अश्रू का ढाळायचे?

सर्व देव एकच असतात. हिंदू आणि मुसलमान यांच्यात काहीही फरक नसतो. मशिदी आणि देवळे सगळी सारखीच असतात.

मी इथे काही गोष्टी बोलतो आणि तिकडे (माझ्या बोलण्याप्रमाणे) काही गोष्टी घडतात. ही सगळी ईश्वराची लीला आहे.

देव आहे. आणि त्याच्यापेक्षा श्रेष्ठ असं दुसरं काहीच नाही. तो परिपूर्ण आहे. चिरंतन आहे. तो चराचरात भरलेला आहे. सर्वशक्तिमान आहे. सर्वज्ञ आहे. तोच निर्माता आहे, त्राता आहे आणि संहारकही तोच आहे. त्याच्या इच्छेला तुम्ही स्वेच्छेने आणि संपूर्णपणे शरण जा. त्याच्या इच्छेशिवाय गवताचे पातेसुद्धा हलू शकत नाही. त्याच्यावर विश्वास ठेवा. आणि योग्य असेल ते करा. तुमचा अंत:प्रकाश (तुमचे खऱ्या ज्ञानाने प्रकाशित झालेले अंतर्मन) तुमच्या पुढील सर्व कृतींसाठी मार्गदर्शक ठरू दे.

तुमचे कर्तव्य सदसद्विवेकबुद्धीने करा आणि स्वत:विषयी अलिप्तता बाळगून करा. आपण कर्ता नसून त्याच्या हातचे केवळ एक साधनमात्र आहोत ही गोष्ट ध्यानात ठेवा.

तुमच्या कृतीचे फळ त्याला अर्पण करा म्हणजे तुमची ती कृती तुम्हाला इजा करणार नाही. व तुम्ही बंधनातही जखडणार नाही. तुमचं प्रेम व तुमची करुणा देवाने निर्माण केलेल्या सर्व प्राणीमात्रांपर्यंत जाऊन पोचू दे.

देव हा अधिपती आहे, स्वामी आहे. त्याहून दुसरं सत्य काहीच नाही. त्याचे मार्ग वेगळे, अतर्क्य आणि गूढ असतात. देवाहून श्रेष्ठ असं काहीच नसतं, तो तुम्हाला कसा तारणार आहे आणि तुमचं कसं रक्षण करणार आहे, ते केवळ त्याचं त्यालाच ठाऊक असतं.

ईश्वरप्राप्तीसाठी अतोनात प्रयास पडतील. पण तो अप्राप्य आहे असं कोणी सांगितलं? तो तर आपल्या हृदयाच्या आतल्या प्रार्थनामंदिरात वसलेला आहे. आपल्या बोटाचं नखं आपल्या जेवढं जवळ असतं त्याहूनही कितीतरी जवळ तो आहे. अढळ निष्ठा आणि धीर तुमच्यापाशी नसेल तर तुम्हाला त्याचं दर्शन होणार नाही. ज्याच्यापाशी हे दोन्ही असेल त्यालाच त्याचे दर्शन होणार हे मात्र निश्चित.

देवाला ओळखण्यासाठी आधी स्वत:च्या अंतरंगाचे यथार्थ ज्ञान हवे. त्याची इच्छा ही नेहमीच सफल होत असते. तोच तुम्हाला मार्ग दाखवतो आणि तुमच्या सर्व मनोकामना पूर्ण करणारासुद्धा तोच असतो.

ज्याला त्याची कृपा लाभलेली असते तो शांतचित्त असतो पण जो कोणी त्याच्या कृपेला पारखा झालेला असतो तो फार भाष्य करतो. त्याची कृपा प्राप्त करून घेण्यासाठी तशीच पात्रता लागते.

माझ्या दृष्टीने सर्वजण सारखेच आहेत. सर्व प्रकारची माणसं, चांगली आणि

वाईट माझ्या दरबारी येतात. त्या सर्वांची सारखीच काळजी मला घ्यावी लागते.

जो कुणी ईश्वरभक्तावर हात उगारतो त्याला त्याचे फळही भोगावे लागते.

एका कुटुंबातील लोकांच्यात मतभेद हे असणारच पण तरीही ते आपापसात भांडत नाहीत.

ज्याचं मन शुद्ध असतं, त्याचं भलं होतं. सद्गुणांचं फळ खूप मोठं असतं, दुष्ट लोकांना नेहमी शिक्षा होते.

मनुष्य, प्राणी आणि पक्षी यांना एकत्र आणतो तो ऋणानुबंध (गतजन्मीचे अनुबंध) म्हणूनच कोणालाही दूर लोटू नका. मग तो कितीही क्षुद्र, हतबल असला तरीही.

जो कोणी तुमच्यापाशी येईल त्याचं आपुलकीने स्वागत करा. तहानलेल्याला पाणी द्या, भुकेल्याला भाकरी द्या, वस्त्रहीनाला वस्त्र आणि निर्वासिताला विचार द्या. देव तुमचं कल्याण करेल. तुम्ही मला जे काही द्याल ते दुप्पट होऊन तुम्हालाच परत मिळेल.

शांत बसा. गरज असेल ते मी करीन. मी तुम्हाला तुमच्या अंतिम ध्येयापर्यंत घेऊन जाईन.

आशीर्वाद देणं हे माझं काम आहे.

माझ्या भक्तांना मी कधीही दिशाहीन भरकटू देणार नाही. देवाने माझ्याकडे ज्यांना सोपवलं आहे त्यांच्याविषयी मला देवापाशी उत्तर द्यावं लागतं.

आपण नेहमी प्रामाणिक, सद्गुणी आणि सरळमार्गी असावं.

आपल्याला चांगल्या वाइटातील फरक ओळखता आला पाहिजे.

आपण प्रत्येकाने आपापली कर्तव्ये पार पाडली पाहिजेत.

एकदा माझ्या हृदयात धडधड सुरू झाली. माझं जीवन धोक्यात आलं. तेव्हा मी विष्णुसहस्रनाम माझ्या छातीवर ठेवलं. त्यातून देव उतरून खाली आला व माझ्या शरीरात शिरला. रोगानं माझा देह सोडला व माझा जीव वाचला.

तुम्ही जे काही काम हाती घ्याल ते तडीस न्या नाही तर मग काही काम हाती घेऊच नका.

प्रवासाला सुरुवात करण्याआधी नेहमी भोजन करणे उत्तम.

माझं नाव बोलेल. माझी माती उत्तर देईल. मी कोणालाही अध्यर्यात सोडून जाणार नाही.

मी माझ्या माणसांना माझ्यापासून दूर कधीच जाऊ देणार नाही.

अचल निष्ठेने आपल्या गुरूला चिकटून राहा. इतर गुरूंकडे कितीही जास्त पात्रता असली व तुमच्या स्वतःच्या गुरूकडे त्यामानाने कमी पात्रता आहे असं तुम्हाला वाटलं, तरीही त्याचा त्याग करणे योग्य नव्हे.

ऋण काढून सण कधीही साजरा करू नका; यात्रेला जाऊ नका किंवा प्रवासाला

जाऊ नका.

देवाला दुष्टाची भीती वाटते व दुष्टाला देवाची.

पैसा म्हणतो : ''तुम्ही जर माझा वापर केलात, तर मी तुमची चांगली सेवा करीन.'' अन्न म्हणते : ''मला नीट शिजवा, रांधा, वाढा मग मी तुमची नीट सेवा करीन.''

योगी स्वत: राजा असून रंकासारखा पेहराव करतो तो चांगला असतो.

चांगल्याचं फळ फार मोठं असतं तर वाइटाचं फळ फारच छोटं असतं.

हजारो लोकांचे संरक्षण करण्यासाठी मला हजारो योजने दूर जावं लागतं. एकदा आयुष्याची दोरी सद्गुरूंच्या हाती सोपवली की मग दु:खाचं काही कारणच उरत नाही.

प्रत्येकाच्या शरीरात एका महाराने जन्म घेतलेला असतो. त्याला घालवून द्यायला हवं.

माझ्या भक्ताच्या घरात कशाचीही दधात नसेल.

कोणासही कधीही फसवू नका अथवा इजा करू नका.

यथाशक्ती दानधर्म करत राहा. भिक्षा देत राहा.

मध्यान्हीच्या सावलीप्रमाणे सुदैव अदृश्य होते.

स्वत:जवळ असलेल्या संपत्तीने मत्त होऊन लोकांना कधीही चिडवू नका, अथवा त्यांचा विनाकारण छळ करू नका.

इहलोकीचे आयुष्य घालवण्यासाठी आपल्याला साधनसंपत्तीची गरज भासते. जशी आपल्या शरीराला पाचकरसांची आवश्यकता असते तशीच या जगातील व्यवहार पार पाडण्यासाठी धनाची आवश्यकता असते. परंतु धनाची आवश्यकता जरी भासली तरी त्यातच गुरफटून जाऊ नये. कंजूषपणा कधीही करू नये. तुमचा हात नेहमी सढळ ठेवा. मात्र दानशूरपणाचाही कधी अतिरेक करू नये कारण जवळचा सर्वच पैसा संपून गेला तर नंतर तुमची काळजी घेण्यास कोणीच उरणार नाही. दानशूरपणा आणि उधळेपणा दोन्ही गोष्टींचा जर मिलाफ झाला तर मग फार मोठे दुर्दैव ओढवेल.

आपल्याकडे जर सत्ता अथवा अधिकार असेल तर त्याचा आपण कधीही गैरवापर करता कामा नये. न्यायाधीशाच्या खुर्चीत बसल्यानंतर कधीही लाच खाऊ नये.

आयुष्य जोवर आहे तोवर त्याचं नीट रक्षण करा. मृत्यू येईल तेव्हा उगीच दु:ख करत बसणे, शोकाकुल होणेही योग्य नव्हे.

सत्संगती धरा. चांगल्या लोकांच्या सहवासात राहा. दुष्टांची, दुर्जनांची आणि अश्रद्ध माणसांची सावलीसुद्धा स्वत:वर पडून देऊ नका.

टाकलेले अन्न कधीही चाखून पाहू नका.

असत्य कधीही, कुठेही बोलू नका.

उगीच नसत्या तंट्यामध्ये पडू नका.

जेव्हा शरीर मजबूत असते व वासना उफाळून येत असतात तेव्हा त्यांचे शमन स्वस्त्रीबरोबर करा. परस्त्रीविषयी मनात कधीही वैषयिक भावना निर्माण होऊ देऊ नका.

जर इच्छा करायचीच तर ती मुक्तीची करा. जर भावनाप्रवण व्हायचेच तर ते ईश्वरप्रेमाने भावनाप्रवण व्हा.

संतांची चरित्रे ऐकून अंत:करणाची शुद्धी होईल.

आईवडिलांचा आदर राखा, एका आईची हजार तीर्थांशी बरोबरी असते. आपला पिता हा देवासमान असतो, त्याची भक्ती करायची असते. म्हणूनच पित्यासमोर साष्टांग दंडवत घाला. तुमच्या बांधवांवर प्रेम करा. तुमच्य भगिनींना मदत करण्याची जर तुमच्यापाशी ताकद नसेल तर निदान त्यांना अंतर तरी देऊ नका.

आपल्या मुलाबाळांबरोबर विनोद करू नका. त्यांच्यापाशी चेष्टा मस्करी करू नका. तो हक्क त्यांच्या मित्रमंडळींचा आहे, आईवडिलांचा नाही.

आपल्या नोकरांशी अतिपरिचय वाढवू नका. स्वत:च्या वागणुकीची पातळी कधीच सोडू नका.

लग्नात मुलीचा विक्रय करू नका. एखाद्या वृद्धाच्या श्रीमंतीला व जमीन-जुमल्याला भुलून आपली मुलगी त्याला देऊ नका. तुमच्या मुलीचा वर तिला शोभेलसा, देखणा व सत्पात्र असला पाहिजे.

पती हाच पत्नीचा देव असतो. पंढरीनाथ असतो. तिला पतीविषयी पवित्र प्रेम व श्रद्धा वाटली पाहिजे व सुख मिळालं पाहिजे. पती जर क्रोधित झाला तर तिने त्याच्यापुढे माघार घ्यायला हवी. विनयशीलतेने व नम्रपणे वागायला हवे. पतीच्या कामकाजात पत्नीनं सहभागी व्हायला हवं. या अशा स्त्रीला परमेश्वराचा आशीर्वाद मिळतो. ती गृहलक्ष्मी असते, घराची देवता असते, स्वामिनी असते.

स्त्रीची वागणूक अशी असावी की इतरांनी तिला आदर्श मानलं पाहिजे. तिच्या पावलावर पाऊल ठेवून चाललं पाहिजे. स्त्रीने जे काही नवस बोलले असतील अथवा तिला जी काही व्रतवैकल्ये करायची असतील, त्याबाबतीत सुद्धा तिने आपल्या पतीच्या मताचा अव्हेर करता कामा नये.

मन हे स्वाभाविकपणे चंचल असते. पण त्याला उतावीळ होऊ देऊ नका. इंद्रिये जरी अस्वस्थ झाली, त्यांनी जरी बंड पुकारले, तरी शरीरावर आपलेच नियंत्रण हवे.

इंद्रियांवर कधी भरवसा ठेवू नये. तसेच अनिष्ट इच्छांच्या पाठीमागे आतुरतेने लागू नये. वारंवार जर सराव केला तर भावनांवर विजय मिळवता येतो व मनाचा चंचलपणा जाऊ शकतो.

बाबांच्या उपदेशपर लघुकथांच्या माध्यमातून बोलायला आवडत असे. या

लघुकथांद्वारे आध्यामिक संदेश लोकांपर्यंत पोचवावे असा त्यांचा हेतू असे. त्याचप्रमाणे लोकांच्या चुका आणि त्यांच्या स्वभावातील व्यंग्य दाखवून देणे हाही हेतू होता. बाबांनी सांगितलेल्या अशा शेकडो लघुकथांच्या नोंदी आहेत. त्यातील काही मोजक्या लघुकथा येथे उद्धृत करीत आहोत.

एक प्रवासी रस्त्याने चालला असता सकाळच्या वेळी त्याला सैतानाने हटकले. त्याला तो अपशकुन वाटला व तो दुर्लक्ष करून तसाच पुढे चालत राहिला. वाटेत त्याला दोन विहिरी दिसल्या. त्यातील मधुर पाण्याने त्याची तृष्णा शांत झाली. नंतर त्याला भूक लागली तेव्हा एक शेतकरीही भेटला. शेतकऱ्याने आपल्या बायकोच्या सांगण्यावरून त्याला पोटभर जेवू घातले. नंतर प्रवासी पुढे निघाला. वाटेत ज्वारीचे शेत पिकलेले होते. ते पाहताच त्याला हुरडा खाण्याची इच्छा झाली. शेताच्या मालकाने त्याला हुरडा खाऊ घातला. प्रवासी संतुष्ट होऊन पुढे निघाला. आनंदाने चिलीम ओढत जाऊ लागला. इतक्यात एक वाघ त्याला समोरा आला. प्रवासी घाबरून एका गुहेत लपून बसला. वाघ महाभयंकर होता. तो प्रवाशाच्या दिशेने चाल करून येऊ लागला. बाबा नेमके त्याच वाटेने चालले होते. त्यांनी प्रवाशाला धीर देऊन गुहेबाहेर काढलं आणि त्याला नीट समजावून सांगितलं, ''जर तू वाघाच्या वाटेला गेला नाहीस तर वाघ तुला काहीही करणार नाही.''

या लघुकथेचा अर्थ असा : 'स्व', 'अहंकार' किंवा 'जीव' हा प्रवासी. अज्ञानाची जाणीव हा सैतान. परिपूर्णतेबद्दलची तृष्णा ही त्याची तहानभूक. त्याला मिळालेली आध्यात्मिक शिकवण हे त्याचं अन्न. त्याने पाहिलेल्या दोन विहिरी म्हणजे विवेक (तारतम्य) आणि वैराग्य (अलिप्तता) यांचं प्रतीक. त्याचप्रमाणे हुरडा हे भक्तिपूर्ण शरणागतीचं प्रतीक. अरण्य हे साधकाच्या अंतर्मनाच्या (सदसद्विवेकबुद्धीच्या) गूढ आणि अतर्क्य खोलीचं प्रतीक आहे. वाघ म्हणजे साधकाच्या समोर ठाकून उभी राहिलेली संकटे किंवा गूढ शक्ती. याच गूढशक्ती माणसाला खऱ्याखुऱ्या परिपूर्णतेच्या मार्गापासून विचलित करू पाहतात परंतु सद्गुरू मात्र त्याला परिपूर्णतेच्या खऱ्या मार्गावर आणून पोचवतो.)

बाबांना चार भाऊ होते. त्यातील एक भाऊ बाहेर जाऊन भिक्षा मागून अन्नधान्य व भाकरी मागून आणे. त्याची पत्नी फक्त आईवडिलांनाच जेवू घाले व बाकीच्या भावांना उपाशीच ठेवे. मग बाबांना काम मिळालं. तेथे मिळणारे पैसे ते घरी आणू लागले. सर्वच भावांना आता अन्नपाणी व्यवस्थितपणे मिळू लागलं. त्यात त्या भावाचाही समावेश होता. नंतर त्याच भावाला कुष्ठरोग झाला. सर्वांनी त्याला वाळीत टाकलं. वडिलांनी त्याला घराबाहेर काढलं. बाबा त्याला खाऊपिऊ घालून त्याची काळजी घ्यायचे. अखेर तो भाऊ मरण पावला.

(अर्थ : या लघुकथेतून आपल्याला अशी शिकवण मिळते की साधकाशी

वागण्याचा इतरांचा दृष्टिकोन काही का असेना, त्याने एक गोष्ट लक्षात ठेवली पाहिजे- त्याचे इतरांशी जे काही संबंध आहेत ते सर्व पूर्वसंचिताचे फळ आहे. कर्माचे फळ आहे. साधकाने मात्र सर्वांशी प्रेमळपणे, त्यांच्या भावनांची कदर करूनच वागले पाहिजे.)

बाबांनी सांगितलेली आणखी एक कथा अशी - बाबा एका कोपऱ्यात बसत असत. आपल्या शरीराच्या कमरेपासून खालच्या भागाची एका पोपटाच्या शरीराच्या खालच्या भागाशी अदलाबदल व्हावी अशी इच्छा मनाशी करत. तशी अदलाबदल झाली. पण त्यांच्या एक गोष्ट लक्षात आली नाही, की त्यांनी एका वर्षात एक लाख रुपये गमावले होते. मग त्यांनी एका खांबाजवळ बसण्यास सुरुवात केली. नंतर एक मोठा सर्प जागा झाला व तो फार संतापला. तो सारखा उसळी मारून उठायचा व सारखा पुन्हा पडायचा.

(अर्थ : पोपट हे चंगीभंगी व चैनी वृत्तीचं प्रतीक मानलं जात. बाबांनी आपल्या शरीराच्या खालच्या हिश्याशी पोपटाच्या शरीराशी देवाणघेवाण केली याचा अर्थ ते शारीरिक वासनांना बळी पडले. त्यांनी लाखो रुपये गमावले याचा अर्थ पूर्वी केलेल्या साधनेमुळे त्यांना ज्या काही आध्यात्मिक सिद्धी प्राप्त झालेल्या होत्या त्या त्यांनी गमावल्या. खांब हे प्रतीक आहे पाठीच्या कण्याचे. खांबाजवळ बसणे याचा प्रतीकात्मक अर्थ पाठीच्या मणक्याच्या आधारे किंवा मूलाधारे केलेलं ध्यान. व उसळी मारून उठलेला सर्प म्हणजे जागृत झालेली कुंडलिनी किंवा सर्पशक्ती)

बाबांच्या म्हणण्याप्रमाणे ते एका ठिकाणी भेटीला गेले होते. पण तेथील पाटील त्यांना परत जाऊ देईना "तुम्ही आधी मला इथे मळा तयार करून आणि त्याच्यामधून चांगला भक्कम पादचारी मार्ग तयार करून दिल्याशिवाय मी तुम्हाला सोडणार नाही,'' असाच तो हट्ट धरून बसला. मग बाबांनी ते दोन्ही त्याला करून दिलं.

(अर्थ : मालक किंवा पाटील म्हणजे ईश्वर. मळा लावणे याचा अर्थ आध्यात्मिक केंद्राची स्थापना करणे. पादचारी मार्ग म्हणजे बाबांनी आपल्या भक्तांसाठी एक आध्यात्मिक मार्ग आखून देणे. या लघुकथेवरून असं ध्वनित होतं की लोकांना मार्ग दाखविणाऱ्या गुरूची भूमिका बाबांनी केली पाहिजे अशी जबाबदारी देवानेच त्यांच्यावर टाकली होती)

एका माणसापाशी एक उमदा, देखणा घोडा होता. पण त्या माणसाने हरतऱ्हेची शिकस्त करूनसुद्धा तो घोडा काही केल्या घोडागाडीला जुंपणं त्याला जमेना. त्या घोड्याला अगदी नीट प्रशिक्षण दिलं, तरीही त्याचा काहीच उपयोग होईना. अखेरीस एका विद्वान माणसाने अशी सूचना केली की त्या घोड्याला ज्या ठिकाणाहून आणला आहे, तिकडेच त्याला परत पोचवावं. मग त्याप्रमाणे करताच

तो घोडा ताळ्यावर आला आणि त्याने स्वतःला नीट खोगिराला बांधून घेतले व लोकांच्या उपयोगी पडू लागला.

(अर्थ : घोडा हे मनाचं प्रतीक आहे. या मनाला बंधनात जखडणं महाकठीण. ध्यानासाठी आपण जो विषय निवडला असेल त्याच्यावर त्य मनाला खिळवून ठेवणं तर फारच कठीण. घोड्याला त्याच्या मूळ जागी परत नेणं याचा अर्थ मनाचा थांग लावण्याचा प्रयत्न करणं, एकदा हा थांग लागला की मन आपोआपच शांत होतं)

बाबा म्हणत- अनेक लोक त्यांचे पैसे घेण्यासाठी येत. बाबा त्यांचा प्रतिकार करत नसत. त्यांना पैसे घेऊन जाऊ देत. फक्त ते त्या माणसांची नावे तेवढी टिपून ठेवत व त्यांचा पाठलाग करीत. पण वाटेत जेव्हा ते लोक जेवणासाठी थांबत तेव्हा बाबा त्यांना ठार मारून स्वतःचे पैसे परत आणीत.

(अर्थ : या लघुकथेतून मानसिक प्रक्रियांचं लक्षपूर्वक निरीक्षण व वर्णन केलेलं दिसून येतं. यातून मन शांत होतं व शांतपणे ध्यानधारणा करता येते. मनाचा एकलक्षीपणा, विरक्ती आणि इंद्रियदमन हीच खरी संपत्ती आहे. रजस, तमस इत्यादी गुणांद्वारे ज्या इच्छा व वासना जन्माला येतात ते दरोडेखोर आहेत.)

एकदा शिरडीला एक अंध माणूस राहात होता. एका माणसाने त्या अंधाच्या पत्नीला मोहजालात फसवले व त्या अंधाचा खून केला. चारशे लोक चावडीपाशी जमा झाले व त्यांनी त्याचा धिक्कार केला. त्याचा शिरच्छेद करण्यात यावा अशी लोकांनी आज्ञा दिली. गावातील मारेक‍र्‍याने त्याची अंमलबजावणी केली. मात्र तसे करण्यात त्या मारेक‍र्‍याचा केवळ कर्तव्यपालनाचाच हेतू नव्हता तर दुसराही अंतस्थ काही हेतू होता. ज्याचा खून झाला तो माणूस त्या मारेक‍र्‍याच्या पोटी जन्माला आला.

बाबांनी एका भक्त स्त्रीला सांगितलं : ''आभाळात ढग भरून आले आहेत. पाऊस पडेल, पिके वाढतील व तयार होतील. मग ढग विखुरतील. तू घाबरतेस कशाला?''

(अर्थ : ढगांनी भरलेलं आभाळ म्हणजे तिचं अज्ञानाने भरलेलं मन. पाऊस म्हणजे कष्ट व त्रास, जो तिला पुढील आयुष्यात होणार आहे. परंतु ईश्वरी कृपेमुळे तिच्या हृदयात तिला अजून अज्ञात अशी एक आध्यात्मिक भावना दडी मारून बसलेली आहे. ही भावना तिच्या आत्म्याच्या काळोख्या रात्रीमध्ये सामावलेली आहे. त्या भावनेची बीजे परिपक्व होतात. ढग विखरून नाहीसे होणे याचा अर्थ बीज परिपक्व झाल्यावर प्रकाश व आनंद चहूकडे पसरतो.)

१०.

बाबांच्या लीला

आपल्या भक्तांच्या चिंता व काळज्या दूर करून त्यांना व्याधिमुक्त करण्यासाठी, त्यांचं नशीब उघडण्यासाठी व त्यांच्या आयुष्यात सुख आणि शांती परत आणण्यासाठी बाबा त्यांना शेकडो मार्गांनी मदत करत. आपल्या भक्तांची कोणतीही विनंती ते लगेच मान्य करत, त्यांच्या प्रार्थनेला उत्तर देत आणि भक्तांनी त्यांची आठवण काढताक्षणीच त्यांच्या इच्छा व गरजा पूर्ण करण्यासाठी ते हजर होत. या सर्वांच्या बदल्यात बाबा आपल्या भक्तांकडून अढळ निष्ठा व संपूर्ण शरणागतीची अपेक्षा करत. बाबा आपल्या भक्तांच्या कसे उपयोगी पडत ते यापूर्वीच्या प्रकरणांमध्ये दिलेलंच आहे. आता या प्रकरणात आम्ही बाबांच्याच भक्तांचे काही प्रत्यक्ष अनुभव वर्णन करून सांगत आहोत. हे सर्व अनुभव हेमाडपंत यांनी लिहिलेले 'साई चरित्' तसेच इतर काही अधिकृत स्रोतांकडून घेतले आहेत. बाबांच्या हयातीत काय घडले त्याचप्रमाणे बाबांच्या महासमाधीनंतर काय घडले याचं वर्णन त्यात आहे. यातील काही प्रसंग तर अतिशय विलक्षण आहेत. विश्वासही बसणार नाही असे आहेत. परंतु त्यांच्या सत्यतेबद्दल संशय घेण्यास जागाच नाही कारण ते लोकांनी प्रत्यक्ष अनुभवले आहेत. व त्यांनी स्वत:च ते वर्णन केले आहेत.

खालील प्रसंग आम्ही 'साई सत्चरित्' या पुस्तकातून घेतला आहे.

बाबांचा एक भक्त होता, बाळा गणपत शिंपी. त्याला दुर्धर अशा मलेरियाने ग्रासले होते. त्याने त्यावर शक्य ते सर्व उपाय केले. पण त्याचा काहीही उपयोग झाला नाही. मग तो शिरडीला जाऊन बाबांच्या पाया पडला. बाबा त्याला म्हणाले : लक्ष्मी मंदिराच्या समोरच्या काळ्या कुत्र्याला दहीभात खायला घाला. बाळा शिंप्याने घरी येऊन दहीभात कालवला व तो लक्ष्मीमंदिराकडे तो भात घेऊन आला. तिथे एक काळा कुत्रा शेपूट हलवत उभाच होता. दहीभात मिळताच कुत्रा त्यावर

आधाशासारखा तुटून पडला. त्या भक्ताचा हिवताप त्यानंतर बरा झाला.

बाबांचा एक भक्त मध्य प्रदेशातील हर्डा येथे राहात असे. त्याचे नाव दत्तोपंत. तो अखंड चौदा वर्षे पोटदुखीच्या व्याधीने बेजार होता. अनेक लोकांनी त्याला नानाविध प्रकारचे उपाय सुचवले, पण कशानेच गुण येईना. मग तो बाबांकडे शिरडीला आला व त्याने त्यांच्यापाशी मदतीची याचना केली. बाबांनी एकवार दयार्द्र दृष्टीने त्याच्याकडे पाहिलं आणि नंतर त्याच्या मस्तकावर हात ठेवला. नंतर त्यांनी त्याला आशीर्वादही दिला व अंगाराही. त्यानंतर तत्काळ त्याची पोटदुखी नाहीशी झाली.

नाना चांदोरकर हे साईबाबांचे अगदी जवळचे भक्त होते. त्यांनाही पोटदुखीचा त्रास होत असे. डॉक्टरी उपायाने ती पोटदुखी बरी होईना. मग बाबांनी त्यांना बर्फी तुपात खलून खाण्याचा सल्ला दिला. आणि आश्चर्य म्हणजे या जगावेगळ्या उपायाने चांदोरकरांना बरे वाटले.

मुंबईचे एक गृहस्थ होते; हरिश्चंद पिटळे. त्यांच्या मुलाला आकडी येत असे. ऍलोपाथी व आयुर्वेदाच्या उपचारांनी त्याला बरे वाटेना. १९१० साली पिटळे यांनी दासगणूंच्या प्रवचनांमधून बाबांचा महिमा ऐकला होता. ते मग आपल्या कुटुंबियांबरोबर शिरडीला गेले. बाबांची दृष्टी मुलावर पडताच त्याची शुद्ध हरपली व तो धाडकन जमिनीवर कोसळला. त्याच्या तोंडातून फेस येऊ लागला. त्याला घाम फुटला आणि त्याचा शेवट जवळ आला आहे, असे त्याच्या आईवडिलांना वाटले. त्याची आई तर हमसाहमशी रडू लागली. तिची समजूत काढत बाबा म्हणाले : ''थांबा, असा शोक करू नका. जरा वाट बघा. थोडा धीर धरा. मुलाला निवासस्थानी घेऊन जा. अर्ध्या तासात तो शुद्धीवर येईल.'' बाबांनी सांगितल्याप्रमाणे मुलाचे पालक त्या मुलाला खोलीवर घेऊन गेले. बाबांनी भाकीत वर्तवल्याप्रमाणे बरोबर अर्ध्या तासात तो शुद्धीवर आला. पुढे तो खडखडीत बरा झाला. त्यांनी बाबांचे आभार मानले. बाबा म्हणाले : ''तुमच्या मनातील विचार, संशय, भीती या सर्वांचे निराकरण झालं की नाही! ज्याची हरीवर श्रद्धा आहे व ज्याच्यापाशी धीर आहे, त्याचं हरी नक्कीच रक्षण करील.'' पिटळे व त्यांची पत्नी बाबांचा निरोप घ्यायला गेले तेव्हा बाबा पिटळ्यांना म्हणाले : ''बाळू मी पूर्वी तुला दोन रुपये दिलेच आहेत. आता आणखी तीन रुपये देतो आहे. ते तू तुझ्या घरच्या देव्हाऱ्यात पूजेसाठी ठेव. तुझा नक्कीच फायदा होईल.'' पिटळ्यांनी बाबांकडून पैसे घेतले, पण बाबांनी आपल्याला दोन रुपये कधी व कसे काय दिले, ते त्यांना लक्षात येईना, कारण ही त्यांची व बाबांची पहिलीच भेट होती. बाबांनीही काहीच खुलासा केला नाही. पिटळ्यांनी मुंबईस पोहोचल्यावर आपल्या वृद्ध आईला हा प्रसंग वर्णन करून सांगितला. तो प्रसंग ऐकताच त्या आईला फार वर्षापूर्वी घडलेली घटना आठवली. पिटळे यांच्या बालपणी त्यांचे

वडील त्यांना घेऊन अक्कलकोट येथे एका हिंदू संताच्या दर्शनाला गेले होते. त्या संताने त्यांच्या हातात दोन रुपये ठेवले होते व घरच्या देव्हाऱ्यात ठेवून त्याची पूजा करण्यास सांगितले होते. वडिलांनी आयुष्यभर त्या दोन रुपयांची व्यवस्थित पूजा केली परंतु त्यांच्या मृत्यूनंतर मात्र घरातील लोक त्या रुपयांबद्दल सर्व काही विसरून गेले. त्या पवित्र रुपयांकडे दुर्लक्ष झाले. पितळ्यांची आई म्हणाली : अक्कलकोटमहाराज बाबांच्या रूपात तुझ्या समोर अवतरले. तुला ज्या कर्तव्याचा विसर पडला होता, त्याची आठवण करून देण्यासाठी !'' आईचे हे शब्द ऐकताच पितळ्यांना बाबांच्या त्या बोलण्याचा अर्थ उमगला.

पुणे येथील गोपाल नारायण आंबाडेकर हे बाबांचे भक्त होते. ते फार बिकट परिस्थितीत सापडले होते. सात वर्षे सतत त्यांच्यावर एकामागोमाग एक संकटांचा घाला होत होता. दरवर्षी नेमाने ते शिरडीला जात आणि बाबांना स्वत:वर ओढवलेल्या परिस्थितीचे वर्णन करून सांगत. १९१६ साली त्यांची परिस्थिती इतकी कठीण झाली की त्यांनी शिरडीला जाऊन आत्महत्या करण्याचं ठरवलं. ते आपल्या पत्नीसह शिरडीला येऊन दोन महिने राहिले. एका रात्री दीक्षितांच्या वाड्याजवळ असलेल्या विहिरीपाशी ते जाऊन उभे राहिले व आता उडी मारणार इतक्यात जवळच असलेल्या खाणावळीचा मालक सगुण बाहेर आला. तो बाबांचा शिष्य होता. तो म्हणाला : ''तुम्ही कधी अक्कलकोटमहाराजांचं चरित्र वाचलंय?'' असं म्हणून त्याने त्यांच्या हातात एक पुस्तक ठेवले. आंबाडेकरांनी ते पुस्तक वाचायला सुरुवात केली आणि वाचता वाचता एक गोष्ट त्यांच्या वाचनात आली- त्या गोष्टीत दुर्धर रोगाने ग्रासलेला रुग्ण नैराश्यापोटी विहिरीत कशी उडी घेतो त्याचं वर्णन होतं. त्याने उडी घेताच महाराज तेथे आले व त्यांनी त्याला उचलून बाहेर काढले व त्याला उपदेश केला : ''आपल्या पूर्वसुकृताची फळे तुला चाखलीच पाहिजेत. ही फळे चाखून जर पूर्ण झाली नाहीत तर आत्महत्येचा तुला काहीच उपयोग होणार नाही. तुला आणखी एक जन्म घ्यावा लागेल. आणखी एकदा त्रास सहन करावा लागेल. त्यापेक्षा आत्महत्या न करता याच जन्मात काही काळ त्रास सहन करून पूर्वकर्माची फळे चाखून संपवून का नाही टाकत?'' ही कथा वाचून आंबाडेकरांचे अंत:करण हेलावून गेले. आत्महत्या करू नको, असं या वेगळ्या मार्गाने बाबांनीच आपल्याला संगितले आहे असं त्यांना वाटलं आणि तो त्यामुळे बाबांचा आणखी नि:स्सीम भक्त झाला.

एक माणूस मुंबईतील छापखान्यात कामाला होता. त्याने स्वप्नात एका वृद्ध दाढीवाल्या माणसाला पाहिले. त्याच्या भोवती भक्तांचा मोठा घोळका दिसत होता. काही दिवसांनंतर तो दासगणूंच्या कीर्तनाला आपल्या एका मित्राच्या घरी गेला. दासगणू आपल्या श्रोत्यांसमोर नेहमी बाबांचं चित्र ठेवत असत. लक्ष्मीचंदनामक त्या

माणसाने बाबांना पाहताक्षणीच ओळखले. त्याच्या स्वप्नात आलेला तो दाढीवाला माणूस हाच तर होता. मग त्याने शिरडीला बाबांच्या दर्शनासाठी जायचं ठरवलं. तो आपल्या मित्रांसमवेत शिरडीजवळच्या कोपरगावास जाऊन पोचला. तेथील सुंदर दृश्य, निसर्गसौंदर्य इ. बघण्यात तो इतका गुंग होऊन गेला, की आपण इथे कशासाठी आलो आहो तेच तो विसरला. मात्र शिरडी जशी जवळ आली तसं त्यांना एका म्हाताऱ्या बाईने थांबवलं. त्या बाईच्या डोक्यावरच्या टोपलीत आंबे होते. ते आंबे त्याच्याकडे देऊन ती म्हणाली : "हे सगळे आंबे घेऊन जा आणि माझ्या वतीने बाबांना पोचते करा." पुढे शिरडीला पोचल्यावर लक्ष्मीचंद बाबांच्या दर्शनाला गेला तेव्हा बाबा म्हणाले : "लबाड मनुष्य! रस्त्यात भजन करतो आणि इतरांपाशी कशाला विचारायचं? स्वप्न खरं आहे की नाही ते स्वत:ला विचारावं ना. मारवाड्याकडून कर्ज काढून दर्शनाला येण्याची काही गरज होती का? मनाची इच्छा आता तरी पूर्ण झाली का?" लक्ष्मीचंदाला आश्चर्याचा धक्काच बसला. आपण शिरडीस येण्यापूर्वी काय काय घडलं हे बाबांना कसं काय कळलं? इथं एका महत्त्वाच्या गोष्टीची नोंद घ्यायला हवी. कोणीही ऋण काढून आपल्या दर्शनास यावं, सण साजरा करावा किंवा यात्रेस जावं हे काही बाबांना पसंत नव्हतं. बाबांच्या अंगच्या सामर्थ्याचा लक्ष्मीचंदास आणखी एक अनुभव आला. एका रात्री बाबा मिरवणुकीने चावडीकडे जात होते. ते त्यानं पाहिलं. त्यावेळी बाबांना जोरात खोकल्याची उबळ अली. लक्ष्मीचंदाला वाटले, बाबांना कोणाचीतरी नजर लागली असावी, म्हणूनच हे घडले. दुसरे दिवशी सकाळी तो जेव्हा मशिदीत गेला तेव्हा बाबा शामाला म्हणाले : "काल रात्री मला खोकल्याचा त्रास झाला. कोणाची नजर लागल्यामुळे मला हा त्रास झाला का? मला वाटतं, कोणाची तरी वक्रदृष्टी नक्की माझ्यावर पडली असावी, म्हणूनच असं घडलं." खरं तर त्यावेळी बाबा लक्ष्मीचंदाच्या मनातील अव्यक्त विचारच बोलून दाखवत होते.

मद्रासकडून एक भजनीमंडळ वाराणसीकडे निघालं होतं. त्यांनी वाटेत बाबांविषयी ऐकलं. त्यांच्या दानशूरतेविषयी ऐकलं. त्यामुळे वाटेत उत्सुकतेने ते बाबांच्या दर्शनासाठी थांबले. त्या भजनीमंडळात एक माणूस, त्याची बायको, मुलगी व मेव्हणे असे लोक होते. ते भजने सुरेख म्हणत. त्यांचा आवाजही उत्तम होता. परंतु त्यांच्यामधील बायको वगळता सर्वच पैशाचे लोभी होते. बायकोला मात्र बाबांविषयी प्रेम व आदरभाव होत. जेव्हा आरती चालू होती तेव्हा तिच्या भक्तिभावाने बाबा प्रसन्न झाले व त्यांनी तिला स्वत:च्या द्वारे तिच्या आवडत्या प्रभू श्रीरामाचे दर्शन घडवले. तिच्या एकटीच्या दृष्टीला बाबा श्रीरामाच्या रूपात दिसले परंतु त्यावेळी इतरांसाठी ते बाबाच राहिले. त्या स्त्रीचे अंत:करण इतके हेलावून गेले की तिच्या डोळ्यातून झरझरा अश्रू वाहू लागले. तिने जोराजोराने आनंदात टाळ्या वाजवल्या. तिच्या या वागण्याचा

तिच्या बरोबरच्या लोकांना अर्थच समजेना. नंतर तिनं पतीला जाऊन सांगितलं : "मला बाबांच्या रूपानं आज श्रीरामांचं दर्शन झालं." परंतु तिच्या पतीचा मात्र तिच्या या बोलण्यावर विश्वास बसला नाही. त्याने भास किंवा भ्रम असेल असं म्हणून सोडून दिलं. मग एका रात्री त्या पतीला एक स्वप्न पडलं. त्या स्वप्नात एका मोठ्या शहरात त्याला अटक झाली होती. त्याला एका पोलिस ठाण्यात बंद करून ठेवलं होत. ठाण्याबाहेर त्याला बाबा उभे असलेले दिसले. त्याने विचारलं : "बाबा, असं माझ्या बाबतीत का घडलं?" त्यावर बाबा म्हणाले : "तुझ्या कर्माची फळे तुला भोगलीच पाहिजेत." पण तो माणूस वारंवार म्हणू लागला : "इतकी शिक्षा व्हावी, असा काहीच गुन्हा मी केलेला नाही." बाबा त्यावर म्हणाले - "तू या जन्मी नाही तरी तुझ्या पूर्वजन्मी फार पापे केली असशील." त्यावर तो माणूस म्हणाला : "समजा मी पापे केली असं गृहीत धरलं, तरी बाबांच्या सान्निध्यात ती पापे जळून खाक कशी काय झाली नाहीत?" त्यावर बाबा म्हणाले : "तशी तुझी श्रद्धा आहे?" तो माणूस म्हणाला : "होय." त्यावर बाबांनी त्याला डोळे मिटण्यास सांगितले. त्याने डोळे मिटताच त्याला काहीतरी कोसळून पडल्याचा आवाज ऐकू आला. त्याने डोळे उघडून पाहिले तो काय? तो मुक्त होता. व त्याच्यावर पहारा देणारा शिपाई रक्तबंबाळ अवस्थेत पडला होता. ते पाहून तो माणूस घाबरला. तेव्हा बाबा त्याला म्हणाले : "बरा चांगला सापडलास तू. आता वरचे अधिकारी येऊन तुला अटक करतील." त्यावर त्या माणसाने बाबांची करुणा भाकली. बाबांनी त्याला परत डोळे मिटण्यास सांगितले. त्याने तसे केले. परत डोळे उघडताच तो तुरुंगबाहेर होता. स्वतंत्र होता. बाबा त्याच्या शेजारी उभे होते. तो त्यांच्या पाया पडला. बाबा म्हणाले, "तुझ्या पूर्वीच्या नमस्कारात आणि आत्ताच्या या नमस्कारात काही फरक आहे का?" त्यावर तो माणूस म्हणाला : "फार मोठा फरक आहे. माझे पूर्वीचे सगळे नमस्कार धनलाभाच्या आशेने केले होते. पण आता हा जो नमस्कार मी करत आहे तो तुम्हाला देव मानून केलेला आहे." तो माणूस समर्थ रामदासांना आपले गुरू मानत असे. व त्याला आपल्या या गुरूच्या दर्शनाची तीव्र इच्छा होती. बाबांनी त्याला मागे वळून पाहण्यास सांगितलं. मागे वळून पाहताच त्याला रामदास उभे राहिलेले दिसले. त्याने त्यांच्या पायावर लोटांगण घातले. तेवढ्यात ते गुप्त झाले. मग स्वप्नातून तो जागा झाला. दुसऱ्या दिवशी सकाळी तो मशिदीत गेला. तेव्हा बाबांनी त्याला दोन रुपये दिले. प्रसाद म्हणून खाऊची पुरचुंडी दिसली व म्हणाले : "अल्ला तुला भरपूर देईल. तुमचं सर्वांचं तो भलं करेल." त्यानंतर त्या भजनी मंडळींना पुष्कळ कमाई होण्यास सुरुवात झाली. त्यांची यात्रासुद्धा सफल झाली. (हेमाडपंत म्हणतात - बाबा भक्तांच्या बाबतीत ज्या वेगवेगळ्या पद्धतींचा अवलंब करत, त्यापैकी एका पद्धतीचं उदाहरण या गोष्टीतून आपल्याला पाहायला मिळतं. ही पद्धत आजही अवलंबली

जाते व या पद्धतीने भक्त अंतर्बाह्य बदलून जातो.)

मुंबईतील तेंडूलकर कुटुंबीय. ते बाबांचे निःस्सीम भक्त होते. सौ. सावित्रीबाई तेंडूलकर यांनी बाबांच्या लीलांचं वर्णन करणारं एक पुस्तक लिहिलं होतं. त्यांचा मुलगा बाबू हा वैद्यकीय पदवी परीक्षेला बसणार होता, तो त्यासाठी कसोशीने अभ्यास करत होता. पण ज्योतिष्याने त्याला संगितले : "तुला या खेपेला परीक्षेत यश मिळणार नाही. तेव्हा तू पुढच्या वेळी परीक्षेला बस." ते ऐकून तो अत्यंत निराश झाला. त्याला निराशेने इतकं घेरलं की त्याची ती अवस्था पाहून त्याची आई शिरडीला गेली आणि तिने बाबांच्याकडे मदतीची याचना केली. बाबा म्हणाले, "तुमच्या मुलाला सांगा, बाबांवर विश्वास ठेव. मुळीच निराश होऊ नको. ती कुंडली फेकून दे. ज्योतिषी, हस्तसामुद्रिक जे काही सांगतील ते विसर व नीट अभ्यासाला लाग. परीक्षेलाही बस. मन शांत ठेव, तू नक्की उत्तीर्ण होशील. फक्त माझ्यावर विश्वास ठेव." बाबांचा तो निरोप ऐकून बाबूला खूपच हुरूप आला. तो जोरात अभ्यासाला लागला. लेखी परीक्षा तर उत्तम झाली. पण तोंडी परीक्षेची अतोनात भीती वाटून तो तोंडी परीक्षेला गेलाच नाही. परंतु त्याच्या एका सहाध्यायाबरोबर परीक्षकांनी निरोप पाठवला - "तू लेखी परीक्षेत उत्तम रीतीने उत्तीर्ण झाला आहेस, तेव्हा तोंडी परीक्षेला नक्की ये." त्याप्रमाणे तो गेला व दोन्ही परीक्षांमध्ये व्यवस्थित उत्तीर्ण झाला. बाबांचं भाकीत खरं झालं.

बाबूचे वडील रघुनाथन हे एका कंपनीत नोकरीला होते. त्यांचं वय झालं होतं आणि प्रकृतीही खालावली होती. तेव्हा व्यवस्थापनाने त्यांना निवृत्त करण्याचं ठरवलं. दरमहा ७५ रुपये निवृत्तिवेतन त्यांना द्यायचं असंही ठरलं. त्यांची पत्नी काळजीत पडली. इतक्या कमी पैशात घर कसं चालणार? त्यांचा निर्णय पक्का झाला व सर्व व्यवहार पूर्ण होण्याच्या पंधरा दिवस आधी सौ. तेंडूलकरांच्या स्वप्रात बाबा आले व म्हणाले, "माझी तर अशी इच्छा आहे, की शंभर रुपये दरमहा निवृत्तिवेतन मिळायलाच हवे. मग तरी तुमचं समाधान होईल ना?" यावर सौ. तेंडूलकर म्हणाल्या : "बाबा, हे मला कशाला विचारता? माझा तुमच्यावर पूर्ण विश्वास आहे." बाबांनी जरी स्वप्रात १०० रु. निवृत्तिवेतन बससावं असं म्हटलं होतं तरी प्रत्यक्षात तेंडूलकरांना ११० रु. निवृत्तिवेतन बसलं.

वामन नार्वेकर यांनी एकदा बाबांना एक रुपयाचं नाणं दिलं. त्याच्या एका बाजूला राम सीता आणि लक्ष्मण यांच्या आकृती कोरलेल्या होत्या. दुसऱ्या बाजूवर मारुतीची प्रतिमा होती. त्या भक्ताने हात जोडून ते नाणं बाबांच्या हाती ठेवलं. त्याला वाटलं आता ते नाणं प्रसाद म्हणून बाबांकडून परत मिळेल. पण बाबांनी ते खिशात टाकलं. जवळच शामा उभा होता. तो बाबांना म्हणाला : "त्यांना ते नाणं प्रसाद म्हणून पूजा करण्यासाठी परत हवं आहे." त्यावर बाबा म्हणाले : "ते

कशासाठी परत करायचं? ते आपणच ठेवून घेऊ. जर त्याने आपल्याला २५ रुपये दिले तरच त्याला ते परत देऊ.'' मग त्या माणसाने ती रक्कम जमा करून बाबांसमोर आणून ठेवली. तेव्हा बाबा म्हणाले : ''या नाण्याची किंमत २५ रुपयांहून कितीतरी अधिक आहे. हे आपल्या साठ्यातच ठेवा.'' बाबा शामाकडे वळून म्हणाले : ''शामा, हे नाणं तुझ्या देव्हाऱ्यात ठेव.'' पण बाबा हे असं का वागले ते विचारण्याचं धाडस मात्र कुणालाच झालं नाही.

महाराष्ट्रातील नाशिक जिल्ह्यामधील वणी हे छोटंसं गाव. या वणीच्या मंदिराचे पुजारी काकाजी वैद्य यांना अनेक अडचणींना तोंड द्यावं लागलं आणि त्यांची मन:शांती भंग पावली. आपल्या सर्व चिंता दूर होऊन गमावलेली मन:शांती परत मिळावी म्हणून त्यांनी मंदिरातील देवतेची करुणा भाकली. तेव्हा ती देवता त्यांच्या स्वप्नात येऊन म्हणाली : ''तू साईबाबांकडे जा म्हणजे तुझं मन शांत व स्थिर होईल. त्या देवतेने ज्या बाबांचा उल्लेख केला ते 'बाबा' नक्की कोण अस प्रश्न काकाजींना पडला परंतु त्याचं नीट उत्तर मिळण्यापूर्वींच त्यांना जाग आली. त्यांना वाटले : ''त्या देवीने ज्या बाबांविषयी सांगितले ते बाबा म्हणजेच त्र्यंबकेश्वर (किंवा शिवा) असेल म्हणून ते त्र्यंबक येथे जाऊन दहा दिवस तेथील देवाचे ध्यान करत बसले. पण तरीही त्यांच्या मनाची अस्वस्थता कमी होईना. मग ते घरी परतले व परत एकदा त्यांनी देवीची आराधना सुरू केली. परत एकदा देवी त्यांच्या स्वप्नात येऊन म्हणाली : ''तू उगीच त्र्यंबकेश्वरला कशाला गेलास ? मी तुला शिरडीच्या श्री साई समर्थांविषयी सांगितलं होतं.'' यानंतर काकाजी शिरडीला जाण्याचा विचार करू लागले. इतक्यात बाबांचा नि:स्सीम अनुयायी शामा वणीच्या मंदिराचा रस्ता विचारत नेमका काकाजींच्या घरी आला. शामाच्या बालपणी त्याच्या आजारपणात त्याच्या आईने नवस बोलला होता, ''हा बरा झाला की मी त्याला वणीच्या देवीच्या पायावर घालीन.'' परंतु काही दिवसांनी ती स्वत:च आजारी पडली. 'मी बरी झाले की वणीच्या देवीला दोन चांदीच्या वस्तू अर्पण करीन'. असा नवस परत ती बोलली. ती मृत्युशय्येवर असताना तिने शामाला हा नवस फेडण्याची आठवण केली. परंतु त्यालाही या गोष्टीचं विस्मरण झालं. परंतु शिरडीला आलेल्या एका ज्योतिष्याने त्याला या गोष्टीची आठवण करून दिली. शामाने त्या चांदीच्या वस्तू तयार करून घेतल्या. त्याचा बाबांनी स्वीकार करावा व देवीच्या नवसातून मुक्त करावे, अशी त्याने बाबांची प्रार्थना केली. पण बाबांनी मात्र त्याला स्वत: वणीस जाऊन नवस फेडून येण्याची आज्ञा केली. त्यानुसार शामा वणीस आला आणि देऊळ शोधता शोधता रस्ता चुकून काकाजींच्या घरी आला. शामा हा साईबाबांचा नि:स्सीम भक्त असल्याचे समजताच काकाजींना अत्यानंद झाला, शामाने आधी वणीच्या देवतेपाशी नवस फेडला व नंतर दोघेही शिरडीला साईबाबांकडे आले. मशिदीत पोचल्यानंतर

काकाजींनी बाबांसमोर दंडवत घातला व तत्क्षणीच त्यांचं मन स्थिर झालं व त्यांचा ऊर आनंदातिशयाने भरून आला. त्यांच्या तोंडून अक्षरशः शब्दही फुटेना. बाबांनी त्यांना अंगारा दिला व काकाजी आनंदित होऊन घरी परत आले.

नाशिक येथील नारायण मोतीराम जानी हे बाबांचे भक्त होते. बाबांचे आणखी एक भक्त रामचंद्र वामन मोडक यांच्या हाताखाली ते नोकरीला होते. एकदा जानी आपल्या आईबरोबर शिरडीला गेले. तेथे बाबा तिला म्हणाले : ''आता इथून पुढे तुमच्या मुलाने कोणाच्याही हाताखाली काम न करता स्वतंत्र धंदा चालू करावा. बाबांचे हे भाकीत खरं ठरलं. जानी यांनी नोकरी सोडली व एक खाणावळ आणि विश्रांतीगृह सुरू केलं. ते व्यवस्थित चालू लागलं. एकदा जानी यांच्या मित्राला विंचू चावला व तो वेदनेने विव्हळू लागला. त्या दंशाच्या जागी जर बाबांचा अंगारा लावला तर त्या जागचा ठणका कमी होईल अशी जानीची खात्री होती. पण त्याच्या जवळचा अंगारा संपला होता. मग त्याने बाबांच्या तसबिरीसमोर उभं राहून त्यांच्या मदतीची याचना केली. बाबांच्या तसबिरीसमोर उदबत्ती लावून ठेवली व तिचा सांडलेला अंगारा चिमटीत घेऊन, हाच बाबांचा अंगारा अशी मनोमन खात्री बाळगली व तो अंगारा, आपल्या मित्राच्या जखमेवर लावला. आणि त्याच्या वेदना लगेच थांबल्या.

मुंबई येथे बाळाबुवा सुतारनामक एक साधू होता. तो १९१७ साली शिरडीत आला. त्याने बाबांचे दर्शन घेऊन त्यांना प्रणाम केला तेव्हा बाबा म्हणाले: ''या माणसाला मी गेली चार वर्षे ओळखतो.'' ते ऐकून तो साधू बुचकळ्यात पडला. कारण त्याची शिरडीला येण्याची ही पहिलीच वेळ होती. मग खूप विचार केल्यावर त्याला आठवले; चार वर्षापूर्वी एकदा त्याने बाबांच्या तसबिरीसमोर लोटांगण घातलं होतं, पण ते सुद्धा बाबांच्या नजरेतून सुटलेलं नाही. याचा अर्थ एवढाच की बाबांच्या नुसत्या तसबिरीचं दर्शन हेही बाबांना प्रत्यक्ष भेटल्यासारखंच आहे.

बाबांचे एक भक्त होते, बाळासाहेब भाटे. त्यांनी एकदा मुंबईचे श्री. अप्पासाहेब कुलकर्णी यांना बाबांचं एक तैलचित्र भेट दिलं होतं. कुलकर्णी यांनी त्या तैलचित्राची मनोमन पूजा केली, त्याला नैवेद्य दाखवला आणि बाबांच्या प्रत्यक्ष भेटीची कामना व्यक्त केली. त्यानंतर एकदा ते दौऱ्यावर असताना त्यांच्या घरी एक फकीर आला. त्याचा तोंडवळा आणि चेहरामोहरा त्यांच्या घरच्या फोटोतील बाबांसारखाच होता. सौ. कुलकर्णी व त्यांच्या मुलांनी त्याला विचारलं : ''आपण साईबाबा आहात का ?'' त्यावर तो उत्तरला : ''नाही.'' पण पुढे असंही म्हणाला: ''मी साईबाबांचा निष्ठावान सेवक आहे आणि बाबांच्या सांगण्यावरूनच तुमची विचारपूस करण्यासाठी आलो आहे.'' मग त्याने दक्षिणा मागितली. त्यावर बाईंनी त्याला एक रुपया दिला. त्याने एक लहानसा लखोटा त्यांच्या हाती ठेवला. 'हा बाबांच्या तसबिरीजवळ देवघरात

ठेवा.' असं सांगून तो निघून गेला. अप्पासाहेब कुलकर्णी जेव्हा परत आले तेव्हा ही सर्व हकिगत त्यांना पत्नीकडून समजली. त्यांच्या मनाला चुटपूट लागली. त्या फकिराची गाठ न झाल्याबद्दल ते स्वतःला दोष देऊ लागले. शिवाय आपल्या पत्नीनं त्या फकिराला फक्त एक रुपया का बरं दिला, असंही त्यांना वाटू लागलं. त्यांनी बाहेर पडून फकिराचा खूप शोध घेतला, पण व्यर्थ. जेवण झाल्यावर ते परत फेरफटका मारायला गेले. वाटेत त्यांना एक माणूस भेटला. 'हाच तो फकीर असावा' असं कुलकर्णींना वाटलं. म्हणून त्यांनी त्याला हटकताच त्याने कुलकर्णींकडे दक्षिणा मागितली. कुलकर्णींनी त्याला ९ रुपये काढून दिले. परंतु त्याचं समाधान झालं नाही. कुलकर्णींनी त्याला दहा रुपयांची नोट काढून देताच त्याने आधीचे नऊ रुपये परत दिले. 'आपल्या मनात बाबांना दहा रुपये दक्षिणा द्यायची होती, म्हणूनच हे बाबांनी काढून घेतले, ही गोष्ट कुलकर्णींना समजली. मग त्यांनी बाबांच्या हस्तस्पर्शाने पवित्र झालेले ते पैसे घेऊन आपल्या देव्हाऱ्यात पूजेसाठी ठेवले.

इ.स. १९१७ मध्ये ठाणे येथील डहाणू जिल्ह्यातील श्री. हरिभाऊ कर्णिक हे गुरूपौर्णिमेच्या दिवशी शिरडीला आले आणि त्यांनी बाबांची प्रार्थना केली. त्यांनी बाबांना कपडालत्ता, दक्षिणा इ. अर्पण केली व बाबांचा शामाच्यातर्फे निरोप घेतला. त्यानंतर ते मशिदीच्या पायऱ्या उतरून खाली आले. नंतर त्यांच्या मनात आले, आपण बाबांना आणखी एक रुपया द्यावा. या विचाराने ते परत बाबांकडे जाण्यासाठी वळले, 'पण बाबांनी तुम्हाला जाण्याची परवानगी दिली आहे, तेव्हा परत येऊ नका,' असे शामाने दुरून खुणेनेच त्यांना सांगितले. घरी परतण्यापूर्वी श्री. कर्णिक नाशिकला थांबून तेथील काळाराम मंदिरात देवदर्शनासाठी गेले. तेव्हा नृसिंहमहाराज साधूच्या वेषात त्यांच्या जवळ येऊन म्हणाले: "मला एक रुपया द्या.'' कर्णिक आश्चर्याने थक्क झाले. त्यांनी आनंदित अंतःकरणाने एक रुपया काढून त्यांना दिला. आपल्या मनातील इच्छा बाबांनी साधूच्या रूपानं येऊन पूर्ण केली असं त्यांना वाटलं.

मध्यप्रदेशातील होर्डा येथे राहात असलेले एक वृद्ध गृहस्थ मूत्रपिंडाच्या विकाराने आजारी होते. मूत्रपिंडातील खडा काढून टाकण्यासाठी त्यांच्या मित्रांनी शस्त्रक्रियेचा उपाय सुचवला होता. पण ते गृहस्थ फारच वयोवृद्ध होते आणि शस्त्रक्रियेसाठी लागणारे मनोधैर्य त्यांच्यात नव्हते. एकदा त्यांच्या गावचे इनामदार त्यांच्या भेटीला आले. ते बाबांचे भक्त होते आणि त्यांच्याजवळ बाबांचा अंगारा नेहमी असे. मग त्यांनी थोडा अंगारा पाण्यात कालवला व तो त्या रुग्णाला दिला. काही क्षणातच तो अंगारा त्यांच्या शरीरात एकरूप झाला आणि त्यांच्या मूत्रपिंडातील खडा विरघळून मूत्राबाहेर पडला. त्या वृद्ध गृहस्थांनी सुटकेचा निःश्वास टाकला.

बाबांच्या अंगाऱ्याने एका इराणी माणसाच्या मुलीला अपस्माराच्या विकारातून

बरे केल्याचे सुद्धा उदाहरण आहे. त्या मुलीला अपस्माराचा झटका आला की काही काळापुरती तिची वाचा जायची. तिचे स्नायू विकलांग होऊन, भान हरपून ती जमिनीवर पडत असे. तिच्या वडिलांनी काका दीक्षितांकडून बाबांचा अंगारा मागून आणला व तो रोज पाण्यात कालवून त्या मुलीस देऊ लागले. सुरुवातीला तिला येणाऱ्या झटक्यांची संख्या हळूहळू कमी होत जाऊ लागली. आधी तासातासाने झटके येत होते, ते आता सात तासानंतर एकदा येऊ लागले व नंतर तर पूर्णपणे थांबले.

बाबांच्या अंगाऱ्याचे सामर्थ्य किती असते ते खालील प्रसंगावरून दिसून येते. मुंबईतील वांद्रे येथील एका माणसाला निद्रानाशाचा विकार होता. तो एकदा झोपला असताना त्याच्या स्वप्नात त्याचे वडील आले. त्यांनी त्याला शिवीगाळ केली व शाप दिले. त्यामुळे त्याच्या मनाला खूप यातना झाल्या. मग त्याने बाबांच्या एका भक्ताला विश्वासात घेऊन अंगारा दिला व झोपण्यापूर्वी तो कपाळाला लावत जा तसेच अंगाऱ्याची पुडी उशीखाली ठेवून झोपत जा असे सांगितले. त्या रात्री त्या माणसाला अतिशय शांत व छान झोप लागली. हे पाहून त्याच्या आनंदाला पारावार उरला नाही.

बाळाजी पाटील नेवसरकर हे बाबांचे एक नि:स्सीम भक्त होते. बाबा शिरडीच्या ज्या रस्त्यांवरून जात ते रस्ते झाडून नेवसरकर स्वच्छ करत असत. एकदा त्यांच्या वार्षिक श्राद्धासाठी लोकांना जेवायला बोलावले होते. आणि जेवढ्या लोकांना बोलावलं त्यापेक्षा तिपटीने जास्त लोक भोजनासाठी आले. नेवसरकरांची पत्नी काळजीत पडली. आपण केलेला स्वयंपाक इतक्या लोकांना कसा काय पुरा पडणार असं तिला वाटू लागलं. पण तिच्या सासूबाई तिला धीर देत म्हणाल्या, "हे अन्न आपलं नाही, साईबाबांचं आहे. अन्नाच्या प्रत्येक भांड्यावर एकेक फडकं झाकून ठेव व त्यावर बाबांचा अंगारा ठेव. लोकांना जेवायला वाढते वेळी भांड्याचे तोंड पूर्णपणे उघडे न करता एका बाजूने कापड उचलून त्यातून अन्न वाढ. साई आपली अप्रतिष्ठा किंवा बदनामी होऊ देणार नाहीत. त्यावर तिने तसेच केले. आणि काय आश्चर्य ते अन्न केवळ सर्व लोकांना पुरले एवढेच नाही तर पुरून उरले. या घटनेबद्दल हेमाडपंत म्हणतात: "जर साई तुम्हाला उत्कटतेने मनापासून भावले तर तुम्हाला त्यांचा तसाच प्रत्ययही येतो.

डहाणू गावातील एक अधिकारी बी.व्ही. देव यांच्या घरी एक समारंभ होता. सुमारे शंभर-दोनशे ब्राह्मण जेवणासाठी येणार होते. तेव्हा देव यांनी बाबांना पत्र पाठवून या समारंभाचं निमंत्रण दिलं. त्यावर बाबांनी जोगांकरवी एका पत्राद्वारे त्यांना लिहिलं. त्यांना उत्तर पाठवलं, त्यात लिहिलं होतं : "मी स्वतः, जोग आणि आणखी एक व्यक्ती या समारंभाला येणार आहे." समारंभाच्या थोडे दिवस आधी

देव यांना एक साधू भेटला. तो गोरक्षणनिधी उभा करत असून त्यासाठी देणगी देऊ शकतील अशा लोकांची यादी बनवत होता. परंतु त्या गावात आधीच दुसऱ्या कोणीतरी अशी यादी केलेली होती त्यामुळे देव यांनी त्या साधूला सांगितले : "परत अशी यादी आत्ताच करण्याची काही गरज नाही तेव्हा दोन तीन महिन्यांनी तुम्ही या." एक महिन्यानंतर त्या समारंभाच्या वेळी परत तो साधू देव यांच्या घरी गेला. देवांना वाटले, तो परत वर्गणीच मागायला आला आहे. त्यांच्या मनातले विचार ओळखून साधू महाराज म्हणाले : "मी वर्गणीसाठी नव्हे जेवणासाठी आलो आहे." देवांनी त्यांचे स्वागत करून त्यांना आत बोलावलं. साधूमहाराज म्हणाले : "मी आणखी दोघांना घेऊन येणार आहे." देव म्हणाले : "त्यांचेही येथे स्वागतच होईल." दोन तासांनी तो साधू आणखी दोघांना घेऊन आला, ते सर्वजण जेवले आणि निघून गेले. समारंभानंतर देवांनी जोगांना पत्र लिहिले. 'साईबाबा समारंभाला उपस्थित राहिले नाहीत व त्यांनी दिलेलं वचन मोडलं' असं त्या पत्रात लिहिलं. ते पत्र पोचताच जोगांनी पत्र फोडून वाचण्यापूर्वीच बाबा म्हणाले : "त्याचं म्हणणं आहे, मी कबूल करूनही समारंभाला गेलो नाही व त्याला फसवलं. तेव्हा तुम्ही त्याला कळवा मी जेवायला हजर होतो. इतकंच नव्हे तर इतर दोघांना घेऊन गेलो होतो. फक्त त्यानं मला ओळखलं नाही. पण मग मुळात त्यानं मला बोलावलंच का? माझे शब्द पाळण्यासाठी तर मी प्राणसुद्धा देईन. पण मी माझ्या शब्दांशी कधीही बेइमानी मात्र करणार नाही." जोगांनी बाबांचं हे उत्तर देवांना कळवलं. त्या साधूच्या वरवरच्या अवताराला, आपण कसे काय फसलो? 'मी आणखी दोघांना जेवायला घेऊन येतो' असे तो म्हणाल्यानंतरही आपल्याला कसं समजलं नाही, अशा विचारांनी देव खिन्न झाले.

१९१७ साली एक दिवस बाबा हेमाडपंतांच्या स्वप्नात आले व म्हणाले : "आज मी तुझ्या घरी जेवायला येणार आहे." हेमाडपंतांना खूप आनंद झाला. त्यांनी आपल्या पत्नीला बोलावून थोडा जास्त स्वयंपाक करायला सांगितला. जेवणाची वेळ झाली. कुटुंबातील सर्वजण जेवायला बसले. बाबांसाठी खास जागा राखून ठेवली होती. तरीपण कुणीच आलं नाही. निराश होऊन हेमाडपंत जेवायला सुरुवात करणार एवढ्यात दारावर थाप पडली. हेमाडपंतांनी दार उघडलं तर दोन मुसलमान माणसे त्यांना भेटण्यासाठी हजर होती. त्यातील एकाने हेमाडपंतांच्या हातात एक मोठा लखोटा ठेवला. त्यांनी तो उघडला. त्यात बाबांचं एक सुंदर चित्र होतं. हेमाडपंतांनी बाबांचं पान मांडलेलंच होतं. तेथे पाटावर त्यांनी ते चित्र ठेवलं. मोठ्या भक्तिभावाने त्या चित्राला नमस्कार केला आणि नैवेद्य दाखवला. अशा प्रकारे हेमाडपंतांना स्वप्नात दिलेलं वचन बाबांनी पूर्ण केलं.

हेमाडपंतांकडे आलेल्या त्या मुसलमनाचं नाव होतें अली महंमद. पण मुळात

त्याच्याकडे बाबांचं हे चित्र आलंच कुठून? ती एक मोठी कहाणी आहे. अलीने मुंबईला एका रस्त्यावरच्या विक्रेत्याकडून बाबांचं ते चित्र विकत घेतलं. घरी आणून ते भिंतीवर लावलं. नंतर लगेच तो आजारी पडला व त्याचं ऑपरेशन झालं. त्यानंतर दोन महिने तो आपल्या नातलगांकडे जाऊन राहिला त्यामुळे वांद्रे येथील त्याचे घर बंद राहिले. त्यामुळे भिंतीवर लटकणारी सर्व चित्रे (इतर मुस्लीम साधुसंतांची) खराब झाली. बाबांचंही खराब झालं. अलीच्या ओळखीचा एक मुस्लीम साधू होता. तो मूर्तिपूजेच्या विरुद्ध होता. त्यामुळे त्याने अलीला घरातील सर्व चित्रे फेकून देण्याचा सल्ला दिला. ''तुझ्या दु:खांचा, दुर्दैवांचा अंत होण्याचा केवळ हा एकच मार्ग आहे'' असेही त्याला सांगितले. त्याप्रमाणे अलीने वांद्र्याला आपल्या घरी एक माणूस पाठवला व त्याला घरातील सर्व चित्रे समुद्रात नेऊन टाकण्यास सांगितले. अली बरा झाल्यावर परत आपल्या वांद्र्याच्या घरी राहण्यास आला. पाहतो तर काय, फक्त बाबांचं चित्र तेवढं भिंतीवर तसंच लटकत होतं. नातेवाईकांच्या रागाच्या भीतीने त्याने ते काढलं व हेमाडपंतांना देण्यासाठी त्यांच्याकडे आला. तेच त्या चित्राची योग्य काळजी घेतील असा त्याला विश्वास वाटला. अशा रीतीने बाबांचं ते तैलचित्र अगदी नेमक्या वेळी हेमांडपंतांच्या हाती पडलं.

बाबांची आणखी एक कथा सांगतात. त्यांनी एकदा आपल्याच एका भक्तावर चिंध्या चोरल्याचा आळ घेतला. पण प्रत्यक्षात मात्र त्या भक्ताने जे काही केलं होतं, त्यात त्याचा अगदी वेगळाच हेतू होता. डहाणा येथील मामलेदार श्री.बी.व्ही.देव यांची ज्ञानेश्वरीचं पारायण करण्याची इच्छा होती. परंतु त्यांची ते पारायण करण्यात काही म्हटल्या काहीच प्रगती होत नव्हती. त्यांनी ज्ञानेश्वरीच्या वाचनास प्रारंभ केला की दुष्ट विचार त्यांच्या मनात पिंगा घालू लागत. आता यावर काय तो तोडगा बाबाच सांगतील अशा विचाराने ते शिरडीला गेले. तेथे त्यांनी बाबांचे शिष्य जोग यांना गाठून आपली अडचण सांगितली. त्यावर जोगांनी त्यांना एक उपाय सुचवला. तो असा: त्यांनी ज्ञानेश्वरीचा तो ग्रंथ आधी बाबांपुढे ठेवावा व त्यांनी आशीर्वाद दिल्यावरच तो ग्रंथ परत घ्यावा. देव यांनी त्यानंतर बाबांची गाठ घेतली व त्यांना एक रुपया दक्षिणा देऊ केली. पण बाबांनी त्यांच्याकडे वीस रुपये मागितले. ते त्यांनी दिले. नंतर देवांची गाठ बाबांचा आणखी एक भक्त बलराम याच्याशी पडली. बाबांची कृपा कशी प्राप्त करायची असा प्रश्न त्यांनी बलरामला केला, बलरामाने दुसरे दिवशी आरतीनंतर सांगण्याचे आश्वासन दिले. दुसऱ्या दिवशी देव परत बाबांच्या दर्शनाला गेले असता बाबांनी परत वीस रुपये दक्षिणा मागितली. देवांनी ती दिली. दुपारी आरतीच्या वेळी देव व बलराम यांची परत गाठ झाली. ''बाबांची शिकवण्याची पद्धत काय आहे? बाबांनी तुम्हाला काय काय सांगितले आहे?'' असा प्रश्न त्यांनी बलरामास केला. बलराम त्यावर काहीही उत्तर देणार एवढ्यात

बाबांनी कोणाच्या तरी हाती देव यांना बोलावणं पाठवलं. देव आल्यावर बाबांनी प्रश्न केला, ''कुणाशी आणि काय बोलत होता?'' त्यावर देव उत्तरले : ''बलरामांशी बोलत होतो. त्यांच्याकडून तुमची कीर्ती ऐकली.'' यानंतर बाबांनी २५ रुपये दक्षिणा मागितली. देव यांनी ती अगदी आनंदाने दिली. त्यानंतर बाबांनी त्यांना एका बाजूला बोलावले आणि म्हणाले : ''तू माझ्या नकळत माझी चिंध्याचिरगुटे चोरलीस.'' देवांना काहीच कळेना. त्यांनी तसे बाबांना सांगताच बाबांनी त्यांना चिंध्या चिरगुटांचा शोध घेण्याची आज्ञा केली. देवांनी खूप शोधलं, पण त्यांना कुठेच काही सापडलं नाही. बाबा आता मात्र फार रागावले आणि म्हणाले : ''इथे दुसरं तिसरं कोणीच नसून तूच चोर आहेस. तू इतका म्हातारा, तुझे केस पिकले. आणि तरी चोरी करतोस?'' आता बाबा इतके भडकले होते की ते शिवीगाळ करू लागले होते. बाबा आता आपल्याला मारहाण करणार अशी भीती देवांना वाटू लागली. सुमारे तासाभराने बाबांनी देवांना त्यांच्या निवासस्थानी परत पाठवले. निवासस्थानी आल्यावर देवांनी घडलेली सर्व हकीकत जोग व बलराम यांच्या कानावर घातली. बाबांनी दुपारी त्या दोघांना बोलावून घेतलं आणि म्हणाले : ''माझ्या शब्दांमुळे त्या गरीब बिचाऱ्या म्हाताऱ्याला (म्हणजे देवांना) दुःख झालं असेल पण त्यांनी चोरी केली आहे आणि ते मान्य करत नाहीत.'' बाबांनी देवांकडे परत बारा रुपये दक्षिणा मागितली. देवांनी आता आजूबाजूच्या माणसांकडून पैसे उसने घेऊन ती दक्षिणा बाबांपुढे ठेवली व त्यांच्यासमोर लोटांगण घातलं. बाबा त्यांना म्हणाले : ''रोज पोथी (ज्ञानेश्वरी) वाचत जा बघू. वाड्यात बस आणि रोज ठराविक भाग वाच व त्यानंतर इतरांना प्रेमाने आणि भक्तिभावाने स्पष्ट करून सांग. मी इथे तुला चांगला भरजरी शेला द्यायला बसलोय, आणि तू इतरांकडनं चिंध्या चिरगुटे चोरतोस? तुला चोरीची सवय कशी काय लागली?'' बाबांच्या त्या 'चिंध्या-चिरगुटे' शब्दांचा नक्की अर्थ काय होता ते आता लक्षात आलं. खुद्द बाबा देवांच्या कोणत्याही प्रश्नांची उत्तरे द्यायला तयार असताना, देवांनी इतरांकडे जाऊन नसत्या चौकशा करण्याची कहीही आवश्यकता नव्हती असाच त्यांच्या बोलण्याचा मथितार्थ होता. म्हणूनच बाबांनी त्यांची कानउघाडणी केली. देवांनी मात्र बाबांचं ते बोलणं फुलासारखं झेललं, आशीर्वाद समजून स्वीकारलं व आनंदाने अणि समाधानाने घरी परतले. बाबा एवढ्यावरच थांबले नाहीत. नंतर ते देवांच्या स्वप्नात आले व त्यांनी   विचारले : ''तुला पोथी (ज्ञानेश्वरी) समजली का?'' देव म्हणाले : ''नाही, तुमच्या कृपाप्रसादाशिवाय समजणार नाही.'' त्यावर बाबा म्हणाले : ''मग ती माझ्यासमोर वाच.'' देवांनी विचारलं : ''काय वाचू?'' बाबा म्हणाले : ''अध्यात्म वाच.'' मग देव उठून पोथी आणायला गेले व बाबांनी सांगितलेलं प्रकरण उघडून वाचावं म्हणून पाने चाळू लागले, तोच त्यांना जाग आली व ते हर्षभरित झाले.

सापटणेकर हे अक्कलकोट येथे वकिली व्यवसाय करीत असत. १९१३ साली त्यांच्या एकुलत्या एका मुलाचं निधन झालं. स्वतःचं दुःख दूर व्हावं आणि मनाला शांती मिळावी म्हणून तीर्थक्षेत्रांना भेटी देऊ लागले. तरीपण त्यांना मनःशांती मिळेना. मग त्यांना आठवले : ते महाविद्यालयात वकिलीचा अभ्यास करत असताना एका सहाध्यायाने त्यांना बाबांविषयी सांगितले होते. मग त्यांनी शिरडीला जाण्याचे ठरवले. तेथे पोचल्यावर दूरवरूनच त्यांना बाबा मशिदीत बसलेले दिसले. मग त्यांनी बाबांच्या जवळ जाऊन त्यांचे पाय पकडले. त्यावर बाबांनी रागारागाने त्यांना चालते होण्यास सांगितले. सापटणेकर निराश होऊन व्यथित अंतःकरणाने परतले. एक वर्षानंतर त्यांच्या पत्नीला एक स्वप्न पडले. स्वप्नात ती विहिरीवर पाणी आणण्यासाठी निघाली असता एक साधू तिच्या दृष्टीस पडला. तो तिच्या जवळ येऊन म्हणाला : "उगीच का दमतेस? मी तुला शुद्ध पाण्याने भरलेला घडा देतो ना." त्यावर ती घाबरून पळत सुटली. तो फकीर तिच्या मागोमाग पळत सुटला. यानंतर ती जागी झाली. तिने त्या स्वप्नाविषयी आपल्या पतीला सांगितले. दोघांनी त्यानंतर शिरडीस जाण्याचे ठरवले. शिरडीला गेल्यावर बाबांना पाहून तिने त्यांना तत्काळ ओळखले. कारण फकिराच्या रूपात तेच तिच्या स्वप्नात आले होते. तिला आशीर्वाद देऊन बाबा म्हणाले, "माझे हात, पोट आणि कंबर फार दिवसांपासून दुखत आहे. मी इतकी औषधं घेतली पण दुःख काही कमी होत नाही. मला आता औषधांचा कंटाळा आला आहे कारण त्याने मला बरे वाटलेच नाही. पण मग आता मात्र माझी सगळी दुःखे कशी काय बरी झाली?" बाबांनी हे सांगत असताना कोणाचंही नाव उच्चारलेलं नव्हतं. तरीपण ते आपल्याच व्यथावेदना व दुःखांविषयी बोलत आहेत हे सापटणेकरांच्या पत्नीस समजले. आपण आता आपल्या दुखण्यातून नक्कीच बरे झालो हेही तिला कळले. सापटणेकरचं नशीब मात्र अजूनही उघडलेलं नव्हतं. परत एकदा बाबांनी त्याला चालतं होण्यास सांगितलं. सापटणेकरांनी बाबांच्या पायावर लोळण घेतली. गयावया करत आधीच्या सर्व चुकांबद्दल क्षमायाचना केली. अखेर बाबांनी आपले कडक धोरण सोडलं आणि त्याच्या मस्तकावर हात ठेवला. त्यानंतर आपल्या खास शैलीत सापटणेकराची कहाणी इतर भक्तांना सांगण्यास सुरुवात केली. सापटणेकरचा मुलगा कसा वारला, त्याच्या त्याला कशा यातना झाल्या इत्यादी. ते पुढे म्हणाले : "आणि झाल्या प्रकाराबद्दल हा मलाच दोष देतो. त्याच्या मुलाला मीच मारलं असं म्हणतो. मी काय लोकांच्या मुलांना मारतो का? हा मशिदीत येऊन कशासाठी रडतो? आता मी असंच करणार. त्याचं ते मूल त्याच्या पत्नीच्या गर्भात मी परत ठेवणार." असं म्हणून त्यांनी सापटणेकरच्या मस्तकावर परत हात ठेवला आणि म्हणाले : "तू आता चिंतामुक्त झाला आहेस. माझ्यावर पूर्णपणे विश्वास टाक, व लवकरच तुझं ईप्सित साध्य होईल." काही

दिवसांतच बाबांनी भाकीत वर्तवलं होतं. त्याप्रमाणे त्या जोडप्याला मुलगा झाला. त्यांनी त्याला बाबांकडे नेलं. बाबांनी त्या मुलाला आशीर्वाद दिला.

आणखी एक कथा आहे, बाबांवर श्रद्धा नसणाऱ्या एका माणसाची. त्याला बाबांची परीक्षा घ्यायची होती. त्याचं नाव कान्होबा. तो नेहमी झिरमिळ्यांची पगडी घालत असे. पायात नव्या कोऱ्या वहाणा असायच्या. एकदा तो शिरडीला गेला. त्याने बाबांचं दर्शन घेतलं व तो मशीद सोडून निघाला. पायात घालण्यासाठी वहाणा शोधू लागला तर त्या गायब. तो दु:खी होऊन आपल्या निवासस्थानी गेला. मग तेथे पूजा करताना, नैवेद्य दाखवताना सुद्धा मनात मात्र सतत त्या हरवलेल्या वहाणांचाच विचार होता. जेवण झाल्यानंतर तो इतर काही लोकांबरोबर घराच्या पुढच्या द्वारमंडपात आला. त्याला तिथे एक मुलगा दिसला. त्याच्या हातात काठी होती. काठीवर कान्होबाच्या वहाणा लटकत होत्या. मुलगा ओरडून हरी कान्होबाचे नाव घेत होता. त्याचे वर्णन करत होता. त्याच्या वडिलांचे नाव घेत होता आणि खूण पटवून आपल्या वहाणा घेऊन जाण्यास सांगत होता. हरी कान्होबाने त्या गुलाला थांबवून सांगितलं : '' मीच तो. ह्या वहाणा माझ्याच आहेत.'' त्यावर त्या मुलाला बाबांनीच पाठवलं असल्याचं त्याला त्या मुलाकडून कळलं. पण मुळात बाबांना आपलं नाव कसं कळलं? आपल्या वडिलांविषयी त्यांना काय माहिती आहे? आपल्या झिरमिळ्यांच्या पगडीचं आणि खास पेहरावाचं वर्णन त्या मुलानं कसं काय केलं? असे अनेक प्रश्न हरी कान्हेबाच्या मनात उभे राहिले. बाबांच्या अतर्क्य अशा चमत्कारी शक्तीवर त्याचा आता विश्वास बसला. बाबा त्याच्या परीक्षेला उतरले होते.

आणखी एक अशीच कथा आहे. या कथेतील माणूस बाबांचा उपहास करण्यासाठी आला आणि अखेर बाबांचीच प्रार्थना करू लागला. हा एक साधू होता. प्रवासाला जात असता वाटेत थांबून बाबांची भेट घ्यावी, या विचाराने शिरडीस आला होता. तो मशिदीपाशी पोचला आणि त्याला असं दिसलं, की त्यावर दोन ध्वज फडकत आहेत. बाबांसारख्या संताला ध्वजांचं काय कौतुक ते त्याला मुळीच समजेना. हे काही संतपणाचं लक्षण नव्हे, असा मनाशी विचार करून तो परत निघाला. त्याच्या बरोबरच्या लोकांनी त्याची बरीच समजूत काढली : ''बाबांना ध्वजांचंही कौतुक नाही. भक्तांनी त्यांच्यासाठी बनवलेल्या पालखींचंही कौतुक नाही किंवा त्याबरोबरच्या इतर लवाजम्याचंही नाही. त्यामुळे साधूने मनात काहीही न आणता बाबांच्या दर्शनाला जावे.

यानंतर जराशा नाराजीनेच साधू बाबांच्या दर्शनाला जाण्यास तयार झाला. मशिदीपाशी पोचल्यावर दुरूनच त्याने बाबांना पाहिले आणि त्यांना पाहताच त्याचं अंत:करण एकदम हेलावून गेलं, तेव्हा बाबा संतापले आणि ओरडले : ''आमचा

हा सगळा फाफटपसारा व लवाजमा आमच्यापाशीच राहू दे. तू तुझ्या घरी जा. जो आपल्या मशिदीवर झेंडे फडकत ठेवतो, त्याचं दर्शन घ्यायचंच कशाला? ते काय संत असल्याचं लक्षण आहे का? एक क्षणभरही इथे राहू नको.'' बाबांच्या त्या आरडाओरड्याला साधू घाबरला. पण त्याचबरोबर त्याचा त्यांच्यावर विश्वासही बसला. तो त्यांचा नि:स्सीम भक्त झाला.

आणखी इतरही काही स्रोतांकडून बाबांच्या लीलांचं वर्णन ऐकण्यास मिळालं आहे.

नाशिक येथे राहात असलेला लक्ष्मण गोविंद मुंगे नावाचा विवाहेच्छू तरुण होता. पण गरीब परिस्थितीमुळे तो विवाह करू शकत नव्हता. तो एकदा राहता नावाच्या गावी आपल्या काकांकडे गेला. लग्नाच्या बाबतीत काका काहीतरी आर्थिक मदत करतील असं त्याला वाटत होतं. तेथे अगदी अनपेक्षितरीत्या त्याला साईबाबांचं दर्शन घडलं. बाबा शिरडीहून तेथे आले होते आणि मारुतीमंदिरासमोर एकटेच बसले होते. मुंगे याने बाबांना कधी पाहिलंही नव्हतं वा त्यांच्याविषयी काही ऐकलंसुद्धा नव्हतं. त्यामुळे त्याने बाबांकडे लक्ष दिलं नाही. पण बाबांनी आपण होऊन त्याला हटकलं आणि म्हणाले : ''हे बघ, कालच मी तुझ्याविषयी विचार करत होतो आणि आज तू इथे भेटलास. तू राहत्याला कशासाठी आला आहेस?'' त्यावर मुंगे म्हणाला : ''मला लग्न करायचं आहे, पण सध्या माझ्याकडे पैसे नाहीत. माझे काका इथे असतात त्यांच्याकडून काही मदत मिळते का ते पाहावं, म्हणून मी इथे आलो आहे.'' यावर बाबांनी त्याला थोडा वेळ जवळ बसवून घेतलं. त्याला एक फळ खायला दिलं व म्हणाले : ''तुला जर लग्नासाठीच पैसे हवे असतील तर मी तुला एक दोन हजार रुपये देईन.'' हा फाटक्या तुटक्या कपड्यातील फकीर आपल्याला एवढे पैसे कुठून देणार, असा प्रश्न मुंगेला पडला. बाबा म्हणाले : ''नाशिकला जा आणि मुळीच चिंता करू नको.'' मुंगे नाशिकला गेला व त्याने तेथील काही लोकांकडे मदतीची याचना केली. इतक्यात त्याला एक मारवाडी भेटला. त्याने त्याला जी काही रक्कम हवी होती, ती त्याला कर्जाऊ दिली. मुंगेचा विवाह झाला. मग तो शिरडीला गेला. आपल्या विवाहाला आर्थिक मदत कशी मिळाली ते त्याने बाबांना सांगितले. बाबांनी त्याला आशीर्वाद दिला व अंगाराही दिला. ''कधीही कोणत्याही प्रकारची समस्या आली तरी मला येऊन भेट,'' असं बाबांनी त्याला सांगितलं.

बाबू हा एक तरुण मुलगा होता. तो भूसर्व्हेक्षण विभागात नोकरीला होता. एच.व्ही.साठे यांनी त्याची बाबांशी ओळख करून दिली. कधीतरी तो ऑफिसची कामे विसरून जाई. बाबांनी त्याला जे काम दिलं होतं, त्यामुळे त्याला शिरडीतच राहावं लागे. त्याच्या ऑफिसपासून लांब राहावं लागे. बाबांनी बाबूवर लक्ष केंद्रित

केलं होतं. ते त्याची इतकी काळजी कशासाठी घेत ही गोष्ट नंतर उघड झाली. बाबूचा मृत्यू जवळ ओढवला होता व हे बाबांना कळून चुकलं होतं. त्याचे अखेरचे काही दिवस शांतपणे शिरडीत जावे अशी बाबांची इच्छा होती त्यामुळेच त्यांनी त्याला आपल्याजवळ ठेवून घेतलं होतं. १९१० साली बाबू आजारी पडला आणि साठे वाड्यामध्ये त्याचं निधन झालं. एच्.व्ही.साठे म्हणाले : बाबांच्या कृपेने बाबूला सद्गती मिळाली.

भिवपुरी हे मुंबईजवळचं एक लहानसं रेल्वे स्टेशन. तेथे केशवराव प्रधान राहात असत. बाबांच्या समाधीपूर्वी दोन वर्षे ते शिरडीला गेले. तेथे त्यांनी बाबांचं दर्शन घेतलं व त्यांचा आशीर्वाद प्राप्त केला. त्यांनी बाबांना शिवपुरीला येण्याची कळकळीची विनंती केली. बाबांनी त्याला स्वतःची एक प्रतिकृती दिली व म्हणाले : ''ही मूर्ती घेऊन तू भिवपुरीला जा आणि तिची एका मंदिरात स्थापन कर. मला भेटण्यासाठी शिरडीला येण्याची गरज नाही.'' प्रधानांनी ती मूर्ती आपल्या घरातील एका खोलीत ठेवली. काही दिवसांनंतर ते परत शिरडीला गेले असता बाबा म्हणाले : ''मी तुझ्या घरी आलो असताना तू कशाला शिरडीला आलास? तुझं स्वतःचं घर तर भिवपुरीला आहे. मी तिथेच आहे हे तू लक्षात ठेव.'' यानंतर प्रधानांनी जवळच्याच उक्रुळ नावाच्या गावी मंदिर बांधलं. बाबांची मूर्ती त्यात बसवली व रोजच्या पुजेला प्रारंभ केला. त्यांना बाबांचं मंदिर स्वतःच्या घरातून दिसत असे. आणि मग विचित्र गोष्टी घडू लागल्या. प्रधानांना बाबा देवळाभोवती प्रदक्षिणा घालताना दिसत. रात्री पुजारी रोज देवळाची दारे बंद करायचा आणि तरीसुद्धा कधी कधी रात्रीच्या वेळी देवळाची दारे आपोआप बंद व्हायची. प्रधानांनी ही गोष्ट घडलेली आपल्या डोळ्यांनी पाहिली. त्यांना व त्यांच्या कुटुंबियांना हे गूढ काही उकलेना. त्यांचा तर असा विश्वास बसला, की बाबा शिरडी व भिवपुरी असे दोन्हीकडे असतात. बाबांच्या समाधीनंतर प्रधान शिरडील गेले. त्यांनी बाबांच्या समाधीशी प्रार्थना केली : ''तुमच्या या शिरडीच्या समाधीमंदिराइतकाच मानसन्मान आणि प्रतिष्ठा भिवपुरीच्या मंदिराला कधी लाभेल?'' त्यानंतर काही दिवसांतच भिवपुरीकडे लोकांची रीघ लागली. देवळाच्या प्रांगणाच्या कक्षा रुंद कराव्या लागल्या, कारण दूरदूरच्या ठिकाणांहून यात्रेकरू तेथे येऊ लागले.

मुंबई येथील आर.ए.तर्खड बरेच दिवस बेकार होते. त्यांनी आपली मिल मॅनेजरची नोकरी सोडून दिली होती. व ते आपल्या पत्नीसह शिरडीला येऊन राहिले होते. काही दिवसांनंतर त्यांनी बाबांकडे जाऊन घरी परतण्याची परवानगी मागितली. बाबांनी परवानगी दिली पण मुंबईस जाताना पुणे मार्गे जाण्याची सूचना दिली. मनमाड मार्ग टाळावा असं मुद्दाम संगितलं. पुण्यावरून जाणारा मार्ग जास्त लांबचा होता त्यामुळे तर्खड यांच्या पत्नीनं कुरकुर केली. शिवाय त्यांचा प्रवासखर्चही जास्त होणार

होता. परंतु तर्खड यांचा बाबांवर गाढ विश्वास होता. बाबांनी जे काही सांगितलं त्यामागे त्यांचा तसाच काही खास हेतू असणार असं त्यांना माहीत होतं. म्हणून ते शांत राहिले. वाटेत पुण्याला उतरून उभयता पतिपत्नी एका मित्राकडे मुक्कामासाठी राहिले. तर्खड हे नोकरीच्या शोधात आहेत हे ऐकून त्या मित्राने त्यांना सांगितले की पुण्यातील एका गिरणीमालकाच्या व्यवस्थापनाची जागा तातडीने भरावयाची आहे. तर्खड नंतर त्या मालकाच्या भेटीसाठी गेले. तो त्यांच्यावर इतका खुश झाला की त्याने त्यांना तिथल्यातिथेच नोकरी देऊन टाकली. बाबांच्या कृपेने तर्खड यांचा प्रश्न मिटला.

शंकरलाल केशवराम भट हा मुंबईतील एक दुकानदार. हा एका पायाने लंगडा होता. बाबांच्या चमत्कारी शक्तीबद्दल ऐकून तो १९११ साली शिरडीला आला आणि त्याने बाबांसमोर साष्टांग दंडवत घातला. बाबांनी त्याला आशीर्वाद दिला. नंतर फेरीबोटीत चढण्यासाठी तो नदीच्या वाळूतून मार्ग काढत पलीकडे जाऊ लागला. पाय वाळूत रुतवून चालत असताना पायाच्या आखडलेल्या शिरा मोकळ्या झाल्या व त्याला नीट उभे राहून चालता येऊ लागले. त्याचं व्यंग नाहीसं झालं. हा चमत्कार पाहून त्याच्या आश्चर्याला पारावार उरला नाही.

जनार्दन मोरेश्वर फणसे हा यात्रेसाठी रामेश्वरला निघालेला असताना वाटेत शिरडीला थांबला. त्याने बाबांचे दर्शन घेताच बाबांनी तातडीने त्याला घरी पाठवले. तो ज्या दिवशी घर सोडून निघाला होता त्या दिवसापासून त्याच्या आईने हाय खाऊन अन्नपाण्याचा त्याग केला होता. तो जर आता घरी परतला नसता तर तिचं नक्कीच काहीतरी बरं वाईट झालं असतं. बाबांच्या आज्ञेचं पालनं करून फणसे घरी परतला. त्याची आई त्याला पाहून आनंदित झाली.

ही कथा इथेच संपत नाही. तो ज्या भागात राहात असे त्याच भागातील एक रहिवासी कॉलऱ्याच्या रोगाने आजारी होता. तो फणसेकडे आला. फणसेने त्याला बाबांचा अंगारा दिला. व तो माणूस खडखडीत बरा झाला. त्यामुळे आणखी कितीतरी रुग्ण त्याच्याकडे येऊ लागले. लवकरच त्याच्या जवळचा अंगारा संपुष्टात आला. तो असाच एका शेजारच्या गावात गेला होता. तिथे एक रुग्ण अत्यंत गंभीर परिस्थितीत होता. त्याला बरे करण्यासाठी लोकांनी फणसेला बोलावणे पाठवले. फणसेने भजन गाण्यास सुरुवात केली. त्याबरोबर तिथे येऊन बसलेल्या सर्व भक्तांचे लक्ष बाबांच्या चित्रावर केंद्रित होताना दिसलं. त्या रुग्णाच्या वडिलांनी फणसेला विनंती केली, "तुम्ही माझ्या मुलाला बरं करा." प्रसंग कठीण आला. त्यातून स्वतःची सुटका करून घेण्यासाठी फणसेने २०० रुपये फीची मागणी केली. परंतु ते ती देण्यास कबूल झाले. त्या रात्री बाबा फणसेच्या स्वप्नात आले. त्या आजारी मुलाला देण्यासाठी त्यांनी फणसेला औषधोपचार सांगितले. दुसऱ्या दिवशी फणसेने

ती औषधयोजना त्याच्या कुटुंबियांना लिहून दिली. मुलगा बरा झाला. त्याच्या वडिलांनी ठरलेली फी फणसेला देऊ केली. पण त्याने ती स्वीकारली नाही व तो निघून गेला. फणसेने आपल्या मुलाला एवढ्या मोठ्या दुखण्यातून बरे केलं त्याची निदान थोडीशी भरपाई म्हणून त्या मुलाच्या वडिलांनी २०० रु. किमतीची शाल त्याला भेट म्हणून पाठवली. फणसेला ती शाल बाबांना भेट म्हणून पाठवावीशी वाटली. पण त्याच्याकडे अजिबात पैसे नव्हते. कशी पाठवणार असा प्रश्न त्याला पडला. दरम्यानच्या काळात बाबांनी समाधी घेतली. त्यानंतर बाबा परत त्याच्या स्वप्नात आले. त्यांनी त्याला ती शाल विकून पैसे उभे करण्यास संगितले. आलेल्या पैशांतून तांदूळ खरेदी करून त्यातील काही हिस्सा गोरगरिबांना मोफत वाटावा व उरलेल्या तांदुळाची जास्त किंमतीला विक्री करून नफा कमवावा व धंदा करावा असंही त्यांनी त्याला सुचवलं. या सर्व उपदेशाचे त्याने मनापासून पालन केले. त्याचा धंदा खूप वाढला व तो सुखी झाला.

बाबांनी आपल्या समाधीगडधूनही भक्तांवर कृपेचा वर्षाव चालूच ठेवला आहे. ते सजीव ईश्वर आहेत हे त्यांनी आपल्याला सिद्ध करून दाखवलं आहे. त्यांच्या भक्तांनी या ज्या दोन घटना सांगितल्या त्यावरून ते सिद्ध होतं. नरसिंहस्वामीजींनी सांगितलेल्या अनेक प्रसंगांतूनच हे दोन प्रसंग घेतलेले आहेत.

ही घटना इ.स.१९४३ च्या जानेवारीत तामिळनाडूतील कोईमतूर येथे घडली. एके दिवशी सायंकाळी साई मंदिरात साईबाबांचं भजन चालू होतं. एवढ्यात अचानक एक साप अवतरला व बाबांच्या तसबिरीपाशी जाऊन भजन ऐकत पडून राहिला. तो तसाच शांतपणे, कोणालाही त्रास न देता पडून होता. रात्रीचे नऊ वाजल्यानंतर सर्व भक्त निघून गेले. ते सर्वजण दुसरे दिवशी सकाळी परतले तो काय.... तो नाग बाबांच्या चित्राजवळ अजूनही तसाच पडून होता. त्यानंतर भक्तांनी बाबांची स्तुतिस्तोत्रे गायला सुरुवात केली आणि त्या नागावर गुलाबाच्या पाकळ्या वाहिल्या. नागानेही शांतपणे त्या सर्व भक्तीचा व पूजेचा स्वीकार केला. तो जागचा हललासुद्धा नाही. नंतर एका फोटोग्राफरने त्या दृश्याचा फोटो घेतला. व त्यानंतर आदले दिवशी सायंकाळी आलेला तो नागोबा आज मध्यान्हीला मंदिरातून निघून गेला. नागाच्या रूपाने आपल्या भक्तांना आशीर्वाद देण्यासाठी स्वत: साईबाबाच आले होते याविषयी कोणाच्याही मनात संदेह उरला नाही.

आंध्र प्रदेशातील रामचंद्रपुरम् येथील साईभक्तांना एक दिवस एक गोष्ट आढळली. बाबांच्या तसबिरीला केळी व फुले वाहिली जात होती. नीट निरखून पाहिले असता त्यापैकी प्रत्येकावर काही मजकूर लिहिलेला होता. १००० गुलाबांच्या फुलांचा हार बाबांच्या तसबिरीला वाहण्यासाठी कोणीतरी आणला तेव्हा त्या हारातील हजारो फुलांच्या पाकळ्यांवर तेलगू भाषेत 'ओम् साई' अशी अक्षरे

कोरलेली आढळली. बाबांच्या तसबिरीसमोर जो नैवेद्य दाखवण्यात आला होता त्यातील अल्प हिस्सा संपल्याचेही लक्षात आले. म्हणजेच बाबांनी त्याचा स्वीकार केला होता.

तामिळनाडूमधील कुंभकोणम् शहरामधील श्री. मणी अय्यर यांना एक मुलगी होती. तिचं नाव राजलक्ष्मी. ती मुकी होती. १९४२ साली त्यांनी तिला शिरडीला नेलं. दोघेही बाबांच्या समाधीमंदिरात बसले व त्यांनी बाबांच्या प्रार्थनेला सुरुवात केली. बाबांचे नि:स्सीम भक्त दासगणूमहाराज यांनी नेमका त्याच वेळी मंदिरात प्रवेश केला. त्यांनी राजलक्ष्मीची कहाणी ऐकली. व तिला तीन शब्द उच्चारायला सांगितले: ''साई बाबा'' हे दोन शब्द उच्चारता आले. परंतु 'बोलो' हा शब्द मात्र उच्चारता आला नाही.वडील आणि मुलगी तेथेच काही दिवस राहिले. हळूहळू राजलक्ष्मीची वाचा परत येऊ लागली. मणी अय्यर तिला घेऊन कुंभकोणमला परत आले. आल्यावर तिला शाळेत घातलं. काही दिवसांतच ती चार सामान्य मुलांसारखी झाली.

ऑर्थर ऑसबोर्न याने 'द इनक्रेडिबल साईबाबा' या पुस्तकात जी घटना वर्णन केली आहे, त्यातून त्यांच्या गूढ पद्धतींवर प्रकाशझोत टाकला जातो.

मिस् डट्न ही ब्रिटिश स्त्री कॅथॉलिक पंथीय ख्रिश्चन असून अनेक वर्षे ती नन् होती. कलकत्ताजवळील एका कॉनव्हेंटमध्ये ती होती. परंतु नवीन शिकाऊ नन्सना जो काही कामाचा प्रचंड ताण पडतो, तो तिच्या अशक्त प्रकृतीमुळे तिला सहन होईना. अखेर आपल्याला कॉन्व्हेन्टमधून मुक्तता मिळावी व स्वतंत्रपणे कलकत्यात राहण्याची परवानगी देण्यात यावी अशी तिने पोपकडे परवानगी मागितली. पोपची तशी परवानगी मिळाली. आता कॉन्व्हेन्ट सोडून जाण्यासाठी ती सामानाची बांधाबांध करत होती. मात्र कलकत्यात तिच्या ओळखीचं कुणीच नव्हतं आणि कुठे जायचं हेही तिला ठाऊक नव्हतं. ती खोलीत चिंताक्रांत अवस्थेत बसली असताना तिने समोर एक मुसलमान फकीर उभा असल्याचं पाहिलं. ती एकदम घाबरली. खोलीच्या दाराची कडी आतून लावलेली होती. शिवाय मुळात या फकिराला कॉन्व्हेन्टमधे प्रवेश मिळालाच कसा? एवढ्यात तो फकीर तिच्याशी इंग्रजीत बोलू लागला: ''तू इतकी काळजी करू नको. तू जेव्हा कलकत्याला जाशील तेव्हा सर्व काही ठीक होईल.'' नंतर त्या फकिराने तिच्याकडे दक्षिणा मागितली. मिस डट्नने आपल्याकडे अजिबात पैसे नसल्याचं सांगताच फकीर तिला म्हणाला: ''तुझ्या कपाटात तिकडे ३५ रुपये आहेत.'' तिथे पैसे ठेवल्याचं मिस् डट्न पूर्णपणे विसरून गेली होती. तिनं फकिराचं बोलणं ऐकून कपाट उघडलं, तर फकिराने भाकीत वर्तवल्याप्रमाणे बरोबर ३५ रुपये तिला सापडले. ते पैसे फकिराला देण्यासाठी ती वळली तर तो तिथे नव्हताच. जसा गूढ रीतीने तो खोलीत आला होता तसाच तो अदृश्यही झाला

होता. पण यात एक विलक्षण गोष्ट अशी घडली होती की मिस् डट्नचं मन अत्यंत शांत झालं होतं. तिच्या सर्व चिंता मिटल्या होत्या. तिला वाटलं, या फकिराच्या आश्वासक शब्दांनी आपलं मनोबल वाढलंच आहे. काही दिवसांनंतर ती कॉन्व्हेंट सोडून कलकत्त्याला गेली. तिथे अत्यंत अनपेक्षित रीतीने तिला तिचा भाचा भेटला. त्याने तिला राहण्यासाठी जागा सुद्धा बघून दिली. ऑर्थर ऑसबोर्न या स्त्रीच्या जवळ असलेल्या फ्लॅटमध्ये राहात होता. तिने त्याला ही सर्व कथा सांगितली. यावर ऑसबोर्नने तिला बाबांचं एक चित्र दाखवलं व 'ह्यांना ओळखता का?' असं विचारलं. तिने त्या चित्रातील फकिराला तत्काळ ओळखलं. तिला गूढ रीतीने भेटलेला फकीर तो हाच होता. ती उद्गारली: "हाच तो फकीर. यानेच मला मदत केली. आणि आशीर्वाद दिले. तेव्हापासून मी रात्रंदिवस याच फकिराचा विचार करत आहे व त्याचीच प्रार्थना करत आहे.''

बाबांच्या समाधीनंतरच्या त्यांच्या काही लीला व कथा इतर काही स्रोतांद्वारे मिळाल्या आहेत.

१९२७ साली एक जोडपे शिरडी येथील रामनवमीच्या उत्सवात भाग घेऊन त्यानंतर आगगाडीने मुंबईला परत चालले होते. ठाण्याला त्याची पत्नी पाणी आणण्यासाठी खाली उतरली आणि पाणी घेऊन ती परत डब्यात चढत असतानाच गाडी सुरू झाली व ती खाली पडली. तिच्या पतीने व इतरांनी आरडाओरडा केला व गाडीला इशारा करून गाडी थांबवली. पण तेवढ्यात गाडी जराशी पुढे गेली होती. तिचा देह गाडीखाली चिरडून त्याचा चेंदामेंदा झाला असेल असं तिच्या पतीला व बरोबरीच्या लोकांनाही वाटत होतं. पण ते जेव्हा घटनास्थळी पोचले तेव्हा ती प्लॅटफॉर्मवर उभी हाती व तिच्या अंगावर साधा ओरखडा सुद्धा नव्हता. तिने नंतर जी हकिगत सांगितली ती अशी- ती जेव्हा पडली तेव्हा पडता पडता तिने बाबांचं स्मरण केलं आणि ते अचानक तिच्या समोर अवतीर्ण झाले. त्यांनी तिला प्लॅटफॉर्मच्या भिंतीच्या दिशेने जोरात ढकलले व गाडी पुढे जाईपर्यंत तसेच घट्ट पकडून ठेवले. त्यातही नवल करण्याची गोष्ट अशी की आगगाडीचा रुळ आणि प्लॅटफॉर्मची भिंत या दोन्हीच्या मधे इतके थोडे अंतर होते, की त्यात दोन माणसे उभी राहणे शक्यच नव्हते. मग तिला कुणी आणि कसं वाचवलं असेल?

बाबांच्या एका निःस्सीम अनुयायाने दत्तात्रेयावर ग्रंथ लिहिण्याचा मोठा बेत आखला व त्यासाठी बाबांच्या मदतीची विनवणी केली. आंध्रप्रदेशातील हैद्राबाद येथे आपल्या खोलीत बसून त्याने एक दिवस आपलं काम सुरू केलं. थोड्याच वेळात खोलीत आणखी एक पाहुणा आला आहे असं त्याला जाणवलं. त्याने पाहिलं तर ते दुसरं तिसरं कोणी नसून बाबाच होते. तेच त्याच्या मदतीला आले होते. त्यानंतर रोज रात्री बाबा येत व त्याच्या मनातील शंका दूर करीत. रोज रात्री आपला पती

उशिरापर्यंत काम करत बसतो व त्याच्या खोलीतून संभाषणाचेही आवाज येतात हे ऐकून त्याच्या पत्नीने त्याच्याकडे विचारणा केली. काहीतरी थातुरमातुर स्पष्टीकरण देऊन त्यांनं तिला कसंबसं परतवून लावलं. अशा रीतीने त्या भक्ताने यशस्वीरीत्या ग्रंथाचं लेखन पूर्ण केलं. तो म्हणतो : ''बाबांच्या मदतीशिवाय हा ग्रंथ पूर्ण होऊच शकला नसता.'' ही कथा ऐकल्यावर विश्वास बसत नाही पण ती त्याने स्वतःच सांगितली आहे. एक गोष्ट लक्षात घेतलीच पाहिजे. बाबांच्या बाबतीत अशक्य असं काहीच नाही. उदाहरणार्थ खाली उद्धृत केलेली ही कथा.

महाराष्ट्रातील कोल्हापूर येथील एक भक्त स्त्री दुपारच्या वेळी तिच्या घराच्या बैठकीच्या खोलीत पुस्तक वाचत बसली होती. तेव्हा तिला तहान लागली. ती फक्त एवढंच म्हणाली: ''बाबा, मला पाणी हवंय,'' आता तिने बाबांकडे खरोखरीच मदतीची याचना केली होती की रोजच दैनंदिन गोष्टी पार पडत असताना क्षणोक्षणी बाबांची आठवण काढण्याची तिची सवय होती, ते तीच जाणे. पण बाबांनी ही गोष्ट गांभीर्याने घेतली असावी. कारण त्या स्त्रीला एक हात पाण्याचं भांड घेऊन पुढे आलेला दिसला. ती इतकी अचंबित झाली होती, की तिला काही सुचत नव्हतं. तिनं मनोमन बाबांची प्रार्थना करून नंतर ते भांडं घेतलं आणि बाबा अदृश्य झाले. तिनं ते पाणी प्यायलं तर ते बर्फाइतकं थंडगार होतं. नंतर तिचा पती ऑफिसातून घरी आल्यानंतर तिनं त्याला सर्व हकिगत सांगितली. त्यावर त्याने तिची खूप चेष्टामस्करी केली. काहीतरी कपोलकल्पित कथा सांगितल्याबद्दल थट्टा केली. तो म्हणाला: ''बाबांनी तुला भांडभर पाणी प्यायला दिलं त्याचा काय पुरावा आहे? आणि तू जर खरंच बर्फाइतकं थंडगार पाणी प्यायलं असशील, तर तुझा घसा बसायला नको का?'' पण तिचा घसा खरोखरच बसला होता व त्यावरून तिने सांगितलेली हकिगत खरी होती. तिचा हा युक्तिवाद तिच्या पतीला पटला.

शिरडीच्या एका यात्रेला जे अनेक यात्रेकरू जमा झाले होते, त्यांनी काही कथा सांगितल्या आहेत.

चंदीगढ येथील स्त्रीची हकीकत अशी आहे - एकदा स्फोटात तिच्या मुलाच्या हाताचा पंजा आणि बोटे जळली होती. जळलेल्या त्वचेच्या जागी नवीन त्वचारोपण करण्यासाठी प्लॅस्टिक सर्जरी करणे अत्यावश्यक होते. त्यामुळे ती चिंताग्रस्त होऊन बाबांची प्रार्थना करू लागली. एवढ्यात तिला दृष्टांत झाला. त्यात तिने बाबांना आपल्या मुलाच्या हाताच्या जखमांवर अंगारा लावताना पाहिलं. नंतरच्या काही दिवसांतच त्या जळलेल्या त्वचेखाली नवीन त्वचा तयार होताना तिला दिसली. ही नवीन घडामोड पाहून डॉक्टरसुद्धा आश्चर्यचकित झाले. ते म्हणाले : 'याला आता शस्त्रक्रियेची जरुरी नाही.'' काही दिवसांतच तो मुलगा बरा झाला.

शिरडीच्या एका हॉटेलमालकाची मुलगी पक्षाघाताने विकलांग झालेली होती.

तिला चालता येत नसे. तो माणूस गेले चाळीस वर्षे ते हॉटेल चालवत होता. त्या मुलीला त्याने बाबांच्या समाधीपाशी नेऊन ठेवले. काही मिनिटातच ती उठून मंदिराभोवती चालत प्रदक्षिणा घालू लागलेली लोकांना दिसली. नंतर तिने आपल्या आईवडिलांना सांगितले : "बाबांनी मला उठून चालायला सांगितले. नंतर मला चालता येऊ लागलं."

शिरडीमध्ये स्थायिक झालेल्या एका बंगाल्याने सांगितलेल्या कथेनुसार त्याला शिरडीत एक घर बांधण्याची इच्छा होती. पण ते पुरं करण्यासाठी त्याला, आणखी २०,००० रुपयांची आवश्यकता होती. त्याला ते पैसे जमा करणं जमत नव्हतं. त्यामुळे तो अत्यंत चिंताग्रस्त होता. एकदा तो बाबांच्या आवडत्या जागी निंबाच्या झाडाखाली बसला असता त्याचा एक मित्र त्याच्यापाशी आला आणि त्याला म्हणाला, "कसली काळजी करतो आहेस?" त्यावर त्या बंगाली माणसाने त्याला आपल्या काळजीचं कारण सांगितले. ते ऐकून तो मित्र म्हणाला : "तू बाबांची प्रार्थना केलीस का?" त्यावर त्या बंगाल्याने होकार दिला. मग आता बाबाच सर्व काही पार पाडतील असं आश्वासन त्या मित्राने त्याला दिलं. खरोखरच काही क्षणातच तो बंगाली देवळाच्या परिसरातून जात असताना अगदी अनपेक्षितपणे त्याला एक खूप जुना मित्र भेटला. त्याने त्याची अत्यंत प्रेमाने विचारपूस केली. बंगाली माणसाने आपली पैशांची अडचण सांगताच त्या मित्राने त्याला पाहिजे असलेल्या रकमेचा काही हिस्सा तर तिथल्या तिथेच देऊन टाकला. उरलेली रक्कम नंतर देण्याचं आश्वासनही दिलं.

दिल्ली येथील एक सरकारी अधिकारी व त्याच्या पत्नीने शिरडीला जाऊन लगेच परत येण्यासाठी जाण्या-येण्याची तिकिटे काढून ठेवली होती. कोपरगाव स्टेशनावर उतरल्यावर परतीच्या शायिकेचे आरक्षण करावे यासाठी तेथील स्टेशनमास्तराला भेटायला ते गेले. पण आरक्षण मिळणं फार कठीण आहे असं त्यांनी त्याला सांगितलं. पण 'तुम्ही शिरडीला जाऊन या तोपर्यंत मी काही करता येतं का बघतो', असंही आश्वासन दिले. त्याप्रमाणे ते जोडपं शिरडीला गेलं. बसने परत येत असताना त्यांचं पैशाचं पाकीट हरवलं. त्यांनी नंतर जाऊन स्टेशनमास्तराकडे तक्रार नोंदवली व परतीची तिकिटे व आरक्षणाची नक्कल आपल्याला देण्यात यावी अशी विनंती केली. पण स्टेशनामास्तराने ती गोष्ट नियमबाह्य असून तसं करता येणार नाही, असं सांगितलं. मात्र त्या दोघांची दयनीय अवस्था पाहून त्याने स्वत:च्या खिशातून पैसे खर्च करूना दिल्लीची तिकिटे काढून देण्याची तयारी दर्शवली. 'माझे पैसे दिल्लीला पोचल्यावर सावकाश परत करा," असंही सांगितले. मात्र त्या जोडप्याने कसेतरी करून तिकिटाचे पैसे स्वत:च जमा केले व ते दिल्लीला सुखरूप पोचले. नंतर त्या अधिकाऱ्याने रेल्वेखात्याकडे तक्रार नोंदविली. 'माझी

तिकिटे चोरीला गेल्यामुळे मला दुसरी तिकिटे काढून प्रवास करावा लागला' व सर्व परिस्थिती कळवली व हरवलेल्या तिकिटांची रक्कम परत मागितली. परंतु त्या पत्राबरोबर त्याने ती नवी तिकिटे सादर न केल्यामुळे रेल्वे खात्याने ती मागणी नामंजूर केली. ही घटना जुलै महिन्यात घडली. आश्चर्याची गोष्ट अशी की पाच महिन्यानंतर त्याला रेल्वे खात्याकडून एक पत्र आलं. त्याप्रमाणे त्याच्या केसचा सांगोपांग विचार केल्यानंतर त्यांनी त्याला ती तिकिटांची रक्कम परत देण्याचं ठरवलं होतं. विलक्षण गोष्ट अशी की पूर्वी त्यांनीच त्याची मागणी नामंजूर केल्याचा त्यात काहीही उल्लेख नव्हता. खरोखर, बाबांच्या लीला अगाध व अतर्क्य आहेत.

बंगलोरमधील मल्लेश्वरम् येथे एक साईबाबांचं मंदिर आहे. ते भक्तांनी दिलेल्या देणग्यांवर चालतं. मंदिराच्या समितीचे आध्यक्ष श्री.मूर्ती आणि सचिव श्री. नागेश यांनी कथन केलेली एक घटना येथे देत आहोत. त्यांनी सांगितलं- देवळात ठेवण्यासाठी म्हणून बाबांच्या अनेक तसबिरी मंदिरात ठेवण्यासाठी जमा झाल्या होत्या. मंदिराच्या मर्यादित जागेत या सर्व तसबिरी लावायच्या तरी कुठे हा प्रश्न निर्माण झाला. आता येथून पुढे आलेले एकही चित्र स्वीकारायचे नाही असा निर्णय झाला. तो निर्णय एका सूचनाफलकावर लिहून ठेवण्यात आला. मंदिराला एक वर्ष पूर्ण झाले. त्यानिमित्त एक समारोह आयोजित करण्यात आला होता. त्याच सुमारास एक साधू साईबाबांचं एक प्रचंड मोठं तैलचित्र कवटाळून मंदिरात घुसला व तेथे जमलेल्या सर्व लोकांना म्हणाला : ''हे चित्र येथे लावायलाच हवं'' असं म्हणून त्याने ते चित्र सर्वांच्या मधोमध ठेवलं आणि जसा जोरात आला होता तसाच तो निघूनही गेला. तो होता तरी कोण, कुठून आला होता व ते चित्र तिथे लावण्याचा त्याचा इतका का हट्ट होता हे कोणालाही माहीत नव्हतं. कितीही प्रयत्न केले तरीसुद्धा मंदिरातील व्यवस्थापकीय अधिकाऱ्यांना त्या साधूचा शोध काही लागेना. अखेर ते तैलचित्र ध्यानमंदिरात लावण्याचा निर्णय व्यवस्थापकांनी घेतला व तसंच केलं.

११.

निरोप :
माझी समाधी बोलेल

१५ ऑक्टोबर १९१८ रोजी विजयादशमीच्या दिवशी शिरडी येथे द्वारकामाईत साईबाबांनी समाधी घेतली. एका भक्ताच्या खांद्यावर मान टाकून त्यांनी अखेरचा श्वास घेतला. त्या भक्ताला काही क्षण काय झालं ते कळलंसुद्धा नाही. बाबांचे प्राण देहाला सोडून जाण्याची ही दुसरी वेळ. पण यावेळी मात्र ते कायमचे सोडून गेले होते. याआधी इ.स. १८९६ मध्ये सुद्धा बाबांनी देहत्याग केला होता. परंतु केवळ तीन दिवसांनी त्याच देहात परत आले होते. येशू ख्रिस्ताने क्रुसावर प्राणत्याग केला होता, तर बाबांनी स्वेच्छेने तीन दिवसांपुरता देहत्याग केला होता. 'मी पुन्हा याच देहात परत येणार आहे,' असं ते आपल्या भक्तांना सांगून गेले होते.

कल्पिताहूनही अतर्क्य वाटावी अशी ही सत्यघटना म्हाळसापतीने आपल्या मुलाला सांगितली. मार्तंड याने आपल्या वडिलांची, म्हणजे म्हाळसापतीची जी स्मृतिचित्रे लिहिली आहेत, त्यात या आठवणींची त्याने नोंद केलेली आढळते. इ.स. १८९६ मध्ये एक दिवस बाबा म्हाळसापतीशी येऊन म्हणाले : "मी अल्लाच्या भेटीला निघालो आहे. पण तुम्ही तीन दिवसपर्यंत माझ्या पार्थिव देहाचं रक्षण करा. जर मी तेवढ्या अवधीत परत आलो तर परत याच देहात शिरेन, पण त्या अवधीत मी जर परत आलो नाही तर मात्र माझा देह तिकडे पुरा''- असं म्हणून त्यांनी आपली निंबाच्या झाडाखालची ध्यानधारणेची जागा दाखवली. त्यानंतर त्यांनी म्हाळसापतीच्या खांद्यावर डोकं ठेवलं व त्यांचा श्वासोच्छ्वास थांबला. हळूहळू त्यांचं शरीर थंड पडू लागलं व मृतदेहाचा रंग जसा बदलत जातो तसा त्या शरीराचा रंगही बदलला.

बाबांच्या निधनाची बातमी हांहां म्हणता गावात सर्वत्र पसरली. गावातील पंच व पोलीस अधिकारी मशिदीपाशी आले. बाबांच्या देहाची वैद्यकीय तपासणी करून

त्यांचं निधन झाल्याचं घोषित करण्यात आलं. ''हा मृतदेह मशिदीत ठेवता येणार नाही. त्याचं दफन केलं पाहिजे,'' असं पोलिसांनी सांगितलं. परंतु म्हाळसापतीने बाबांचा निरोप त्यांना सांगितला. 'बाबांच्या सांगण्यानुसार तीन दिवस मी या देहाची राखण करणारच,' असा हट्ट त्याने धरला. पोलीसही त्याचं मन वळवू शकले नाहीत. ''बाबांच्या अंगी लोकविलक्षण असं योगसामर्थ्य असल्याने त्यांचं तीन दिवसांनंतर नक्कीच पुनरुज्जीवन होईल असा मला विश्वास वाटतो,'' असा युक्तिवाद त्याने केला. पोलिसांनी अखेरीस त्याचं म्हणणं मान्य केलं व त्याला बाबांच्या देहाची तीन दिवसांपर्यंत राखण करण्याची परवानगी देण्यात आली.

आणि तीन दिवसांनंतर ते नवल घडलं. बाबांचं एक बोट हळूहळू हलू लागलं. नंतर त्यांचे डोळे उघडले व पुढच्याच क्षणी ते नेहमीसारखे उठून बसले. त्यांनी इकडे तिकडे पाहिलं. त्यांचं पूर्णपणे पुनरुज्जीवन झालेलं होतं. बाबा हातीपायी व्यवस्थित धडधाकट अवस्थेत आपल्या भक्तांकडे परतले होते. ही जी विलक्षण घटना घडली त्याबद्दल मात्र आपल्या ऊर्वरित आयुष्यात बाबांनी कधी एक अवाक्षरही काढलं नाही. आणि एकाही भक्तानं त्यांना या घटनेबद्दल काहीही विचारलं नसावं. भक्तांनी ही सत्यघटना घडली हे गृहीत धरून स्वीकारलं असणार, कारण बाबांसारख्या महान संताच्या, महात्म्याच्या बाबतीत काहीच अशक्य नव्हतं. पण सर्वांत आश्चर्यजनक गोष्ट ही की सरकार दफ्तरी वरिष्ठ अथवा कनिष्ठ अधिकाऱ्यांमध्येसुद्धा या घटनेविषयी काहीही उलटसुलट प्रतिक्रिया उमटल्या नाहीत. बाबांच्या निधनाची नोंद तर सरकारी दफ्तरात झाली असणारच. मग त्यांचं पुनरुज्जीवन झाल्यानंतर त्या घटनेची नोंद करण्यात आली असेल का? कारण प्रस्तुत घटनेविषयी सरकारी अधिकाऱ्यांनीही एवढी उदासीनता दाखवणं किंवा एकूण लोकांमध्ये त्याविषयी उत्सुकतेचा अभाव असणं हे तत्कालीन परिस्थितीशी सुसंगतच आहे. कारण त्यावेळची जनता इतकं दु:खाचं व दारिद्र्याचं जीवन जगत होती, की घडलेल्या कोणत्याच घटनेबद्दल ते तोंडातून ब्र ही काढत नव्हते. पण आपण या वैज्ञानिक युगात राहतो. तेव्हा आपल्या मनात मात्र हे प्रश्न जरूर उमटायला हवेत - बाबांनी हे आश्चर्य करून दाखवलं तरी कसं? ते तीन दिवस बाबा त्यांच्या देहात जर नव्हते तर मग होते तरी कुठे? आणि शेवटी ते परत कसे काय आले? मानवी मृतदेह काही तासांमध्येच खराब होण्यास सुरुवात होते. व त्याला दुर्गंधी येऊ लागते. पण बाबांच्या बाबतीत हे घडलं नाही, त्यांचं शरीर व्यवस्थित राहिलं. ते परत सचेतन झालं तेव्हाही ते चांगल्या स्थितीत होतं. हे अशा प्रकारचे चमत्कार पुराणात घडून आल्याचं आपण वाचलं आहे. परंतु खरोखरीच्या आयुष्यात, साक्षीदारांच्या डोळ्यासमोर हे घडावं ही गोष्ट कितीही अविश्वसनीय वाटली तरी ती नाकारता न येण्याजोगी वस्तुस्थिती आहे. बाबांच्या जीवनाबद्दल आपल्या मनात

जे अनेक प्रश्न अनुत्तरित राहिले त्यापैकी हा एक प्रश्नसुद्धा अनुत्तरितच राहणार आहे.

मृत्यूचं वर्णन करताना बाबांनी काही विशिष्ट शब्दांचा प्रयोग केलेला आढळतो. त्यांनी मृत्यूला 'सीमारेषा ओलांडणं' असं म्हटलं आहे. बाबांचे भक्त रेगे यांचे मूल वारले. ते पाहून त्यांच्या पत्नीला शोक अनावर झाला. रेगे आपल्या मुलाचा मृत्युदेह मांडीवर घेऊन बसले होते. त्यावेळी बाबा त्यांच्यासमोर प्रकट होऊन म्हणाले : ''तुम्हाला मी हवा आहे की तुमचं मृतबालक? तुमच्या मृतबालकाला पुनर्जीवन द्यायचं असलं तर ते मी देईन. पण त्यानंतर मला तुमच्याबरोबर कधीच राहता येणार नाही. पण तुम्हाला जर याचे प्राण आत्ता परत नको असतील तर कालांतराने तुम्हाला आणखी अपत्ये होतील.'' यावर रेगे बाबांना म्हणाले : ''आम्हाला तुम्ही हवे आहात.'' ''मग शोक आवरा,'' असं म्हणून बाबा अंतर्धान पावले.

बाबांनी मृत व्यक्तीला पुनरुज्जीवन दिल्याच्या घटना एकूण दोन वेळा घडल्या. पहिल्या प्रथम ते आपल्या गुरूंपाशी म्हणजे वेंकुसा यांच्याजवळ राहात असताना घडलेली ही घटना आहे- एकदा शिष्याने रागाच्या भरात गुरूंना व बाबांना इजा करण्याचा प्रयत्न केला असता तो स्वत:च मरण पावला. 'आता याला तुम्हीच जिवंत करा.' अशी इतर शिष्यांनी मागणी केली. परंतु ते शक्य नव्हतं. कारण गुरू वेंकुसा यांनी आपले सर्व योगसामर्थ्य बाबांना बहाल केलं होतं. त्या माणसाला जिवंत करायचं की नाही ही गोष्ट आता फक्त बाबांच्याच हातात होती. मग शिष्यांनी बाबांची प्रार्थना केली. बाबांनी गुरूंचं स्मरण केलं व त्या माणसाच्या मृतदेहाला स्पर्श केला. त्याबरोबर तो उठून बसला. असाच आणखी एक प्रसंग घडला. बाबांचे भक्त डी.आर.जोशी- देवगावकर यांची मुलगी मालनबाई क्षयरोगाने मृत्युमुखी पडली. तत्पूर्वी काही दिवस तिला शिरडीस नेऊन बाबांच्या पायावर घातले होते. त्यावेळी बाबांनी तिला एका घोंगडीवर झोपवावे व पाण्याशिवाय दुसरे काही देऊ नये असे सांगितले. त्या सूचना तंतोतंत पाळूनसुद्धा तिचा मृत्यू झाला.

त्यावेळी बाबा चावडीत होते. सकाळचे आठ वाजून गेले असूनही ते चावडीतच थांबण्याची ती पहिलीच वेळ असेल. मृत मुलीचे आईवडील शोकाकुल अवस्थेत तिच्या अंत्यसंस्काराची तयारी करत होते. इतक्यात अचानक पाहिलं तर मालनबाईचा श्वासोच्छ्वास चालू झाल्याचे आढळले. नंतर तिने डोळे उघडून आजूबाजूला पाहिले व ती म्हणाली : '' एक काळाकभिन्न माणूस मला फरपटत नेऊ लागला. मी घाबरून बाबांच्या मदतीचा धावा सुरू केला. बाबांनी आपल्या दंडुक्याने त्याला हिसकावून घेऊन चावडीपाशी आणले.'' त्या मुलीने याआधी कधीच चावडी पाहिली नव्हती. आणि तरीही तिने चावडीचे बिनचूक वर्णन केले. बरोबर ती मुलगी जिवंत होण्याच्या काही वेळ आधी बाबा चावडीतून बाहेर पडले होते व जोरजोरात दंडुका आपटत व पायाने जमिनीवर आघात करत दीक्षितांच्या घरी पोचले होते. तेथेच त्या मुलीचा मृतदेह

ठेवलेला होता.

एखाद्या मृत मुलीचे प्राण तिच्या शरीरात परत आणणं वेगळं आणि एक वकील भक्ताला त्याच्या कामाचे ढिगारे उपसण्यात मदत करणं वेगळं. बाबांनी तर तेही करून दाखवलं. आणि त्या वकिलाने स्वतःच भीतियुक्त आदरपूर्वक ही कथा सांगितली आहे. हा वकील नाशिक डिस्ट्रिक्ट बोर्डाचा चेअरमन होता व त्याला दररोज हजारो कागदपत्रांवर स्वाक्षऱ्या कराव्या लागत. या गोष्टीचा त्याच्या वकिली व्यवसायावर परिणाम होऊ लागला. त्याची मिळकत त्यामुळे घटली. दररोज एक शिपाई त्याच्याकडे सर्व कागदपत्र आणून देई आणि ते सगळे स्वाक्षरी झाल्यावर त्याच दिवशी परत पाठवावे लागत. एक दिवस मात्र एका अशिलाने त्याचा इतका वेळ घेतला की त्याला त्या दिवशी पाठवण्यात आलेल्या कागदपत्रांवर सह्या करणं जमलंच नाही. त्याने ते तसेच परत पाठवून दिले. दुसरे दिवशी परत कागदपत्रांचा गठ्ठा घेऊन शिपाई त्यांच्या घरी आला. पाहतो तर काय, कालचे सह्या राहिलेले कागद आज परत आले नव्हते. त्याने त्याविषयी चौकशी करताच कालच्या कागदांवर व्यवस्थित सह्या केल्या असल्याचे त्याला सांगण्यात आले. त्या शेकडो सह्या नक्की कुणी केल्या असाव्या हे त्याला समजेना. अखेर त्याने एक निष्कर्ष काढला- त्याचं कामाचं ओझं हलकं करून त्याचं नाव राखण्यासाठी बाबाच धावून आले होते.

बाबांचे आणखी एक भक्त बायाजी अप्पाजी पाटील यांनी सांगितलं आहे : त्यांच्या आयुष्यातील शेवटची काही वर्षे बाबा त्याला रोज चार रुपये देत असत. ते पैसे त्याने कोणासही देऊन टाकू नये अशी बाबांची सूचना होती. मग त्याने तो पैसा स्थावर मालमत्तेत घातला. अशा रीतीने बाबांकडून दररोज मिळणाऱ्या या हप्त्यातून त्याने ८४ एकर जमीन विकत घेतली.

बाबांच्या मृत्यूच्या सात दिवस आधी एक बैलगाडी मशिदीपुढे येऊन थांबली. त्यात साखळदंडांनी एका वाघास बांधून ठेवले होते. त्याला खूप वेदना व यातना होत असल्याचे दिसत होते. त्याला ज्या लोकांनी पाळला होता त्याला ते गावोगाव घेऊन जात, त्याचं प्रदर्शन मांडत आणि पैसा कमावत. पण आता त्याला काहीतरी दुखणं झालं होतं व कोणत्याच उपायांनी ते काही बरं होत नव्हतं.म्हणून ते बाबांकडे आले होते. त्यांनी त्या वाघाला मशिदीच्या पुढच्या भागात आणलं व तेथे ठेवलं. लोक त्याला बघण्यासाठी गोळा झाले. पण तो फार अस्वस्थ होता. त्याचे मालक बाबांकडे गेले व त्यांनी त्या वाघाला बरं करण्यासाठी बाबांपाशी विनंती केली. बाबांनी त्याला आपल्यासमोर घेऊन येण्यास त्या लोकांना सांगितले. तो वाघ सावकाश मशिदीची एक एक पायरी चढून बाबांच्या दिशेने येऊ लागला. जवळ आल्यावर त्याने बाबांकडे एकदा प्रेमळ नजरेने पाहिले, शेपटी तीनदा जमिनीवर आपटली, मग तो जमिनीवर

कोसळला आणि मरण पावला. शिरडीत नंतर त्याची समाधी बांधण्यात आली.

एकदा कुणीतरी बाबांना त्यांच्या जन्मगावाविषयी माहिती विचारली. त्यावर ते म्हणाले : "मी औरंगाबादेहून इथे शिरडीस आलो. माइया मामाने इथे आणलं." मग लोकांनी बाबांना विचारलं : "तुमच्या या मामाचं नाव काय? तो आता कुठे आहे?" त्यावर बाबा म्हणाले : "तो वेडा होता. त्याला नाव बिव काही नव्हतं. तो आता इकडेच कुठेतरी राहात असेल." आणखी एका प्रसंगी त्यांनी एका भक्ताला सांगितलं होतं : "झांशीच्या राणीने ज्या लढाईत पराक्रम गाजवला त्या लढाईत मी सैन्यात होतो," १८५७ च्या स्वातंत्र्य समरामधील झांशीच्या राणीच्या लढ्याची हकिगत सर्वांनाच ठाऊक आहे. आणखी एका भक्ताला ते म्हणाले होते : "आठ ते दहा हजार वर्षांपूर्वी मी येथे शिरडीत गोदावरी नदीच्या काठी होतो." आणखी एकदा बाबा म्हणाले होते : "मी लहान असताना एकदा सकाळी उठून बाहेर गेलो आणि अचानक माझं मुलीत रूपांतर झालं. नंतर काही काळ मी तसाच राहिलो." बाबा असंही म्हणत : "मी जेव्हा जन्माला आलो तेव्हा माइया आईला पुत्रप्राप्तीचा अतीव आनंद झाला. मला मात्र या गोष्टीचं नवल वाटलं. तिनं मला जन्म कधी दिला? माझा जन्म मुळात झालाच की नाही? मी तर आधीपासूनच अस्तित्वात नव्हतो का? मग ती एवढा आनंद का व्यक्त करते आहे?"

जी. एस.खापर्डे यांनी अशी एक नोंद केलेली आढळते की आपल्या भक्तांच्या कल्याणासाठी बाबा आपल्या प्रकृतीची हेळसांड करीत असत. त्यांच्याकडे गाऱ्हाणी घेऊन येणाऱ्या लोकांचा रात्रंदिवस ओघ चालू असे व त्या सर्वांचा त्यांच्या पचनसंस्थेवर परिणाम झाला. त्यांना अशक्तपणा वाटू लागला. आपल्या आयुष्याच्या अखेरच्या क्षणापर्यंत हे असंच चालू राहणार हे बाबांना नीट ठाऊक होतं. त्यांनी खापर्ड्यांना सांगितलं होतं : "मला माइया जिवाची पर्वा नाही. मला माइया भक्तांची काळजी आहे."

एकदा एक भक्त स्त्री बाबांकडे आली आणि आपल्या मरणोन्मुख पतीचे प्राण वाचवण्यासाठी अंगारा मागू लागली. तिला बाबा म्हणाले : "जन्म आणि मृत्यू ही दोन्ही ईश्वराच्याच लीलांची रूपे आहेत. ती अभिन्न आहेत. शरीर जीर्ण झाले की त्याचा त्याग केला जातो, जसा आपण जुन्या वस्त्रांचा त्याग करतो ना, तसंच हे." त्यांनी त्या भक्त स्त्रीला असही सांगितलं : "त्याला जाऊ दे. त्याला थांबवू नकोस. सुज्ञ लोक मृत्यूचा शोक करत नाहीत. सजीवांना जगण्यासाठी पंचप्राण उधार मिळालेले असतात. आता ज्याने ते उधार दिले तो ते परत मागणारच. व ते परत केलेच पाहिजेत. वायू वायूला जाऊन मिळतो व अग्नी अग्नीला. पंचमहाभूतांमधील प्रत्येक तत्त्व आपापल्या जागी जाऊन पोचते. हा देह मातीचा बनलेला असतो. माती असशी, मातीस मिळशी. त्यात शोक करण्यासारखं काहीच नाही."

बाबा जिवंत असलेल्यांनाही मदत करत आणि मरणोन्मुख व्यक्तींसही. आपल्या अलोट प्रेमाने व अतुलनीय सामर्थ्याने ते मरणासन्न व्यक्तीच्या आधारासाठी तिच्या जवळ थांबत. मग प्रत्यक्षात ती व्यक्ती शिरडीपासून व बाबांपासून हजारो मैल दूर असली तरीही! मरणाची सीमा आलांडून एका नव्या अवकाशात प्रवेश करताना ते त्या व्यक्तीला साहाय्य करीत. कारण बाबा केवळ याच नव्हे तर मृत्यूपलीकडच्या जगातीलही मार्गदर्शक होते. जे मागे राहिलेले असतील त्यांना मुख्यत्वेकरून स्वतःच्या आर्थिक नुकसानीची चिंता लागून राहिलेली असे. त्यांना बाबा आश्वासन देत: "मी तुमच्याकडे लक्ष पुरवीन. तुम्ही मुळीच काळजी करू नका.'' व बाबा आपला शब्द नेहमीच पाळत.

गुणीजनांचे संरक्षण, दुष्टांचे निर्दालन किंवा त्यांचा सुधार, त्यांचे हृदयपरिवर्तन, धार्मिक संस्थापन व लोकमतावर स्वतःचा प्रभाव पाडणे ही संतमहात्म्यांची कामे मानली जातात. ही सर्व कामे बाबा पार पाडीत. त्यासाठी ते शक्य तेवढ्या सर्व मार्गांचा अवलंब करीत. मात्र एक गोष्ट आपण लक्षात घेतलीच पाहिजे - बाबांच्या कोणत्याही पद्धतीत पूजा-अर्चादी कोणत्याही विधींचा वा उपचारांचा समोवश नसे. त्यांच्या ठायी देवत्वाचं जे सर्वश्रेष्ठ रूप होतं त्याच्याशी एकवाक्यता बाळगणे ही त्यांची पद्धत होती. याचा अर्थ बाबांकडून लाभ होऊ शकण्यासाठी आवश्यक असणारी ग्रहणशीलता ज्या व्यक्तीच्या अंगी असे त्याच व्यक्तीला फक्त त्यांचा लाभ होऊ शकत असे. बाकीच्यांना नाही. ते सर्वांना आपल्या गुरुजींचं वचन नेहमी सांगत : "तुला तुझ्या गुरूंकडून इतकं अमाप मिळालेलं आहे. त्यामुळे तू सुद्धा तुझ्याकडे आलेल्या याचकांना भरभरून दिलं पाहिजेस.'' बाबा केवळ धनसंपत्ती, ऐहिक गोष्टी आणि सुखसोयींचीच लयलूट करत नव्हते तर ते लोकांना पारमार्थिक देणगीही देत. आध्यात्मिक आशीर्वाद देत. परंतु अशा स्वरूपाच्या भेटी स्वीकारण्याइतकी पात्रता घेणाऱ्याच्या अंगी असणं आवश्यक असे.

माणसांमधील दुर्गुण व दोष बाबा स्वतःच्या नियंत्रणाखाली मर्यादित ठेवत. माणसांना चारित्र्यसंपन्नता व शक्ती बहाल करत व त्यांच्या आध्यात्मिक वाटचालीत मदत करत. असं सांगतात- बाबा एकदा एका दुष्ट माणसाच्या स्वप्नात आले. तो मद्याच्या आहारी गेला होता. स्वप्नात त्याच्या छातीवर बसून बाबा त्याला म्हणाले : "हे बघ, मी तुला एकदा दोनदा सूचना देईन. पण तू त्याकडे दुर्लक्ष केलंस, तर मात्र मी तुला तुझ्या नशिबावर सोडून देईन.'' त्यावर त्या माणसाने दारू सोडली आणि तो सुधारला. नरसिंहस्वामीजी म्हणतात : "बाबा काही केवळ शिक्षकच नव्हते तर अंतर्बाह्य सुधारणा घडवून आणणारे सुधारक होते. बाबा सर्व अर्थाने परिपूर्ण होते व देवत्वाच्या आपल्या ज्या काही संकल्पना असतात त्या पूर्ण करण्यासाठी आवश्यक ते सर्व सद्गुण त्यांच्या अंगी होते.''

एकंदर लोकांच्या मनावर बाबांचं सर्वव्यापी स्वरूपाचं नियंत्रण होतं. त्यांच्यावर जे जे लोक श्रद्धा ठेवतील त्यांना न्याय मिळवून देणं हे बाबांचं ध्येय होतं. बाबांच्या बाबतीत सर्व काही शक्य होतं. आजही हजारो लोक काही ना काही संकटात पडत असतात. कुणीतरी उभं राहील व आपलं संकट दूर करील या आशेवर ते थांबतात. विपत्तीत सापडल्यावर अगतिक होऊन म्हणतात : ''देव या जगात नाहीच की काय? कुणी संत नाही का?'' नेमकी त्यावेळी बाबांशी ऋणानुबंध असलेली एखादी व्यक्ती जर जवळपास उपस्थित असेल तर ती मनोमन बाबांना वंदन करून असं आश्वासन देते : ''बाबा, मी आहे. मी करीन त्याला मदत.'' इतकंच नव्हे तर त्या संकटातून त्यावेळी त्याला तारून वर काढेल, त्याच्या उपयोगी पडेल अशी फक्त तेवढी एकमेव व्यक्तीच बाबांच्या कृपेने त्या संकटग्रस्ताच्या आसपास उपलब्ध होते. नरसिंहस्वामीजी म्हणतात : ''या जगात या अशा प्रकारच्या अतींद्रीय शक्ती अवगत असणारा आणि त्या शक्तींचा वापर स्वत:वर श्रद्धा ठेवणाऱ्यांना मदत करण्यासाठी करणारा असा एकही गर्भ प्राणी अस्तित्वात असल्याचे ज्ञात नाही.'' ते पुढे असंही म्हणतात : ''माणूस कोणत्याही जाती, धर्म अथवा वंशाचा असो, त्याला बाबा आपल्या अंगच्या अतींद्रिय शक्तीची प्रतीती देतात. या शक्तीलाच तो माणूस आपली इष्ट देवता अथवा आपला गुरुदेव मानतो. बाबांच्या या विलक्षण सामर्थ्याचा लाभ त्यांच्यावर श्रद्धा असणाऱ्या कोणालाही होऊ शकतो व ते कोणाच्याही मदतीला धावून जाऊ शकतात.''

बाबा म्हणत : ''जे सतत माझाच विचार करतात व माझ्याच ध्यानात मग्न राहतात त्यांच्या रक्षणासाठी माझे प्राणसुद्धा देईन.'' बाबांनी एका भक्ताला सांगितले होते : ''माझ्या असंख्य भक्तांची काळजी वाहता वाहता माझी प्रकृती अत्यंत खालावली असून मला केवळ भाकरी आणि पाणी एवढेच अन्न पचते. मात्र तरीही या अशक्तपणाची पर्वा न करता हा मनुष्य देह जोपर्यंत आहे तोपर्यंत मी माझं कर्तव्य पार पाडतच राहणार. मग त्याचे परिणाम काही का होईनात.'' याच संदर्भात मागे सांगितलेल्या एका प्रसंगाची उजळणी करावीशी वाटते. एका दूरच्या गावात एका लोहाराचे मूल भट्टीत पडले होते. त्याचे प्राण वाचवण्यासाठी बाबांनी द्वारकामाईच्या धुनीत हात घातला होता. त्यांचा हात भाजून त्यांना यातना होत होत्या. त्याबद्दल लोकांनी जेव्हा त्यांना विचारले, तेव्हा ते म्हणाले : ''मी त्या बाळाचे प्राण वाचवले आहेत. तेव्हा आता माझ्या जखमा ईश्वरच बऱ्या करेल.'' बाबांनी जेव्हा अखेरचा प्राणत्याग करून समाधी घेतली त्याबद्दलही एक वदंता आहे- त्याच वेळेला त्यांचा एक नि:स्सीम भक्त गंभीररीत्या आजारी होता. लोकांनी त्याची आशा सोडली होती. तेव्हा त्याचे प्राण वाचवण्यासाठी बाबांनी आपल्या प्राणांची आहुती दिली.

१९१४ साली पहिल्या महायुद्धाचा काळ होता. त्यावेळी बाबा वृद्ध झाले

होते. पूर्वीच्या तुलनेत आता त्यांची प्रकृती फारच कमजोर झाली होती. खालावली होती. त्यांचा दम्याचा विकारही बळावला होता. बाबांचे केस आखूड कापलेले असत. ते डोक्याला जे फडके गुंडाळत, त्याखाली ते केस झाकलेले असत. नेहमी स्वत: भिक्षा मागून आणून मगच भोजन करण्याचा त्यांचा आग्रह असे. पण अलीकडे क्वचित कधीतरी त्यांनी या नियमास अपवाद करायला सुरुवात केली होती. भेटीला येणारे लोक जो नैवेद्य घेऊन येत तो ते आता स्वीकारू लागले होते. बाबांकडे जादा कपडे आणूनही काही फायदा नव्हता कारण ते नवेकोरे कपडे घेऊन बाबा लगेच गोरगरिबांना दान करून टाकत. त्यांच्या अंगातील कफनी तर अगदी फाटून जीर्णशीर्ण होईपर्यंत ते तशीच अंगावर वागवीत होते. अखेर एक दिवस एका भक्ताने जबरदस्तीने ती फाडून काढली व त्यांना नवा कपडा घालण्याची सक्ती केली. बाबा जुने कपडे घेऊन सुई दोऱ्याने शिवत बसत. युद्धकाळात ते नेहमी गावातील वेगवेगळ्या मंदिरांमध्ये जात आणि तेथे प्रार्थना करत. त्यावेळी त्यांचा चेहरा एका वेगळ्याच तेजाने चमकत असे व त्या तेजाचे प्रत्यय सर्व उपस्थितांना येत असे.

युद्धाच्या मध्यावर म्हणजे १५ ऑक्टोबर १९१६ या दिवशी अचानक बाबा जोराजोरात ओरडू लागले : ''आज सीमारेषा ओलांडण्याचा दिवस आला.'' कधी नव्हे ते त्यांनी अंगावरचे कपडे फेकून दिले व तसेच विवस्त्रावस्थेत ओरडत दोन तास हिंडत राहिले. मग ते शांत झाले. त्यानंतर दोन वर्षांनी बरोबर त्याच महिन्यात त्याच तारखेला त्यांना मृत्यू आला. १९ ऑक्टोबर रोजी विजयादशमीच्या दिवशी त्यांच्या आजाराने अत्यंत गंभीर स्वरूप धारण केलं व ते आता मरण पावणार अशा अफवा सर्वत्र पसरल्या. त्यांच्या भक्तांनी त्यांना लवकर बरं वाटावं म्हणून गरिबांसाठी शिरडीत अन्नछत्र उघडलं. नशिबाने बाबा त्या दुखण्यातून बरे झाले. पण एक वेळ अशी आली होती की बाबासाहेब निमोणकर पुण्याला जात असताना वाटेत थांबून बाबांच्या भेटीसाठी शिरडीला आले असता बाबांनी त्यांना थांबवून धरले होते व ''आता मला पुरून मगच जा,'' असेही सांगितले होते. १९१५ सालीसुद्धा बाबा असेच अत्यंत आजारी होते. त्यांना दम्याचा व श्वसनाचा त्रास होत होता.

१९१८ साली दसऱ्याच्या महोत्सवाच्या दहाबारा दिवस आधी एक अपशकुन घडला. बाबांची इहलोक सोडून परलोकी प्रयाण करण्याची वेळ आली असल्याचे चिन्ह नजरेला आले. झोपताना बाबा एक जुनी वीट उशाला घेत असत. ही वीट त्यांना त्यांचे गुरू वेंकुसा यांनी एका जुन्यापुराण्या फडक्यात गुंडाळून दिली होती. माधव फसले हा बाबांचा सेवक रोज ती वीट त्या फाटक्या कपड्यात गुंडाळून म्हाळसापतीकडे देत असे. त्या दिवशी माधवाने बाबांचे अंथरूण आणखी मऊ

करण्यासाठी त्यावर आणखी काही जुनीपुराणी फडकी पसरली. माधव ती वीट हातात घेऊन म्हाळसापतीच्या हातात देत असताना ती त्याच्या हातून खाली पडून त्याचे दोन तुकडे झाले. "ही वीट कोणी फोडली?" बाबांनी विचारलं. माधव फसलेनं ती फोडली हे कळताच ते फार रागावले. त्यांनी आपल्या डोक्यावर हात ठेवले व व्यथित अंत:करणाने म्हणाले : "सोबत तुटली." दुसऱ्या दिवशी त्यांचे एक शिष्य एच्. एस्. दीक्षित म्हणाले : "वीट भंगली म्हणून एवढं दु:ख करायचं काही कारण नाही. मी ती चांदीने जोडून देईन." त्यावर बाबा म्हणाले : "तुम्ही ती सोन्याने जरी जोडली तरी त्याचा आता काय उपयोग? ती वीट हा माझा सोबत्या आहे आणि तो तुटला हे दुश्चिन्ह आहे." ते पुढे म्हणाले : "ही वीट माझ्या गुरूनं मला दिलेली देणगी आहे. तो माझा जीवनसाथी आहे. आणि आता मी काही यातून वाचत नाही." नाना चांदोरकरांनीसुद्धा ती भंगलेली वीट साधू न देण्याची तयारी दर्शवली. पण बाबा त्यांना म्हणाले : "तुम्ही लाख उश्या आणल्यात तरी या विटेची किंमत चुकती करता येणार नाही. ही वीट मला माझ्या गुरूंनी दिली होती. त्याची किंमत संपूर्ण विश्वापेक्षासुद्धा अधिक आहे. ही वीट माझ्या ध्यानाचं ध्येय आहे आणि माझं ध्यानही तेच आहे. वीट म्हणजे माझं दृश्य आयुष्य आहे. जर ही गेली तर त्याचा अर्थ माझा हा देहसुद्धा जाणार. परभणी जिल्ह्यातील सेलू जवळच्या जंगलात जेव्हा माझ्या गुरूबरोबर होतो तेव्हा आम्हा दोघांना ठार मारण्याच्या उद्देशाने एका दुष्टाने नेम धरून आम्हाला दगडविटा मारायला सुरुवात केली. जी वीट माझ्यावर नेम धरून मारली होती ती माझ्या गुरूंच्या डोक्यावर आदळली. आणि तीच ही वीट आहे. माझ्या गुरूंचं सामर्थ्य जगावेगळं होतं. त्यांनी ही वीट दीड तास हवेत तरंगत ठेवली. ती तशीच आणखीही राहिली असती. पण त्याचा वेग थांबवण्यासाठी ती कशावर तरी आदळणं आवश्यक होतं. माझ्या सद्गुरूंनी स्वत:चं डोकं त्यासाठी पुढे करून मला वाचवलं. मी वाचलो, पण त्यांना त्याचा त्रास झाला. यातून एक गोष्ट लक्षात येते- संतमहात्मे इतरांचा त्रास स्वत:वर ओढून घेत असतात. त्यांच्यापाशी प्रचंड आंतरिक शक्ती असते. पण ते त्याचं प्रदर्शन मात्र कधीही करत नाहीत. मी ती वीट उचलून माझ्या गुरूंच्या चरणापाशी ठेवली व माझ्या सद्गुरूंनी ती मला देणगी म्हणून दिली. माझ्या गुरूंचा चरणस्पर्श तिला झाला आहे म्हणूनच मी माझं मस्तक तिच्यावर ठेवतो. व त्या विटेची उशी करून झोपतो. माझे गुरू गोपाळराव यांनी त्यात प्रवेश करून ते वेंकटेश बनले. त्या वेंकटेशाच्या पाऊलखुणा या विटेवर आहेत. म्हणूनच मी माझ्या गुरूंना वेंकुसा म्हणून हाक मारतो. या विटेचा महिमा हा असा आहे."

भक्त म्हणतात : "त्या दिवसापासून बाबा उदास झाले. त्यांचा आयुष्याबद्दलचा उत्साह मावळला. आता काही दिवसांतच मी या मशिदीपासून दूर जाणार अस

ते म्हणू लागले. पण तत्पूर्वी काही दिवस त्यांनी म्हाळसापतीला एक ओझरता इशारा दिला होता. एकदा म्हाळसपती त्यांची चिलीम पेटवत होता. त्यावेळा बाबा त्याला म्हणाले : ''अरे भगत ! अजून काही दिवसांनी मी कुठेतरी जाणार आहे. त्यांनतर तू दोन चार वर्षे फक्त रात्री येत जा.'' बाबांना नक्की काय म्हणायचं होतं ते म्हाळसापतीला नीट समजेना. १५ ऑक्टोबर १९१८ रोजी बाबांचा मृत्यू झाला व त्यानंतर बाबांची रात्रीची पूजा करणंसुद्धा म्हाळसापतीच्या हातून फार थोडा काळ घडलं. कारण सप्टेंबर ११, १९२२ रोजी त्याचाही मृत्यू झाला.

१५ ऑक्टोबर १९१८ हा विजयादशमीचा दिवस. बाबांना आपला मृत्यू होणार याची अगदी पूर्ण कल्पना होती. त्यांनी मशिदीत एका भक्ताला धर्मग्रंथाचं पठण करायला लावलं त्याचप्रमाणे मुसलमान साधू शमसुद्दिन याच्याकडे त्याच्या धर्माची प्रार्थना म्हणण्यासाठी २५० रुपये पाठवले. बाबामिया नामक आणखी एका संताला त्यांनी निरोप पाठवला : ''आम्ही नवव्या महिन्याच्या नवव्या दिवशी परलोकी प्रयाण करणार आहोत.'' (हा संदर्भ बहुधा मुस्लीम कॅलेंडरचा असावा.) ते असंही म्हणाले : ''अल्लाने जो दिवा पेटवला तोच आता तो घेऊन चाललाय.'' सकाळी त्यांनी दानधर्म केला. नंतर खिशात हात घालून पाच रुपये बाहेर काढले. परत एकदा हात घालून आणखी चार रुपये काढले व ते लक्ष्मीबाई शिंदे हिच्या हातावर ठेवले. हीच रोज सकाळी स्वयंपाक करून बाबांना जेवायला वाढत असे व त्याबद्दल तिला बाबांकडून चार रुपये रोज पगार मिळत असे. काही दिवसांपूर्वी बाबांनी धार्मिक स्थळी फकिरांना जेऊ घालण्यासाठी, तसेच ढोल ताशे वाजवून मंत्रपठण करण्यासाठी दोनशे रुपये पाठवले होते.

बाबा आजारी असताना त्यांनी आपल्या वागणे नामक भक्ताला बोलावले व हिंदी भाषेतील रामायणाचा पाठ करायला लावला. आधी आठवड्यातून एकदा व नंतर अखंड रात्रंदिवस पुन्हा एकदा वाचायला लावून तीनच दिवसात संपूर्ण पाठ संपवायला लावला. असं करता करता तीन वेळा रामायणाचा पाठ करून झाल्यावर तो भक्त थकला. मग बाबांनी त्याला सोडलं आणि उरलेला दिवस मौन पाळलं. नंतर बाबा नेहमीप्रमाणे भिक्षा मागायला गेले. मात्र काही भक्तांनी त्यांना आधार देऊन चालवत नेलं. काही दिवसातच तेही अशक्य होऊन बसल्यावर हा प्रघात थांबवायला लागला.

बाबांची एक स्त्री भक्त होती, सौ. एम्. डब्ल्यू. प्रधान. हिला बाबांच्या महानिर्वाणापूर्वी काही दिवस एक स्वप्न पडलं. स्वप्रात बाबा इहलोक सोडून जाताना तिला दिसले व ती ''बाबा वारले'' असं म्हणून रडू लागली. तोच बाबा तिच्या स्वप्रात येऊन म्हणाले : ''संत कधी मरत नाहीत. त्यांच्या बाबतीत 'समाधी घेणे' असा वाक्प्रयोग करायचा असतो.'' बाबांची आणखी एक स्त्री भक्त होती. बाबा मरणार

या कल्पनेने ती भयभीत झाली होती. ते पाहून बाबा तिला म्हणाले : ''आई, मी कधीच मरणार नाही. जेव्हा जेव्हा तुम्ही माझ्याविषयी विचार कराल तेव्हा तुम्हाला पाहिजे त्या क्षणी मी तिथे असेन, सशरीर अथवा अशरीर.''

विजयादशमीला चार दिवस उरले होते. बाबा विजयादशमीचा उल्लेख 'सीमोल्लंघन' असा करीत. सौ. आंदू मारवाडी नावाच्या स्थानिक भक्त स्त्रीला बाबा म्हणाले : ''बाई आता मला द्वारकामाई व चावडीत राहण्याचा कंटाळा आला आहे. मी आता बुटीच्या वाड्याकडे जाणार आहे. तिथे थोरमोठे लोक माझ्याकडे लक्ष पुरवतील.'' त्यावेळी बाबांची प्रकृती खूपच खालावली होती. त्यांचा लेंडीबागेतील सकाळचा फेरफटका आता बंद पडला होता. ते आता भिक्षा मागायलाही जात नव्हते. फक्त मशिदीत स्वत:ला कोंडून बसत असत. बाबांचे सर्वांत निकटवर्ती भक्त दीक्षित व बुटी तेवढे त्यांच्याजवळ असत.

विजयादशमीच्या दिवशीच एकादशी होती. तेव्हा तात्या पाटील हे बाबांचे जवळचे भक्त आजारी झाले. त्यांची नाडी मंद होऊ लागली. स्वत: बाबासुद्धा त्यावेळी फारच आजारी होते. तरीही अंथरुणावर उठून बसून त्यांचा दानधर्म चालूच होता. सकाळची आरती झाल्यावर बाबांनी सर्व भक्तांना दुपारच्या भोजनासाठी घरी जाण्यास सांगितले. अगदी मोजके भक्त त्यांच्याजवळ उरले. बाबा म्हणाले : ''मला बरं वाटत नाही. मला बुटीच्या दगडी वाड्यात घेऊन चला. तिथे मला बरं वाटेल.'' बाबांचे अखेरचे शब्द हेच होते ''मी चाललो. मला वाड्याकडे घेऊन चला. तिथे सगळे ब्राह्मण माझ्या अवतीभोवती राहतील.'' असं बोलून बाबा त्यांचा कुष्ठरोगी भक्त बागोजी शिंदे याच्या खांद्यावर रेलले व त्यांनी प्राण सोडले. बागोजी जोरात हुंदके देऊन रडू लागले व म्हणाले : ''बाबा गेले.'' नाना निमोणकरांनी बाबांच्या तोंडात थोडं पाणी घातलं पण ते बाहेर सांडलं व ते पाहून तेही रडू लागले.

त्याच दिवशी पंढरपूरला दासगणूमहाराजांच्या स्वप्नात बाबा आले आणि म्हणाले : ''मशीद कोसळून पडली आहे. तेल्यांनी व वाण्यांनी मला खूप त्रास दिला. म्हणून आता मी ती जागा सोडून निघालो आहे. मी तुला सांगायला आलो आहे तू ये आणि बकुळीच्या फुलांनी मला झाकून टाक.'' मग दासगणूमहाराज इतर काही भक्तांबरोबर तातडीने शिरडीला आले.

भक्तांनी केलेल्या नोंदीनुसार दुपारी ३ वाजता बाबांनी समाधी घेतली. ते अखेरपर्यंत शुद्धीत होते. त्यांनी व्यक्त केलेल्या इच्छेचा मान राखून त्यांची अंत्ययात्रा बुटीच्या वाड्यावर नेण्यात आली. भक्तगण हृदय पिळवटणारा आक्रोश करत होते. मिरवणुकीत सामील झालेले इतर गावकरीही रडत होते.

बाबांच्या पार्थिव देहावर कोणत्या धर्माप्रमाणे अंत्यसंस्कार करायचे याबाबत हिंदु-मुसलमानांमध्ये वाद सुरू झाला. बाबा मशिदीत वास्तव्य करून होते त्यामुळे ते

मुसलमान आहेत अशी बहुसंख्य हिंदू व मुसलमानांची धारणा होती. बडे बाबा यांच्या नेतृत्वाखाली अनेक मुसलमान बाबांच्या मृतदेहाभोवती गोळा झाले व त्यांनी मुसलमानांच्या रूढीस अनुसरून बाबांवर अंत्यसंस्कार करायचे ठरवले. परंतु हिंदूंनीही आपल्या पद्धतीने अंत्यसंस्कार करायचे ठरवलं होतं. त्यामुळे त्यांनी मुसलमानांना कडाडून विरोध केला. ते म्हणाले : ''आम्ही बहुसंख्य आहोत त्यामुळे बाबांवर अंत्यसंस्कार करण्याचा मान आमचा आहे.'' मुसलमान एकतर संख्येने कमी होते. शिवाय बाबांची यथायोग्य समाधी बांधण्याएवढा पैसा व प्रभाव त्यांच्यापाशी नव्हता. ही अशी उलटसुलट चर्चा चालू असतानाच कोपरगावचे मामलेदार तेथे आले. दोन्ही गटांनी आपापलं म्हणणं त्यांना ऐकवलं. व आपापाल्या गटाकडून विनंती अर्जही दिला. या सर्व प्रकरणात बाबांची इच्छा नक्की काय होती ते कोणालाच माहीत नव्हतं कारण ते या विषयावर कधीच बोलले नव्हते. आजारी असताना एकदा ते फक्त म्हणाले होते : ''मला बुटीच्या वाड्याकडे न्या.'' बुटी हा नागपूरचा एक लक्षाधीश गृहस्थ. हा बाबांचा भक्त होता. पूर्वी जिथे बाबांनी बाग फुलवली होती त्या जागी नंतर त्याने एक दगडी वाडा बांधला होता. त्याला त्या वाड्यात एक मंदिर बांधायचं होतं. बाबांच्या निधनानंतर त्यांचं दफन त्या वाड्यात करून त्यावर समाधी बांधण्यास तो तयार झाला.

वाड्यात जी जागा मंदिरासाठी नियोजित केलेली होती त्याच जागी नंतर बाबांना मूठमाती देण्यात आली. या बाबातीत हिंदू मुसलमानांचं एकमत झालं. त्या समाधीचं व्यवस्थापन हिंदूंकडे असावं व मुसलमानांसही तेथे मुक्तद्वार असावं असं ठरलं. मामलेदारांनी हा करार मान्य केला व त्यासाठी आवश्यक ती कागदपत्रे बनवून मंजुरी दिली. मग बाबांचा मृतदेह वाड्यात पुरण्यात आला.

हिंदू भक्तांनी जी जागा समाधीसाठी खणून तयार केली होती तिथे बाबांचा मृतदेह पुरण्यात आला. अंतिम संस्कार हिंदू धर्मानुसार करण्यात आले. बाबांचं शरीर ताठर झालेलं नव्हतं त्यामुळे त्यांच्या अंगावरची वस्त्रे सहजगत्या काढता आली. त्यानंतर त्यामुळे त्यांना स्नान घालून त्यांची पूजा करण्यात आली. अखेर कापूर उदबत्तीने भरलेल्या समाधी स्थळात त्यांना ठेवण्यात आलं. बुटीचा वाडा हा दगडी वाडा होता. सुरुवातीला वाड्यातील ज्या ठिकाणी कृष्णाचं मंदिर बांधायचं ठरलं होतं तेथे आता बाबांना चिरविश्रांती मिळाली. एका ठिकाणी आढळलेल्या नोंदीप्रमाणे अंतिम संस्कार उपासनीबाबा व बाळासाहेब भाटे यांनी इतर भक्तगणांच्या उपस्थितीत केले.

बाबांच्या समाधीसमोर बसून दासगणू आणि इतर भक्तांनी दिवसभर भजन केले. दासगणूंनी बकुळीच्या फुलांचा सुंदर हार केला व तो समाधीला वाहिला. तेराव्या दिवशी परत बाळासाहेब भाटे आणि इतर ब्राह्मणांनी अंत्यसंस्काराचे विधी केले. त्यावेळी गोरगरिबांना भोजन घालण्यात आले. उपासनी बाबा आणि जोग प्रयागला

गेले. त्यांनी गंगेच्या काठी बाबांवरील उर्वरित अंत्यसंस्कार पार पाडले. विसाव्या दिवसानंतर शिरडीतील मुसलमानांनी चंदनाची यात्रा काढली आणि कुराणपठण करण्यात आले. त्याचप्रमाणे नमाजपठण करण्यात आले.

बाबांच्या जवळ एक गाठोडे सतत असायचे. ते कोणालाही कधी त्या गाठोड्यास हात लावू देत नसत. ते गाठोडे उघडल्यानंतर त्यातून एक हिरवी कफनी आणि टोपी निघाली. ही वस्त्रे अनेक वर्षांपूर्वी काशीराम शिंपी याने त्यांना दिली होती. त्यावेळी ते पहिल्यांदा एका लग्नाच्या वऱ्हाडाबरोबर शिरडीला आले होते. बाबांनी स्वतःच्या पाठीमागे कोणालाही वारस म्हणून नेमले नसल्याने त्यांची मालमत्ता कोपरगावच्या न्यायाधीशांनी ताब्यात घेतली. ती मालमत्ता म्हणजे त्यांच्या खिशात सापडलेले सोळा रुपये. बाबांवर अंतिम संस्कार पार पडले व त्यानंतर तातडीने एका समितीची स्थापना करण्यात आली. बाबांची दैनंदिन पूजा व आरती करण्याचे काम या समितीने करावयाचे होते. यात प्रामुख्याने बाबांचे निकटवर्ती भक्त होते. त्यांमध्ये एच. एस.दीक्षित, जी.आर.दाभोळकर, प्राध्यापक नरके, तात्या पाटील आणि नाना चांदोरकर यांचा समावेश होता. बापूसाहेब जोग त्या समितीचे अध्यक्ष होते. या समितीने 'श्री समर्थ साईनाथ कोठी' या नावाने एका निधीची स्थापना केली. नंतर त्याचं नाव 'कायम निधी' असं पडलं. या समितीने बाबांच्या मालमत्तेच्या ताब्यासाठी अहमदनगरच्या डिस्ट्रिक्ट न्यायालयात दावा केला. एच. एस.दीक्षित यांनी समाधीची देखभाल करण्यासाठीची एक योजना न्यायालयाला सादर केली. न्यायालयाने ती मान्य केली. अशा रीतीने शिरडीच्या साई संस्थानाची स्थापना झाली. त्याच्या व्यवस्थापनाचे काम विश्वस्त मंडळाकडे सोपवण्यात आले. याच्या कार्यकारी मंडळात एकंदर १५ सदस्य होते. १९२२ मध्ये दीक्षित या संस्थानाचे मानद सचिव झाले. नंतर संस्थानमध्ये दुफळी निर्माण झाली आणि न्यायालयाच्या हुकमान्वये त्याचे व्यवस्थापन न्यायालयीन अधिकाऱ्याने ताब्यात घेतले. काही वर्षांनंतर न्यायालयाने एक नवीन विश्वस्त मंडळ नेमले. त्यांच्यावर दैनंदिन व्यवस्थापनासाठी एक कार्यवाहसुद्धा नेमले.

नरसिंहस्वामी म्हणतात : "बाबांनी स्वतःमागे कोणासही वारस म्हणून नेमले नाही.'' ते म्हणतात : ''चालवण्यासाठी काही वारसाच मागे उरला नाही. संपूर्ण साईंचा आत्मा ज्याच्या अंगी वास करत आहे व ज्याला साई अवतार मानता येईल असा एकही माणूस अस्तित्वात नाही.'' बाबांनी त्यांच्या भक्तांना सांगितलं होतं : ''मी पुनः पुन्हा जन्म घेत राहणार.''

एक भक्त म्हणे, साईबाबा सर्वत्र आहेत. त्यांच्या बाबतीत अंतराचा प्रश्नच उद्भवत नाही. ते एकाच वेळी मुंबई, शिरडी किंवा आणखीही कुठे असू शकतात. त्यांना डोळ्याने पाहण्याची वा कानाने ऐकण्याची कधी गरजच भासली नाही. दृष्टी

किंवा श्रवणशक्तीचा वापर न करताही सर्व काही समजून घेण्याची शक्ती त्यांच्या ठायी होती. कारण ते चित्स्वरूपी होते. सर्वसामान्य मर्त्य माणसाला असणारी बंधने त्यांना नव्हती. त्याचमुळे एकाच वेळी वेगवेगळ्या ठिकाणी घडत असलेल्या घटना त्यांना अंतर्ज्ञानाने दिसू शकत व त्याचा उपयोग ते भक्ताच्या कल्याणासाठा करत, स्वत:ला पाहिजे ते रूप धारण करण्याचं सामर्थ्य त्यांच्या अंगी होतं. ते एकदा एका इस्पितळात एका भक्ताच्या भावासमोर एका रूपात प्रकट झाले, त्याचवेळी त्याच्या घरी दुसऱ्या रूपात आणि त्यांच्या भक्तांनी त्यांना एका तिसऱ्याच रूपात पाहिले. एकदा एका भक्ताने आपल्याला मारहाण केल्याची तक्रार बाबांनी केली. तो भक्त त्याच्या स्वत:च्या घरी दही खाणार होता व त्या दह्यामुळे त्याच्या जिवाला धोका होता. त्यापासून त्याला वाचवण्यासाठी बाबा एका मांजराचे रूप धारण करून तेथे गेले असता त्यांच्या भक्ताने त्यांना (म्हणजेच त्या मांजराला) मारले होते. नंतर याविषयी तक्रार करून त्यांनी आपल्या शरीरावरचे माराचे वळही त्या भक्ताला दाखवले.

नरसिंहस्वामीजी म्हणतात : ''सर्वसामान्यांच्या बाबतीत त्यांचा श्राद्धदिवस हा शोकाचा दिवस असतो. परंतु थोर संतांची पुण्यतिथी हा मात्र आनंदोत्सव साजरा करण्याचा दिवस असतो. कारण ते आता पडद्याआडून बाहेर असतात आणि देवस्वरूपी झालेले असतात. आपल्यावर प्रेम करणाऱ्या भक्ताच्या हाकेस ओ देऊन त्यांचं संरक्षण व त्यांना मार्गदर्शन करण्यासाठी ते सदैव सिद्ध असतात.'' दामोदर रासणे यांनी नरसिंह स्वामीजींना सांगितलेल्या कथेनुसार इ. स. १९१८ मध्ये बाबांनी जरी महासमाधी घेतली असली तरी त्यानंतर कित्येकदा त्यांनी स्वत:च्या डोळ्यांनी बाबांना मानवी रूप धारण करून चालताना व बोलताना पाहिलं होतं व ते त्यांच्याशी बोललेसुद्धा होते.

साई पदानंद राधाकृष्णस्वामीजी म्हणत : ''जे लोक बाबांकडे धाव घेत त्या लोकांच्या मनाचे आणि शरीराचे बाबा डॉक्टर होते. त्यांचे आयुष्यातील अपघातादी दुर्दैवी घटना ते रोखत आणि त्यांच्या प्रगतीसाठी आवश्यक असणाऱ्या कृपाप्रसादाचा त्यांच्यावर वर्षाव करीत. प्रत्येक भक्ताला बाबांच्या प्रेमाचा पुरेपूर वाटा प्राप्त होई व त्यातून मिळणारे सर्वच लाभ त्याच्या वाट्याला येत. मग जरी तो भक्त त्यांच्या प्रत्यक्ष सान्निध्यात असला किंवा त्यांच्यापासून शेकडो मैल दूर असला तरीसुद्धा त्याच्या वाट्याला ते प्रेम तेवढेच भरभरून, तेवढ्याच उत्कटतेने येई. '' एकटे साईबाबा इतक्या सगळ्या भक्तांच्या गरजा जाणून घेऊन एकाच वेळी अनेक ठिकाणी अनेकांच्या मदतीला धावून जात. मग ते भक्त मुंबई, पुणे, शिरडी, दिल्ली किंवा मद्रास अशा दूरदूरच्या ठिकाणी पसरलेले असले तरीही ! ही गोष्ट अनेक प्रसंगी अनेक तऱ्हांनी सिद्ध झाली आहे. नरसिंहस्वामीजी म्हणतात : ''हे तर पूर्णत्वाला पोचलेल्या देवत्वाचं चिन्ह आहे.''

बाबा अनेक मार्ग हाताळत असत. पण तरीही एक गोष्ट ध्यानात घेण्यासारखी आहे. त्यांच्या कोणत्याही पद्धतीमध्ये धार्मिक उपचार किंवा वेदविद्याभ्यासाला अजिबात महत्त्व दिलेले नव्हते. परंतु देवत्वाचं त्यांच्या स्वत:च्या ठायी जे सर्वश्रेष्ठ व अनुपम असं प्रकटीकरण झालेलं होतं, त्याच्याशी एकवाक्यता राखणं हे त्यांचं ब्रीद होतं. त्यांचं कार्य होतं, प्रत्येकाला मदत करणं. याचा अर्थ, त्यांच्या मदतीचा लाभ घेण्याची पात्रता ज्या कुणाच्या अंगी आहे अशा प्रत्येकाला. पण जी कुणी व्यक्ती त्यांच्याकडे येताना ग्रहणशील मन:स्थितीत नसेल, अशा व्यक्तीला नव्हे. बाबा कोणत्याही भक्ताला काही विशिष्ट प्रकारचा उपदेश अथवा शिकवण वगैरे देऊन त्याच्यावर आपला प्रभाव पाडत नसत. ते आपल्या भक्तांना आपली मुलंच मानत व त्या मुलांची अंतर्बाह्य जडणघडण करत. ते त्यासाठी केवळ शब्दांचा नव्हे तर दिव्यदृष्टीचा वापर करत. स्पर्शाचा वापर करत. इच्छाशक्तीच्या तेजाचा वापर करत व त्याद्वारे अनिष्ट प्रवृत्ती व अनिष्ट प्रभाव दूर करून त्याजागी उपयुक्त आणि पवित्र प्रवृत्तींची स्थापना तो करता. स्वामीजी म्हणतात : ''बाबांची ही शिकवण इतकी साधीसोपी, इतकी सर्वसामान्य असे, की ती जर शब्दांत मांडली तर लोकांना पाठ्यपुस्तकांमधील नीतिबोधाप्रमाणे वाटावी. ही अशी शिकवण इतकी सरळ, सरधोपट असताना ही खास शब्दांत मांडण्याचा प्रयास हवाच कशाला असा प्रश्न ऐकणाऱ्याला पडावा.'' बाबांनी जे काही शिकवलं ते नवीनही नव्हतं आणि वेगळंही नव्हतं. त्यांनी जे शिकवलं ते परंपरागत चालत आलेलं नीतिमत्ताविषयक व आध्यात्मिकतेचं चिरंतन सत्य होतं. तरीही हे सत्य पुन:पुन्हा प्रत्येकाच्या मनावर बिंबवण्याची गरज होती व प्रत्येकाने त्यानुसार आचरण करावं हीसुद्धा गरज होती. आणि म्हणूनच बाबांनी हे सत्य आपल्या भक्तांसमोर अगदी सुयोग्य वेळी मांडलं.

बाबांनी समाधी घेतली त्यावेळी त्यांचं वय काय होतं? ही गोष्ट कोणालाही माहीत नाही आणि त्याबद्दल खात्रीशीर माहिती कोणीच देऊ शकत नाही. दासगणू म्हणतात : ''बाबांच्या वयाचा कोणालाच कधी थांगपत्ता लागला नाही.'' चाळीस वर्षापूर्वी दासगणूंना एक वृद्ध स्त्री भेटली होती. तिचं नाव साळूबाई शेळके. ती शिरडीची राहणारी होती. त्यावेळी ती ६५ वर्षांची होती. तिच्या म्हणण्याप्रमाणे तिचा जेव्हा विवाह झाला. तेव्हा ती आठ-दहा वर्षांची असेल. त्याच सुमाराला बाबा शिरडीला आले व ते वयाने चाळीस पन्नास वर्षांचे दिसत असत. परंतु १८९५ साली दासगणू बाबांना जेव्हा पहिल्या प्रथम भेटले तेव्हाही ते तेवढेच दिसत होते. आणखी एक वृद्ध स्त्री होती. तिचं नाव साईबाई. तिच्या म्हणण्याप्रमाणे बाबा जेव्हा शिरडीला आले तेव्हा ते अगदीच तरुण होते. दासगणूंच्या मते समाधीच्या वेळी बाबांचे वय १०० च्या वर असावे. पण तरीही बाबा नक्की काय वयाचे होते याचं

हे नेमकं उत्तर असेलच असं नाही. वाचकांना हे आठवतच असेल की १८५७ च्या स्वातंत्र्यसमरात झाशीच्या राणीच्या फौजेत आपण असल्याचं बाबांनी स्वत:च सांगितलं होतं. मात्र त्यावेळी त्यांचं वय काय होतं याचा उल्लेख त्यांनी केला नव्हता. एका गोष्टीचं नवल वाटतं- बाबांना त्यांचं वय कोणीच कसं विचारलं नसेल? व त्यांनीही त्याबाबत आपण होऊन माहिती कशी पुरवली नाहा? परंतु बाबांच्या भक्तांच्या दृष्टिकोनातून बाबा चिरंजीव होते. मृत्यूच्या आणि मरणाधीनतेचे पलीकडे पोचलेले होते.

आधी उल्लेख केल्याप्रमाणे बाबांच्या मृत्यूनंतर त्यांची मालमत्ता सरकारने ताब्यात घेतली. याचं कारण बाबांनी मृत्युपत्रही केलेलं नव्हतं किंवा कोणी वारसही नेमलेला नव्हता. १९ ऑक्टोबर १९१८ तारखेला कोपरगावचे मामलेदार आणि कोपरगावचे न्यायाधीश यांनी अहमदनगरच्या कलेक्टरला व डिस्ट्रिक्ट मॅजिस्ट्रेटला जो अहवाल सादर केला यात म्हटले आहे : ''आता केवळ एकच मार्ग उरला आहे व तो म्हणजे योग्य आणि जबाबदार समितीची व्यवस्थापनाच्या कामासाठी नेमणूक होईपर्यंत मालमत्तेचा ताबा घेणे. कारण साईबाबांनी काहीही मृत्युपत्र करून ठेवलेलं नाही अथवा वारसदारही नेमलेला नाही.''

१ ऑक्टाबर १९४१ पासून शिरडी साई संस्थानाच्या कारभाराच्या बाबतीत जे अधिनियम ठरले त्याच्या प्रस्तावनेत म्हटले आहे : ''एच्.एच्.श्री साईबाबा ऑफ शिरडी' यांना आखिल भारतीय कीर्तीचे संत म्हणून ओळखले जात असले तरी त्यांचे मूळ जन्मस्थान ज्ञात नाही. ते आग्राट्रंक रोडवर, अहमदनगर जिल्ह्यातील कोपरगावापासून दक्षिणेला आठ मैलांवर असलेल्या शिरडी या एका लहानशा खेड्यात सुमारे ८६ वर्षांपूर्वी आले. काही थोड्या दिवसांनंतर ते महात्मा असल्याचे लोकांच्या अनुभवास येऊ लागले. हिंदू तसेच इतर धर्मीय लोकांनी त्यांची भक्ती केली.१५ ऑक्टोबर १९१८ रोजी मंगळवारी, विजया दशमी सह एकादशी तिथीस शके १८४० मध्ये त्यांचा मृत्यू झाला. मृत्युसमयी त्यांनी मृत्युपत्र केले नव्हते. त्यांनी मृत्युसमयी प्रकट केलेल्या इच्छेचा आदरपूर्वक मान राखून भव्य अशा वाड्यात त्यांचे दफन करण्यात आले. ह्या वाड्याचे बांधकाम जवळजवळ पूर्ण होत आले होते व तो वाडा साईबाबांच्याच संमतीने कै. श्रीमान गोपाळराव व मुकुंद बुटी या नागपूरच्या लक्षाधीश गृहस्थांनी बांधला होता. साईबाबांच्या भक्तांची संख्या प्रचंड मोठी असून त्यांचे हे मंदिर म्हणजे विविध सामाजिक स्तरावरील लोकांना आराधना करण्यासाठी प्रार्थना मंदिर व संस्थान म्हणून उपयोगात यावयाचे होते. त्या सर्व संस्थानाची देखभाल व त्याचे व्यवस्थापन करण्यासाठी एका मंडळाची नेमणूक करणे गरजेचे होते. मृत साईबाबांची एक संत म्हणून कायमस्वरूपी आराधना चालू ठेवण्यासाठी एका समितीची स्थापना करण्यात आली.

"दासगणूमहाराजांनी त्यांच्या शेकडो कीर्तनांद्वारे मुंबईत, मुंबईच्या उपपनगरात व मुंबई बाहेरसुद्धा या समितीस प्रचंड मदत केली. त्यांनी १९१० सालापासून साईबाबांच्या अंगी असलेल्या दैवी सामर्थ्याची लोकांना माहिती व जाणीव करून दिली. ते त्यांचे कार्य अजूनही चालू आहे. या समितीच्या कार्याला भंडारा दिनापासून म्हणजेच २७ ऑक्टोबर १९१८ पासून सुरुवात झाली. या समितीने या दिवशी मंदिरातील पूजाअर्चा व इतर उपचारांसाठी एका निधीची स्थापना केली. साईबाबा हयात असताना जशी पूजाअर्चा होत असे तसेच त्याचेही स्वरूप असणार होते. ही आराधना मंदिर, मशीद व चावडी अशी सर्वत्र चालू राहणार होती. आज मितीला साईबाबांच्या आशीर्वादाने हा निधी अर्ध्या लाखापर्यंत जाऊन पोचला आहे. व तो हळूहळू वाढतच चालला आहे.

बाबा हे जन्मभर गूढ व अतर्क्यच राहिले. त्यांनी स्वतःहून स्वतःची ओळख कोणालाही कधीच करून दिली नाही. त्यांची लोकांना जी काही ओळख झाली ती एक अत्यंत प्रेमार्द्र व करुणामयी व्यक्तिमत्त्व अशी झाली. बाबांच्या अंगी जी अतींद्रिय शक्ती आणि स्फूर्ती होती ती मानवी कल्पनेच्या पलीकडची होती. अविश्वसनीय अशी होती. स्वतःच्या आसपासच्या आणि दूरवरच्या लोकांच्या जीवनात त्यांनी श्रद्धा निर्माण केली. त्या लोकांच्या संकटकाळात ते धावून गेले. कोणीही बाबांचं नुसतं स्मरण करण्याचा अवकाश होता, ते लगेच त्यांच्या हाकेला धावून जात. बाबा हे शक्तीचं मोठं निधान होतं. ते अथांग होतं. त्याचा स्रोत अगम्य होता. परंतु मनात कोणताही संदेह घेऊन किंवा अस्थिर मनाने बाबांपाशी जाणं धोक्याचं होतं. कारण समोरच्या व्यक्तीच्या मनात काय चाललं आहे हे बाबांना तत्क्षणीच समजत असे. खुद्द त्या व्यक्तीलाही त्या गोष्टीचा पत्ता नसायचा, पण ते बाबांच्या आधी लक्षात येई. इतकंच नव्हे- माणसे कुठेही असली, कितीही दूर... शेकडो हजारो मैलांवर, तरी बाबा त्यांची मने एखाद्या उघड्या पुस्तकासारखी वाचत. कोणाही स्त्री अथवा पुरुषाच्या मनोव्यापाराविषयी वा त्याच्या कृतीविषयी बाबा अत्यंत सहज स्वाभाविकपणे सांगू शकत. ते त्या व्यक्तीविषयी जी काही गुपिते, माहिती उघड करून सांगायचे ती अत्यंत उत्स्फूर्तपणे, काहीही प्रयास न करता अगदी सहजगत्या. दक्षिण अफ्रिकेत राहणाऱ्या एका माणसाला कोणीतरी त्याच्या मनाविरुद्ध बाबांच्या दर्शनाला आणलं होतं. त्याची देवता 'श्रीराम' होती व 'एका मुसलमान फकिरासमोर मी मुळीच झुकणार नाही' असं तो वारंवार म्हणत होता. परंतु जेव्हा तो मशिदीच्या पायऱ्या चढून वर बाबांकडे येऊ लागला तेव्हा त्याला काही वेगळंच दृश्य दिसलं. बाबा साक्षात् प्रभू रामचंद्रांचं देखणं, तेजस्वी रूप घेऊन तिथे उभे होते. मग तो माणूस पळतच बाबांपाशी आला व त्यांच्या पाया पडला.

आणखी असाच एक विलक्षण प्रसंग. एका ब्राह्मणाची गोदावरी नदीत बुडी मारण्याची इच्छा होती. तो गोदावरीला गंगा म्हणत असे. 'बाबांच्या पायाच्या अंगठ्यातून झुळूझुळू गंगा वाहताना तुला प्रत्यक्ष पाहायला मिळेल', असं त्याला

कोणीतरी सांगितलं. आणि खरोखरच तसंच घडलं. त्या महात्म्याच्या पायाखालून झुळूझुळू गंगा वाहू लागल्याचं पाहताच तो ब्राह्मण आश्चर्याने थक्क झाला. आपल्यासारख्या सामान्यांच्या दृष्टीने बाबांच्या या विलक्षण कृत्याला चमत्कारच म्हणायला पाहिजे. पण बाबांच्या दृष्टीने हे असले चमत्कार हा त्यांचा स्वत:चा, त्यांच्या अस्तित्वाचाच एक भाग होता. ते सतत लोकांची परीक्षा घेत असत. ते जेव्हा कधी एखाद्या भक्ताकडे दक्षिणा मागत तेव्हा त्या दक्षिणेच्या रकमेला महत्त्व नसे. जे काही महत्त्व होते ते त्या भक्ताच्या ठायी असलेल्या श्रद्धेला आणि धीराला. (यालाच बाबा निष्ठा व सबुरी असे म्हणत) त्यांची आपल्या भक्तांकडून अनिर्बंध, मुक्त व संपूर्ण शरणागतीची अपेक्षा असे. आणि ते त्याची पूर्ण काळजी घेण्याचं त्यांना आश्वासन देत. मात्र बाबा दिलेल्या शब्दाला नेहमीच जागत. आश्चर्याची गोष्ट अशी की बुद्धिमान प्रकांडपंडितांकडेही ते अशाच प्रकारच्या संपूर्ण शरणागतीची मागणी करत आणि असे विद्वान लोक अत्यंत आनंदाने त्यांची ती मागणी पुरवत. परंतु आपण आयुष्यात जे काही ज्ञान संपादन केलं, ते पूर्णपणे विसरून जाणं ही काही सोपी गोष्ट नव्हती, त्यामुळे ती अनेकांना नीट जमतही नसे. आणि तरीही ते त्यांचे नि:स्सीम भक्त होते. बाबांविषयी वाटणारं प्रचंड आकर्षण, ओढा व बाबांची कोणालाही भुरळ घालण्याची ताकद यांपासून ते दूर जाऊच शकत नसत. अखेरपर्यंत ते बाबांची भक्ती करीत. बाबांनी त्यांना वचन दिलं होतं : ''माझी समाधी बोलेल.'' बाबांनी हे वचन मृत्यूपूर्वी दिलं होतं. त्याचा लाभ त्यांच्या मृत्यूनंतर इच्छुकांना घेता यावा व त्यांना बाबांची भक्ती करता यावी याची बाबांच्या भक्तांनी त्यांच्या निर्वाणानंतर व्यवस्थित काळजी घेतली.

एका गोष्टीचं मात्र नवल वाटल्याशिवाय राहात नाही. खरं तर बाबा हे केवळ महाराष्ट्राचे किंवा केवळ भारताचेच नव्हे तर साऱ्या जगाचे होते. परंतु ही गोष्ट त्यांच्या हयातीत त्यांच्या भक्तांना समजलीच नाही. बाबांच्या निर्वाणानंतर अनेक वर्ष लोटली. नरसिंहस्वामीजींनी बाबांविषयी खोलवर संशोधन केलं व बाबांची आपल्याला ओळख करून दिली. तोपर्यंत मात्र भारतातील कितीतरी प्रदेशांमध्ये बाबांचं साधं नावसुद्धा कोणी ऐकलं नव्हतं. त्यांना कोणीही ओळखत नव्हतं. बाबांच्या काही विद्वान भक्तांनी सर्वांना सांगितलं - ''बाबा हे आमच्या मनात असलेल्या ईश्वरविषयक संकल्पनेचं समूर्तसाकार रूप होतं.'' पण तरीही या भक्तांची भक्ती सीमितच राहिली असं म्हणावं लागेल. कारण बाबांचा महिमा खरोखरच इतका मोठा होता तर मग बाबांच्या या भक्तांनी त्यांचा हा महिमा, त्यांचं अस्तित्व, त्यांची शिकवण त्याचप्रमाणे लहानथोर, गोरगरीब, सर्व जातीधर्म व पंथांच्या लोकांच्या मदतीला धावून जाण्याची त्यांची वृत्ती या सर्व गोष्टींविषयी केवळ संपूर्ण भारतालाच नव्हे तर बाहेरच्या जगालाही ओरडून सांगायला हवं होतं. पण ते त्यांनी का केलं नाही? त्यांच्यासारखे सुशिक्षित, विज्ञानपंडित भक्त

स्वत:च्या या प्राथमिक कर्तव्यात कसे काय चुकले हे कोडं कधीच सुटणार नाही. बाबांसारख्या महात्म्याला, देवात्म्याला स्वत:च्या देशबांधवांबरोबर वाटून घेणं, त्या महात्म्याच्या दैवी शक्तीचा लाभ सर्वांना करून देणं, या गोष्टी त्यांनी कशा काय केल्या नाहीत? बाबा कोण कुठले याचा थांगपत्ता त्यांना नव्हता म्हणून तर हे घडलं नसेल ना? की बाबांची ती फकिरासारखी वेशभूषा आणि त्यांचं ते मशिदीतील वास्तव्य या गोष्टींमुळे त्यांची दिशाभूल झाली होती? बाबांकडे जाऊन त्यांना ठावठिकाणा, जातपात, वंश, कूळ इ. विचारण्याचं धाडस त्यांच्यापैकी कोणीच कसं काय केलं नाही? तुम्ही कोण? कुठले ? तुम्ही मुसलमान की हिंदू? असे अनेक प्रश्न अनुत्तरित राहिले. असं ऐकिवात आहे, की बाबांच्या पाठीमागे बोलणाऱ्या लोकांना त्यांचे कुतूहल शमवण्यासाठी समोर बोलावले. मात्र त्याप्रमाणे खरोखरीच कोणी त्यांच्यासमोर जाऊन उभं राहिलं किंवा नाही याची काहीच नोंद नाही. आणि ते धाडस जर केलंच असलं तर त्यावर काही भाष्यही केलेलं नाही.

या मागचं सत्य असं आहे, की बाबांचे विचार, आयुष्यातील समस्यांकडे बघण्याचा त्यांचा दृष्टिकोन, त्यांची शिकवण व त्यांचं आपल्या भक्तांशी वागणं या सर्वच बाबतीत बाबा संपूर्ण हिंदू होते. मग त्यांचा वेष फकिराचा असला आणि ते मुखाने सतत अल्लाचा नामोच्चार करत असले म्हणून काय झालं? त्यांच्या या बाह्यरूपामुळेच त्यांच्या दर्शनासाठी आलेले कितीतरी लोक, इतकंच नव्हे तर त्यांचे अगदी निकटवर्ती भक्त सुद्धा गोंधळात पडत. पण बाबांच्या दृष्टीने माणसाचं बाह्यरूप महत्त्वाचं नव्हतं तर त्यांची आंतरिक प्रगती महत्त्वाची होती. त्यांनी स्वत:चं संपूर्ण लक्ष त्यावरच केंद्रित केलेलं होतं. बाबांच्या दृष्टीने राम, रहिम, अल्ला व हरी एकच होते. एकाच वैश्विक अस्तित्वाची ती विविध नावे होती. आणि हे वैश्विक अस्तित्व म्हणजे मानवजातीवर राज्य करणारा अत्युच्च असा सर्वसत्ताधीश होता. मग त्याला तुम्ही नाव काहीही द्या.

आम्ही आधी वर्णन केलेले उच्च पातळीचे काही हिंदू विद्वान बाबांचे भक्त होते. परंतु तेवढी पातळी, तेवढी उंची गाठू शकेल असा त्यांचा मुसलमान भक्त मात्र एकही नव्हता. त्यांच्या नि:स्सीम भक्तांपैकी मुसलमान भक्त एकमेव होता व तो म्हणजे अब्दुल. हा त्यांचा सेवक होता. त्याला बाबांनी केवळ कुराणच नव्हे तर हिंदू धर्मग्रंथांचेही ज्ञान दिले. हिंदू देवतांवर निष्ठा ठेवून त्यांची भक्ती करायला, विशेषत: मारुतीची उपासना करायला, बाबांनी त्याला शिकविले. बाबा म्हणत : ''मी माझ्या भक्तांना माझ्याकडे खेचून घेतो. ते स्वत:हून माझ्याकडे कधीच येत नाहीत.'' बाबा नेहमी ऋणानुबंधाविषयी बोलत. पूर्वजन्मीच्या संबंधांविषयी बोलत. त्या जन्मामधील आपल्या नातेवाइकांविषयी आणि खेळसवंगड्यांविषयी बोलत. त्या सर्वांना ते या जन्मामध्येही ओळखून, शोधून काढत. पूर्वी आपण पाहिलंच

आहे त्याप्रमाणे त्यांच्यातील कित्येक लोक या जन्मी प्राण्याच्या रूपात सुद्धा असत, जसे मेंढा, बेडूक आणि साप. पण त्यांच्यापैकी ज्या ज्या लोकांना बाबांनी जवळ केले त्यांमध्ये एक अब्दुल वगळता बाकी कोणीही मुसलमान नव्हते. अब्दुलला मात्र बाबांनी केवळ जवळ बोलावले एवढेच नव्हे तर स्वत:पाशी ठेवून घेतले. त्याच्या आधीच्या गुरूने त्याला बोलावणे पाठवले असता बाबांनी त्याला जाऊ दिले नाही.

बाबा अनेकदा जन्म आणि पुनर्जन्म यांविषयी बोलत. एकदा एका विशिष्ट भक्ताबद्दल बोलताना बाबांनी असेही सांगितले होते, की बाबा आणि तो हे एकंदर सात जन्म एकमेकांबरोबर होते. बाबा म्हणत : ''वानरसेनेने जेव्हा मारुतीच्या नेतृत्वाखाली सीतेची सुटका करण्यासाठी लंकेवर आक्रमण केले तेव्हा मी तिथे होतो.'' बाबा अनेकदा कर्माविषयी बोलत. प्रत्येक प्राणिमात्राला या जन्मातून त्या जन्मात जे कर्माचे ओझे वाहून न्यावे लागते त्याविषयी सुद्धा ते बोलत. कर्माच्या परिणामांची फळे ही ज्याला त्याला भोगावीच लागतात, त्यापासून कोणालाही कधी सुटका नाही आणि ती फळे धीराने, संयमाने आणि अविचल व शांत मनाने भोगावी लागतात असे ते सांगत. पण स्वत:च्या अंगच्या विलक्षण सामर्थ्याच्या जोरावर ते आपल्या भक्तांच्या या जन्मात पूर्वकर्माचा परिणाम थोडाफार सुसह्य करत व विविध प्रकारे आपल्या भक्तांना दिलासा देत.

एकदा क्षयरोगाने ग्रासलेला भक्त त्यांच्यापाशी आला. ''मी तुझी काळजी घेईन,'' असं आश्वासन देऊन त्यांनी त्याला परत पाठवलं. त्याच रात्री त्या भक्ताला एक दु:स्वप्न पडलं. त्या स्वप्नात तो भक्त असह्य, जीवघेण्या वेदनांनी किंचाळून रडत होता. दुसऱ्या दिवशी सकाळी उठल्यावर त्याच्या आजाराला चांगलाच उतार पडला होता. नंतर काही थोड्याच दिवसात तो त्या दुखण्यातून बरा झाला. नंतर बाबांनी त्याला सांगितले : ''तुझ्या कर्माची फळे तू स्वप्नात भोगलीस.''

रुग्णांवर उपचार करताना बाबा कधी कधी अत्यंत जगावेगळ्या, लोकविलक्षण अशा पध्दतींचा अवलंब करीत. त्या पद्धती इतरांना धोकादायकही वाटत असत. उदाहरणच द्यायचं झालं तर त्यांच्या एका भक्ताला अतिसाराचा विकार झाला होता तेव्हा बाबांनी त्याला मूठभर शेंगदाणे खाऊ घातले होते आणि त्याबरोबर थंड पाणी पिण्यास सांगितले होते. आश्चर्याची गोष्ट अशी की तो रुग्ण खडखडीत बरा झाला. दुसऱ्या एका रुग्णाच्या बाबतीत बाबांनी त्याला आपल्या समोर बसवून घेतलं. तो पोटदुखीने बेजार होता. बाबांनी फक्त त्याच्या शरीराला 'नीट वागण्या'ची आज्ञा दिली आणि चक्क तो रोगी उठून उभा राहिला. त्याला आता चांगलाच आराम वाटू लगला होता. बाबांना अंधश्रद्धांचा तिटकारा होता. त्याचप्रमाणे अमुक एक गोष्ट निषिद्ध आहे अशा ज्या काही प्रचलित समजुती होत्या त्यांचासुद्धा. सनातनी हिंदू लोक कांदा खाणे

आणि तेही विशेषत: एकादशीच्या दिवशी खाणे निषिद्ध मानत. बाबांनी त्यांच्या एका सनातनी भक्ताला ऐन एकादशीच्या दिवशी कांदा खाण्यास भाग पाडले. परंतु त्याने कांदा खाण्यापूर्वी बाबांनी स्वत: कांदा खाऊन उदाहरण घालून द्यावे, असा त्याने हट्टच धरला. बाबांनी त्याची चांगलीच फजिती केली. आधी त्यांनी कांदे खाल्ले पण तरीही नंतर 'मी नाही बुवा कांदे खाल्ले' असंही म्हणाले व कानावर हात ठेवले. स्वत:चं बोलणं सिद्ध करून दाखवण्यासाठी त्यांनी उलटीसुद्धा करून दाखवली. आणि त्यातून पडले ते केवळ रताळ्याचे तुकडे. अशा प्रकारचा चमत्कार आपल्या भक्तांना करून दाखवण्यात त्यांना गंमत वाटे. बाबांच्या अंगी भरपूर विनोदबुद्धी आणि खेळकर वृत्तीसुद्धा होती. त्याचमुळे ते आपल्या भक्तांना आणि भेटीसाठी आलेल्या लोकांना मोहवून टाकत.

बाबांना संतापही यायचा. त्यांच्या त्या संतापाची त्यांच्या भक्तांना अतिशय भीती वाटे. कधीतरी तर बाबा नक्की का संतापले आहेत त्याची भक्तांना काही कल्पनाच येत नसे. भक्तांची गैरसोय केल्याबद्दल, त्यांच्या भोजनात व्यत्यय आणल्याबद्दल बाबा कधीतरी पंचमहाभूतांवर रागावत. ज्या दुष्ट शक्तीमुळे लहानलहान मुलांवर रोगराई व दु:ख ओढवते त्या शक्तींवर बाबा संतापत. एकदा बाबांच्या एका भक्ताला सापाने दंश केला. तो भक्त तातडीने उपचारासाठी मशिदीत बाबांकडे आला. मशिदीच्या पायऱ्या चढून तो वर बाबांच्या दिशेने येत असता बाबा जोराजोरात ओरडू लागले : ''येऊ नको. चढू नको. चढू नको. खाली उतर.'' बाबा असे आपल्याला घालवून का देत आहेत, या विचाराने तो भक्त गोंधळात पडला व जागीच खिळून उभा राहिला. मग नंतर सगळा उलगडा झाला- जे सर्पविष त्याच्या अंगात भिनत वर वर चढत होतं त्या विषावर बाबा रागावले होते.

बाबांच्या दृष्टीने ईश्वरनिर्मित प्रत्येक आविष्कार समानदर्जाचा होता. व त्याचमुळे ते सर्वांवर दया, करुणा आणि प्रेम यांचा सारखाच वर्षाव करीत. मग त्या लोकांची समाजातील निष्ठा, त्यांच्या हातातील सत्ता आणि अधिकार, त्यांचं स्थान काही का असेना त्यामुळे एक गोरा इंग्रज अधिकारी त्याच्या पत्नीसह साईबाबांच्या भेटीला आला असता बाबांनी त्या दोघांना अनंत काळपर्यंत तिष्ठत ठेवले. अखेर ते दोघे तसेच निघून गेले. बाबांच्या मनातून त्या दोघांना नम्रतेचा, विनयशीलतेचा धडा शिकवायचा होता. त्याच्या अगदी उलट एक कुष्ठरोगी बाबांचं दर्शन घेण्यासाठी आला असता, तो चाचरत, घाबरत दूर उभा राहिलेला पाहून बाबांनी त्याला आपल्या जवळ बोलावले व आशीर्वाद दिले. त्या कुष्ठरोग्याचा रोग फारच बळावलेला होता व त्याच्या अंगाला दुर्गंधी येत होती. त्यामुळे बाबांची एक स्त्री भक्त त्या रुग्णाच्या जवळ उभी असताना तिला त्याची अत्यंत किळस वाटली. त्याच्याजवळ उभं राहणं तिला अगदी असह्य झालं. तो कुष्ठरोगी जेव्हा सावकाश

परत गेला तेव्हा तिने एक सुटकेचा नि:श्वास सोडला. पण बाबांनी त्याला परत बोलावले. त्याच्या हातात एक लहानशी पुरचुंडी होती ती त्यांनी हातात घेतली आणि उघडली. बाबांना देण्यासाठी तो मुद्दाम पेढे घेऊन आला होता पण शरमेमुळे त्याने ते त्यांना दिले नव्हते. बाबांनी त्यातील एक पेढा स्वत:च्या हाताने त्याला भरवला व दुसरा त्या स्त्रीच्या हातात ठेवून तिला खायला सांगितला. तिला आवंढ्याबरोबर तो पेढा गिळून टाकण्यावाचून काही गत्यंतर नव्हते. बाबांनी तिला करुणेचा आणि निगर्वीपणाचा धडा शिकवला.

एकदा एक श्रीमंत माणूस बाबांपाशी आला आणि 'बाबा मला तुम्ही देव दाखवा, पखब्रह्म दाखवा', असा हट्ट धरून बसला. तो आला होता अत्यंत घाई गडबडीत. त्याने एक घोडागाडी भाड्याने ठरवली होती, व त्यातून तो आला होता. 'सावकाराकडून पैसे मागून आणा' असा बाबांचा निरोप घेऊन विविध व्यक्तींकडे त्याला पाठवण्यात आले. परंतु त्या व्यक्तींपैकी कोणालाही सावकाराने पैसे काही दिले नाहीत. अखेर सावकाराने फक्त त्याच्या स्वत:च्या ओळखीच्या माणसालाच पैसे उसने दिले. व हा माणूस बाबांचा भक्त होता. बाबांकडे पखब्रह्म जाणून घेण्याच्या आशेने आलेल्या त्या श्रीमंत माणसाचा मोलाचा वेळ वाया चालला होता, त्यामुळे तो चिडीस आला. आपल्याला आता घोडागाडीचे भरमसाट भाडे मोजावे लागणार अशी धास्ती त्याला वाटू लागली. आपण पखब्रह्माच्या भेटीच्या आशेने आलो पण त्याबाबत मात्र बाबा काहीच कसं करत नाहीत हे त्याला समजेना. अखेर बाबा त्याला म्हणाले : "जा, तुला उत्तर मिळालं.'' ते ऐकून तर तो धनिक अधिकच गोंधळून गेला. मग कुणीतरी त्याच्या शंकेचं निरसन केलं : ब्रह्मज्ञान वाटेल त्या माणसाला होत नसते. ते प्राप्त करण्यासाठी इच्छा बाळगणाऱ्याची तेवढी पात्रताही असावी लागते. सावकारही वाटेल त्या व्यक्तीला पैसे कर्जाऊ देत नाही. तो फक्त त्याच्या ओळखीच्या माणसालाच ते देतो.''

बाबांच्या भक्तांच्या म्हणण्यानुसार त्यांना लिहिताना अगर वाचताना कोणीही पाहिले नव्हते. त्यामुळे बाबा शिक्षित तरी होते की नाही हा प्रश्न उभा राहिला. परंतु हिंदू आणि मुसलमान धर्मग्रंथांचं त्याचं अफाट ज्ञान पाहून सर्वजण आश्चर्यचकित होत असत. विविध धर्मांच्या धर्मग्रंथांमध्ये कोणतं तत्त्वज्ञान सांगितलेलं आहे, त्याचा अन्वयार्थ नक्की कसा लावायचा इत्यादी बाबतीत अनेकदा बाबांची मोठमोठ्या विद्वानांशी चर्चासुद्धा चालत असे. 'मला विष्णुसहस्रनामातून हरी भेटला', असं ते नेहमी सांगत आणि विष्णुसहस्रनाम स्वत:च्या छातीवर ठेवून झोपत. त्यांच्या आयुष्याच्या अखेरच्या काळात त्यांनी एका भक्ताला समोर बसवून त्याच्याकडून रामायण करून घेतलं. अखेर रात्रंदिवस चाललेल्या त्या पारायणानंतर तो माणूस थकला. मगच बाबांनी त्याला घरी पाठवले.

बाबा आपल्या भक्तांची अभूतपर्व काळजी घेत आणि त्यांच्याकडे लक्ष

पुरवीत. बाबांना भेटण्यासाठी जी व्यक्ती शिरडीस येईल तिने बाबांच्या परवानगीशिवाय शिरडी सोडून जाता कामा नये, असा त्यांचा दंडक होता. त्या माणसांनी कधी जायलाच पाहिजे किंवा कधी आपले महत्त्वाचं कामदेखील प्रसंगी लांबणीवर टाकून शिरडीस राहायला पाहिजे हे बाबांना नेमकं माहीत असे. मग त्याक्षणी शिरडी सोडून आधी ठरवलेल्या प्रवासाचं वेळापत्रक पाळून पुढील प्रवासाला निघून जाणं त्या प्रवाशाच्या दृष्टीने जीवनमरणाइतकं महत्त्वाचं असलं, तरीसुद्धा बाबांनी जर थांबवलं तर त्याने थांबणंच इष्ट असे. दोन भक्तांच्या बाबतीत असं घडलं. त्या दोघांना त्या दिवशी अगदी तातडीने शिरडी सोडून रेल्वे पकडून दुसऱ्या गावीतील वरिष्ठ अधिकाऱ्याची भेट घेण्यासाठी जाणं अत्यंत महत्त्वाचं वाटत होतं. परंतु बाबा म्हणाले : ''आत्ता जाऊ नका.'' त्या दोघांपैकी एकाने बाबांची ही आज्ञा शिरसावंद्य मानली आणि आपलं जाणं स्थगित केलं. परंतु दुसऱ्याला मात्र रेल्वे चुकेल अशी भीती वाटली व त्याने बाबांचं काही एक न ऐकता शिरडी सोडून रेल्वेस्टेशनाकडे धाव घेतली. बाबांचा भक्त नंतर सावकाशीने बाबांचा निरोप घेऊन स्टेशनवर पोचला. त्याचा आधी निघून गेलेला मित्र अजूनही स्टेशनातच खोळंबून थांबलेला होता. गाडी अजूनसुद्धा आलीच नव्हती. दुसऱ्या अशाच एका प्रसंगी बाबांच्या एका डेप्युटी कलेक्टर भक्ताला विशिष्ट वेळी विशिष्ट ठिकाणी जाऊन आपल्या वरिष्ठ अधिकाऱ्याची, म्हणजे कलेक्टरची गाठ घ्यायची होती. तत्पूर्वी तो बाबांचा निरोप घेण्यासाठी गेला. बाबा म्हणाले : ''आज जाऊ नको. उद्या जा.'' तो भक्त घाबरला. आता आपल्याला वरिष्ठांचा रोष पत्करावा लागेल व शिस्तभंगाची कारवाईसुद्धा केली जाईल अशी भीती त्याला वाटू लागली. पण तरीही त्याने बाबांच्या आज्ञेचे पालन करायचे ठरवून आपले जाणे स्थगित केले. दुसऱ्या दिवशी तो जेव्हा ठरलेल्या ठिकाणी जाऊन पोचला, तेव्हा त्याच्या आश्चर्याला पारावार उरला नाही. कारण कलेक्टरसाहेब अजूनही तेथे येऊन पोचलेच नव्हते. उलट आदल्या दिवशीचं त्यांचं येणं काही तातडीच्या कामामुळे रहित झालं होतं आणि त्याऐवजी ते आज येणार आहेत असा निरोप नुकताच मिळाला होता. आता ह्या कलेक्टरांच्या कार्यक्रमात ऐन वेळेस झालेल्या बदलाविषयी बाबांना कसं काय ठाऊक? अशा आणखी शेकडो घटना घडल्या. त्या प्रत्येक बाबतीत हाच प्रश्न उपस्थित होई; ''बाबांना हे कसं काय समजलं?'' बाबांना खरं तर सर्वत्र सदासर्वकाळ जे काही घडत असे त्याचं पूर्ण ज्ञान असे. एकदा त्यांचा एक भक्त वाईट मार्गाला लागला होता. तो बाबांना चोरून वेश्येकडे गेला होता. परंतु बाबांनी ते वेळीच जाणलं. इतकंच नव्हे तर तो भक्त जेव्हा वेश्यागृहाच्या दारातून आत शिरत होता तेव्हा त्याला दार अडवून बाबा उभे राहिलेले दिसले. तो वरमला. परत असं पाप कधीही न करण्याची शपथ त्याने घेतली.

बाबांच्या भक्तांपैकी एकाला सुंदर स्त्रियांचं आकर्षण वाटे. एकदा काही पर्दानशीन मुस्लिम स्त्रिया बाबांच्या दर्शनासाठी आल्या. बाबांच्या अगदी निकटवर्ती भक्तांपैकी एक भक्त त्या स्त्रियांमधील एका स्त्रीकडे आकर्षित झाला. ती बुरखा कधी काढते आणि आपल्याला नजरेने तिच्या सौंदर्याचं आकंठ पान कधी करता येतं याची तो वाट बघत बसला. अर्थात ते घडलं नाही. ती स्त्री निघून गेली. 'असले दुष्ट विचार मनात कधीच येता कामा नयेत', असं त्यांनी त्या भक्ताला सांगितलं. बाबांनी आपल्या मनातले विचार कसे काय वाचले, असा प्रश्न त्या भक्ताला पडला. पण तसले दुष्ट विचार आता यापुढे मनात कधीही येऊ न देण्याची शपथ त्याने घेतली. बाबांच्या कृपेने जर कोणाही भक्ताला नोकरीत बढती मिळाली किंवा अगदी अनपेक्षितरीत्या पगारवाढ वगैरे मिळाली तर त्याला मिळालेल्या लाभातील आपला हिस्सा वसूल करण्यास बाबा कधीच मागेपुढे पाहात नसत. एका भक्ताकडून बाबांनी स्वतःचा हिस्सा म्हणून पन्नास रुपये दक्षिणा वसूल केली. त्या भक्ताने ती अगदी आनंदाने दिली. परंतु बाबांनी आपल्याकडे पन्नास रुपये नक्की का मागितले हे काही त्याला समजले नव्हते. पण नंतर तो जेव्हा घरी गेला तेव्हा त्याला समजले - त्याला नोकरीत बढती मिळाली होती आणि पन्नास रुपये पगारवाढ मिळाली होती. बाबांचा एक भक्त सुशिक्षित बेकार होता. तो बाबांकडे आशीर्वाद मागण्यासाठी आला. बाबांनी पुनःपुन्हा त्याला पुण्याला जाण्याची आज्ञा केली. त्या भक्ताला ते कोडे काही केल्या उलगडेना. पुण्यात त्याला नोकरी मिळण्याची काहीही शक्यता नव्हती. आणि हे त्याला पुरते ठाऊक होते. परंतु बाबांच्या आज्ञेचं पालन करून तो पुण्याला गेला. आणि त्याला तत्काळ पुण्यातील एका महाविद्यालयात भूशास्त्राच्या प्राध्यापकाची नोकरी मिळाली. बाबांची फसवणूक करणे त्यांच्या भक्तांना वा भक्तांने बाबांकडे पाठवलेल्या प्रतिनिधींना कधीही जमले नाही. भक्ताकडून बाबांनी जी रक्कम येणे असेल ती रक्कम ते त्याच्याकडून अथवा त्याने पाठवलेल्या प्रतिनिधीकडून न चुकता वसूल करत. बाबांच्या एका भक्ताने आपल्या मित्रास बाबांच्या दर्शनासाठी पाठवले. त्याच्याच हाती त्याने बाबांसाठी काही दक्षिणासुद्धा पाठवली. परंतु तो मित्र ती दक्षिणा बाबांना देण्याचं साफ विसरला. अखेर बाबांनी गोड शब्दांत त्याला त्या दक्षिणेची आठवण करून दिली. असेच एकदा दोन भक्त बरोबरीने बाबांच्या दर्शनाला आले होते. पण बाबांनी मात्र त्यांच्यापैकी एकाकडेच दक्षिणेची मागणी केली. 'अशी मागणी बाबांनी माझ्याकडे का बरं केली नाही?' असा प्रश्न अर्थातच त्या दुसऱ्या भक्ताला पडला. त्याने त्याविषयी बाबांना विचारताच बाबांनी त्या गोष्टीचे स्पष्टीकरण दिले. ते असे होते- पहिल्या भक्ताला पूर्वी नोकरी नव्हती. बाबांच्या कृपेने ती मिळाली. परंतु नोकरी लागताच स्वतःचा पहिला पगार इष्ट देवतेस अर्पण करण्याची जी शपथ त्याने वाहिली होती, ती पूर्ण करण्यास तो विसरला होता. बाबांनी त्याला त्या गोष्टीची आठवण

करून दिली. त्या भक्ताने आपली चूक कबूल केली व बाबांच्या इच्छेनुसार बरोबर तेवढ्याच रकमेची दक्षिणा बाबांना दिली.

ईश्वरनिर्मित सर्व प्राणिमात्रांविषयी आपल्या भक्तांच्या मनात बाबा आदरभाव निर्माण करीत. अशा शेकडो घटना उदाहरणादाखल सांगता येतील. परंतु त्यातील केवळ तीनच घटना आम्ही येथे अद्धृत करीत आहोत. बाबांच्या एका जवळच्या भक्ताने बाबांना नैवेद्य दाखवण्यासाठी लाडू केले. बाबांनी ते ग्रहण, करावे अशी इच्छा त्याने व्यक्त केली. थोड्या वेळानंतर बाबांनी ते लाडू त्या भक्ताला परत नेण्यास सांगितले. ते म्हणाले : ''मी त्यांची चव घेतली.'' पण बाबांनी तर त्या लाडूस स्पर्शसुद्धा केल्याचे त्या भक्ताला दिसले नव्हते. त्यामुळे तो बाबांना म्हणाला : ''पण बाबा, तुम्ही तर त्या लाडूंना स्पर्शही केला नाहीत.'' त्यावर बाबा म्हणाले, ''मघाशी लाडूंवर जी माशी बसली होती तिने त्यांची चव घेतली. याचा अर्थच मीही त्यांची चव घेतली.'' आणखी एका प्रसंगी एका भक्ताने बाबांसाठी नैवेद्य तयार केला होता. तो ताटात वाढून तो ते ताट मशिदीकडे घेऊन निघाला होता. एवढ्यात एक घाणेरडा लूत भरलेला कुत्रा त्या ताटाकडे आशाळभूत नजरेने पाहताना त्याला दिसला. बाबांना नैवेद्य दाखवण्यापूर्वी कुत्र्याला अन्न देणे योग्य नव्हे असा विचार करून त्याने त्या कुत्र्यास घालवून दिले. नंतर जेवणाची थाळी त्याने बाबांपुढे ठेवताच बाबांनी त्याचे ग्रहण करण्यास नकार दिला. ते म्हणाले : ''मी तुझ्यापाशी आलो असता तू हाकलून दिलंस,'' तो भक्त म्हणाला : ''मी तर तुम्हाला आलेलं पाहिलंसुद्धा नाही.'' त्यावर बाबा म्हणाले : ''मी त्या लूत भरलेल्या कुत्र्याच्या रूपात आलो होतो. ''दुसऱ्या दिवशी परत बाबांसाठी नेवैद्य तयार करून तो भक्त मशिदीकडे जाण्यास निघाला. इतक्यात एका शूद्र जातीच्या भिकाऱ्याला आशाळभूत नजरेने त्या थाळीकडे टक लावून पाहताना त्या भक्ताने पाहिले. परत एकदा त्याच्याकडे दुर्लक्ष करून तो भक्त बाबांकडे नैवेद्याचे ताट घेऊन गेला. बाबांनी परत तो नाकारला आणि म्हणाले : ''आजही तू मला घराबाहेर काढलेस.'' आपाल्या घराच्या दारात आशाळभूत उभा असलेला तो शूद्र भिकारी म्हणजे खुद्द बाबाच होते ही गोष्ट त्या भक्ताला कळून चुकली. बाबांचा आणखी एक भक्त आजारी होता. प्रकृतीच्या कारणास्तव त्याला दही खाण्यास बंदी होती. परंतु त्याला मात्र दही खूप आवडत असे. त्याला एक दिवस दही खाण्याचा मोह आवरेना. परंतु त्यावेळीच घरात मांजर शिरले व त्याने सर्व दही फस्त केले. त्या भक्ताने संतापून त्या मांजराला पकडले व पुष्कळ मारले. ते मांजर वेदनेने विव्हळू लागले. दुसरे दिवशी बाबांनी त्या भक्ताला स्वत:च्या पाठीवरचे माराचे वळ दाखवले. आपल्याला वाचवण्यासाठी खुद्द बाबा मांजराचे रूप घेऊन आपल्या घरी आले होते हे आता त्या भक्ताला कळून चुकले.

एका भक्ताने म्हटले आहे, बाबा आपले आशीर्वाद भक्तांपर्यंत मुख्यत: मौनाद्वारे

पोचवतात. त्यांच्याकडे जे लोक येत, त्यांच्या मनाची जडणघडण करण्यातील एक प्रमुख घटक होता बाबांचा स्पर्श. आपल्या हाताच्या तळव्याने आपल्या भक्तांच्या मस्तकाला स्पर्श करण्याची बाबांची एक खास पद्धती होती. त्या त्यांच्या स्पर्शामधून काही विशिष्ट उत्तेजना, विशिष्ट प्रेरणा, शक्ती आणि संकल्पना भक्तांपर्यंत पोहोचत. कधी कधी बाबा आपल्या भक्ताचं मस्तक हाताच्या इतक्या जोरात दाबत की जणू काही त्या भक्ताच्या ठायी असलेल्या पाशवी प्रवृत्तींनाच ते चिरडून टाकत असावेत. कधी कधी ते भक्ताचं मस्तक नुसतं थोपटत तर कधी त्याच्या मस्तकावरून सावकाश हात फिरवीत. यापैकी प्रत्येक कृतीचा एक निराळा परिणाम असे. त्यातून ठळक नजरेत भरणाऱ्या संवेदना व भावना भक्ताच्या मनात जागृत होत असत.

बाबांचे भक्त बाबांना देवस्थानी मानून त्यांची पूजा करीत व त्यांना एखाद्या महाराजास शोभेल असा आदरभाव दाखवीत. भक्तांनी बाबांसाठी शाही थाटामाटाला साजेसा सर्व लवाजमा गोळा केला होता. बाबांना चंदनाची उटी लावून अभ्यंगस्नान घालणं आणि त्यांना उंची वस्त्रे, शाली इत्यादी नेसवून, मस्तकी सोन्याचा मुकुट घालावा इ. गोष्टी त्यांच्या भक्तांना कराव्याशा वाटत. त्यांनी बाबांसाठी खास चांदीची पालखी बनवून घेतली होती. त्यावर चांदीच्या नक्षीकामाचे सुशोभित मखर होते. एक रथ आणि एक घोडाही बाबांसाठी भक्तांनी आणला होता. एक दिवसाआड बाबांना मिरवणुकीने मशिदीतून चावडीकडे नेण्यात येई. परंतु पालखीत बसण्यास त्यांचा विरोध होता. मग नाइलाजाने भक्तगण बाबांच्या पादुका पालखीत ठेवून मिरवणुकीने चावडीकडे नेत. बाबा नेहमी अनवाणी चालत. फक्त कधीतरी लेंडीबागेत जाताना पायात वहाणा घालत. अखेरपर्यंत स्वत:ला फकीरच म्हणवून घेत आले. गरिबीत आणि अप्रसिद्धीत राहणं त्यांना मंजूर होतं. बाबा आपल्या गुरुदेवांचा उल्लेख फकीर म्हणून संबोधत व त्यांच्या ध्यानात ते सदासर्वकाळ मग्न असत. या ध्यानमग्न स्थितीत जेवणाखाण्याची आणि विश्रांतीची शुद्धसुद्धा त्यांना नसायची. केवळ स्वत:चा देह हा आत्म्याच्या जोडीने शाबूत राहावा आणि त्यायोगे बुद्धी, वाचा आणि मन टिकून राहावं इतपत आपल्याला मिळालं तरी साधूसंतांनी त्यावर अगदी आनंदाने आणि समाधानाने गुजराण केली पाहिजे अशा मताचे ते होते.

सुरुवातीच्या काळात बाबा कठोर अंगमेहनतीचं काम करीत. लेंडी-फुलबाग तर त्यांनी अक्षरश: एकट्याच्या हिंमतीवर फुलवली होती. बी पेरण्यापासून, रोपे रुजवण्यापासून, त्यांना पाणी घालून त्यांची निगा राखण्यापर्यंत सर्वच गोष्टी बाबा एकट्याने करीत. ते स्वत:च्या हाताने भाकरी करून गरीब लोकांना जेवायला घालत. असं सांगतात, ते बरेच वेळा भाज्या चिरत आणि भक्तांना पानावर बसवत. ते जात्यावर स्वत: दळण दळत. एकदा काही स्त्री भक्तांनी बाबांना हे काम करताना पाहिल्यावर त्यांना दूर सारून त्या स्वत: दळायला बसल्या. एकदा गावात पटकीची

साथ जोरात सुरू होती. तेव्हा दळलेल्या पिठापैकी काही पीठ हातात घेऊन वेशीबाहेर दाही दिशांना ते शिंपावं अशी बाबांनी सूचना केली. आणि असं केल्यावर खरोखरच ती साथ झपाट्याने आटोक्यात आली असं म्हणतात. बाबा आपली कफनी फाटून त्याच्या अगदी चिंध्या झाल्या की त्यांचे भक्त सक्तीनेच त्यांना ते कपडे फेकायला लावत. अनेकदा बाबा हातात सुईदोरा घेऊन स्वत:च्या फाटक्या कपड्याला थिगळ लावत असलेले भक्तांनी पाहिले आहे. गंमत अशी की बाबांच्याकडे त्यांच्या भक्तांनी दिलेल्या देणग्या व दक्षिणारूपाने जो काही पैसा जमा होईल तो एखाद्या गव्हर्नरच्या पगारापेक्षाही जास्त असे. असं सांगतात, की एकदा आयकर खात्याने बाबांच्या उत्पन्नावर करवसुली करण्याचा विचार चालवला होता. पण बाबा त्यापैकी एकही पैसा वापरत नसत. रोजच्या रोज जमा झालेले पैसे ते त्याच दिवशी गोरगरीब, भिकारी, फकीर आणि इतर दरिद्री भक्तगणांमध्ये वाटून टाकत.

बाबा अनेक प्रसंगी सर्वसामान्य माणसाप्रमाणे वागत. एकदा बाबांचा एक अत्यंत जवळचा भक्त नारला. त्यावेळी बाबांना अश्रू अनावर झाले. ते कितीतरी वेळ त्याचा अखेरचा निरोप घेण्यासाठी त्याच्या अंत्ययात्रेच्या मागोमाग चालत राहिले. ते मोठमोठ्यांदा आक्रोश करत होते आणि त्यांचा तो आक्रोश अगदी दूरवरून ऐकू येत होता असं त्यांचा एक भक्त सांगतो. सुरुवातीच्या काळात बाबा भटके फकीर म्हणून भ्रमंती करत शिरडीला आले तेव्हा लोक त्यांना वेडा समजत. मुले त्यांची टिंगल टवाळी करून त्यांना दगड मारीत. पण त्याच मुलांना जवळ बोलावून ते त्यांना खडीसाखर देत. बाबा कधीतरी रात्रीच्या वेळी पायात चाळ बांधून चावडीवर गाणं म्हणत तल्लीन होऊन नाचत. त्यांचा आवाज सुरेल आणि मधुर होता व तो ऐकून मनाला शांती मिळत असे, असं लोक सांगतात. बाबा चमत्कार घडवून आणत. मात्र ही गोष्ट त्यांनी कबूल कधीही केली नाही. उलट ते एका भक्ताला म्हणाले : ''मी काहीही चमत्कार वगैरे करत नाही. आपल्याकडे ज्योतिषी असतात, ते भविष्यात डोकावून पाहतात आणि भविष्य कथन करतात. त्यातील काही भविष्यवाणी खरी होते. मी त्यांच्याहूनही जरा पुढचं बघतो. मी जे म्हणतो, ते घडतं. माझी कला म्हणजे सुद्धा एक प्रकारची ज्योतिषविद्याच आहे. पण तुम्हा लोकांना ते समजत नाही. तुम्हाला माझे शब्द चमत्कारासारखे वाटतात. कारण तुम्हाला भविष्यकाळ ठाऊक नाही. त्यामुळे मी सांगितल्यासारख्या घटना घडल्या की तुम्ही त्याला माझ्या चमत्कारी शक्तीचा पुरावा मानता. माझ्याविषयी तुम्हाला आदरभाव वाटू लागतो. पण तो तुमचा आदरभाव मी देवाच्या दिशेने वळवतो व तुम्हाला त्यातून पुरेपूर लाभ कसा होईल ते बघतो.

ज्या भक्तांनी अध्यात्माचा मार्ग चोखाळायचा ठरवला आहे त्या भक्तांनी आधी आपल्या घरादाराचा व संसाराचा त्याग करून संन्यासी झालं पाहिजे असं बाबांना

कधीच वाटत नसे. उलट एखाद्या भक्ताने जर त्यांच्यापाशी येऊन प्रपंचाला कंटाळल्याची तक्रार केली तर ते त्याला समजावून सांगत : ''अरे बाबा, संसार, जन्म-मृत्यूचं हे रहाटगाडगं हा आपल्या प्रारब्धकर्माचा परिपाक आहे. प्रारब्धकर्माचा परिणाम म्हणूनच आपल्याला ह्या मानवी देहासह जन्म प्राप्त झाला आहे. आणि या देहाला गतजन्मीच्या कर्माची फळे भोगावीच लागतात. केवळ अरण्यात निघून जातो, घरादाराचा त्याग करतो असं म्हणून गतजन्मी घडलेल्या घटनांपासून सुटका कशी बरं करून घेता येईल? मी स्वत:सुद्धा या संसारातून मुक्त नाही.'' बाबा भक्तांना असंही म्हणत : ''जोपर्यंत अपल्यापाशी हा देह आहे, तोपर्यंत संसार हा असलाच पाहिजे. संसाराची बंधने तर मलाही आहेत. पण जर आपण व्यवस्थित जगलो व योग्य कृती केली तर हा संसार दु:सह, दु:खद होणार नाही. संसाराचा परिणाम म्हणून जे दु:ख व ज्या वेदना भोगाव्या लागतात त्यातून सुटका करून घेण्यासाठी सद्गुणी आयुष्य जगणे हाच एक मार्ग आहे.

बाबांच्या एका स्त्री भक्ताने 'संसारातून सुटका हवी' अशी मागणी बाबांपाशी केली. त्यावर बाबा तिला म्हणाले : ''मी कोण? असा प्रश्न तू स्वत:लाच विचार, सद्‌चिदानंदाशी जास्तीत जास्त तादात्म्य पाव. संसारातून सुटका मिळवण्याचा हा एवढा एकच मार्ग आहे.

बाबा अनेकदा अत्यानंदाच्या अवस्थेत जात. त्यावेळी आपण स्वत: देव आहोत अशा समजुतीनं ते बोलत. त्यांच्या त्या शब्दावरून भगवान कृष्णाने गीतेतून सांगितलेल्या संदेशाची आठवण होते. एका क्षणी बाबा म्हणाले होते : ''जर एखाद्याने मनात सतत माझाच ध्यास घेतला आणि मला देण्याआधी अन्न अथवा पाण्याचा कणसुद्धा ग्रहण केला नाही, तर मी त्याचा गुलाम होतो. त्याचप्रमाणे त्याने उपोषण आरंभलं आणि माझ्याखेरीज इतर सर्व गोष्टी तुच्छ मानल्या, तरीही मी त्याचा गुलाम होतो.'' बाबा असंही म्हणत : ''मी माझ्या भक्तांचा गुलाम आहे. मला भक्ती प्रिय आहे, जो कोणी स्वत:च्या मनातून पत्नी, मुले व मातापित्यांचे प्रेम काढून टाकून फक्त माझ्यावर प्रेम करतो, तोच माझा खरा भक्त असतो. आणि नदी जशी सागराला येऊन मिळते तद्वत् तो मला येऊन मिळतो.''

पण हे काही अपवादात्मक क्षण वगळता इतर वेळी बाबा नेहमी स्वत:ला ईश्वराचे प्रेषित म्हणवून घेत. त्या ईश्वराचा उल्लेख ते नेहमीच फकीर असा करत व आपल्याला या फकिराने प्रचंड सामर्थ्य बहाल केले असल्याचे ते नेहमी सांगत. त्यांचे भक्त त्यांच्यापाशी वेगवेगळ्या मागण्या घेऊन येत. तेव्हा 'फकिराने तुमची मागणी मान्य केली नाही.' असं कधीतरी ते भक्तांना सांगत. एक दिवस ते गरिबांना कफन्या वाटत होते. त्यांच्या एका जीवलग भक्ताला बाबांच्या हातून कफनी मिळावी अशी इच्छा झाली. परंतु बाबा त्याच्या मनातील विचार ओळखून म्हणाले : 'फकिराने तुझी मागणी

मान्य केली नाही.' याचा अर्थ त्या भक्ताच्या नशिबात दुसरेच काहीतरी होते.

बाबांच्या जन्मदात्यांनी त्यांचे नामकरण काय केले होते ते कोणालाच ठाऊक नाही. त्यांनी स्वत:सुद्धा त्या गोष्टीचा कधीही उल्लेख केला नाही. शिरडीच्या लोकांनी त्यांना साईबाबा हे नाव बहाल केले. एकदा एका खटल्यात एक न्यायाधीश साक्षीदार म्हणून बाबांना काही माहिती विचारत होते. बाबांना त्यांनी नाव विचारताच बाबा म्हणाले : ''लोक मला साईबाबा म्हणतात.'' बाबांना जर कोणी कधीही त्यांच्या मातापित्यांच्या संदर्भात प्रश्न विचारले, तर बाबा त्यावर अतिशय गूढ व उडवाउडवीची उत्तरे देत. एकदा ते म्हणाले होते : माझे वडील म्हणजे 'पुरुष' व माझी आई म्हणजे 'प्रकृती'. एकदा बाबा एका भक्ताशी बोलत होते. बोलता बोलता अचानक त्यांनी विचित्र, गूढ व चालू असलेल्या संभाषणाशी अत्यंत विसंगत असे उद्गार काढले. त्यांच्या खेड्यात राहणाऱ्या त्या धार्मिक भक्ताला ते म्हणाले : ''गावात चोर शिरत आहेत. सावधगिरी बाळगा.'' त्यांच्या या शब्दांचा शब्दश: अर्थ लावून त्या भक्ताने आपल्या घराभोवती पहारेकरी उभे केले. परंतु प्रत्यक्षात मात्र ते चोर दुसरे तिसरे कोणी नसून ती पटकीची साथ होती. व तिने पहिला बळी त्या धनिकाचाच घेतला. 'आता ही पटकी आणखी सात बळी घेईल व मगच ती साथ आटोक्यात येईल,' असे उद्गार बाबांनी काढले व प्रत्यक्षातही तेच घडले.

बाबांच्या आयुष्यातील विविध टप्प्यांचा जर आपण नीट विचार केला तर इ.स. १८८६ पर्यंतचं त्यांचं आयुष्य व त्यानंतरचं आयुष्य यात ठळकपणे फरक जाणवतो. १८८६ पूर्वी त्यांचे जे कोणी निकटवर्ती होते व पूर्वजन्माच्या ऋणानुबंधाने त्यांच्याशी बांधलेले होते त्यांच्या कल्याणावर बाबा भर देत असल्याचे दिसून येते. परंतु इ.स. १८८६ नंतर मात्र त्यांच्या असंख्य भक्तांना त्यांचा लाभ होऊ लागला. एका लेखकाच्या मते हिंदू धर्माची स्वत:मध्ये एकवाक्यता होणे व मुसलमान धर्माची स्वत:मध्ये एकवाक्यता होणे हा मूळ फायदा झाला. या दोन्ही धर्मांची शुद्धी करून त्यातील केवळ चांगली तत्त्वे एकत्र करून एका सामाईक धर्माची स्थापना करणे, व तीही जागतिक पातळीवर, हे बाबांचे ध्येय धोरण होते. भारतात परस्परविरोधी निष्ठा असणारे जे अनेक धर्म आहेत त्या सर्वांचं खरोखरच जर एकत्रीकरण करता आलं असतं तर भारताचा फारच मोठा राष्ट्रीय प्रश्न सुटला असता. परंतु त्यांचं हे ध्येय संपूर्णपणे सिद्धीस नेण्याइतके जास्त दिवस बाबा जगले नाहीत. धार्मिक कट्टरवाद आणि मतभेद यांच्या प्रभावातून पूर्णपणे मुक्त असलेल्या विश्वबंधुत्वाच्या संकल्पनेचं स्वप्न बाबांनी पाहिलं होतं, एकाच ईश्वराची लेकरे असलेल्या सर्व प्राणिमात्रांनी गुण्यागोविंदानं आणि एकोप्यानं नांदावं असं त्यांना वाटे. धार्मिक सोपस्कारांवर त्यांचा विश्वास नव्हता. बाबा स्वत: भक्तिमार्गाचा पुरस्कार करीत व त्यासाठी ते नामजपाचा मंत्र सांगत. आध्यात्मिक प्रगतीसाठी ते गुरुभक्तीचा एखाद्या संरक्षक कवचाप्रमाणे

वापर करण्यास सांगत. बाबांच्या मते गुरू हा देव असतो आणि गुरुभक्तीने जगात कोणतीही गोष्ट साध्य करता येते. आणि ही गोष्ट ते पुन:पुन्हा, वारंवार सांगत. त्यासाठी स्वत:च्या गुरूचे उदाहरण देत. बाबा कधीही प्रवचन करीत नसत. त्याचप्रमाणे आपल्या भक्ताच्या कानात मंत्र सांगत नसत. शुद्ध, चारित्र्यसंपन्न आणि नीटनेटकं जीवन जगण्यावर त्यांचा भर असे. आणि ते आपल्या भक्तांना ज्या गोष्टी करण्याचा अथवा न करण्याचा उपदेश करीत, त्या उपदेशात खरं तर नवीन असं काहीच नव्हतं. फक्त त्या उपदेशाचं कोणी आजवर पालन केलेलं नव्हतं इतकंच. दुर्दैवाची गोष्ट अशी की बाबांचीही शिकवण स्वत:च्या मनावर खरोखर बिंबवून घेणारे फारच थोडे लोक होते. जास्त करून बाबांकडे लोक येत ते ऐहिक लाभ प्राप्त करून घेण्यासाठीच येत. अशा अनेक लोकांना बाबा कळलेच नाहीत. बाबांना जे असंख्य लोक भेटत त्यांच्यामध्ये एखाद्या संताला समजावून घेण्यासाठी लागणारा योग्य दृष्टिकोन व मानसिक प्रवृत्ती अभावानेच होती. बाबा स्वत:च म्हणत : "हे लोक पाणीपुरवठा करणाऱ्याकडे पाणी मागायला येतात खरे, पण येताना आपापले घडे पालथे घालून येतात. इतके ते लोक ग्रहणशीलतेच्या बाबतीत शून्य असतात.'' अर्थात बाबांनी यात आपलं म्हणणं प्रतीकात्मक रीतीने मांडलं होतं. त्यांनी मशिदीमध्ये सर्व घडे पालथे घालून ओळीने मांडले होते. त्या दृश्याचे नवल वाटून बाबांच्या एका भक्ताने त्यांना त्याबद्दल विचारले. त्यावर बाबा म्हणाले : "इथे आलेल्यांना शिकायची इच्छाच नसते.'' इ.स. १९१० नंतर लोक बाबांना ओळखू लागले. त्यांच्याविषयी आदरभावाने बोलू लागले व त्यांचे आशीर्वाद घेण्यासाठी अधिकाधिक संख्येने ते येऊ लागले. तत्पूर्वी मात्र लोक बाबांना 'विलक्षण सामर्थ्य अंगी असलेला वेडा फकीर' म्हणूनच ओळखत असत. परंतु इ.स. १९१० नंतर सुद्धा बाबांची ती फकिराची वेशभूषा, तोंडाने सतत अल्लाच्या नावाचा जप आणि मशिदीतील वास्तव्य यामुळे ते मुसलमान आहेत ही धारणा अजूनही कायम होती. मात्र त्यांची भक्ती करणाऱ्या लोकांचा स्वत:चा धर्म कोणताही जरी असला तरी त्या लोकांच्या दृष्टीने बाबा मात्र देव होते, चालताबोलता देव. हे लोक घरी आपापल्या देवतांची प्रार्थना करत. त्यांच्याजवळ काही मागणं मागत. आणि त्यांच्या त्या मागण्या हा चालताबोलता देव पुऱ्या करत होता. त्यांच्यातील काही लोकांनी बाबांचे नाव मुसलमान विष्णू ठेवले होते. या शेवटच्या आठ वर्षांच्या कालावधीत बाबांची खरी किंमत लोकांना कळली व बाबांच्या नामकीर्तीने कळस गाठला तोही याच कालावधीत.

एका भक्तानं म्हटलं आहे- "साईबाबा हे एकमेवाद्वितीय होते. किंबहुना अलीकडच्या काळात या पृथ्वीतलावर जन्माला आलेले सर्वात चमत्कारी पुरुष ते होते.'' पण आज भारतातील कोट्यवधी लोकांना साईबाबा हे नुसते संत वाटत नाहीत, तर ते देव वाटतात. साईबाबा म्हणे राम, कृष्ण, बुद्ध आणि श्रीकृष्णाप्रमाणे या

भूतलावर जन्म घेतलेला देव होते. मानवी बंधुभावना, प्रेम आणि करुणा यांचा प्रसार करण्यासाठी, मानवाच्या मनात श्रद्धा व निष्ठा रुजवण्यासाठी व मानवाची देवत्वाच्या दिशेने प्रगती घडवून आणण्यासाठीच त्यांचा जन्म झाला होता. अरविंदांनी एक स्वप्न पाहिलं होतं. त्यामध्ये मानव हा 'अतिमानुष्य' बनेल व त्याची देवत्वाकडे वाटचाल सुरू होईल असं त्यांनी म्हटलं होतं. बाबा हे एक असंच व्यक्तिमत्त्व होतं. मानवी जन्म घेतलेला तो एक देव होता. देवाप्रमाणेच त्यांचंही मूळ आपल्याला अज्ञात आहे. त्यांचं सामर्थ्य अफाट आहे. तेही देवाप्रमाणे अमर आहेत. त्यांनी स्वत:च्या मानवी शरीराचा त्याग जरी केला असला तरीही त्यांच्या समाधीत ते आजही जीवित आहेत. त्यांच्या लक्षावधी भक्तांच्या मनात व हृदयात जीवित आहेत. देशभर पसरलेल्या बाबांच्या मंदिरांमध्ये व देव्हाऱ्यांमध्ये ते जीवित आहेत. हिंदू देवदेवतांमध्ये त्यांनी एक अढळस्थान प्राप्त केलेलं आहे. लोकांच्या हाकेला ते आजसुद्धा धावून जात असतात. जे लोक बाबांच्या चरणी लीन होऊन हा संसारसागर पार करून जाण्यासाठी बाबांच्या मदतीचा धावा करतात, त्यांचे बाबा संरक्षक देवदूत बनतात.

■

१२.

आजची शिरडी

शिरडीला दिलेली भेट उत्साहवर्धक होती. आयुष्यभर आठवणीत रेंगाळत राहील असा तो आध्यात्मिक अनुभव होता. कोपरगाव रेल्वे स्थानकावर उतरल्यापासून ते टॅक्सीने १८ किलोमीटर लांब असलेल्या शिरडीला पोचेपर्यंत एका आगळ्यावेगळ्या उत्सुकतेने आणि अत्यानंदाने मन भरून गेले होते. आता लवकरच आपले पाय शिरडीच्या पवित्र भूमीला लागणार. ज्या महात्म्याने, गुरुदेवाने दूरदूरवर पसरलेल्या आपल्या भक्तांच्या जीवनावर सुमारे एक दशक अधिराज्य केले. त्यांचे जीवन कृतार्थ केले आणि ७६ वर्षांपूर्वी देह ठेवल्यानंतर आजही जो महात्मा हे पवित्र कार्य करत राहिला आहे, त्याच्या तेजात आता आपल्याला चिंब भिजता येईल, या अपेक्षेने चित्तवृत्ती प्रफुल्लित झालेल्या होत्या.

साईबाबांच्या जीवनचरित्राचा आणि त्या संपूर्ण कालखंडाचाच अभ्यास केलेला असल्यामुळे कोपरगावचे महत्त्व माहीतच होते. साईबाबाच्या संदर्भातील अनेक आठवणी व प्रसंग कोपरगावाशी तसेच बाबांच्या अनेक भक्तांशी निगडीत होते. साईबाबांची आठवण करायची असेल तर कोपरगावाची आठवण काढलीच पाहिजे. कारण शिरडीला येणाऱ्या साईभक्तांचे पाय सर्व प्रथम कोपरगावला लागले. आधीच्या प्रकरणांमध्ये वर्णन केलेल्या चमत्कारांपैकी काही चमत्कार कोपरगावातच घडले. येथील रेल्वेस्थानकावरील कर्मचारी वर्ग काही दिवस साईबाबांच्या विरोधात होता. लोकांना शिरडीला जाण्यापासून ते परावृत्त करत असत. पण तरीही शिरडीच्या दिशेने सुरू झालेला यात्रेकरूंचा ओघ काही ते थांबवू शकले नाहीत. उशिराने का होईना त्यांना आपली चूक कळून आली.

शिरडीत गेल्या साठ वर्षांत बदल झाला असेल. पण कोपरगावात मात्र काहीच बदल झालेला नाही. अजूनही ते एक आडबाजूचे, जुनाट, बुरसटलेले, बिनमहत्त्वाचे

स्टेशन आहे. बाबांशी असलेल्या जुन्या संबंधाची एकही खूण तिथे नजरेस येत नाही. ज्या कोणास कोपरगावचा पूर्वेतिहास माहीत नसेल त्याला कोपरगाव स्टेशनात उतरल्यानंतर कोपरगाव हे शिरडीचं प्रवेशद्वार आहे हे कळण्याचा काहीच मार्ग नाही. फक्त प्लॅटफॉर्मच्या मागच्या बाजूला लिहिलेलं आहे : ''शिरडीला जाण्यासाठी येथे उतरावे.'' त्या पाटीवर साईबाबांचा उल्लेख नाही, त्यांचं चित्र नाही, यात्रेकरूंना आकर्षित करणाऱ्या पाट्या नाहीत. ते सारं बघून असं मनात आलं की हे कोपरगाव स्टेशन यात्रेकरूंचे केंद्र म्हणून किती महत्त्वाचे आहे. त्यातून किती प्रचंड अर्थलाभ होऊ शकेल हे अजून रेल्वे अधिकाऱ्यांच्या लक्षात आलेलं दिसत नाही. त्याचप्रमाणे शिरडीकडे वाढत्या संख्येने येणाऱ्या यात्रेकरूंच्या गरजा लक्षात घेऊन त्या भागवण्याची जबाबदारी पण आपली आहे हेही त्यांना समजलं नसावं. साईबाबांच्या महतीविषयी रेल्वेखाते किती अनभिज्ञ आहे हे तर स्पष्टच झालं. कारण अगदी काही महिन्यांपूर्वीची परिस्थिती अशी होती, की कोपरगावला न उतरता आल्यामुळे त्यांची चांगलीच गैरसोय होत असे. रेल्वेमंत्री श्री.जाफर शरीफ यांच्याकडे लोकांनी पुन:पुन्हा विनंती अर्ज केल्यानंतर आता कुठे मेल व एक्सप्रेस गाड्यांना कोपरगावात काही सेकंद थांबण्याची परवानगी मिळाली आहे. दक्षिणेकडील यात्रेकरूंना आता बंगलोरला येऊन संध्याकाळची एक्सप्रेस ट्रेन पकडून दुसऱ्या दिवशी दुपारी चारच्या सुमाराला कोपरगावला उतरणे शक्य झाले आहे. शिरडीला जाण्याचा हा सर्वांत जवळचा व सुरक्षित मार्ग आहे. परंतु त्याविषयी अजूनही लोकांना नीटशी माहिती नाही.

कोपरगाव ते शिरडी हा केवळ अर्ध्यातासाचा रस्ता आहे. रस्त्यावर फारशी वाहतूक नसते. रस्ता सुस्थितीत आहे. शिरडीच्या जवळ पोचल्यावर मात्र सभोवतालची गर्दी गडबड नजरेस येते. फुले आणि विविध वस्तू विकणारे विक्रेते आरोळ्या ठोकत असतात. रस्त्यांऐवजी छोटे अरुंद गल्लीबोळ आहेत. दुतर्फा खच्चून भरलेली दुकाने आहेत. त्यातून वाट काढत पुढे जावे लागते. त्या मधोमध वाट काढत पुढे चाललेली दिसते. पण त्याचे कोणालाच काही वाटत नाही. साईभक्त पुढे सरकत राहतात. पूर्वीचं १०० झोपड्यांचं शिरडी गाव आता तिथे उभं आहे ते प्रचंड मोठं देवालयाचं संकुल. त्याच्या अवतीभोवती शेकडो लहान मोठी दुकाने व हॉटेल्स आहेत. बाबांच्या भक्तांची निवासस्थाने, म्हणजेच तीन चार छोटी छोटी घरे, जुन्या शिरडीचे द्योतक म्हणून शिल्लक आहेत. म्हाळसापती, लक्ष्मीबाई व शामा यांची घरे तेथे अजूनही आहेत. पुढे या घरांच्या भेटीचेही वर्णन आलेच आहे.

देवालय संकुलातील सर्वांत महत्त्वाची वास्तू म्हणजे साईबाबा समाधी मंदिर. हे मुळात नागपूरच्या एका लक्षाधीश गृहस्थाने म्हणजेच बाबांचे भक्त बापूसाहेब बुटी यांनी बांधले. त्याला बुटी वाडा म्हणत असत. बुटी यांनी कृष्णाचं मंदिर बांधण्यासाठी जी जागा निश्चित केली होती त्या जागी बाबांना पुरण्यात आले व तेथे त्यांची समाधी

बांधण्यात आली. समाधीच्या भोवताली नक्षीकाम केलेला कठडा आहे. समाधीच्या पुढील भागात चांदीच्या पत्र्याने मढवलेले दोन नक्षीदार खांब आहेत.

समोरच्या बाजूला बाबांच्या दोन संगमरवरी पादुका आहेत. भंग पावलेली आणि बाबांच्या अंताचे दुश्चिन्ह बनलेली वीट बाबांच्या समाधीपाशी ठेवलेली आहे. समाधीच्या मागेच बाबांचा पुतळा आहे. हा पुतळा इटालियन संगमरवरातून बनवलेला आहे. बाबांचा हा पुतळा सिंहासनाधिष्ठित आहे. डाव्या पायावर उजवा पाय ठेवून बसलेली बाबांची ती मूर्ती देशभरातील हजारो साईभक्तांच्या परिचयाची आहे. हा पुतळा कै. बाळाजी वसंत ऊर्फ बापूसाहेब तालीम यांनी बाबांविषयी वाटणाऱ्या कृतज्ञतेपोटी तयार केला. ह्या मूर्तीची प्रतिष्ठापना ७ ऑक्टोबर १९५४ रोजी स्वामी साईशरानंद या अहमदाबादेतील नि:स्सीम साईभक्ताच्या हस्ते झाली. तत्पूर्वी मात्र समाधीच्या शेजारी साईबाबांची तसबीर ठेवलेली होती व त्याचीच पूजा होत असे. मूर्तीच्या डोक्यावर चांदीचे छत्र आहे आणि मूर्तीच्या पाठीमागे चांदीची प्रभावळ आहे. त्याच्या दोन्ही बाजूंना स्वस्तिक चिन्हे आहेत. मूर्तीच्या वरच्या बाजूला अक्षरे कोरलेली आहेत :

रघुपती राघव राजाराम

पतीत पावन सीताराम

मूर्तीच्या मागील छतावर उंचभागी आणखी एक उक्ती कोरलेली दिसते :
'सच्चिदानंद सद्‌गुरू साई महाराज की जय.'

समाधीच्या समोर जो प्रचंड मोठा संभामंडप आहे त्यात सर्व भक्त गोळा होतात आणि रोज चार वेळा संपन्न होणाऱ्या आरतीत सहभागी होतात. प्रचंड भावनावेगाने आणि अत्यानंदाने भारलेल्या या वातावरणात हजारो भक्त एकमुखाने बाबांची प्रार्थना करतात तेव्हा प्रत्यक्ष देवही आनंदित होतात.

मंदिरापासून जवळच द्वारकामाई ऊर्फ मशीद आहे. शिरडीत आल्यानंतर आपले उर्वरित आयुष्य बाबांनी इथेच घालवले. त्यावेळी ही एक भग्न मशीद होती. मुसलमान लोकही तिचा वापर करत नव्हते. ती अत्यंत भयाण अवस्थेत होती. त्यामधील कोणत्या ना कोणत्यातरी भागाची सतत पडझड चाललेली असे. बाबांच्या भक्तांनी त्यांच्यासाठी एक वेगळे निवासस्थान बांधण्याची सुद्धा तयारी दाखवली. पण ते आपली मशीद सोडून दुसरीकडे जाण्यास तयारही होईनात. इतकंच काय पण मोडकळीस आलेला भाग भक्तांनी दुरुस्तीस काढला तेव्हा अगदी शेवटच्या क्षणापर्यंत ते तेथून हलण्यासही तयार नव्हते. पण आज मात्र या सर्व भागाचं नूतनीकरण करण्यात आलं आहे. हा भाग आता मशिदीसारखा अजिबात दिसत नाही. ते ठिकाण तसं अगदी लहान आहे. ३० फूट x १५ फूट असेल. या इतक्या लहानशा जागेत बाबा इतक्या भक्तांसह आणि भेटीला येत असलेल्या लोकांसह

कसे काय राहिले याचं नवल वाटतं. बाबा त्या जागेला द्वारकामाई म्हणत. (एकदा तर तिला बाबा 'ब्राह्मण मशीद' असंही म्हणाले होते.) हिंदूंच्या भावनांना आदर दाखवण्यासाठी ते तसं म्हणत. आपण द्वारकामाईंत शिरले की डाव्या हाताला बाबांची धुनी दिसते. बाबा पहिल्याप्रथम जेव्हा मशिदीत मुक्कामाला आले तेव्हा त्यांनी ही धुनी पेटवली होती. पुढे जन्मभर त्यांनी ती पेटतीच ठेवली. ती आजही सतत जळत असते. या धुनीच्या बाजूलाच बाबा बसत आणि भेटीला आलेल्या लोकांना त्या जागेची खूण पटावी म्हणून जवळच भिंतीवर बाबांचं तैलचित्र लावलेलं आहे. समोरील बाजूस पायऱ्यांच्या वरती दोन खांब आहेत. तेथे संध्याकाळच्या वेळी बाबा उभे राहात आणि येणाऱ्या जाणाऱ्यांची विचारपूस करीत. उजवीकडे एका कोपऱ्यात मोठा दगड आहे. यावर बसून बाबा स्नान करीत. आणखी आतल्या बाजूला उजवीकडील कोपऱ्यात जाते आहे. त्यावर बसून बाबा स्वत: दळण दळत. त्याच्या शेजारीच एक घडवंची असून त्यात ते दळलेले पीठ ठेवत असत. त्याच्या विरुद्ध बाजूस म्हणजे डाव्या हाताला एक माठ जपून ठेवलेला आहे. बाबा रोज जी भिक्षा मागून आणत ती ते या माठात ठेवत व तो माठ मशिदीच्या बाहेरील बाजूस ठेवत, म्हणजे त्यातील अन्न कावळे, कुत्री आणि भिकाऱ्यांना खायला मिळे. अलीकडच्या काळात द्वारकामाईच्या समोरच्या बाजूस एक पत्र्याची शेड उभारलेली आहे. त्याचा उपयोग प्रार्थनामंदिर व ध्यानमंदिर म्हणून होतो. द्वारकामाईच्या विरुद्ध बाजूला बाबांचं आणखी एक तैलचित्र आहे. त्या चित्राच्या बरोबर खालीच बाबांचा तो सुप्रसिद्ध दगड आहे. यावरच बाबा विचारमग्न मुद्रेने बसलेले असत. बाबांच्या हजारो भक्तांच्या घरात त्यांचं तसं चित्र पाहण्यास मिळतं.

द्वारकामाईपासून सुमारे दोनशे यार्डांच्या अंतरावर शिरडीतील ती सुप्रसिद्ध चावडी आहे. बाबा एक दिवसाआड या चावडीवर झोपत. तेथे त्यांना मिरवणुकीने नेण्यात येत असे. बाबा रात्रीचे झोपण्यापूर्वी एक सोहळा तेथे होई. ह्या चावडीचेही आता नूतनीकरण दिसते. ती अतिशय स्वच्छ व नीटनेटकी दिसते. ती तशी लहान आकाराची इमारत आहे. त्याची बैठक २० x १५ फूट असून त्याच्या एका भागात थोडा आडोसा करून बाबांची झोपण्याची जागा तयार केलेली आहे. त्या झोपण्याच्या खोलीत बाबांचे एक चित्र लावले असून त्याखाली एक सूचना लावलेली आहे. त्या सूचनेनूसार स्त्रियांना त्या भागात जाण्यास मनाई आहे. बाहेरील भागात एक खाट आहे. बाबांच्या महानिर्वाणानंतर त्यांचा पार्थिव देह याच खाटेवर ठेवण्यात आला होता. व त्यांना स्नान घालण्यात आले होते. दुसऱ्या बाजूस एक चाकांची खुर्ची आहे. त्या खुर्चीवर लिहिलेल्या मजकुरावरून ती खुर्ची बाबांच्या काळापासून तेथेच असल्याचे लक्षात येते. परंतु बाबांनी कधी वापरली होती किंवा नाही याचा उल्लेख मात्र त्यात आढळत नाही. चावडी म्हणजे बाबांच्या काळी गावचे विश्रामगृह होते. बाबा जेव्हा

शिरडीत नव्याने आले होते तेव्हा ते चावडीवर चालणाऱ्या करमणुकीच्या कार्यक्रमात भाग घेत असत. त्यावेळी चावडीवर नाचताना आणि गाताना लोकांनी त्यांना पाहिलं आहे.

आणखी एक खूण येथे जतन करून ठेवली आहे. बाबा पहिल्याप्रथम शिरडीस आल्यानंतर ज्या निंबाच्या झाडाखाली बसत असत, ते झाड आजही तेथे आहे. १९व्या शतकाच्या उत्तरार्धातील गोष्ट असेल. त्यावेळी बाबांचे वय १६ वर्षांचे असावे. आता त्या झाडाभोवती मंडप उभारला असून त्याला गुरुस्थान असे नाव देण्यात आले आहे. त्या झाडाच्या साली कोणीही ओरबाडून नेऊ नयेत म्हणून त्यावर मुद्दाम आच्छादन घातलेले असते. या झाडाला प्रदक्षिणा घालण्यासाठी भक्तांची नेहमीच भली मोठी रांग लागलेली असते. त्या झाडाचं महात्म्य व पावित्र्य या प्रार्थनेच्या ओळींमध्ये समाविष्ट झालेलं आहे. त्या ओळी अशा :

सदा निंबवृक्षस्य मूलाधिवासात्सुधास्राविणं
तित्कमप्य प्रियं तम् ।
तरुं कल्पवृक्षाधिकं साधयंतं नमामी ॥
सदा कल्पवृक्षस्य तस्याधिमूले
भवद्भावबुद्ध्या सपर्यादिसेवाम्
नृणां कुर्वतां भुक्तिमुक्ति प्रदं तं नमामी ॥

(भगवान सद्गुरू साईनाथांना माझा नमस्कार असो. बाबांनी या वृक्षाच्या बुंध्याशी वास्तव्य केल्यामुळे त्याचा कटू रस मधाप्रमाणे मधुर बनला व बाबांमुळे या वृक्षाला कल्पवृक्षाचा महिमा प्राप्त झाला.)

या प्रार्थनेमध्ये कडुनिंबाच्या मधुर रसाचा उल्लेख आढळतो. याविषयी काही भक्तांनी शपथेवर असं सांगितलं, की या झाडाची काही पाने नैसर्गिकरीत्या नेहमीसारखी कडू लागतात परंतु काही पाने मात्र खरोखर मधुर लागतात व हे आश्चर्यकारक आहे.

गुरुस्थानापासून थोड्याच अंतरावर लेंडीबाग आहे. बाबांनी स्वतःच्या हाताने लावलेली आणि मशागत करून फुलवलेली फुलबाग. बाबा रोज सकाळी व संध्याकाळी या बागेत वेळ घालवत असत व त्यांचा मदतनीस अब्दुल याच्याखेरीज बाकी कोणालाही या बागेत प्रवेश नव्हता.

आग्ऱ्याकडे जाणाऱ्या राष्ट्रीय महामार्गाच्या एका बाजूस खंडोबाचे देऊळ आहे. याच देवळाचा पुजारी म्हाळसापती याने बाबा मुसलमान आहेत अशा समजुतीने त्यांना देवळात प्रवेश करण्यास मनाई केली होती. व त्यानंतरच बाबांनी मशिदीत जाऊन राहण्याचा निर्णय घेतला होता. कालांतराने याच म्हाळसापतीस आपली चूक कळून आली व तो बाबांचा निःस्सीम भक्त बनला. शिरडीत असताना एकदा बाबांनी

केवळ तीन दिवसांसाठी देहाचा त्याग केला होता तेव्हा आपल्या पार्थिव देहाचं रक्षण करण्याची जबाबदारी त्यांनी म्हाळसापतीवरच सोपवली होती. म्हाळसापतीने ती जबाबदारी व्यवस्थित पार पाडली. सरकारी अधिकारी बाबांना मृत समजून जेव्हा त्यांचे दफन करायला निघाले तेव्हा त्याने त्यांना कडाडून विरोध केला. त्या अधिकाऱ्यांनी तसंच आणखी काही गावकऱ्यांनी त्याच्यावर प्रचंड दडपण आणलं. परंतु त्याने त्याची पर्वा केली नाही. बरोबर तीन दिवसांनी बाबा परत जिवंत झाले. खंडोबाचं देऊळ अगदी लहान आहे. खंडोबाची मूर्ती ग्रॅनाईट दगडात कोरलेली आहे. रस्त्यावर कुठेही आढळून येणाऱ्या सर्वसामान्य दगडी मूर्तीसारखीच ती दिसते.

देवालयाच्या संकुलात श्यामकर्णाची समाधी आहे. चावडीकडे निघणाऱ्या मिरवणुकीच्या अग्रभागी हा अश्व असे. एकदा कोणीतरी अज्ञात इसम बाबांकडे उपचारासाठी एका वाघाला घेऊन आले होते व त्या वाघाने बाबांच्या चरणापाशी प्राण सोडले होते, त्या वाघाचीही समाधी तेथे आहे. या दोन्ही समाध्यांवर अनुक्रमे अश्व आणि व्याघ्राच्या लहानशा प्रतिकृती आहेत.

साईसमाधी मंदिरात रोज चार वेळा आरत्या होतात. सूर्योदयापूर्वी पहाटे ५ वाजता, मध्यान्हीला, सूर्यास्ताचे वेळी व रात्री १० वाजता अशा आरत्या करण्यात येतात. सर्व भक्तगण या आरत्यांमध्ये सहभागी होतात व एकमुखाने आरत्या आळवून म्हणतात. सामुदायिक प्रार्थना अर्धा तास चालते. त्या प्रार्थनेच्या शेवटी आरती करण्यात येते. आरतीसाठी तुपात बुडवलेल्या चिंधीच्या वाती आणि मशाली पेटवण्यात येतात. दक्षिणेतील मंदिरांमध्ये सर्वत्र जसा कापूर वापरण्यात येतो तसा मात्र येथे वापरला जात नाही. प्रार्थना संपली की एक एक भक्त रांगेने पुढे येतात व बाबांच्या पादुकांना व समाधीला वंदन करून परत जातात. हा सर्व कार्यक्रम अत्यंत शिस्तबद्ध रीतीने पार पडतो. याचे अतिशय नवल वाटल्यावाचून राहात नाही. कारण प्रार्थना मंदिरात अतिशय मोठ्या संख्येने स्त्रिया, पुरुष व मुले गोळा झालेली असतात. शेजारतीनंतर बाबांना समारंभपूर्वक मच्छरदाणीत झोपवण्यात येते. वाचकांना आठवतच असेल, डासांमुळे होणारा त्रास टाळण्यासाठी मच्छरदाणी वापरणं बाबांना मंजूर नव्हतं. परंतु अखेर भक्तांच्या दडपणामुळे त्यांनी मच्छरदाणी वापरण्यास होकार दिला. तीच गोष्ट प्रतीकात्मक रीतीने आजही घडते. सकाळी काकड आरतीच्या वेळा बाबांना दुग्धस्नान घालण्यात येते व ते नंतर तीर्थ म्हणून भक्तांना देण्यात येते.

बाबांना सकाळच्या काकडआरतीने उठवण्यात येते त्यानंतर त्यांचे दर्शन घेण्यात येते.

जोडूनिया कर चरणी ठेविला माथा, परिसावी विनंती माझी सद्गुरु नाथा ।

असो नसो भाव आलो तूझिया ठाया, कृपादृष्टी पाहे मजकडे सद्गुरु राया ।

अखंडित असावे ऐसे वाटते पायी, सांडूनी संकोच ठाव थोडासा देई ।

त्यानंतर भक्त बाबांना जागे होण्याची विनंती करतो :

उठा पांडुरंगा आता प्रभात समयो पातला ।
वैष्णवांचा मेळा गरुडपारी दाटला ॥
उठाउठा श्री साइनाथ गुरुचरणकमल दावा ।
आधिव्याधि भवताप वारूनी तारा जड जीवा ॥
भो साइनाथ महाराज, भवतिमिरनाशक रवीर ।
अज्ञानी आम्ही किती, तव वर्णावी थोरवीर ॥
ती वर्णिता भागले, बहुवदनि शेषविधिकवीर ।
सकृप होऊनि महिमा तुमचा, तुम्हीच वदवावा...

भक्त मनी सद्भाव धरुनि जे तुम्हा अनुसरले
ध्यायास्तव ते दर्शन तुमचे, द्वारि उभे ठेले
ध्यानस्था तुम्हास पाहुनि मन अमुचे धाले

परित्वद्वचनामृत प्राषायाते आतुर झाले...
उघडूनी नेत्रकमला, दीनबंधु रमाकांता
पाहिबा कृपादृष्टी बालका जशी माता
रंजवी मधुर वाणी हरिताप साइनाथा...
... उठा पांडुरंगा आता दर्शन द्या सकळां
झाला अरुणोदय सरली निद्रेची वेळा
संत साधू मुनी अवघे झालेती गोळा
सोडा शेजेसुख आता बघु द्या मुखकमळा
"रंगमंडपी महाद्वारी झालीसे दाटी
मन उतावीळ रूप पाहावया दृष्टी..."

यानंतर भक्त स्वत:च्या आध्यात्मिक प्रगतीविषयी बोलतो,

कामक्रोधमदमत्सर आटुनी कांकडा केला
वैराग्याचे तूप घालुनी मी तो भिजवीला
साईनाथगुरुभक्तिज्वलने तो मी पेटविला,

तद्वृत्ती जाळुनी गुरूने प्रकाश पाडिला
द्वैततमा नासूनी मिळवी तत्स्वरूपी जीवा
काय महिमा वर्णू आता सांगणे किती
कोटी ब्रह्म हत्या मुख पाहता जाती

त्यानंतर भक्त सर्व साधुसंतांना व भाविकांना जागे होण्याचे आवाहन करतो.

''उठा उठा साधूसंत, साधा आपुलाले हित
जाईल जाईल हा नरदेह मग कैचा भगवंत..
उठोनिया वेगेसी, चला जाऊ राउळासी
जळतिल पातकांच्या राशी, काकडआरती देखिलिया ।

मध्यान्हीच्या आरतीमध्ये बाबांची प्रार्थना अशा प्रकारे केली जाते:
''तुमचे नाम घ्याता, हरे संसृति व्यथा
अगाध तव करणी, मार्ग दाविसि अनाथा ।
''कलियुगी अवतार, सगुण ब्रह्मसाचार
अवतीर्ण झालासे, स्वामी दत्तदिगंबर ।।
''इच्छित दीन चातक निर्मलतोय निजसुख
पाजावे माधवा या, सांभाळ निज आपुली भाक ।।
''अवतरसी तू येता धर्मांते ग्लानी
नास्तिकांनाही तू लाविसि निजभजनी
''दाविसि नाना लीला असंख्य रूपांनी
हरिसी दीनांचे तू संकट दिनरजनी...
''भेद न तत्त्वी हिंदू यवनांचा काही
दावायासी झाला पुनरपि नरदेही
पाहसि प्रेमाने तू हिंदू यवनाही
दाविसि आत्मत्वाने व्यापक हा साई
''देवा साईनाथा त्वत्पदनत व्हावे
परमाया मोहित जनमोचन झणि व्हावे
त्वत्कृपये सकलांचे संकट निरसावे...

त्वमेव माता, पिता त्वमेव, त्वमेव बंधू, सखा त्वमेव
त्वमेव विद्या, द्रविणं त्वमेव, त्वमेव सर्व मम देव देव ।।

कायेन वाचा मनसेंद्रियैर्वा, बुद्ध्यात्मना वा प्रकृतिस्वभावात्

करोमि यद्यत् सकलं परस्मै, नारायणायेति समर्पयामि ॥

(अर्थ : तुम्ही माझी माता, तुम्ही माझे पिता, माझा बंधू आणि माझा सखासुद्धा तुम्हीच. तुम्ही ज्ञान आहात. प्रेम आणि वात्सल्याचे प्रतीक आहात. हे भगवान, तुम्ही माझे सर्वस्व आहात. हे नारायणा, मी माझा देह, माझी वाचा, माझं मन आणि माझी सर्व इंद्रिये तुम्हाला अर्पण करतो.)

"तत्पर तुझ्या या जे ध्यानी, अक्षय त्यांचे सदनी

लक्ष्मी वास करी, दिनरजनी

रक्षिसि संकट वारुनि ऐसा येई बा...

"सदा सत्स्वरूपं चिदानंदकंदं, जगत्संभवस्थानसंहार हेतुम् ।

स्वभक्तेच्छया मानुषं दर्शयंतं, नमामीश्वरं सद्गुरु साइनाथम् ॥

(अर्थ : साईनाथ सत्स्वरूपी आहेत. आपल्या सदसद्विवेकबुद्धीत व परमानंदामध्ये ते वास करीत आहेत. या विश्वाच्या निर्मितीस, अस्तित्वास व संहारासही तेच कारणीभूत आहेत. आपल्या भक्तांची इच्छा पूर्ण करण्यासाठी ते या जगात मानवदेह धारण करून आले आहेत. अशा साईनाथांस माझा नमस्कार असो.

"साईरूपधरराघवोत्तमं, भक्ताकामविबुद्धद्रुमं प्रभुम् ।

माययो पहतचित्त शुद्धये, चिंतयाम्यहमहर्निशं मुदा ॥

(अर्थ : साईनाथमहाराज साक्षात् प्रभु रामचंद्रांचे रूप आहेत. आपल्या भक्तांच्या इच्छा ते पूर्ण करतात. त्यांच्या रंजलेल्या- गांजलेल्या हृदयाची व चित्ताची ते शुद्धी करतात. अशा साईनाथांची मी रात्रंदिवस प्रार्थना करतो.)

"उपासना दैवत साइनाथ, स्तवैर्मयो - पासनिया स्तुतस्त्वम

रमेन्मनो मे तव पादयुग्मे, भृङ्गो, यथाब्जे मकरंदलुब्ध: ॥

(अर्थ : साईनाथ, तुम्हीच माझे ईश्वर आहात. मी तुमची प्रार्थना करतो, स्तुतिस्तोत्रे गातो. मधू पिण्याच्या इच्छेने जसा भ्रमर कमळाभोवती गुंजारव करतो तसे माझे मन आपल्या चरणकमलांपाशी गुंतू दे.)

सूर्यास्ताच्या आरतीच्या वेळी भक्तगण एकत्र जमून खालील प्रार्थना म्हणतात :

"रुसो मम प्रियांबिका, मजवरी पिताही रुसो ।

रुसो मम प्रियांगना, प्रिय सुतात्मजाही रुसो ॥

रुसो भगिनि बंधुही, श्वशुर सासुबाई रुसो ।

न दत्तगुरु साइ मा, मजवरी कधीही रुसो ।।''

"पुसो न सुनबाइ त्या, मज न भ्रातृजाया पुसो ।
पुसो न प्रिय सोयरे, प्रिय सगे न ज्ञाती पुसो ।।
पुसो सुह्रद ना सखा, स्वजन नात्पबंधू पुसो ।
परी न गुरु साइ मा, मजवरी कधीही रुसो ।।

"रुसो मृग खग कृमी, अखिल जीवजंतू रुसो ।
रुसो विटप प्रस्तरा अचल आपगाब्धी रुसो ।।
रुसो रव पवनाग्नि वार अवनि पंचतत्त्वे रुसो ।
न दत्त गुरु साइ मा, मजवरी कधीही रुसो ।।

"रुसो मन सरस्वती, चपलचित्त तेही रुसो
रुसो वपु दिशाखिला कठिण काल तोही रुसो ।।
रुसो सकल विश्व ही मयि तु ब्रह्मगोलं रुसो ।
न दत्तगुरु साइ मा मजवरी कधीही रुसो ।।

"विमूढ म्हणूनी हसो, मज न मत्सराही डसो
पदाभिरुचि उल्हसो, जननकर्दमी ना फसो.
न दुर्ग धृतिचा धसो, अशिवभाव मागे खसो ।
प्रपंचि मन हे रुसो, दृढ विरक्ति चित्ती ठसो ।।

"कुणाचिहि घृणा नसो, नच स्पृहा कशाची असो
सदैव ह्रदयी वसो, मनसि ध्यानि साई वसो ।।
पदी प्रणय वोरसो, निखिल दृश्य बाबा दिसो ।
न दत्त गुरु साइ मा, उपरि याचनेला रुसो ।।

रात्री बाबांना झोपविण्याच्या वेळी भक्त खालील आरती म्हणतात:

जयजय साईनाथ आता पहुडावे मंदिरी हो
आळवितो सप्रेमे तुजला आरति घेउनि करी हो ।
रंजविसी तू मधुर बोलुनी माय जशी निज मुला हो
भोगिसि व्याधी तूच हरुनिया निजसेव दुःखाला हो ।

आजची शिरडी । २५७

धावुनि भक्तव्यसन हरिसी दर्शन देसी त्याला हो
झाले असतील कष्ट अतिशय तुमचे या देहाला हो ।
क्षमा शयनसुंदर ही शोभा सुमनशेज त्यावरी हो
घ्यावी थोडी भक्तजनांची पूजनादि चाकरी हो ।
ओवाळीतो पंचप्राण, ज्योति सुमती करी हो
सेवा किंकर भक्त प्रीती अत्तर परिमळ वारी हो ।
सोडुनि जाया दु:ख वाटते साई त्वच्चरणांसी हो
आज्ञेस्तव तव आशीप्रसाद घेउनि निजसदनासी हो ।
जातो आता येऊ पुनरपि त्वच्चरणाचे पाशी हो
उठवू तुजला साइमाउले निजहित साधायासी हो ।

"भावार्थाचा मंचक हृदयाकाशी टांगिला, बाबाकाशी टांगिला मनाची सुमने करुनी केले शेजेला.''

(या ठिकाणी ज्या मंचकाचा उल्लेख केला आहे त्याचा संदर्भ बाबा मशिदीमध्ये जी लाकडाची फळी टांगून झोपत असत त्याविषयी आहे. आधीच्या प्रकरणात याचे सविस्तर वर्णन आहे)

"अलक्ष्य उन्मनी घेउनी बाबा नाजुक दु:शाला
बाबा नाजुक दु:शाला
निरंजन सदगुरु स्वामी निजवीले शेजेला ॥

"पावला प्रसाद आता विठो निजावे
आपुला तो श्रम कळो येतसे भावे ॥
आता स्वामी सुखे निद्रा करा गोपाळा
पुरले मनोरथ जातो आपुले स्थळा ॥
तुम्हासी जागवू आम्ही आपुल्या चाडा
शुभाशुभ कर्मे दोष हरावया पीडा ॥.''

दर गुरुवारी रात्री आरतीपूर्वी बाबांची द्वारकामाईतून चावडीकडे प्रतीकात्मक मिरवणूक काढण्यात येते. याच चावडीत बाबा एक दिवसाआड रात्रीचा मुक्काम करत असत. आता त्यांच्या पादुका आणि तैलचित्र पूजाअर्चा झाल्यानंतर एका पालखीत घालण्यात येते व अगदी हाकेच्या अंतरावर असणाऱ्या चावडीकडे मिरवणूक निघते. या मिरवणुकीचा थाटमाट सर्व शाही इतमामाला साजेसाच असतो. बाबांना प्रतीकात्मकरीत्या झोपवण्यापूर्वीसुद्धा एक विस्तृत सोहळा येथे

असतो. त्यांना भोजन वाढण्यात येते नंतर एकदोन झुरके ओढण्यासाठी चिलीमसुद्धा पेटवून देण्यात येते. हे सर्व अर्थातच प्रतीकात्मक असते.

संस्थानच्या अधिकाऱ्यांनी दिलेल्या माहितीनुसार दरवर्षी तेथे तीन औपचारिक उत्सव होतात. ते म्हणजे रामनवमी, गुरुपौर्णिमा आणि दसरा किंवा पुण्यतिथी. यापैकी प्रत्येक उत्सव तीन दिवस साजरा केला जातो. त्यात सांस्कृतिक आणि धार्मिक कार्यक्रम असतात. शिरडीच्या मुक्कामातील व शिरडीच्या भेटीतील सर्वांत नवलपूर्ण गोष्ट ही, की येथे भक्ताला कोणत्याही प्रकारचे पैसे मोजावे लागत नाहीत. साईबाबांचं दर्शन मोफत असतं. त्याचप्रमाणे द्वारकामाई, चावडी आणि बाबांच्या संदर्भातील इतर महत्त्वपूर्ण स्थानांसाठीही प्रवेशशुल्क नाही. साई समाधी मंदिरात हुंडीच्या पेट्या ठेवलेल्या आहेत. त्यांना दक्षिणापेटी असे संबोधण्यात येते. यात बाबांविषयी वाटणाऱ्या श्रद्धाभावनेतून भक्त दानधर्म करू शकतात. पण त्याविषयी सक्ती मात्र नाही. मंदिराच्या बाहेर तसेच द्वारकामाईत क्लोज सर्किट टी.व्ही. बसवलेले असून भक्तांना त्यावर आरतीचा सोहळा पाहता येतो. काकडआरतीच्या वेळी बाबांचे आवडते विष्णुसहस्त्र-नाम एम्.एम्.सुब्बलक्ष्मीच्या आवाजात ध्वनीफितीवर लावण्यात येते.

साईबाबांचे फारसे समकालीन आता ह्यात नाहीत. बाबा शिरडीला आले तेव्हा सुरुवातीच्या काळात कोपरगावाजवळील वनात भ्रमंती करीत असत. या कोपरगावातील रहिवासी म्हणतात, ''आमच्या गावात काही शंभरी ओलांडलेली माणसे आहेत. त्यांनी बाबांना पाहिले आहे. कोपरगावच्या त्यांच्या भेटीत बाबा त्यांच्याशी बोललेसुद्धा आहेत.'' कोपरगावात एक मोठे उद्यान आहे. त्याचे नाव 'साईबाबा उद्यान.' बाबांनी ज्या जागी बसून प्रायश्चित्त केले तेथेच आता हे उद्यान आहे.

आम्हाला केवळ नशिबानेच शिरडीत एक नव्वद वर्षांचा म्हातारा भक्त भेटला. त्याच्या म्हणण्यानुसार साईबाबा त्याच्याशी गोट्या खेळत. तो आठ वर्षांचा लहान मुलगा होता. त्याचं नाव उद्धव माधवराव देशपांडे. हा शामाचा मुलगा. शामा हा बाबांचा अत्यंत निकटवर्ती भक्त. तो बाबांचा स्वीय सहायक आणि खास विश्वासातील माणूस म्हणून काम करीत असे. या चरित्रातही शामाचा उल्लेख अनेकदा आलेला आहे. एका फोटोत बाबांचा त्यांच्या भक्तांबरोबर चावडीकडे जात असताना घेतलेला लहान मुलगा आहे. त्याच्या हातात एक राजदंड आहे. हा मुलगा म्हणजेच आपण स्वत: असल्याचे उद्धव माधवरावांनी सांगितले. या फोटोमध्ये बाबांनी डाव्या हाताने स्वत:ची कफनी घट्ट पकडली आहे. त्यांच्या डोक्यावर शाही छत्र आहे. त्यांच्या दोन्ही बाजूंना दोन लहान मुले आहेत. त्यातील उजवीकडचा मुलगा म्हणजेच देशपांडे ऊर्फ शामा यांचा मुलगा उध्दव माधवराव. हे सध्या आपल्या वडिलांच्या घरातच राहतात पण आता वयोमानपरत्वे अत्यंत अशक्त झाले आहेत. त्यांना

बाबांचे व आपले किती जवळचे संबंध होते हे विशेषकरून सांगायचे होते, असे जाणवले. मात्र बाबांनी त्यांच्या घरी एकदाच भेट दिली होती. त्यावेळी त्यांच्या वडिलांना सर्पदंश झाला होता. मग बाबांनी स्वत: तेथे येऊन दंशाच्या जागी अंगारा लावला होता. त्यांच्या वडिलांना बाबा प्रेमाने शामा अशी हाक मारीत. त्यांनी दुसऱ्या दिवशी आरतीसाठी मशिदीत बोलावले. ''आमचे घर मशिदीच्या इतके जवळ होते, की आईने घरातून हाक मारली तर ती साईबाबांना मशिदीत ऐकू जात असे,'' असे ते म्हणाले. लोकमान्य टिळकही त्यांच्या घरी आले होते व शामाने त्यांना बाबांकडे नेले होते. बाबांना अनेक भाषा अवगत होत्या व त्यांच्या भेटीसाठी आलेल्या माणसाची जी काही भाषा असेल, त्यातच बाबा संभाषण करीत- इंग्रजी, उर्दू अथवा मराठी. त्यांनी स्वत: बाबांना इंग्रजी बोलताना ऐकलं होतं. बाबा जेव्हा स्नान करीत तेव्हा बिल्वपत्रांनी त्यांच्या कपाळावर स्वस्तिक चिन्ह काढण्यात येई. स्नानानंतर बाबांचा चेहरा विलक्षण तेजस्वी दिसे. ते म्हणाले - ''बाबा अतिशय उंच होते व श्रीरामचंद्राप्रमाणे आजानुबाहू होते.'' बाबांनी समाधी घेतली त्यावेळी माधवराव १५ वर्षांचे होते.

जवळच म्हाळसापतीचं घर आहे, बाबांच्या समाधीनंतर चार वर्षांनी त्यांचं निधन झालं. आता त्या पवित्र वास्तूत त्याची नात राहते. बाबांना 'साईबाबा' हे नाव त्याने प्रथम दिले आणि आता देशभरातील लक्षावधी घरांमध्ये तो मंत्रच होऊन बसला आहे. बाबांनी आपल्या पादुका म्हाळसापतीला दिल्या होत्या. त्या पादुका आजही तेथे दाखवल्या जातात. या पादुका देशभरातील साई मंदिरामध्ये काही काळ पाठवण्यात येतात आणि तेथे त्या काही काळ भक्तांच्या दर्शनासाठी ठेवण्यात येतात.

तेथून जवळच लक्ष्मीबाईचे घर आहे. लक्ष्मीबाईही साईबाबांची नि:स्सीम भक्त होती. बाबा ज्या काही थोड्याच पुण्यवान लोकांच्या घरी भिक्षा मागायला जात, त्यांत लक्ष्मीबाई एक होती. जाण्यापूर्वी काही दिवस बाबांनी लक्ष्मीबाईला बोलावून घेतले व तिच्या हातात नऊ रुपयांची नाणी ठेवून त्यांची नीट पूजा करायला सांगितली होती. आज ह्या घराच्या मधोमध लक्ष्मीबाईचा पुतळा उभारलेला आहे. त्या पुतळ्याच्या हृदयाच्या जागी ही नाणी बसवलेली आहेत.

देवालय संकुलात बाबांच्या अस्तित्वाची खूणगाठ पटवून देणारी आणखी एक समाधी आहे व ती म्हणजे तात्या पाटील यांची समाधी. तात्या पाटील हे बाबांचे आवडते मूल. बायाजी बाईचा हा मुलगा, तात्या. ही बायाजीबाई बाबांच्या पोटाला अन्न घालण्यासाठी रानोमाळ बाबांच्या मागे त्यांचा शोध घेत जायची. बाबा तिला आपली पूर्वजन्माची बहीण मानायचे. आपला स्वीय सहायक अब्दुल याचीसुद्धा ती बहीण असल्याचे ते सांगत. या अब्दुलने अखेरपर्यंत बाबांची सेवा केली व नंतर तो

स्वत:च योगी बनला व बाबांच्या भक्तांच्या गरजांकडे लक्ष पुरवू लागला.

देवालय संकुलात आणखी एका महत्त्वपूर्ण व्यक्तीशी गाठ पडली. ती म्हणजे स्वामी शिवनेसन. हे तामिळनाडूधील कोईमतूरचे. ते फकिरासारखा वेष परिधान करून बसलेले असतात व केवळ हिंदीमध्ये संभाषण करतात. ते गेली १४ वर्षे शिरडीत राहात आहेत आणि अतिशय शांतपणे, कोणाच्याही अध्यातमध्यात न येता बाबांची सेवा करीत आहेत. ते इतके साधेसुधे आहेत आणि अलिप्तपणे राहतात की त्यांच्याकडे कोणाचं लक्षसुद्धा जात नाही. ६८ वर्षे वयाच्या या योग्याची गाठ घेणं तसं अवघडच गेलं. पण प्रयत्नांनी त्यांना बोलतं करण्यात यश मिळाले. त्यांनी आम्हाला त्यांच्या खोपटात बोलावून घेतलं. ते खोपट जिन्याखालच्या जागेत होतं. त्यात पुरेशी हवा उजेडही नव्हता. त्यांना आम्ही मुद्दाम तामिळ भाषेत बोलण्याची विनंती केली. त्यांनी आधी जरासे आढेवेढे घेतले नंतर होकार दिला. त्यांनी एका नास्तिक तरुणाची कथा सांगितली. या तरुणाने वैफल्यग्रस्त होऊन घरदार सोडले होते. मन:शांतीच्या शोधात तो भ्रमंती करीत होता. असाच भ्रमंती करून तो शिरडीला आला. त्याला बाबा भेटले. त्यांच्या भेटीची त्याला आस लागून राहिली होती. कोईमतूर येथे शिवनेसन या नवव्या इयत्तेत शिकणाऱ्या मुलाने काही प्रश्न विचारले होते : ''धर्म म्हणजे काय ? देव म्हणजे काय ? देवळात कशासाठी जायचे ? शिवनेसला एक दृष्टांत झाला होता. त्यात त्याला खडकावर बसलेला एक वृद्ध माणूस दिसला. याचा अर्थ त्याला उमजेना. त्याने घर सोडले आणि तो मुंबईला आला. त्याने अनेक साधूसंतांची गाठ घेतली. त्यांमध्ये स्वामी नित्यानंद आणि स्वामी कृष्णचैतन्य यांचाही समावेश होता. त्याच्या स्वप्नात एकदा एक संन्यासी आला व त्याने त्याला शिरडीला जाण्याचा सल्ला दिला. शिरडी नक्की कोठे आहे हेही त्याला ठाऊक नव्हते. त्याच्याजवळ फुटकी दमडीसुद्धा नव्हती. मग तो रेल्वेरुळांच्या बाजूने चालत सुटला. रेल्वेच्या डब्यांमधून प्रवाशांनी फेकलेल्या अन्नावर गुजराण करत त्याची वाटचाल सुरू होती. वाटेत एका कनवाळू स्टेशनमास्तराने त्याला रेल्वेच्या डब्यात बसवून दिले आणि तिकिटाची काही काळजी करू नको असे सांगितले. तो पुढे नाशिकपासून त्र्यंबकेश्वरपर्यंत चालत गेला. तेथे त्याला एक तामिळ साधू भेटला. त्या साधूने त्याला आश्रय दिला. पण शिवनेसनचं ध्येय होतं शिरडीला जाणं. त्यामुळे त्या साधूला सोडून पायी चालतच तो शिरडीला आला तो आजपर्यंत तिथेच आहे. त्याकाळी शिरडी अगदीच मागासलेलं गाव होतं. त्याने द्वारकामाई, चावडी आणि इतर ठिकाणे झाडून पुसून साफ ठेवायला आणि लोकांच्या उपयोगी पडायला सुरुवात केली. भक्तांनी दिलेल्या अन्नपाण्यावर तो स्वत:ची गुजराण करू लागला. शामाचा मुलगा उद्धव माधवराव रोज पूजेसाठी द्वारकामाईत येत असे. त्याने आपण होऊन या शिवनेसनच्या पोटापाण्याची जबाबदारी उचलली

हे असं सहा महिनेपर्यंत चालू होतं. शिवनेसन न्यायालयाने नियुक्त केलेल्या ज्या अधिकाऱ्याच्या ताब्यात होता त्याने शिवनेसनला थोडं काम दिलं व त्या बदल्यात त्याच्या राहण्याजेवणाची सोयसुद्धा केली. पण पुढे त्या अधिकाऱ्याची बदली झाली. त्याजागी आलेल्या दुसऱ्या कार्यकारी अधिकाऱ्याने त्याला त्रास देण्यास सुरुवात केली. पण एव्हाना स्वामी शिवनेसनने बाबांच्या भक्तांच्या हृदयात स्वत:चं एक खास स्थान निर्माण केलं होतं. त्यामुळे तो देवालय संकुलाचा एक अविभाज्य घटक बनला व सरळमनाने व साधेपणाने बाबांची व त्यांच्या भक्तांची सेवा करू लागला. त्यांच्या राहण्याची व्यवस्था अडगळीच्या खोलीत जागा करून तेथे करण्यात आली. आधी एक नास्तिक असणाऱ्या एका व्यक्तीने साईबाबांच्या चरणी आपले संपूर्ण जीवन वाहून घेतले. ही प्रदीर्घ वाटचाल शिवनेसन स्वामींनी केली. आता रोज सायंकाळी ते चावडीत भजने व प्रवचने करतात. त्यांच्या म्हणण्याप्रमाणे एकदा तर लेंडीबागेत बाबा त्यांच्यासमोर अवतीर्णही झाले होते.

बाबांचा आशीर्वाद, त्यांचा कृपाप्रसाद आणि त्यांनी पुरवलेलं संरक्षण याचे अगणित अनुभव शिवनेसन स्वामींना आले.

आणखी एक मुलखावेगळी मुलगी आपल्याला शिरडीत भेटते. ती बाबांची भक्त आहे. ती आहे एकतीसवर्षीय कृष्णवर्णी अमेरिकन तरुणी. ती गेली आठ वर्षे शिरडीत स्थायिक झालेली आहे. स्वामी शिवनेसन यांनी दिलेल्या माहितीनुसार ती अमेरिकेतील कॅलिफोर्निया राज्यातून आली आहे. ती महाविद्यालयीन शिक्षण घेत होती. एका रात्री साईबाबा तिच्या स्वप्नात आले. त्यानंतर भारतात जाऊन शिरडीला जाण्याच्या इच्छेने तिला झपाटून टाकले. तिने आपली ती इच्छा महाविद्यालयाच्या प्राचार्यांना बोलून दाखवताच, त्यांनी तिला तत्काळ तशी परवानगी दिली. एवढेच नव्हे तर तिला विमानखर्चासाठी लागणारे पैसे तिच्याच सहाध्यायांकडून वर्गणीरूपाने गोळा करून तिला दिले. शिवाय तिने स्वत: जमवलेले पैसेही त्यात घातले व ती मुंबईला आली. लोकांनी तिला चुकीची माहिती दिली. व अनेकदा उपाशीपोटी राहून दिवस काढावे लागले आहेत. तिने फार कष्ट उपसले आहेत. तिला पोटाच्या विकारानेही ग्रासलं होतं. पण तरीही तिने बाबांच्या सेवेत काहीही कुचराई केली नाही. शिरडीला आल्यावर बाबांनी तिला अनेकदा दृष्टांत दिल्याचं तिने शिवनेसन स्वामीस सांगितलं आहे. सुरुवातीला ती शिरडीस येणाऱ्या यात्रेकरूंमधे मिसळत नसे. ती देवालय संकुलातही वावरताना फारशी आढळली नाही. आम्ही शिवनेसन स्वामीजींशी बोलत असताना अचानक विजेच्या चपळाईने स्वामींच्या खोलीत शिरली व त्याच वेगाने बाहेरही निघून गेली. तिच्या अंगात पोत्यासारखा जाडाभरडा स्कर्ट होता. तिला त्याची विशेष खंत नसावी. स्वामीजी म्हणाले : "बरेचदा ती स्वत:च्या तंद्रीत असते." परंतु तिला स्वामीजीविषयी बरीच आपुलकी असल्याचं दिसून आले.

स्वामीजी रोज सायंकाळी जेव्हा चावडीत भजन म्हणत, तेव्हा जमलेल्या श्रोतृवर्गात तिची उपस्थिती हमखास असायची. त्यावेळी ती बाबांच्या भक्तीत तल्लीन होऊन गेलेली असे. आम्ही तिचा बराच पाठपुरावा केल्यानंतर अखेर ती भेटली. अशीच ती स्वामींच्या खोलीत आत बाहेर करत असताना आम्ही तिला गाठलं. ती राजीखुशीनं थांबली व तिने मंदस्मित केलं. ते स्मितहास्य शांती व समाधानाचं होतं. ती कधीही बोलायला तयार नव्हती. ती नुसतं मंदस्मित करीत होती. ती स्वत:विषयी काहीच सांगेना. फक्त स्वत:चं नाव 'ख्रिस्तीन' नसून 'ओम् साई' आहे एवढंच तिने सांगितलं. आम्ही तिच्यावर वारंवार प्रश्नांचा भडिमार केल्यावर ती म्हणाली : ''मला बाबांचं अस्तित्व सदासर्वकाळ जाणवतं.'' तिला भेट म्हणून आम्ही जे बॉलपेन दिलं ते घेऊन ती मोहक हास्य करून निघून गेली.

संस्थानच्या अधिकाऱ्यांनी दिलेल्या माहितीनुसार पंधरा ते वीस हजार यात्रेकरू दर दिवशी शिरडीला भेट देतात. रविवारी अथवा सुट्टीच्या दिवशी हा आकडा एक लाखाच्या घरात जातो. सर्वाधिक यात्रेकरून आंध्रप्रदेशातून येतात. आंध्रातून आलेल्या एका यात्रेकरूने सांगितले : ''बाबांच्या एकूण भक्तांच्या संख्येपैकी ७०% लोक आंध्रातून येतात. दुसरा क्रमांक महाराष्ट्राचा लागतो. तामिळनाडू सुद्धा यात फारसे मागे नाही. रोज सुमारे पाच ते सहा हजार लोकांना प्रसाद वाटप केले जाते. अन्नछत्रही चालवण्यात येते. सर्व जातीधर्माचे यात्रेकरू येथे येतात. त्यात हिंदू, मुसलमान ख्रिस्ती, शीख आणि पारशी लोकांचा समावेश असतो. मात्र सर्वाधिक संख्या हिंदूंची तर सर्वात कमी मुसलमानांची असते. एका संस्थानच्या अधिकाऱ्याने सांगितल्याप्रमाणे १९९३-९४ साली हंडीतून निघालेल्या दानाची रक्कम १४ कोटी रुपये होती. दररोज सरासरी एक लाख रुपये जमा होतात. संस्थानतर्फे प्रवाश्यांच्या सर्व मूलभूत गरजा पुरवण्यात येतात. त्यांमध्ये निवासाची सोय, भोजन, वाहतुक व्यवस्था व वैद्यकीय सेवा इ. गोष्टींचा समावेश होतो संस्थानातर्फे एक अद्ययावत साधनसामग्रीने सुसज्ज असे इस्पितळ चालवण्यात येते. शिवाय तेथे एक शाळाही चालवण्यात येते. मात्र शिरडीत एकाच गोष्टीची उणीव आहे. प्रवाशांसाठी माहिती देणारे केंद्र नाही. शिरडीला येणाऱ्या प्रवाश्यांना बाबांची उपासना करण्याच्या दृष्टीने काही सोयी, सवलती तेथे उपलब्ध आहेत. पण वास्तविक आणखी कितीतरी सोयी सवलतींची गरज आहे. शिरडीत प्रवासी जाऊन पोचल्यावर त्यांना योग्य मार्गदर्शन करणारे कोणीच नसते. स्वत:चा मार्ग त्यांना स्वत:च शोधून काढावा लागतो. नवख्या माणसाला तेथे हताश वाटते. आपला स्वत:चा ठावठिकाणा शोधून काढण्यासाठी थोडा काळ जावा लागतो. कोपरगाव स्टेशनावर उतरल्यावर कुठेही स्वागताचे फलक नाहीत. शिरडीकडे निघालेल्या प्रवाश्यांसाठी सूचना फरक नाहीत. साईबाबांचं साधं चित्रही कोठ दृष्टीस पडत नाही. कोपरगाव स्टेशनाचा संपूर्ण अवतार

एखाद्या आडबाजूला असलेल्या दुर्लक्षित रेल्वेस्टेशनासारखा आहे. आणि साईबाबांच्या जीवनकालखंडाखी संबंधीत असलेलं कोपरगाव हे एक ऐतिहासिक दृष्ट्या महत्त्वपूर्ण ठिकाण असल्याचं चिन्हं कुठेही आढळत नाही. संस्थानने या बाबतीत रेल्वे अधिकाऱ्यांशी काहीच संपर्क साधू नये आणि साईबाबांच्या शिरडीच्या इतक्या जवळ असणाऱ्या त्या स्टेशनास महत्त्व आणि नाव मिळवण्याच्या दृष्टीने काहीच लाभ होऊ नये ही खरोखरच दुर्दैवाची गोष्ट आहे. शिरडीमधील हॉटेल आणि खानावळींची स्थितीसुद्धा अशीच दयनीय आहे. शिरडीविषयी आणि बाबांविषयी माहितीपत्रकांमध्ये जी काही माहिती वाचायला मिळते, ती पाहून पर्यटकांना आपण एखाद्या परदेशातील प्रेक्षणीय स्थळाचीच माहिती वाचत आहोत की काय असे वाटेल. परंतु तेथे होणाऱ्या दैनंदिन प्रार्थना, आरत्यांच्या वेळा आणि यात्रेकरूंना उपलब्ध असणाऱ्या सुविधांविषयी तेथे काहीही माहिती मिळत नाही.

याच संदर्भात संस्थानच्या कार्यकारी मंडळातील अधिकाऱ्याशी बोलणी केली. हाच संस्थानचा कार्यवाहसुद्धा आहे. या चर्चेतून असे निष्पन्न झाले, की भारताच्या नकाशावर शिरडीचं नाव ठळकपणे झळकायला हवं असेल, तर त्यासाठी अजून फार परिश्रम करावे लागणार आहेत. त्या अधिकाऱ्याने त्या पदाची सूत्रे नुकतीच हाती घेतलेली आहेत. शिरडीचा नावलौकिक वाढावा म्हणून कोणाला जर काही सूचना करायच्या असतील तर योग्य त्या सूचनांचा विचार करण्यास तो तयार आहे. साईबाबांचं महानिर्वाण इ.स. १९१८ मध्ये झालं व त्यानंतर इ.स. १९२२ मध्ये एका विश्वस्त मंडळाची स्थापना करण्यात आल्याचं आपल्याला माहीतच आहे. बाबांची रोजची पूजाअर्चा, दैनंदिन आरत्या आणि इतर व्यवस्थापनाच्या दृष्टिकोनातून या विश्वस्त मंडळाची निवडणुकीच्या मार्गे नियुक्ती करण्यात आली. त्या मंडळाने १९६० सालापर्यंत कामकाज पाहिले. त्यानंतर ते मंडळ न्यायालयीन कायदेकानूच्या कचाट्यात अडकल्यावर मुंबई न्यायालयाने संस्थानचा कारभार सांभाळण्यासाठी एका खास न्यायालयीन अधिकाऱ्याची नेमणूक केली. या अधिकाऱ्याने १९८४ सालच्या ऑगस्टपर्यंत कामकाज पाहिले. नंतर महाराष्ट्र सरकारने बावीस सदस्य असलेल्या कार्यकारी मंडळाची स्थापना केली. त्यानुसार न्यायालयीन अधिकाऱ्याकडून कार्यवाहने सूत्रे ताब्यात घेतली. अगदी सुरुवातीच्या काळापासून साई संस्थानची स्वत:च्या कार्याच्या व्याप्तीविषयी आणि जबाबदारीविषयी अतिशय संकुचित कल्पना होती. वाचकांना एक गोष्ट निश्चितपणे आठवत असेल : नरसिंहस्वामीजी बाबांच्या जीवनकार्याचा आणि शिकवणीचा प्रसार करण्यासाठी एक निधी उभारण्याचा प्रस्ताव घेऊन जेव्हा संस्थानकडे गेले होते तेव्हा संस्थानने त्यांच्याकडे पूर्णपणे दुर्लक्ष केले. नंतर बाबांच्या कार्याचा प्रसार देशभर करण्याची जबाबदारी स्वामीजींनी राजीखुशीने स्वत:च्या शिरावर घेतली. राधाकृष्ण स्वामींच्या मदतीने त्यांनी बाबांनी घालून

दिलेल्या आदर्शांचा शिस्तबद्ध प्रचार व बाबांच्या उपासनापद्धतीला सुरुवात केली. यानंतर देशभर शेकडो साईसमाज व साईमंदिरांची स्थापना झाली. देशभर पसरलेल्या महान साईचळवळीचा कणा ही साईमंदिरे आहेत. त्यांच्याच द्वारे आपल्या कोट्यवधी देशबांधवांच्या मनात आणि हृदयात साईबाबांचा संदेश आणि त्यांची भक्ती जागृत आहे. खेडोपाडी, गावोगावी, शहराशहरांतून साईबाबांना नेऊन पोचवण्याच्या महान कार्यात साईसंस्थानचा किंचितही वाटा नाही. दीक्षित व इतर भक्तांनी जेव्हा संस्थानचे नियतकालिक 'साईलीला' याची स्थापना केली, तेव्हा त्यामागील उद्देश साईसंदेशाचा प्रसार हा होता. परंतु या नियतकालिकास आज वाईट दिवस आले आहेत. ते आता अनियतकालिक झालेले असून त्यातून प्रसिद्ध होणारा मजकूरही फारसा दर्जेदार नसतो.

तेथील कार्यवाहांपाशी साईप्रचाराचा हा प्रश्न उपस्थित करताच या संदर्भात अमेरिकेतील लोकांना साईबाबांविषयी काहीच माहीत नाही असे त्यांना मुद्दाम सांगितल्यावर ते म्हणाले : ''पाश्चात्य राष्ट्रांमध्ये साईबाबांचा संदेश पोचवण्याची नितांत गरज आहे. कारण भारतामध्ये धार्मिक बाबतीत जे काही बदलते प्रवाह सुरू झालेले आहेत त्यामुळे पाश्चात्त्य धार्मिक लोकांच्या मनात आता गोंधळ निर्माण झाला आहे. आध्यात्मिक उद्धारासाठी पाश्चात्त्य लोक नेहमीच आशेने भारताकडे बघत आले आहेत. ख्रिस्तीन या कृष्णवर्णीय अमेरिकन तरुणीचा अपवाद वगळता संपूर्ण शिरडीत एकही विदेशी नागरिक दिसून आला नाही. खरं तर हजारो परकीय नागरिक भारतात मन:शांती आणि प्रेमाच्या शोधात येतात. हेच प्रेम व हीच मन:शांती बाबांनी त्यांच्या भक्तांना प्राप्त करून दिली. व ते अजूनही ती देत आहेत. बाबांनी विश्वबंधुत्वाचा पुरस्कार केला. आणि साऱ्या विश्वाचा एक समान धर्म असावा या तत्त्वाचा पुरस्कार केला. आणि हाच संदेश साऱ्या जगाला देणं आज अत्यावश्यक होऊन बसलेले आहे. कारण हे जग दु:ख, हालअपेष्टा, गडबडगोंधळ, हिंसाचार आणि द्वेषानं भरलेलं आहे.

साऱ्या देशभर पसरलेल्या साईसमाजाशी व साईमंदिरांशी साईसंस्थानचा काहीच संपर्क नाही ही खरोखर नवल करण्यासारखी गोष्ट आहे. इतकंच काय पण नरसिंह स्वामीजींनी मद्रास येथे स्थापन केलेल्या अखिल भारतीय साई समाजाशीही संस्थानाचा अजिबात संपर्क नाही. या समाजाशी संलग्न असे देशभर चाळीस ते पन्नास समाज आहेत. त्यांचं सहकार्य या अखिल भारतीय साई समाजाला लाभलं असून त्यातून देशातील विविध भागात एकूण ५२ साईमंदिरे निर्माण झाली आहेत. याच संस्थेतर्फे 'साईसुधा' हे मासिक प्रसिद्ध होते. याची स्थापना १९४१ साली नरसिंहस्वामीजींना केली. मद्रासमधील साईमंदिराकडे रोज हजारो भक्तांची रीघ लागलेली असते.

बंगलोर येथील 'साई स्पिरिच्युअल सेंटर' ची स्थापना राधाकृष्णस्वामीजींनी

केली. हे सेंटर बाबांच्या भक्तांनी उभारले आहे. या संस्थेचं कार्यसुद्धा अत्यंत उत्कृष्ट रीतीने चालू आहे. येथेही हजारो लोक बाबांच्या उपासनेत सहभागी होतात. असं म्हणतात की, सर्वाधिक संख्येने साईमंदिरे ही आंध्रप्रदेशात आहेत. आता आवश्यकता आहे ती एका केंद्राची. या केंद्रामधून सर्व मनुष्यबळ व विकासासाठी आवश्यक इतर घटक एका राष्ट्रीय आणि आंतरराष्ट्रीय स्तरावरील चळवळीकडे एकत्रितरीत्या वळवण्यात येणं आवश्यक आहे. साईसंस्थान आपल्या पाठबळाच्या व समाजातील नावलौकिकाच्या मदतीने या प्रयत्नात हातभार लावू शकेल. व त्यांनी तो तसा लावला पाहिजे. यातील पहिली पायरी म्हणजे, 'अखिल भारतीय साईसमाज', 'साई स्पिरीच्युअल सेंटर' व तत्सम इतर संस्थांशी 'साई संस्थानने' संपर्क साधला पाहिजे. अखिल भारतीय साई भक्तांची राष्ट्रीय पातळीवर संमेलने व परिषदा आयोजित व्हायला हव्यात. 'साईनाम' हा एक राष्ट्रीय व आंतरराष्ट्रीय स्पर्धेचा विषय व्हावा, साईनामाद्वारे शांती, सलोखा व बंधुत्वाचा संदेश पोचवण्यात यावा यासाठी या परिषदांमधून योजनाबद्ध कार्यक्रमांची आखणी करण्यात यायला हवी.

बाबांची उपासना करत असताना बाह्योपचाराला अनन्यसाधाण महत्त्व देण्यात येतं आणि बाबांनी ज्या नैतिक व आध्यात्मिक मूल्यांचा पुरस्कार केला त्याला काहीही महत्त्व दिलं जात नाही. एक विरोधाभास असा की साईसमाधी मंदिरात दैनंदिन आरती सुरू करण्यापूर्वी साईभक्तांना समाजातील दुष्प्रवृत्तीपासून (किंवा साध्या शब्दात खिसेकापूंपासून) सावध राहण्याचा इशारा दिला जातो. परंतु मुळात या असल्या दुष्प्रवृत्तींचा बाबांच्या स्पर्शाने पुनित झालेल्या भूमीवर शिरकाव होतो, याचा अर्थच बाबांना प्राणाहून प्रिय असलेल्या नीतिमत्ता व चारित्र्यसंपन्नतेसारख्या मूल्यांची रुजवण या समाजात अजून नीटशी झालेली नाही. त्यासाठी अजून पुष्कळ कार्य घडायला हवे आहे. उपासनेमधील बाह्योपचारांबरोबरच चारित्र्य, प्रेम व करुणा यांचा संदेश पोचवणे आवश्यक आहे. म्हणजेच चिरंजीव साईबाबांनी आपल्या भक्तांसाठी जे कार्य नेमून दिलेलं आहे ते आपण अंशत: तरी करू शकू. ∎